INSIGHT PUBLICA

INSIGHT PUBLICA
Nadakkavu, Kozhikode, Kerala 673011
www. insightpublica.com
e-mail: insightpublica@gmail.com
Akasatholam Uyaram
(Malayalam)
Dr. A. Abraham M.D.
First Edition: May 2019
Second Edition: November 2021

ISBN 978-93-87398-85-6

ആകാശത്തോളം ഉയരാം

ഡോ. എ. എബ്രഹാം എം.ഡി.

INSIGHT PUBLICA®

അവരവരിലും
അവരവരുടെ സ്വപ്നങ്ങളിലും
വിശ്വസിക്കുന്നവർക്കു വേണ്ടി

ഈ പുസ്തകത്തിനെക്കുറിച്ച്

മനുഷ്യ മനസ്സിന്റെ നന്മ തിരിച്ചറിഞ്ഞ് അത് ഉത്തേജിപ്പിക്കാനുള്ള ശ്രമത്തെ പരിപോഷിപ്പിക്കുവാൻ സഹായകമാകുന്നതെല്ലാം NLP യിൽ ഉണ്ട് എന്ന വാസ്തവം ഡോ. എബ്രഹാം അദ്ദേഹത്തിന്റെ ഈ പുസ്തകത്തിൽ തെളിയിച്ചിട്ടുണ്ട്. സ്വന്തം മനസ്സിന്റെ അവസ്ഥയെ മനസ്സിലാക്കി അതിനെ ഒരു ഉയർന്ന തട്ടിലേക്ക് ഉയർത്താൻ ഈ പുസ്തകം വളരെ ഏറെ സഹായിക്കുന്നു.

ഇന്ദ്രീയാനുഭവങ്ങളുടെ ആസ്വാദനാനുസരണം നമ്മുടെ വീക്ഷണത്തേയും ചിന്താഗതിയേയും എങ്ങനെ മെച്ചപ്പെടുത്താം എന്നും പ്രേരണകളുടേയും ഉത്തേജനത്തിന്റേയും ലോകത്തിൽ വ്യത്യസ്തമായി പ്രതികരിച്ച് സ്വയം ഉന്നതലങ്ങളിൽ നേട്ടങ്ങൾ എങ്ങനെ കൊയ്യാം എന്നതിന്റെ ഉൾകാഴ്ചകളും ശ്രദ്ധേയം തന്നെ. ശാസ്ത്രീയപരമായി പഠനം നടത്തി പ്രായോഗിക തട്ടിൽ ഓരോരുത്തർക്കും അവരവരുടെ മാനസ്സികവും ഭൗതികവുമായ നിലവാരം മെച്ചപ്പെടുത്താനുള്ള ആയുധമാണ് NLP എന്ന് പരിചയപ്പെടുത്തുന്നതുവഴി ഡോ. എബ്രഹാം ഒരു സാമൂഹിക സേവനമാണ് ഈ പുസ്തകത്തിലൂടെ സമ്മാനിക്കുന്നത്. ആകാശത്തിനപ്പുറത്തേക്ക് എത്തിക്കുന്ന ലക്ഷ്യബോധം ഏവർക്കും ഇത് വായിക്കുന്നതുവഴി ഉണ്ടാകട്ടെ എന്ന് ആശംസിക്കുന്നു.

ഉള്ളടക്കം

ആമുഖം

മനുഷ്യമനസുകളെക്കുറിച്ചുള്ള എന്റെ ഗവേഷണത്തിൽ പങ്കാളികളായവരുടേയും എന്റെ സെമിനാറുകളിൽ പങ്കെടുത്തവരുടേയും 'എന്റെ ആശയങ്ങളെയെല്ലാം ഉൾപ്പെടുത്തിക്കൊണ്ട് ഒരു പുസ്തകരൂപത്തിൽ ആക്കിയിരുന്നെങ്കിൽ സൗകര്യപ്രദമായിരുന്നേനെ' എന്നുള്ള അഭിപ്രായത്തിന്റെ ഫലമായുള്ളതാണ് ഈ പുസ്തകം.

എന്റെ ആശയങ്ങളുടേയും, ഞാൻ വായിച്ച പുസ്തകങ്ങളിൽ നിന്നുള്ള അറിവുകളുടേയും, ഞാൻ പങ്കെടുത്തിട്ടുള്ള സെമിനാറുകളുടേയും മുഖ്യമായി എന്റെ വിദ്യാർത്ഥികളിൽ നിന്നും സുഹൃത്തുക്കളിൽ നിന്നും ഞാൻ മനസിലാക്കിയ പാഠങ്ങളുടേയും ഒരു ശേഖരമാണ് ഈ പുസ്തകം.

എന്റെ സുഹൃത്തുക്കളുടേയും വളരെ ആത്മാർത്ഥതയോടുകൂടി തർജ്ജമ ചെയ്തവരുടേയും, ചിട്ടപ്പെടുത്തിയവരുടേയും, സാരഗ്രഹണം ചെയ്തവരുടേയും പ്രോത്സാഹനത്തിന്റെ ഫലമായാണ് ഈ പുസ്തകം സാധ്യമായത്.

അതു കൊണ്ടുതന്നെ എന്റെ എല്ലാ സുഹൃത്തുക്കൾക്കും, വിശേഷിച്ച് ഈ പഠനത്തിൽ എന്നെ സ്വാധീനിച്ച എന്റെ വിദ്യാർത്ഥികൾക്കും മറ്റ് എല്ലാ വിശിഷ്ട വ്യക്തികൾക്കും, എന്നിലെ ഈ അമിതമായ ഇഷ്ടത്തിനും, വിട്ടുമാറാത്ത ചിന്തയ്ക്കും പൂർണ പിൻതുണ നൽകിയ എന്റെ കുടുംബത്തിനും വേണ്ടി ഞാൻ ഇത് സമർപ്പിച്ചു കൊള്ളുന്നു.

ഡോ. എ. എബ്രഹാം എം.ഡി.

ഇവിടെ തുടങ്ങുന്നു...

നിങ്ങളുടെ പെരുമാറ്റത്തെക്കുറിച്ച് എപ്പോഴെങ്കിലും ചിന്തിച്ചിട്ടുണ്ടോ? നിങ്ങളുടെ പെരുമാറ്റത്തിൽ എപ്പോഴെങ്കിലും അതിശയം തോന്നിയിട്ടുണ്ടോ? സംഭവിക്കുന്നവയുടെ കാര്യകാരണങ്ങൾ മനസ്സിലാക്കിയാണോ നിങ്ങൾ പെരുമാറുന്നത്? നിങ്ങൾ വർഷങ്ങളായി തുടർന്നു വരുന്ന നിങ്ങളുടെ സ്വഭാവേനയുള്ള രീതിയിൽ തുടരുന്നതാണോ, അതോ ഇതാണ് മാറ്റത്തിനുള്ള സമയം എന്ന് ഉൾക്കൊണ്ട് സ്ഥിരം പാർശ്വഫലങ്ങളെ ഒഴിവാക്കി, കൂടുതൽ സാധ്യതകളോടു കൂടിയ, നാം ആഗ്രഹിക്കുന്ന പ്രതിഫലം ലഭിക്കത്തക്കവിധത്തിൽ നമ്മുടെ പെരുമാറ്റങ്ങളെ 'എന്തുകൊണ്ട്', 'എങ്ങനെ' എന്ന് പരിശോധിച്ച് കൈകാര്യം ചെയ്യുന്നതാണോ നല്ലത്?

നമ്മുടെ പൂർവ്വ അനുഭവങ്ങളിൽ നിന്നും നമ്മുടെ ശീലങ്ങൾ രൂപപ്പെടുന്നു. നമ്മുടെ അനുഭവങ്ങൾ ശരിയാണ് എന്ന ധാരണയിൽ പലപ്പോഴും 'എങ്ങനെയാണ് അതു ഉണ്ടായത് (പെരുമാറ്റം)?' എന്നു ചിന്തിക്കാതെ നാം നമ്മുടെ ശീലങ്ങൾ തുടരുകയാണ് പതിവ്.

നമ്മുടെ പ്രവൃത്തികളുടെ അനന്തരഫലം മുൻകൂട്ടി മനസ്സിലാക്കി അവ ഏറ്റവും നല്ല രീതിയിൽ പ്രകടമാക്കുവാൻ കഴിയുകയാണെങ്കിൽ അത് എന്ത് അത്ഭുതമായിരിക്കും? അതായത് നമ്മുടെ സ്വപ്ന സാക്ഷാത്കാരത്തിന് ആവശ്യമായ കഴിവുകൾ നമ്മളിൽ തന്നെയുണ്ട് എന്ന തിരിച്ചറിവിനുള്ള സമയം അതിക്രമിച്ചിരിക്കുകയല്ലേ?

മസ്തിഷ്ക വ്യായാമം, സംഗീതം, ആത്മമോഹനിദ്ര എന്നിവ വഴി മനസ്സിന്റെ ശക്തിയെ ഉണർത്തി ബൗദ്ധിക വികാരമുള്ളവരായി ജീവിക്കാനുള്ള മാസ്മരവിദ്യയായ ന്യൂറോലിംഗ്വിസ്റ്റിക് പ്രോഗ്രാമിംഗിനെ (NLP എന്ന് ചുരുക്കപ്പേര്) കുറിച്ചാണ് ഈ പുസ്തകത്തിൽ പ്രതിപാദിക്കുന്നത്.

സ്വപ്നങ്ങൾ യാഥാർത്ഥ്യമാകും...അത് എങ്ങനെയെന്നു NLP വ്യക്തമാക്കിത്തരുന്നു.

എന്താണ് NLP എന്നും, വിവിധ ജീവിത സാഹചര്യങ്ങളിൽ ഇത് എങ്ങനെ പ്രായോഗികമാക്കാമെന്നും വായനക്കാരിൽ എത്തിക്കുന്ന തരത്തിലാണ് ഈ പുസ്തകത്തിലെ ഓരോ അധ്യായവും ചിട്ടപ്പെടുത്തിയിരിക്കുന്നത്.

ഓരോ അധ്യായത്തിന്റെയും അവസാനമുള്ള പരിശീലന വിഭാഗത്തിലൂടെ NLP അനുഭവിച്ചറിയുവാൻ സാധിക്കും. മികവ് (Excellence) ഒരു മാനസികാവസ്ഥയാണ്. എൻ.എൽ.പി നിങ്ങളെ അവിടെ എത്തിക്കുന്നു.

NLP എന്നു പറയുന്നത് അറിവിന്റെ മനശാസ്ത്രതത്വം പോലുള്ള ഒരു ശാസ്ത്രമാണ്. നമുക്ക് അറിയാവുന്നത് 'എങ്ങനെയറിയാം' എന്നു മനസ്സിലാക്കിത്തരുന്നതിലൂടെ നാം ചെയ്യുന്ന കാര്യങ്ങൾ കൂടുതൽ മെച്ചപ്പെട്ട രീതിയിൽ ചെയ്യുവാൻ ഇത് സഹായിക്കുന്നു.

1

എന്താണ് ന്യൂറോ ലിംഗ്വിസ്റ്റിക് പ്രോഗ്രാമിംഗ്

Life's not about waiting for the storm to pass..
It's about learning to dance in the rain.

Vivian Greene

എന്താണ്
ന്യൂറോ ലിംഗ്വിസ്റ്റിക് പ്രോഗ്രാമിംഗ്

ന്യൂറോ ലിംഗ്വിസ്റ്റിക് പ്രോഗ്രാമിംഗ്

സാന്റ് ക്രൂസിലെ കാലിഫോർണിയ സർവ്വകലാശാലയിലെ ഗണിതശാസ്ത്രജ്ഞനും, കമ്പ്യൂട്ടർ ശാസ്ത്രജ്ഞനുമായ റിച്ചാർഡ് ബാൻഡ്‌ലർ(Richard Bandler)ന്റെയും, ലിംഗ്വിസ്റ്റിക് (ഭാഷാശാസ്ത്രം) പ്രൊഫസറായ ജോൺ ഗ്രിൻഡർ (John Grinder) ന്റെയും ബുദ്ധിയിലുദിച്ചതാണ് NLP എന്ന മാജിക്. എഴുപതുകളിൽ, മികവിനെപ്പറ്റിയുള്ള അവരുടെ അന്വേഷണത്തിൽ, ജർമ്മൻ മനശാസ്ത്രജ്ഞനും ജെസ്റ്റാൾട്ട് തെറാപ്പിയുടെ പിതാവുമായ ഫ്രിറ്റ്സ് പേൾസ് (Fritz Perls) വിർജിനിയ സാറ്റിർ (Virginia Satir) ഫാമിലി തെറാപി, തത്വചിന്തകനായ ഗ്രിഗറി ബേറ്റ്സൺ (Gregory Bateson), പ്രശസ്ത ഹിപ്പ്നോട്ടിസ്റ്റായ മിൽട്ടൺ എറിക്സൺ (Milton Erickson) തുടങ്ങിയ പ്രഗൽഭരായ വ്യക്തികളെ ഉൾപ്പെടുത്തി പഠനങ്ങൾ നടത്തി. ഈ പഠനത്തിൽ നിന്നും അവർക്ക് ഒരു കാര്യം വ്യക്തമായി. ഇവരിൽ പലരും ഉപയോഗിക്കുന്ന വാക്കുകളും ചലന രീതികളും, ചില മാനസിക പ്രവർത്തനങ്ങൾ നടക്കുമ്പോഴുള്ള അവരുടെ കണ്ണുകളുടെ ചലനം, അതായത് എന്തെങ്കിലും അംഗീകരിക്കുകയോ നിരാകരിക്കുകയോ ചെയ്യുമ്പോൾ കണ്ണുകൾ പ്രത്യേക ദിശകളിലേയ്ക്ക് ചലിക്കുക ഇവയ്ക്കൊക്കെ സാമ്യമുള്ളതായി കണ്ടെത്തി.

എന്താണ് ന്യൂറോ ലിംഗ്വിസ്റ്റിക് പ്രോഗ്രാമിംഗ്

എങ്ങനെയാണ് നമ്മുടെ മനസ്സ് പ്രവർത്തിക്കുന്നത് എന്നുള്ളതാണ് NLP ആത്മനിഷ്ഠമായ അനുഭവങ്ങളിൽക്കൂടി ഉരുത്തിരിഞ്ഞ് വരുന്ന ഒരു ഘടനയെക്കുറിച്ചുള്ള പഠനമാണ് ഇത്. നമ്മുടെ അനുഭവങ്ങൾക്കും ജയപരാജയങ്ങൾക്കും ഒരു പ്രത്യേക ഘടന ഉണ്ടെന്നുള്ള

മുൻധാരണയിൽ നിന്നുമാണ് ഇത് ആരംഭിക്കുന്നത്. നാം കാണു ന്നവയുടെയും, കേൾക്കുന്നവയുടെയും, അറിയുന്നവയുടെയും, മണക്കു ന്നവയുടെയും, രുചിക്കുന്നവയുടെയും സമ്മിശ്രത്തെ അഥവാ നമ്മുടെ അനുഭവത്തെ നാം എങ്ങനെ ചിട്ടപ്പെടുത്തിയിരിക്കുന്നു എന്നുള്ള മാതൃക NLP ചിത്രീകരിച്ച് കാണിക്കുന്നു. അതുകൊണ്ടു തന്നെ നമ്മൾ ആഗ്രഹിക്കുന്ന പ്രതിഫലം നേടിയെടുക്കുന്നതിനു വേണ്ടി ഈ ഘടനയെ കൂടുതൽ പരിശോധിച്ച്, പഠനം നടത്തി പുനരാവിഷ്ക രിച്ചെടുക്കുവാൻ സാധിക്കുന്നു. ബാന്റ്ലറും ഗ്രിൻടറും ഈ പദ്ധതിശാ സ്ത്രത്തെ ലളിതമായ വിവരശേഖരമാക്കി മാറ്റിയെടുത്തപ്പോൾ അത് NLP എന്ന മാസ്മരികതയ്ക്ക് അടിത്തറയിട്ടു. ഇത് കമ്പ്യൂട്ടർ (നമ്മുടെ മനസ്സ്) റീ പ്രോഗ്രാമിംഗും റീ ബൂട്ടിംഗും ചെയ്യുന്നതു പോലെയാണ്.

നമ്മൾ ജനിച്ചിരിക്കുന്നത് ലോകത്തിൽ വച്ച് ഏറ്റവും ആശ്ചര്യ ജനകമായ കംമ്പ്യൂട്ടറോടു കൂടിയാണ്, നമ്മുടെ മനസ്സ്; എന്നാണ് NLP പറയുന്നത്. ഇവിടെ തർക്കവിഷയം എന്നു പറയുന്നത് നിർദ്ദേശ ങ്ങൾ ഒന്നുംതന്നെയില്ല എന്നുള്ളതാണ്. NLP യോടൊപ്പം നമ്മുടെ മനസ്സിന്റെ അന്തർലീനശക്തി തിരിച്ചറിയുന്നതിനുള്ള ആദ്യപുസ്തകം നാം കൈവശപ്പെടുത്തുന്നു. മനുഷ്യമനസ്സ് എങ്ങനെ പ്രവർത്തിക്കു ന്നു എന്നതിനെക്കുറിച്ചുള്ള 25 വർഷത്തെ പര്യവേക്ഷണത്തിൽ നിന്നും ലഭിച്ച അറിവാണ് NLP, നിങ്ങളുടെ ബുദ്ധിശക്തി എങ്ങനെ പ്രവർത്തിക്കുന്നു എന്നും, നിങ്ങളുടെ വികാരങ്ങളെ എങ്ങനെ നിയന്ത്രിക്കാമെന്നും, നിങ്ങളുടെ ജ്ഞാനവും സംഭാഷണപാടവവും എങ്ങനെ വർധിപ്പിക്കാമെന്നും, മനസ്സ് ആരോഗ്യത്തെ എങ്ങനെ സ്വാധീനിക്കുന്നു എന്നും NLP വെളിപ്പെടുത്തുന്നു.

നമ്മുടെ പരിമിതികൾ, തർക്കങ്ങൾ, ഭയം, ആകാംക്ഷ, ശാരീരിക പ്രശ്നങ്ങൾ തുടങ്ങിയവ വളരെ ലളിതമായി കൈകാര്യം ചെയ്യുവാൻ സഹായിക്കുന്നതോടൊപ്പം ജീവിതവിജയത്തിന്റെ അത്യുന്നതിയിൽ വളരെ വേഗം എത്തിച്ചേരുവാൻ NLP നമ്മളെ പ്രാപ്തരാക്കുകയും ചെയ്യുന്നു.

എന്തൊക്കെയോ ചെയ്യണമെന്ന് നമ്മൾ ആഗ്രഹിക്കാറുണ്ട്. എന്നാൽ എങ്ങനെയാണ് അത് ചെയ്യാൻ കഴിയുക? നിങ്ങളുടെ പൂർ വ്വകാലാനുഭവങ്ങൾ സൂക്ഷ്മമായി നിരീക്ഷിച്ച്, അവയെ അവലോകനം ചെയ്ത്, ശരികളേയും നേട്ടങ്ങളെയും മുന്നിൽ കൊണ്ടു വന്ന്, അത് മനസ്സിലാക്കി പെരുമാറിയാൽ, നിങ്ങൾ എന്താഗ്രഹിക്കുന്നുവോ അതുപോലെ തന്നെ ആകാൻ നിങ്ങൾക്ക് കഴിയും എന്നത് നിങ്ങൾ ക്കറിയാമോ?. വ്യക്തികളുടെ ഓരോ പെരുമാറ്റത്തിനു പിന്നിലും പോസിറ്റീവായ ഒരു ഉദ്ദേശം ഉണ്ട്. ആ പോസിറ്റീവ് ഇന്റൻഷൻ

(വ്യക്തമായ ഉദ്ദേശം) ആണ് NLP യുടെ അടിസ്ഥാന തത്വം. എല്ലാ പെരുമാറ്റവും അതിന്റെ ഏതെങ്കിലും ഒരു തലത്തിൽ വളരെ പോസിറ്റീവായ ഒരർത്ഥത്തിലുള്ളതായിരിക്കും. അല്ലെങ്കിൽ ഒരു സമയത്ത് അത് പോസിറ്റീവായ ഒരു ഫലം തന്നതായിരിക്കും. മാത്രമല്ല, അതയാൾ പോസിറ്റീവ് ആയ ഒരു ഉദ്ദേശത്തോടെ ചെയ്തതുമായിരിക്കും.

നമുക്ക് വളരെ സങ്കീർണ്ണമെങ്കിലും സമാനതകളില്ലാത്ത ഒരു ശരീരവും മനസ്സും നാഡീവ്യൂഹവും ഉണ്ട്. NLP നമ്മുടെ മാനസിക വ്യവഹാരങ്ങളെ വളരെ ലഘുവും, എന്നാൽ കാര്യക്ഷമവുമായ രീതിയിലാണ് കൈകാര്യം ചെയ്യുന്നത്. ഇത് നമ്മുടെ മാനസിക വ്യവഹാരങ്ങളെ നിയന്ത്രിക്കാൻ സഹായിക്കുകയും, ബുദ്ധിയെ ത്വരിതപ്പെടുത്തുകയും അതിലൂടെ നമ്മെ കൂടുതൽ കാര്യക്ഷമവും മനോഹരവുമായി പ്രവർത്തിക്കുവാൻ സഹായിക്കുകയും ചെയ്യുന്നു.

മറ്റു പഠനസമ്പ്രദായങ്ങളിലുള്ള കർക്കശമായ നിയമങ്ങളോ വ്യവസ്ഥകളോ ഇതിൽ ഇല്ല. പകരം ലഘുവായ രീതികളിലൂടെ നിങ്ങളുടെ മാർഗ്ഗത്തിൽ സന്തോഷകരവും വിജയകരവുമായി മുന്നേറാൻ ഇത് സഹായിക്കുന്നു. അതായത്, വിവിധോദ്ദേശ്യങ്ങൾക്കായി ഉപയോഗിക്കാവുന്ന സ്വിസ്സ് ആർമിനൈഫ് (വളരെ ചെറിയ ഉപകരണം) പല ആവശ്യങ്ങൾക്കായി ഉപയോഗിക്കുന്നതു പോലെ. ചുരുക്കത്തിൽ NLP നിങ്ങളുടെ ബുദ്ധിയുടെ സൂചികയായി പ്രവർത്തിക്കുന്നു.

NLP യിലെ പ്രവർത്തനസമ്പ്രദായം എന്നു പറയുന്നത് ഒരു കംപ്യൂട്ടർ സോഫ്റ്റ് വയർ അപ്ഡേറ്റ് ചെയ്യുന്നതു പോലെയാണ്. നമ്മുടെ മനസ്സും വ്യക്തിത്വവും തമ്മിൽ ചില അപക്വമായ പുരാതന ചിന്തകൾ നിലനിർത്തി പോരുന്നതിനുള്ള നിഷ്ഫലമായ പോരാട്ടത്തിലാണ് നില നിന്നു പോന്നിരുന്നത്. എന്നാൽ ഇന്നത്തെ കാഴ്ചപ്പാട് സൃഷ്ടിപരവും പ്രവർത്തനോന്മുഖവുമായ ഉന്നത തലങ്ങളിൽ ഉള്ളതാണ്.

ചുരുക്കത്തിൽ NLP എന്നു പറയുന്നത് ഉപയോക്താവിന്റെ ഒരു സഹായ ഗ്രന്ഥം (യൂസേർസ് മാനുവൽ) ആണ്. ഇതിന് അക്ഷരാർത്ഥത്തിൽ ജീവിതത്തിൽ മാറ്റങ്ങൾ വരുത്തുവാൻ സാധിക്കും.

ഒരു പ്രത്യേക അവസ്ഥ എങ്ങനെ സംജാതമായെന്ന് പഠിക്കുന്ന ക്രിയോൻമുഖമായ മനശാസ്ത്രമാണിത്. എന്താണ് (ഉള്ളടക്കം) അല്ലെങ്കിൽ എന്തുകൊണ്ട് (കാര്യകാരണങ്ങൾ) എന്നതിനെ പറ്റി ഇതിൽ പ്രതിപാദിക്കുന്നില്ല. കാരണം ഇവയൊന്നും തന്നെ നമ്മെ പരിഹാരങ്ങളിലെത്തിയ്ക്കുന്നില്ല. ഇത് നമ്മെ സന്തോഷമുണ്ടാക്കുന്ന കാര്യങ്ങളേയും സങ്കടപ്പെടുത്തുന്ന കാര്യങ്ങളേയും വേർതിരിച്ചെടുക്കാൻ പ്രാപ്തരാക്കുന്നു. അതുവഴി ആ അവസ്ഥയ്ക്ക് പൂർണ്ണമായി വഴങ്ങാതെ സന്തോഷം വർദ്ധിപ്പിക്കാനും ദുഃഖം കുറയ്ക്കുവാനും വേണ്ടി എന്തെങ്കിലും ചെയ്യാൻ നമ്മെ പ്രാപ്തമാക്കുന്നു. ഇതൊരു ജാലവിദ്യയോ പെട്ടെന്നു സ്ഥാപിച്ചെടുക്കാ വുന്നതോ അല്ല, പകരം ജീവിതത്തോടുള്ള ഇന്ദ്രിയഗോചരമായ സമീപനമാണ്.

നമ്മുടെ മനസ്സ് ഇതെങ്ങനെ ചെയ്യുന്നു? എന്നുള്ളതാണ് യഥാർത്ഥത്തിൽ നമ്മൾ ചോദിക്കേണ്ട ചോദ്യം. ഒരു പൂർവ്വകാല അനുഭവത്തെപ്പറ്റി ചിന്തിക്കുമ്പോൾ അതിന്റെ കാരണങ്ങൾ എന്താണെന്നറിഞ്ഞാലും നമ്മൾ അനുഭവിച്ചതിന് യാതൊരു മാറ്റവും വരുകയില്ല. എന്നാൽ എങ്ങനെ നമുക്കത് അനുഭവവേദ്യമായി, ഇത് നമ്മളിൽ ചെലുത്തിയ സ്വാധീനം നാം ആഗ്രഹിക്കുന്ന രീതിയിൽ അനുഭവവേദ്യമാക്കുന്നതിന് എന്തൊക്കെ മാറ്റം വരുത്താൻ കഴിയും, എന്നിവയൊക്കെ മനസിലാക്കുവാൻ സഹായിക്കുന്നു. തുടർന്ന് ഇത് സംഭവിക്കാനുള്ള കാരണങ്ങൾ മനസിലാക്കുന്നതിലൂടെ പ്രതീക്ഷിക്കുന്ന ഫലം നേടുന്നതിനായി നമ്മൾ എപ്രകാരം പ്രവർത്തിക്കണം എന്നതിലേയ്ക്ക് വെളിച്ചം വീശാനും കഴിയുന്നു.

ഒരിക്കൽ ഒരു ഓഫീസിൽ നടന്ന സംഭവം വിശദീകരിക്കട്ടെ. ബുദ്ധിമതിയും മിടുക്കിയുമായ ഒരു ഓഫീസ് സെക്രട്ടറിക്ക് തന്റെ മേലുദ്ദ്യോഗസ്ഥന്റെ ശബ്ദം കേൾക്കുന്ന മാത്രയിൽ തന്നെ മനോവീര്യം നഷ്ടപ്പെടുകയും യഥാവിധി ജോലിയിൽ ശ്രദ്ധചെലുത്തുവാൻ സാധിക്കാതെയും വന്നിരുന്നു. ഇക്കാര്യം വളരെ വിഷമത്തോടെ അവർ തന്റെ സുഹൃത്തായ ഒരു NLP വിദഗ്ദനോട് പറഞ്ഞു. മേലുദ്ദ്യോഗസ്ഥന്റെ ശബ്ദമാണ് വില്ലനെന്ന് മനസിലാക്കിയ സുഹൃത്ത് ഇനിമുതൽ മേലുദ്ദ്യോഗസ്ഥന്റെ ശബ്ദം കേൾക്കുമ്പോൾ ഡൊണാൾഡ് ഡക്കിന്റെ ശബ്ദമാണെന്ന് സങ്കൽപ്പിക്കുവാൻ പറഞ്ഞു. ഇത് പ്രാവർത്തികമാക്കിയ തൊട്ടടുത്ത ദിവസം തന്നെ മേലുദ്ദ്യോഗസ്ഥൻ വരുമ്പോൾ പേടിക്കു പകരം അവരുടെ മുഖത്ത് ഒരു ചെറുപുഞ്ചിരി

വിരിയാൻ തുടങ്ങുകയും അവരുടെ പഴയ നിലയിലേക്ക് തിരിച്ചെത്തി കൂടുതൽ ഉത്സാഹവതിയായി ജോലികൾ ചെയ്യുകയും ചെയ്തു.

ഇവിടെ ഓഫീസ് സെക്രട്ടറി എന്താണ് ചെയ്തത്? മേലുദ്യോഗ സ്ഥനോട് അദ്ദേഹത്തിന്റെ ശബ്ദം മാറ്റാൻ പറയുന്നതിനു പകരം, അത് കേൾക്കുമ്പോൾ മനസ്സിൽ തോന്നിയിരുന്ന വികാരത്തിൽ മാറ്റമുണ്ടാക്കുകയാണ് ചെയ്തത്. ഭീതിജനകമായ ശബ്ദത്തിനുപകരം, തമാശ തോന്നിക്കുന്ന മറ്റൊരു ശബ്ദവുമായി താദാത്മ്യപ്പെടുത്തി.

എപ്പോഴെങ്കിലും നമ്മൾ ചെയ്യുന്നത് എങ്ങനെയാണ്, എന്നത് നമുക്ക് അറിയാമെങ്കിൽ എന്ത് മാറ്റം വരുത്താനാണ് നാം ആഗ്ര ഹിക്കുന്നത്, അത് എങ്ങനെ, എന്നുള്ളത് തിരഞ്ഞെടുക്കുവാനുള്ള അയവും നമുക്കുണ്ട്.

മനുഷ്യന്റെ അനുഭവങ്ങളെ വളരെയേറെ സ്വാധീനിക്കുന്ന മൂന്ന് ഘടകങ്ങളായ ന്യൂറോളജി, ഭാഷ, അനുകരണം എന്നിവയാണ് NLP യിൽ ഉൾപ്പെട്ടിട്ടുള്ളത്. ആദ്യപദമായ ന്യൂറോ തന്നെയെടുക്കാം. നമ്മുടെ ബുദ്ധിയും മനസ്സും, പഞ്ചേന്ദ്രിയങ്ങളിലൂടെ അനുഭവവേദ്യ മാകുന്ന കാഴ്ച, കേൾവി, സ്പർശം, ഘ്രാണം, സ്വാദ് എന്നിവയിലൂടെ നേടിയെടുക്കുന്ന അനുഭവങ്ങളെ പിന്നീട് സ്വാംശീകരിച്ച് ഓർമ്മ യിൽ രേഖപ്പെടുത്തുന്നു. ഇതിനെയാണ് ന്യൂറോ എന്ന പദം കൊണ്ട് അർത്ഥമാക്കുന്നത്.

നാം ആര്? എന്താണ് നമ്മുടെ ചിന്താശൈലി? ഇവയൊക്കെ മറ്റു ള്ളവരുമായി പങ്കു വയ്ക്കുന്നതിനുള്ള ഭാഷയുടെ (പദങ്ങളുപയോഗിച്ചും അല്ലാതെയും) ഉപയോഗത്തെയാണ് ലിംഗ്വിസ്റ്റിക്സ് കൊണ്ടർത്ഥ മാക്കുന്നത്. ആശയ വിനിമയ പ്രക്രിയയിൽ രണ്ട് ഘടകങ്ങളാണു ള്ളത് ബാഹ്യഘടനയും ആന്തരിക ഘടനയും. ശ്രോതാവിന് എളുപ്പം മനസ്സിലാക്കാവുന്ന പദങ്ങളും ശരീരഭാഷയും ഉൾപ്പെട്ടതാണ് ബാഹ്യ ഘടന. നമ്മുടെ വികാരങ്ങളും വിശ്വാസങ്ങളും മൂല്യങ്ങളുമെല്ലാം ഉൾപ്പെട്ടതാണ് ആന്തരികഘടന. ഇത് ശ്രോതാവിന് എളുപ്പത്തിൽ വ്യക്തമാകുകയില്ല. ഒരാളുടെ ആശയവിനിമയത്തിന്റെ ആന്തരിക ഘടന മനസ്സിലാക്കിയാൽ എളുപ്പത്തിൽ അവരെ സ്വാധീനിക്കാൻ കഴിയും. ഇത്തരത്തിൽ ആന്തരിക ഘടന മനസ്സിലാക്കാനുള്ള ഒരു കലയെപ്പറ്റിയാണ് NLP പ്രതിപാദിക്കുന്നത്.

തീരുമാനങ്ങളെടുക്കാനും, കൂടുതൽ കാര്യങ്ങൾ മനസ്സിലാക്കുന്ന തിനും, വിലയിരുത്തുന്നതിനും അതിലുപരി ഇവയുടെയെല്ലാം ഫലം നേടുന്നതിനും നമ്മൾ ഉപയോഗിക്കുന്ന ചിന്താരീതിയും മാർഗ്ഗങ്ങളു മാണ് പ്രോഗ്രാമിംഗ് കൊണ്ട് അർത്ഥമാക്കുന്നത്. എങ്ങനെയാണ് അനുഭവങ്ങളെ ക്രോഡീകരിച്ച് മനസ്സിൽ സൂക്ഷിക്കുന്നതെന്നും

അതനുസരിച്ച് മേൽപ്പറഞ്ഞ പ്രോഗ്രാമിംഗ് നടത്തി നമ്മൾക്കനു യോജ്യമായ ഫലം എങ്ങനെ നേടിയെടുക്കാമെന്നും NLP മനസ്സിലാക്കിതരുന്നു.

ഓർക്കുക, ഈ ലോകത്തിലേക്ക വരുന്നതിനു മുമ്പ് നമ്മെ ആരും ഒന്നും പഠിപ്പിച്ചിരുന്നില്ല. നമ്മുടെ മാതാപിതാക്കൾ പോലും തികച്ചും അപരിചിതരായിരുന്നു. നമ്മുടെ മാതൃഭാഷ നമ്മളെ സംബന്ധിച്ചിടത്തോളം അന്യവും.

പഠനം പടിപടിയായുള്ള ഒരു പ്രക്രിയയാണ്. ഇതിൽ വിവിധ ഘട്ടങ്ങൾ ഉൾപ്പെട്ടിട്ടുണ്ട്. NLP ഈ പടികളിലൂടെയുള്ള കയറ്റം ലഘൂകരിച്ച് അൺകോൺഷ്യസ് ഇൻകോ പീറ്റൻസിൽ നിന്ന് അവസാന പടിയായ കോൺഷ്യസ് ഓഫ് ദി അൺകോൺഷ്യസ് കോം പീറ്റൻസിൽ എത്തിച്ച് നമ്മെ പ്രഗൽഭരാക്കുന്നു. ആദ്യപടിയായ അൺകോൺഷ്യസ് ഇൻകോംപീറ്റൻസ് എന്ന അവസ്ഥ, നമ്മൾക്ക് എന്താണ് അറിയാത്തതെന്ന് പോലും അറിയാത്ത ഘട്ടമാണ്. ഇതിൽ നിന്നും നമ്മൾക്ക് അറിയാത്തകാര്യങ്ങൾ മനസിലാക്കുന്ന അവസ്ഥയായ കോൺഷ്യസ് ഇൻകോംപീറ്റൻസിലേയ്ക്കും അവിടുന്ന് കോൺഷ്യസ് കോംപിറ്റൻസിലേയ്ക്കും-അതായത് എന്തറിയാമെന്ന് നമ്മൾ മനസിലാക്കുകയും, പക്ഷേ നമ്മുടെ പരിപൂർണ്ണ ശ്രദ്ധ അതിന്റെ പ്രവർത്തനത്തിന് ആവശ്യമായി വരുകയും ചെയ്യുന്ന ഘട്ടം. അടുത്ത ഘട്ടം അൺകോൺഷ്യസ് കോംപിറ്റൻസ്-ഇവിടെ ചെയ്യുന്ന പല കാര്യങ്ങളെപ്പറ്റിയും നാം ബോധവാൻമാരായിരിക്കുകയില്ല. അവസാന ഘട്ടം-കോൺഷൺഷ്യസ് ഓഫ് ദി അൺകോൺഷ്യസ് കോംപിറ്റൻസ്-ഇവിടെ അബോധമായ അവസ്ഥയിലും കഴിവ് പ്രകടിപ്പിക്കാമെന്ന് നമുക്ക് നല്ല ബോധ്യമുണ്ടായിരിക്കും.

പഠന പ്രക്രിയയിലെ 5 പടികളാണ്:

1. എന്താണ് അറിയാത്തതെന്നു പോലും അറിയാത്ത ഘട്ടം.
2. അറിയാത്തകാര്യങ്ങൾ മനസിലാക്കുന്ന ഘട്ടം.
3. നമ്മുക്ക് അറിയാവുന്നത് എന്തൊക്കെയാണ് എന്ന് നാം മനസിലാക്കുന്ന ഘട്ടം.
4. എന്താണ് ചെയ്യുന്നത് എന്ന് നന്നായി അറിയാവുന്നതുമൂലം ചിന്തയുടെ ആവശ്യമില്ലാതെ ആ പ്രവൃത്തി ചെയ്യുന്ന ഘട്ടം.
5. പ്രാവീണ്യവും പ്രാഗത്ഭ്യവും നേടുന്ന ഘട്ടം.

ഒരു കൊച്ചുകുട്ടിയായിരിക്കെ കാറോടിക്കുമ്പോഴുള്ള എല്ലാ ശബ്ദവും വളരെ കൃത്യമായി നമ്മൾ പുറപ്പെടുവിച്ചിരുന്നു. പക്ഷേ, കാറിനെപ്പറ്റി ഒന്നുംതന്നെ അറിയില്ലായിരുന്നു. (Unconscious

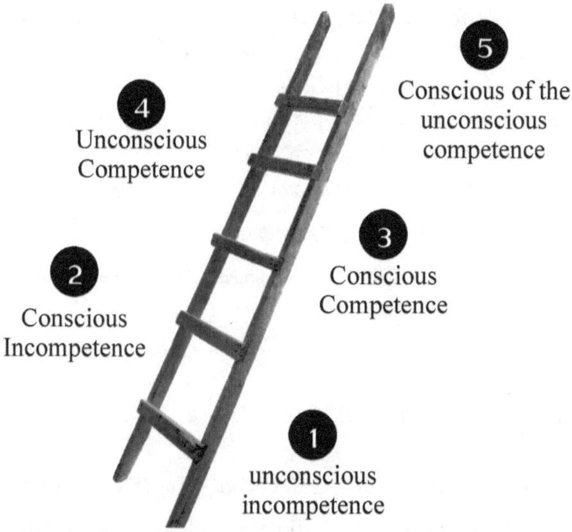

Incompetence) ഒന്നും അറിയില്ല എന്ന സത്യം പോലും നമ്മൾക്ക റിയില്ലായിരുന്നു. ആ അവസ്ഥ ഒന്നിലേയ്ക്കുമുള്ള ഒരു പടിയല്ല. നമ്മൾ അതിനെപ്പറ്റിയൊന്നും ശ്രദ്ധിച്ചിരുന്നില്ല.

വളരെ നാളുകൾക്ക് ശേഷം ഡ്രൈവിംഗ് സ്കൂളിലെ ആദ്യദിനങ്ങളിൽ നമ്മൾ മനസിലാക്കും കാറോടിക്കുന്നതിനെപ്പറ്റി ഒരുപാടുകാര്യങ്ങൾ അറിയില്ലയെന്ന് (Conscious Incompetence). അജ്ഞരാണെന്നുള്ള ബോധം നമ്മെ കാറോടിക്കാൻ പഠിപ്പിക്കുകയില്ല. പക്ഷേ, അത് പഠിക്കാൻ ആവശ്യമായ പ്രേരണനൽകുന്നു.

ഇനി ഡ്രൈവിങ്ങ് ടെസ്റ്റ് കഴിഞ്ഞ് സ്വന്തമായി കാറോടിച്ചുപോകുന്ന ആദ്യ ദിവസം ഒന്ന് ഓർത്തുനോക്കൂ. നമുക്ക് ഓടിക്കാൻ കഴിയും, പക്ഷേ പൂർണ്ണമായ ശ്രദ്ധ അതിനാവശ്യമായി വരും ബോധപ്രാപ്തി (Conscious Competence) ചിലതൊക്കെ അറിയാമെന്ന് നമുക്കറിയാം. പക്ഷേ ഓടിക്കുന്ന സമയത്ത് അറിയാവുന്ന കാര്യങ്ങൾ ബോധപൂർവ്വം പ്രാവർത്തികമാക്കേണ്ടിവരും.

വർഷങ്ങളോളം കാറോടിച്ചുകഴിയുമ്പോൾ, ഒരു യാത്രക്കിടെ എത്ര തവണ ഗിയർമാറ്റി, അല്ലെങ്കിൽ ബ്രേക്ക് ചവിട്ടി എന്ന് നമ്മൾ ഓർക്കാറുണ്ടോ? കൂടുതൽ സമയവും സ്വയം പ്രേരിതമായല്ലേ നിങ്ങൾ കാറോടിക്കാറ്? (Unconscious Competence) ആ സമയത്ത് നമ്മുടെ അറിവുകൾ ബോധപൂർവ്വം പ്രാവർത്തികമാക്കുന്നതിനെപ്പറ്റി ആലോചിക്കുമെന്നുപോലും തോന്നുന്നില്ല. അത് സ്വാഭാവികമായി തന്നെവരും.

അവസാനം, കാറോടിക്കുകയാണെന്ന്പോലും ചിന്തിക്കാതെ, ഏത് സമയത്തും അത് ചെയ്യാൻ കഴിയുമെന്ന് അറിയുമ്പോൾ നമ്മൾ അബോധ പ്രാപ്തിയെപ്പറ്റി ബോധവാൻമാരാകും (Conscious of the Unconscious Competence) ഈ ഘട്ടത്തിലാണ് നമ്മൾ പ്രാവീണ്യവും ആധിപത്യവും നേടുന്നത്. ഈ കലയിൽ നൈപുണ്യം നേടി എന്ന് മനസിലാക്കുമ്പോൾ ഒരു മികച്ച പരിശീലകനാകും.

എൻ.എൽ.പി യുടെ നെടുംതൂണുകൾ

NLP വ്യത്യസ്തമാക്കുന്ന നാല് പ്രധാന മേഖലകളാണ്

1. അനന്തരഫലത്തെക്കുറിച്ചുള്ള ചിന്ത
2. യോജിപ്പ്
3. ഇന്ദ്രിയാവബോധം
4. പെരുമാറ്റരീതിയിലുള്ള അയവ്

അനന്തരഫലത്തെക്കുറിച്ചുള്ള ചിന്ത :

പരിസമാപ്തിയെക്കുറിച്ച് ചിന്തിച്ചു തുടങ്ങുക, അതായത് ''എന്താണ് സംഭവിച്ചത്'' എന്നു ചിന്തിക്കുന്നതിനു പകരം 'നമ്മൾ ആഗ്രഹിക്കുന്നത് സംഭവിച്ചാൽ എങ്ങനെയിരിക്കും' എന്ന് ചിന്തിക്കേണ്ടതാണ്. നമ്മൾ അർഹിക്കുന്ന ഭാവി പ്രധാനം ചെയ്യുവാൻ ഈ രീതിയിലെ തത്വങ്ങൾ സഹായകരമാകുന്നു.

യോജിപ്പ് : നിങ്ങൾക്ക് നിങ്ങളോടും അതുപോലെ തന്നെ മറ്റുള്ളവരോടും ഒരു ഐക്യത ഉണ്ടാക്കിയെടുക്കുവാൻ കഴിയുക എന്നുള്ളത് NLP യാൽ സംഭവ്യമാകുന്ന ഒരു നേട്ടമാണ്. ഇങ്ങനെ ഒരു പരസ്പരബന്ധമാനം സ്ഥാപിച്ചെടുക്കുന്നതിലൂടെ നിങ്ങളുടെ മനസ്സിലുള്ള 'അതെ' അല്ലെങ്കിൽ 'അല്ല' എന്നുള്ള അഭിപ്രായം ആത്മവിശ്വാസത്തോടുകൂടിയും വ്യക്തതയോടു കൂടിയും പറയുവാൻ സാധിക്കുന്നു.

ഇന്ദ്രിയാവബോധം : ചില കാര്യങ്ങൾ നമ്മൾ പ്രതീക്ഷിച്ച പോലെ തൃപ്തികരമായ രീതിയിൽ നടക്കുന്നില്ലെങ്കിൽ അതിനെപ്പറ്റിയുള്ള അവബോധം (കാണുന്ന, കേൾക്കുന്ന, അനുഭവിക്കുന്ന കാര്യങ്ങളിൽ) ലഭിക്കുകയാണെങ്കിൽ നമ്മൾ ആഗ്രഹിക്കുന്ന ഫലം ലഭിക്കത്തക്ക തരത്തിലുള്ള തിരുത്തലുകൾ നമ്മുടെ സ്വഭാവത്തിൽ സാധ്യമാക്കുവാൻ കഴിയും.

ഇന്ദ്രിയാവബോധവും യോജിപ്പും പരസ്പരം ഇടകലർന്നുവരുന്ന രണ്ട് അവസ്ഥകളാണ്. ഇവ പരസ്പരം അഭിനന്ദനം പ്രധാനം ചെയ്യുന്നവയാണ്. ഇന്ദ്രിയാവബോധം എന്നു പറയുന്നത് ഏറെക്കുറെ അബോധത്തോടെയുള്ളതാണ്. അതുകൊണ്ടുതന്നെ അധികവും മായാ ജാലപരമായ കഴിവാണ്.

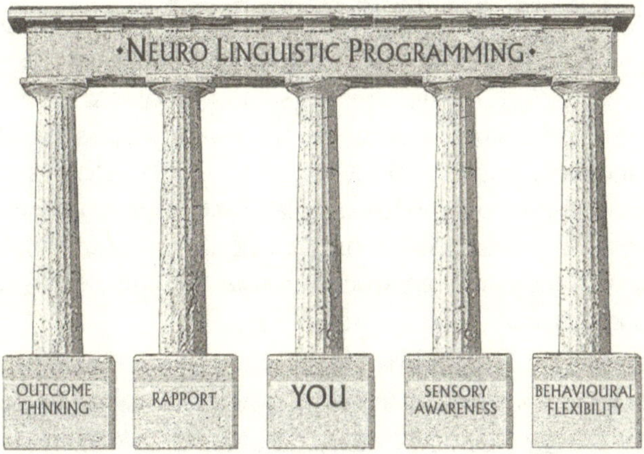

പെരുമാറ്റരീതിയിലുള്ള അയവ് : നിങ്ങൾ ഇപ്പോൾ തുടർന്നുകൊണ്ടിരിക്കുന്ന രീതി പ്രാവർത്തികമല്ലാതെ വരുന്ന സന്ദർഭങ്ങളിൽ എന്തെങ്കിലും വ്യത്യസ്തമായ രീതി സ്വീകരിക്കുവാനുള്ള സ്വാതന്ത്ര്യവും സന്നദ്ധതയുമാണ് ഇവിടെ ഉദ്ദേശിക്കുന്നത്.

ഫ്ളക്സിബിൾ ആകുക എന്നുള്ളത് NLP പരിശീലനതിന്റെ കാതൽ ആണ്. എന്തുകൊണ്ടെന്നാൽ പരസ്പര പ്രവർത്തനങ്ങളിലും പെരുമാറ്റ രീതിയിലും ഏറ്റവും കൂടുതൽ അയവ് പുലർത്തുന്ന വ്യക്തിക്ക് ഒടുവിൽ ആ പ്രവർത്തനത്തെ നിയന്ത്രിക്കുവാൻ കഴിയും

NLP യിലെ പ്രവർത്തന സമ്പ്രദായങ്ങൾ, ചിന്താപരീക്ഷണങ്ങൾ അഥവാ മനോകേളികൾ പോലെയാണ്. നമ്മൾ ഒരു ജൈന്റ് വീലിനെയോ, വളരെ വേഗത്തിൽ സഞ്ചരിക്കുന്ന ഒരു വണ്ടിയേയോ ദൂരെ നിന്ന് നിരീക്ഷിക്കുന്നതായി സങ്കൽപ്പിക്കുക. ഇനി ആ വണ്ടിയിൽ കയറി അതിലെ യാത്ര ആസ്വദിക്കുന്നതായി വിചാരിക്കുക. ഈ രണ്ട് വ്യത്യസ്തങ്ങളായ വീക്ഷണങ്ങൾക്കും വ്യത്യസ്തങ്ങളായ മാനസ്സിക ഘടനയാണ്. യാത്ര ചെയ്യുമ്പോൾ നിങ്ങളതിൽ ഉൾപ്പെട്ടിരിക്കുകയും വികാരാവേശം ഉണ്ടാവുകയും ചെയ്യും. NLP യിൽ ഇതിനെ വ്യാപൃതമായിരിക്കുന്ന അവസ്ഥ (being associated) എന്ന് പറയുന്നു. പക്ഷേ ദൂരേ നിന്ന് ആ കാഴ്ച കാണുമ്പോൾ നിങ്ങൾ ശാന്തനും നിസംഗതനുമായിരിക്കും ഇതിനെ വ്യാപൃതമല്ലാത്ത അവസ്ഥ (being disassociated) എന്നു പറയുന്നു.

ഈ വ്യത്യാസങ്ങൾ മനസിലാക്കുകയും ഇതിനെ പ്രയോഗത്തിൽ വരുത്തുകയും ചെയ്യുന്നത് NLP യിൽ വളരെ പ്രധാനമാണ്. നമുക്ക് എന്തിനെയെങ്കിലും കുറിച്ച് വികാരാവേശം കൊള്ളണമെങ്കിൽ അതിൽ ശാരീരികമായും മാനസികമായും ഉൾപ്പെടേണ്ടതായിട്ടുണ്ട്. നേരെമറിച്ച് വളരെ ശാന്തവും നിഷ്പക്ഷവുമായ ഒരു വീക്ഷണത്തിനായി മാനസികമായ ഒരകലം കാത്തുസൂക്ഷിക്കേണ്ടതായിട്ടുണ്ടെങ്കിൽ, ഇതിൽ നിന്ന് തന്നെ മാറി നിൽക്കാം. അങ്ങനെ വ്യാപൃതമല്ലാത്ത അവസ്ഥ (disassociated) ആകാം. ഇതുകൊണ്ടാണ് മറ്റുള്ളവരുടെ വിഷമങ്ങളിൽ വളരെ എളുപ്പം ഉപദേശം നൽകാൻ കഴിയുന്നത്. കാരണം ആ അവസ്ഥ നമുക്ക് നിസംഗരായി വീക്ഷിക്കാൻ കഴിയുന്നു.

വളരെ കോളിളക്കമുണ്ടാക്കിയ ഒരു പ്രശ്നത്തിന് നിങ്ങൾ തൃപ്തികരമായി പ്രശ്നപരിഹാരം നടത്തുമ്പോൾ എന്തുവികാരമാണ് നിങ്ങളിൽ ഉളവാകുന്നത്? പൂർണ്ണതൃപ്തിയോടെ അത് പരിഹരിച്ചു എന്ന് മനസിലാക്കുമ്പോഴുള്ള വികാരമെന്തായിരിക്കും? ഈ അനുഭവം പൂർണമായി ഉൾക്കൊണ്ട് കഴിയുമ്പോൾ അതിനുശേഷം ഇന്നുവരെ നടന്ന എല്ലാ സംഭവങ്ങളും ഈ മനസിലാക്കലിന്റെ വെളിച്ചത്തിൽ പുനരവലോകനം ചെയ്തുനോക്കു. തൃപ്തികരമായ പ്രശ്നപരിഹാരത്തിലേയ്ക്ക് നയിച്ച അതേ വഴികൾ ഇവിടെയും എളുപ്പത്തിൽ ആവിഷ്ക്കരിക്കപ്പെടുന്നതായികാണാം. അങ്ങനെ പരിഹാരം കണ്ടെത്താനായി എന്തു ചെയ്യണം എന്ന് നമ്മൾ മനസിലാക്കുകയും ചെയ്യുന്നു.

ഇതുവരെ സംഭവിച്ചിട്ടില്ലാത്ത ഒരു കാര്യം ഭാവിയിൽ സംഭവിക്കുന്നതായി വിഭാവനം ചെയ്താൽ അതിനു വർത്തമാന ജീവിതത്തിൽ സ്വാധീനം ചെലുത്തുവാൻ സാധിക്കുന്നു. ഇങ്ങനെയല്ലാത്ത പക്ഷം അതു സംഭവിക്കാനിടയില്ലായിരുന്നേനെ. ഒന്നു ചിന്തിച്ചുനോക്കു!

മികവിനെ മാതൃകയാക്കിയാണ് എല്ലാ മേഖലകളിലും NLP പ്രവർത്തിക്കുന്നത്. നിങ്ങൾക്ക് ചെയ്യാൻ കഴിഞ്ഞിരുന്നെങ്കിൽ, എന്നു നിങ്ങൾ ആഗ്രഹിച്ചിരുന്ന ഏതെങ്കിലും ഒരു കാര്യത്തിൽ വിദഗ്ധൻ ആയ ഒരു ആളിനെ നിങ്ങളുടെ ആരാധ്യൻ ആയി കണ്ടെത്തുമ്പോൾ അയാൾ എങ്ങനെയാണ് ചെയ്യുന്നത് എന്നുള്ളത് മാതൃകയാക്കുകയും അതിൽനിന്നും പഠിക്കുകയും ചെയ്യുന്നു. പരിശീലനകാലത്ത് ഒരാൾ നിർദ്ദേശങ്ങൾക്കു നുസൃതമായി പ്രവർത്തിക്കുന്ന പഠനരീതിയിൽ നിന്നും തികച്ചും വിരുദ്ധമായി ദ്രുതഗതിയിലുള്ള ഒരു പഠനരീതിയാണു മോഡലിംഗിൽ ഉള്ളത്.

ഇന്റർവ്യൂകളിൽ ഉന്നതവിജയം കരസ്ഥമാക്കിയവരുടെ കാര്യ മെടുത്തുനോക്കാം. ഇന്റർവ്യൂവിന്റെ ഫലം അവർ എങ്ങനെയാണ് മനസ്സിൽ കണ്ടത്? ആ അവസ്ഥയുമായി പൊരുത്തപെടാൻ അവർ ക്കെങ്ങനെയാണ് കഴിഞ്ഞത്? ഇതൊക്കെ മനസ്സിലാക്കിക്കഴി ഞ്ഞാൽ നമുക്കും അവരെപ്പോലെ ചെയ്യാൻ കഴിയുമോ? തീർച്ചയായും നമുക്ക് കഴിയും.

തമാശയുളവാക്കുന്ന മറ്റൊരുകാര്യം എന്തെന്നാൽ, മോഡലിങ്ങിൽ നമ്മൾ എങ്ങനെയാണ് ചെയ്യുന്നത് എന്നതിലുപരി, മറ്റുള്ളവർ അത് എങ്ങനെ ചെയ്യുന്നു എന്നാണ് നോക്കുന്നത്. ഒരു ടെന്നിസ് പരിശീ ലകൻ മനസിലാക്കിയത് അദ്ദേഹത്തിന്റെ കുട്ടികൾ അദ്ദേഹത്തെ അനുകരിച്ച് ചെയ്യുമ്പോൾ വളരെ നന്നായികളിക്കുന്നു എന്നാണ്.

ലോകപ്രിയ മോഡലുകളായ മെറ്റാമോഡൽ (ഉപരി മാതൃക), മില്റ്റൺ മോഡൽ എന്നിവ ഒരു വ്യവസ്ഥയുടേയോ, സിദ്ധാന്ത ത്തിന്റേയോ, പ്രതിഭാസത്തിന്റേയോ അഥവാ ഒരു മാതൃകയുടേയോ വിവരണങ്ങൾ ആണ്. അവ മോഡലിംഗിന്റെ സ്വഭാവങ്ങൾ ആയി കണക്കാക്കപ്പെടുന്നു.

മോഡലിങ്ങിൽ നിന്നും വ്യത്യസ്തമായി ഫലപ്രാപ്തിക്കായി നാം ഉപയോഗിക്കുന്ന ചിന്താശ്രേണിയാണ് തന്ത്രം. തന്ത്രം മോഡലിന്റെ ഭാഗമല്ല. എന്നാൽ മോഡലിനെ ഉപയോഗപ്പെടുത്തുന്ന രീതിയാണ്. എല്ലാ തന്ത്രങ്ങളും പ്രവർത്തിക്കുന്നുണ്ട്. ഒരു തന്ത്രത്തിലൂടെ മോശം പ്രതിഫലം നേടി എന്നുപറഞ്ഞാൽ അവിടെ മോശം തന്ത്രങ്ങൾ നല്ല രീതിയിൽ പ്രവർത്തിച്ചു എന്നാണ്.

TOTE (Test - Operate Test Exit)

തന്ത്രങ്ങളുടെ ഒരു വിന്യാസ മാതൃകയാണ് TOTE മോഡൽ. ഫലം കിട്ടുന്നതിനായി മറ്റാരുടെയെങ്കിലും തന്ത്രം ഉപയോഗപ്പെടുത്തുന്ന ഒരു NLP മോഡലാണിത്.

2

വരൂ, നമ്മെത്തന്നെ മനസ്സിലാക്കാം

Seek first to understand self before you understand others.

Stephen R Covey

ജീവിതമെന്നത് നമ്മൾ നമ്മെതന്നെ മനസ്സിലാക്കുന്നതിനെയും പഞ്ചേന്ദ്രിയങ്ങൾ ഉപയോഗിച്ച് ബാഹ്യലോകത്തെ എങ്ങനെ ഗ്രഹിക്കുന്നു എന്നതിനെയും ആശ്രയിച്ചിരിക്കും (ബാഹ്യലോകത്തിന്റെ നമ്മുടേതായ രൂപരേഖ). നാം നമ്മെ നന്നായി മനസിലാക്കുമ്പോൾ മറ്റുള്ളവരെ മനസ്സിലാക്കൽ എളുപ്പമാകുകയും അതിനാൽ അവരുടെ കഴിവുകളെ അംഗീകരിക്കാൻ കഴിയുകയും ചെയ്യുന്നു.

നമ്മൾ എങ്ങനെ പെരുമാറുന്നു എന്നുള്ള അവബോധമാണ് നമ്മെത്തന്നെ മനസ്സിലാക്കുന്നതിനുള്ള കാതൽ. ഇതിലൂടെ നമുക്ക് നമ്മെത്തന്നെ നിയന്ത്രിക്കുവാനും മറ്റുള്ളവരെ സ്വാധീനിക്കുവാനും കഴിയുന്നു. നമുക്ക് യാതൊരു വ്യക്തിയേയോ സംഭവത്തേയോ നിയന്ത്രിക്കുവാൻ കഴിയുകയില്ലെങ്കിലും അവയോടുള്ള പ്രതികരണത്തിൽ മാറ്റങ്ങൾ വരുത്തുവാൻ കഴിയും. നമ്മൾ എത്രത്തോളം ലക്ഷ്യപ്രാപ്തിയിലെത്തും എന്നുള്ളത് നമുക്ക് നമ്മെത്തന്നെ നിയന്ത്രിക്കുവാനുള്ള കഴിവിനും പ്രാപ്തിക്കും അനുസരിച്ചിരിക്കും.

എപ്രകാരമാണ് നമ്മുടേതായ ലോകത്തിന്റെ രൂപരേഖ മനസ്സിലാക്കുന്നത്?

ബാൻഡ്ലർ, ഗ്രിൻടർ എന്നിവരുടെ പഠനങ്ങൾക്ക് വിധേയരായവർക്ക് ഒരു പ്രത്യേക സാഹചര്യത്തിൽ എന്തുകൊണ്ട് തങ്ങൾ അങ്ങനെ പെരുമാറിയെന്ന് വിവരിക്കാൻ കഴിഞ്ഞില്ല (അബോധപ്രാപ്തി). നമ്മളിൽ പലർക്കും അത് ശരിയാണെന്ന് തോന്നാം. എങ്ങനെയാണെന്ന് അറിയാതെയാണ് പലകാര്യങ്ങളും നാം നന്നായി ചെയ്യുന്നത്. എല്ലായ്പ്പോഴും ഇങ്ങനെ സംഭവിക്കണമെന്നില്ല. വല്ലപ്പോഴുംസംഭവിക്കുന്ന ഇത്തരം കാര്യങ്ങൾ നമ്മൾ ഏർപ്പെടുന്ന എല്ലാകാര്യങ്ങളിലും ഉൾപ്പെടുത്താൻ കഴിഞ്ഞാൽ ഏർപ്പെടുന്ന ഏത് കാര്യവും വിജയപ്രദമാക്കാൻ കഴിയും. എല്ലാം വിജയത്തിലെത്തിക്കാനുള്ള വഴിയാണ് NLP നമ്മെ പഠിപ്പിക്കുന്നത്.

ഏർപ്പെടുന്ന പ്രവൃത്തിയുടെ സ്വഭാവമനുസരിച്ച്, വാചിക ഭാഷയ്ക്കും ശരീരഭാഷയ്ക്കും തമ്മിൽ നേരിയ വ്യത്യാസ മുണ്ടെന്ന് അവർ മനസി ലാക്കി. ഓരോ വ്യക്തിയും വിവരങ്ങൾ മനസിലാക്കുന്നതിനനുസരി ച്ചും ഇത് വ്യത്യാസപ്പെടാം. ഈ ലോകം ഓരോ വ്യക്തിക്കും വ്യത്യസ്ത രീതിയിലാണ് അനുഭവവേദ്യമാകുന്നത്. ലോകം വ്യത്യസ്തമായതു കൊണ്ടല്ല; ഓരോരുത്തർക്കും കിട്ടുന്ന അനുഭവങ്ങളെ അവർ രൂപപ്പെ ടുത്തുന്നതിൽ വ്യത്യാസമുള്ളതുകൊണ്ടാണത്. ഉദാഹരണമായി, ഒരു സ്ഥലത്തു നിൽക്കുന്ന രണ്ടുപേരുടെ അടുത്തേയ്ക്ക് ഒരു നായ ഓടിവരു ന്നു. ഒരാൾ ഓടുകയും മറ്റേയാൾ നായയെ തലോടാൻ ഒരുങ്ങുകയും ചെയ്യുന്നു. ഇവിടെ രണ്ടുപേരുടെയും വ്യക്തിനിഷ്ഠാനുഭവങ്ങളാണ് (യാഥാർത്ഥ്യബോധം) അവരുടെ പെരുമാറ്റത്തെ ഇത്തരത്തിൽ വിഭിന്നമാക്കിയത്.

നമ്മുടെ യാഥാർത്ഥ്യബോധം ഒരു ടെലിവിഷൻ സംപ്രേഷണം പോലെയാണ്. അതായത് ക്യാമറ ചിത്രങ്ങളേയും മൈക്രാഫോൺ ശബ്ദത്തെയും എൻകോഡ് ചെയ്ത് സിഗ്നലുകളായി സംപ്രേഷണം ചെയ്യുന്നു. എന്നാൽ മനുഷ്യരിൽ വികാരങ്ങൾ മനസിൽ തെളിയുന്ന തിനു മുമ്പ് മസ്തിഷ്കം അത് രേഖപ്പെടുത്തുകയും നമുക്ക് മനസിലാ കുന്നവിധത്തിൽ രൂപാന്തരപ്പെടുത്തുകയും ചെയ്യുന്നു.

ആന്തരിക ടെലിവിഷനിൽ സംപ്രേഷണം ചെയ്യുന്നതിനു മുൻപുതന്നെ മനസ്സ് നമ്മുടെ വികാരങ്ങളെ രേഖപ്പെടുത്തി അവ യിൽ തിരുത്തലുകളും ചിട്ടപ്പെടുത്തലുകളും നടത്തി സംപ്രേഷണ യോഗ്യമാക്കുകയും ചെയ്യുന്നു. ഇത് നമ്മുടെ വ്യക്തിഗത രൂപരേഖ യായി രൂപപ്പെടുന്നു. ടി.വി ചാനലുകളിലെപ്പോലെ തന്നെ നമ്മൾ കാണാൻ ആഗ്രഹിക്കുന്നത് ആയിരിക്കും നമ്മുടെ രൂപരേഖയിൽ ഉൾപ്പെട്ടിരിക്കുക.

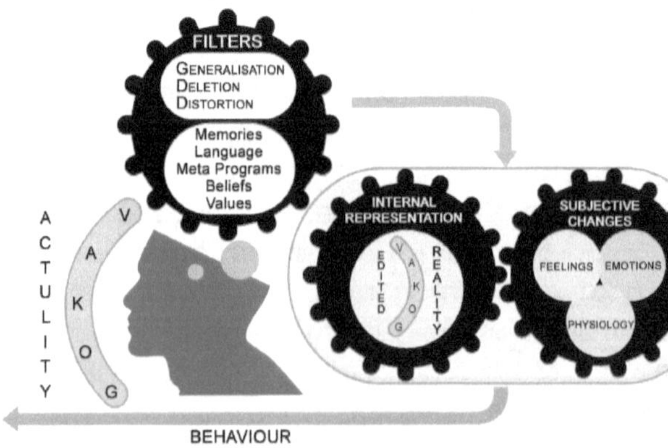

മാതൃകനോക്കി നമ്മുടെ രൂപരേഖ എങ്ങനെ തയാറാക്കാം

നമ്മുടെ ഇന്ദ്രിയാനുഭൂതികളെ വിശ്വാസം, താല്പര്യം, പരിശീലനം, കാര്യവ്യഗ്രത, മാനസികനില എന്നിവയുടെ അടിസ്ഥാനത്തിൽ വേർതിരിച്ചെടുക്കുകയും വ്യാഖ്യാനിക്കുകയും ചെയ്തശേഷം നമ്മുടെ അറിവുകളുമായി യോജിപ്പിക്കുന്നു. അനുഭൂതികളെ വേർതിരിച്ചെടുക്കാനുള്ള നമ്മുടെ കഴിവ് അസാധാരണവും ക്രമീകൃതവുമാണ്. ഒരു പരിധിവരെ ജീവിതത്തിൽ നാം മാതൃകയാക്കുന്ന വ്യക്തിയുടെ സ്വാധീനമാണ് ഇതിനുകാരണം. അവർ ചിലപ്പോൾ നമ്മുടെ കുടുംബാംഗങ്ങളോ, രക്ഷകർത്താക്കളോ ആകാം. നമുക്ക് സുപരിചിതമായ ലോകത്തിന്റെ ഒരു ചെറിയ പകർപ്പ് തന്നെയായിരിക്കും നമ്മൾ സൃഷ്ടിക്കുന്ന ലോകം. ഇത് കൃത്യമായ കണക്കുകൾ സൂചിപ്പിക്കുവാൻ സാധ്യമല്ല.

എന്താണ് രൂപരേഖ?
അവ യഥാർത്ഥത്തിൽ എന്താണ് ചെയ്യുന്നത്?

നമ്മുടെ പെരുമാറ്റത്തിനു കാരണമാകുന്ന മാനസിക വ്യാപാരങ്ങളെക്കുറിച്ച് പ്രതിപാദിക്കുന്ന മാതൃകയാണ് രൂപരേഖ. നമ്മൾ യാഥാർത്ഥ്യത്തെ വീക്ഷിക്കുമ്പോൾ അതിൽനിന്നും വേർതിരിച്ചെടുത്ത് ഈ യാഥാർത്ഥ്യത്തിന്റെ നമ്മുടേതായ ഒരു രൂപരേഖ തയ്യാറാക്കിയെടുക്കുന്നു. എന്നിരുന്നാലും യാഥാർത്ഥ്യവും രൂപരേഖയും തമ്മിൽ പല വ്യക്തികൾക്കും ചിന്താക്കുഴപ്പം ഉണ്ടാകാറുണ്ട്. ഇത് നമ്മൾക്ക് രണ്ട് യാഥാർത്ഥ്യങ്ങൾ ഉള്ളതു പോലെയാണ്, ബാഹ്യമായുള്ള പൂർണമായ യാഥാർത്ഥ്യവും, ആന്തരികമായുള്ള, ഇന്ദ്രിയഗോചരമായതും, നമ്മൾ ചിട്ടപ്പെടുത്തിയെടുത്തതുമായ കാര്യത്തോടടുത്ത് നില്ക്കുന്നതുമായ യാഥാർത്ഥ്യവും. ഇവിടെ പ്രസക്തമാകുന്ന ചോദ്യം എന്തെന്നാൽ ഏതിനാണ് നമ്മൾ പ്രാധാന്യം നല്കുന്നത്? എന്നുള്ളതാണ്. നമ്മുടെ പെരുമാറ്റത്തിന് വഴിതെളിക്കുന്ന ആന്തരികയാഥാർത്ഥ്യത്തിനല്ലേ?

മാപ്പ് (map) എന്നാൽ മേഖലയല്ല (territory). NLP യുടെ ഒരു പ്രധാന സങ്കൽപമാണ് മാപ്പ്. ഉദാഹരണമായി ഒരു ചുവന്നകാർ പരിഗണിക്കാം. പ്രകാശമണ്ഡലത്തിലെ കാണാൻ കഴിയുന്ന ഒരു ഭാഗം മാത്രമാണ് ചുവപ്പ്. ഭാഷയിലെ അപ്രായോഗികത കാരണം, കാറിനുപകരം അതിന്റെ വിശേഷതയായ ചുവപ്പിനെയാണ് സൂചിപ്പിക്കുന്നത്. കാറാണ് നമ്മുടെ ലക്ഷ്യം. എന്നാൽ കാറിനുപുറത്തുള്ള ചുവപ്പിനെയാണ് മസ്തിഷ്കം ആദ്യം സ്വീകരിക്കുന്നത്. അതിനാൽ ചുവപ്പിലൂടെയാണ് നാം കാറിൽ എത്തിച്ചേരുന്നത്. ഇവിടെ ചുവപ്പാണ് മാപ്പ്; കാർ മേഖല (territory)യും ആകുന്നു. ചുരുക്കത്തിൽ മാപ്പ് മേഖല (map) ആകുന്നേയില്ല.

എങ്ങനെയാണ് യാഥാർത്ഥ്യബോധം നമ്മുടെ മനസ്സിൽരൂപപ്പെടുന്നത്?

യാഥാർത്ഥ്യബോധത്തെ ഉദ്ദിഷ്ടദിശയിലേയ്ക്ക് നയിക്കാൻ മാപ്പ് സഹായിക്കുന്നു. നിയന്ത്രിതമായ ബോധപ്രാപ്തി പുറം ലോകവുമായുള്ള നമ്മുടെ ആശയവിനിമയത്തെ വളരെയധികം സ്വാധീനിക്കുന്നു. തലച്ചോറിലേയും നാഡീവ്യവസ്ഥയിലേയും നിയന്ത്രിത വാൽവിലൂടെ ഉള്ളടക്കത്തെ വേർതിരിച്ചെടുക്കുന്നു. ഇതിന്റെ ഫലമായി നമുക്ക് ചെറിയൊരു ബോധം രൂപപ്പെടുന്നു. ഇതാണ് നമ്മുടെ നിലനില്പിനാധാരം. നമ്മുടെ മനസ്സ് വിവരങ്ങളെ നന്നായി തരം തിരിച്ചിട്ടുണ്ടെങ്കിൽ നമുക്ക് നല്ല പെരുമാറ്റം കാഴ്ചവയ്ക്കാൻ സാധിക്കും.

ഉദാഹരണമായി വിവരങ്ങൾ ശേഖരിക്കാനുള്ള മനസ്സിന്റെ പരിധി 7 ± 2 ആയതുകൊണ്ട് ഓരോ മിനിട്ടിലും 2.4 മില്ല്യൻ ബിറ്റ്സ് വിവരങ്ങളാണ് നാം മനസ്സിലാക്കുന്നത്. അതായത് ഓരോ മിനിട്ടിലും 300 മുതൽ 500 ബിറ്റ്സ് വരെയുള്ള വിവരങ്ങളാണ് ബോധമനസ്സിൽ പതിയുന്നത്. അവശേഷിക്കുന്നവ അബോധമനസ്സിലും പതിയുന്നു. ഇവ പരിഗണിക്കുമ്പോൾ സ്വാഭാവികമായും നമ്മുടെ മനസ്സിൽ ഒരു ചോദ്യം ഉണ്ടാകുന്നു ബോധമനസ്സിൽ പതിയുന്ന വിവരങ്ങളാണോ അബോധമനസിൽ പതിയുന്ന വിവരങ്ങളാണോ, നാം ആശയവിനിമയത്തിൽ ഉപയോഗിക്കേണ്ടത്?, എന്ന്.

മുഴുവൻ ബോധമണ്ഡലത്തിൽ നിന്നും വളരെ കുറച്ച് ചിത്രങ്ങളെ മാത്രം വേർതിരിച്ചെടുക്കുന്ന ഈ പ്രക്രിയയെ NLP യിൽ നമ്മൾ മാപ്പിംഗ് എന്നുപറയുന്നു. ബാഹ്യലോകത്തെക്കുറിച്ചുള്ള ഒരു കൂട്ടം ആൾക്കാരുടെ വിവരണങ്ങൾ പരിശോധിച്ചാൽ ഒന്നിലധികം ആളുകൾക്ക് ഒരിക്കലും ഒരേ രേഖാചിത്രം ഉണ്ടാകില്ല എന്നത് ഒട്ടും അതിശയോക്തിയില്ലാതെ തന്നെ പറയാം. മില്ലറുടെ അഭിപ്രായത്തിൽ വിവരങ്ങൾ മനസ്സിലാക്കാനുള്ള നമ്മുടെ ഉപബോധമനസ്സിന്റെ പരിധി 7 ± 2 ആയിരിക്കും. ധാരണ മനശാസ്ത്രത്തിലെ (Cognitive Psychology) ചാനൽ കപ്പാസിറ്റി പരാമർശിക്കുന്നത് ഒരു നിശ്ചിത സമയത്തിൽ നമ്മുടെ ഉപബോധ മനസ്സിനു വിവിധ വിവരങ്ങൾ ശേഖരിക്കുന്നതിന് ആവശ്യമായി വരുന്ന വ്യാപ്തിയെക്കുറിച്ചാണ്. നമ്മുടെ ചാനൽ കപ്പാസിറ്റി പരിധിയായി പൊതുവായി കാണപ്പെട്ടുവരുന്നത് 'മാന്ത്രിക നമ്പരായ 7' ആണ്. മിക്കവാറും ഫോൺ നമ്പരുകളിൽ 7 അക്കങ്ങൾ ഉൾപ്പെട്ടിരിക്കുന്നതിന്റെ കാരണവും ഇതു തന്നെയായിരിക്കണം.

ഇത് നമുക്കും നമ്മുടെ പഠനത്തിനും അതിർവരമ്പുകൾ സൃഷ്ടിക്കുന്നു. നമ്മുടെ മനസ്സ് ഒരു മുറി ആയി സങ്കൽപിക്കുക. ആ ഇരുട്ടു

മുറിയിൽ പെട്ടെന്ന് മിന്നിതിളങ്ങുന്ന പ്രകാശം പോലെയാണ് നമുക്ക് അനുഭവപ്പെട്ട ബോധം. മുറിയിലെ വസ്തുക്കളിൽ പ്രകാശം പതിക്കുമ്പോൾ നമ്മൾ അവയെ കാണുകയും മനസ്സിലാക്കുകയും ചെയ്യുന്നു.

വ്യക്തമായിപറഞ്ഞാൽ ബോധവും അബോധവും ആലങ്കാരികമായി പ്രയോഗിക്കാവുന്ന വാക്കുകളാണ്-എന്തിനെ കുറിച്ചാണോ നമുക്ക് അറിയുന്നത് അതാണ് ബോധാവസ്ഥ. ഒന്നിനെകുറിച്ചും അറിയാത്തതാണ് അബോധാവസ്ഥ. മസ്തിഷ്ക്കത്തിൽ നമുക്കത് നിലനിർത്താൻ സാധിക്കില്ല. ഈ പദങ്ങൾ മസ്തിഷ്ക്കത്തിന്റെ പ്രവർത്തനങ്ങളെ കുറിച്ച് വിവരിക്കുവാനാണ് നമ്മെ പ്രാപ്തരാക്കുന്നത്. അല്ലാതെ യാഥാർത്ഥ വസ്തുക്കളെ കുറിച്ച് പ്രതിപാദിക്കുവാനല്ല.

ഇങ്ങനെ മുഴുവൻ യാഥാർത്ഥ്യത്തെ ഒരു നിശ്ചിത ഛായാചിത്രത്തിൽ സംക്ഷേപിച്ചുള്ള പ്രവൃത്തിയെ NLP യിൽ പരാമർശിക്കുന്നത് മാപ്പിംഗ് അഥവാ ഭൂപടരൂപീകരണം എന്നാണ്.

നിങ്ങൾ ഒരു വ്യക്തിയുമായി സംഭാഷണത്തിൽ ഏർപ്പെട്ടുമ്പോൾ ചുരുങ്ങിയത് ആ വ്യക്തിയുടെ ആന്തരികയാഥാർത്ഥ്യത്തെ അഥവാ ഭൂപടത്തെയെങ്കിലും മനസ്സിലാക്കാൻ ശ്രമിക്കുക എന്നത് സംഭാഷണം വളരെ എളുപ്പത്തിലാക്കാനുള്ള ഫലപ്രദമായ ഒരു അഭ്യാസമാണ്.

നമ്മൾ ഓരോരുത്തർക്കും നമ്മുടേതായ ലോകത്തിന്റെ ഒരു വ്യക്തിഗത ഭൂപടം ഉണ്ടായിരിക്കും. പ്രാമാണികമായ വസ്തുതകളിൽ വ്യത്യാസം വരുത്തുവാൻ കഴിയില്ലെന്നിരുന്നാൽപ്പോലും രൂപലക്ഷണങ്ങളുടെ സ്വഭാവവ്യത്യാസത്തിലൂടെ ഒരാളുടെ ആന്തരികമാതൃകയിൽ വ്യത്യാസങ്ങൾ വരുത്തുന്നതുവഴി നമുക്ക് ആ വിഷയത്തെക്കുറിച്ച് നമ്മുടെ നിലവിലുള്ള ആന്തരിക മാതൃകയിൽ വ്യത്യാസങ്ങൾ സാധ്യമാക്കാൻ കഴിയും. ഇങ്ങനെ ആന്തരികമാതൃകയിൽ വ്യത്യാസങ്ങൾ വരുത്തുന്നതിലൂടെ ഒരു കാര്യത്തെ എങ്ങനെ അനുഭവിക്കണം എന്നുള്ള സൂചനകൾ നമ്മുടെ ശരീരത്തിനും മസ്തിഷ്കത്തിനും നല്കുകയാണു ചെയ്യുന്നത്. ഇങ്ങനെ നമ്മുടെ അനുഭവരീതിയിലുള്ള വ്യത്യാസത്തിലൂടെ മാനസികപ്രവർത്തനം നടക്കുന്ന ഘട്ടത്തിൽ വച്ചുതന്നെ ഉള്ളടക്കത്തിൽ യാതൊരു വ്യത്യാസവും കൂടാതെ നമ്മുടെ പ്രതികരണങ്ങളിൽ വ്യത്യാസങ്ങൾ വരുത്തുവാൻ സാധിക്കും.

അരിപ്പകൾ അഥവാ ഫിൽട്ടറുകൾ (filters)

അനുഭവങ്ങളിലൂടെയാണ് നാം യാഥാർത്ഥ്യത്തെ മനസിലാക്കുന്നത്. ഈ യാഥാർത്ഥ്യം ഓർമ്മയിൽ സൂക്ഷിക്കുന്നു. ഇതാണ് നമ്മുടെ പരിവർത്തനത്തിന് കാരണമായ ഫിൽട്ടർ ആയി പ്രവർത്തിക്കുന്നത്.

ഇത് ഏറെക്കുറെ ചായ ഉണ്ടാക്കുന്നതുപോലെയാണ്. ഇവിടെ നമ്മൾ തിളയ്ക്കുന്ന വെള്ളത്തിൽ തേയില ഇട്ട ശേഷം അരിച്ചെടുക്കു

മ്പോൾ ഇതിന്റെ രണ്ടിന്റെയും ഒരു മിശ്രിതം ലഭിക്കുന്നു. ഇതിന്റെ ഗുണ നിലവാരം നമ്മൾ ഉപയോഗിച്ച തേയിലയുടെയും വെള്ളത്തിന്റെയും അളവ്, ഉപയോഗിച്ച അരിപ്പയുടെ നിലവാരം, എടുത്ത സമയം എന്നിവയെ ആശ്രയിച്ചിരിക്കും. ഇതിൽ നമ്മുടെ താല്പര്യാനുസരണം പാലോ, തേനോ, പഞ്ചസാരയോ ഒക്കെ ചേർക്കുകയോ ഒന്നുകൂടി അരിക്കുകയോ ഒക്കെ ചെയ്ത് ഉപയോഗിക്കാവുന്നതാണ്.

ഇതിനെ ഒന്നു ജീവിതവുമായി താരതമ്യം ചെയ്തു നോക്കുമ്പോൾ കാണാൻ സാധിക്കും, നമ്മുടെ അനുഭവത്തിന്റെ ഘടകഭാഗങ്ങളായ ക്രമാനുഗതമായ ചിന്ത, ഓരോന്നിനും വിനിയോഗിച്ച സമയം എന്നിവയിലെ വ്യതിയാനങ്ങൾക്ക് യാഥാർത്ഥ്യവും നമ്മുടെ പെരുമാറ്റവും തമ്മിൽ എത്രത്തോളം സാദൃശ്യം പുലർത്താനും വ്യതിയാനങ്ങൾ വരുത്തുവാനും കഴിയുന്നു എന്നുള്ളത്. അനുഭവങ്ങൾ ആത്മനിഷ്ഠമാണ്. നിങ്ങളുടെ ആന്തരിക ഫില്റ്ററുകൾ ആണ് ഒഴിവാക്കലുകൾ (നമ്മൾ ശ്രദ്ധിക്കാതെ പോകുന്നവ, പ്രാധാന്യം കുറച്ചുകാണുന്നവ, മറന്നുപോകുന്നവ), രൂപാന്തരീകരണങ്ങൾ (യാഥാർത്ഥ്യത്തിനുമേൽ വ്യാഖ്യാനങ്ങൾ അടിച്ചേല്പിക്കുക), നിങ്ങളുടെ ഭൂതകാല അനുഭവത്തിന്റെ അടിസ്ഥാനത്തിലുള്ള സാമാന്യവല്ക്കരണങ്ങൾ എന്നിവ.

GDD പ്രഭാവം (GDD Effect)

1. സാമാന്യവല്ക്കരണം (Generalisation) :

വളരെ ചുരുക്കം വിവരങ്ങൾ മാത്രം ലഭിക്കുക, വിവരങ്ങൾ അധികമായി ലഭിക്കുക എന്നീ രണ്ട് അവസരങ്ങളിൽ തീർപ്പിലേക്കുള്ള അഥവാ പരിസമാപ്തിയിലേക്കുള്ള കുതിച്ചുചാട്ടമാണിത്. വളരെ ചുരുക്കം അറിവിൽനിന്നും ഒരു പൊതുബാധകമായ തത്വം രൂപകല്പന ചെയ്യുക അഥവാ വിവരങ്ങൾ വിപുലമായിരിക്കുമ്പോൾ അവയെ ഒരു ക്രമത്തിൽ ചുരുക്കുക തുടങ്ങിയവയുടെ പരിണിതഫലമാണ് സാമാന്യ

വല്ക്കരണം. ഒരു മാതൃകയ്ക്ക് വേണ്ടിയുള്ള അന്വേഷണത്തിൽ നമ്മൾ പലതവണ ഒരു അനുഭവത്തെ ആവർത്തിച്ചശേഷം നമ്മുടെ ഉദ്ദിഷ്ട മാതൃകയിലുള്ള ഉപസംഹാരത്തിലേയ്ക്ക് എടുത്തു ചാടുന്നതായാണ് കാണപ്പെടുന്നത്.

2. രൂപാന്തരീകരണം (Distortion)

വസ്തുനിഷ്ഠമായ നിരീക്ഷണങ്ങളെക്കാൾ വ്യക്തി നിഷ്ഠമായ അഭിപ്രായങ്ങളെ അടിസ്ഥാനപ്പെടുത്തിയുള്ള നമ്മുടെ ഗ്രഹണശക്തിക്കാണ്

ഇവിടെ പ്രാധാന്യം നൽകുന്നത്. വിവരങ്ങളെ പൊതുനിഗമന ത്തിലെത്തിക്കുകയും നീക്കം ചെയ്യുകയും ചെയ്യുന്നതിലൂടെ നമ്മൾ അവയെ രൂപാന്തരീകരിക്കുകയാണ്.

3. ഒഴിവാക്കൽ (Deletion)

ഈ ഘട്ടത്തിൽ നമ്മൾ നമുക്കിഷ്ടമില്ലാത്തവയെല്ലാം മറന്നുകളയു കയോ അല്ലെങ്കിൽ അവയെക്കുറിച്ചോർത്ത് ദുഃഖിക്കാതിരിക്കുകയോ ചെയ്യുന്നു. ലഭ്യമായ എല്ലാ വിവരങ്ങളും ഉള്ളിലേയ്ക്ക് കടത്തിവിടാ നുള്ള ഇന്ദ്രിയങ്ങൾ നമുക്കില്ല. പ്രകാശമണ്ഡലത്തിലെ ഒരു ചെറിയ ഭാഗം മാത്രമാണ് നമ്മുടെ കണ്ണുകൾ സ്വീകരിക്കുന്നത്. അതുപോലെ തന്നെ ശബ്ദതരംഗങ്ങളുടെ ഒരു ചെറിയ തരംഗ ദൈർഘ്യം മാത്രമെ നമ്മുടെ ചെവികൾ സ്വീകരിക്കുന്നുള്ളൂ.

ചുരുക്കത്തിൽ മസ്തിഷ്ക്കത്തിന്റെയും നാഡീവ്യവസ്ഥയുടെയും സഹായത്തോടെയല്ലാതെ നേരിട്ട് നമുക്ക് യാഥാർത്ഥ്യത്തെ കൈകാര്യം ചെയ്യാൻ സാധ്യമല്ല. നമുക്ക് അനുഭവപ്പെടുന്ന കാഴ്ച യുടെയും ശബ്ദത്തിന്റെയും അനുഭൂതികളുടെയും ഗന്ധത്തിന്റെയും രുചിയുടെയുമൊക്കെ ഒരു ചെറിയ ഭാഗം മാത്രമേ മസ്തിഷ്ക്കത്തിൽ രേഖപ്പെടുത്തുന്നുള്ളൂ. ഇപ്രകാരം തെരഞ്ഞെടുത്തകാര്യങ്ങൾക്കനു സരിച്ച് മാത്രം പ്രവർത്തിക്കുവാൻ മസ്തിഷ്കം നമ്മെ പ്രാപ്തമാക്കുന്നു.

നമ്മൾ അനുഭവിക്കുന്ന അല്ലെങ്കിൽ പെരുമാറുന്ന രീതി നമുക്ക് ഇഷ്ടപ്പെടുന്നില്ല എങ്കിൽ നമുക്ക് നമ്മുടെ ഫില്റ്ററേഴ്സിൽ മാറ്റങ്ങൾ വരുത്താവുന്നതാണ്. ഒഴിവാക്കൽ, സാമാന്യവല്ക്കരണം, രൂപാന്തരീ കരണം എന്നിവ നമുക്ക് വേണ്ടി പ്രവർത്തിക്കുന്നില്ല എങ്കിൽ നമ്മൾ ആഗ്രഹിക്കുന്ന പ്രതിഫലം ലഭിക്കുന്നവരേയ്ക്കും നമുക്ക് ഇവയിൽ മാറ്റങ്ങൾ വരുത്താവുന്നതാണ്.

നമ്മുടെ ഗ്രഹണ ശക്തിയെ സ്വാധീനിക്കുന്ന മറ്റ് മൂന്നുതരം ഫിൽ റ്ററുകൾ കൂടിയുണ്ട്.

1) ന്യൂറോളജിക്കൽ ഫിൽറ്റർ (Neurological filter)

തലച്ചോറിനുള്ളിൽ നിർമ്മിക്കപ്പെടുന്നതും ജനികതകപരമായി നിർണയിക്കപ്പെടുന്നതുമാണ് ന്യൂറോളജിക്കൽ ഫിൽറ്റർ. (ഇന്ദ്രിയ സംബന്ധമായ പരിമിതികൾ).

2) സോഷ്യോകൾച്ചറൽ ഫിൽറ്റർ (Sociocultural filter)

സാമൂഹികമോ സാംസ്കാരികമോ ആയ ചില പശ്ചാത്തലങ്ങൾ കാര്യങ്ങളെ വേർതിരിച്ചെടുക്കാനുള്ള നമ്മുടെ കഴിവിനെ സ്വാധീനി ക്കുന്നു. (മൂല്യങ്ങളും വിശ്വാസങ്ങളും)

3) പേഴ്സണൽ ഫിൽറ്റർ (Personal filter)

വ്യക്തി നിഷ്ഠമായ സാഹചര്യങ്ങൾക്ക് നമ്മളിൽ മാറ്റങ്ങൾ സൃഷ്ടിക്കാൻ കഴിയുന്നു. ഇത് നമ്മെ അതുല്യരാക്കുന്നു. (ചിന്തിക്കുന്നതിലും, അനുഭവിക്കുന്നതിലും, ഓർമിക്കുന്നതിലും ഉള്ള ശീലങ്ങൾ)

ഇവയുളവാക്കിയ ഫലം ഒരു വ്യക്തിയ്ക്ക് കൃത്യമായി പറയാൻ സാധ്യമല്ല. എന്നാൽ അവർക്ക് അനുഭവവേദ്യമായ കാര്യങ്ങളെ അപൂർണ്ണമായി പ്രകടിപ്പിക്കുവാൻ സാധിക്കും. കാര്യങ്ങളെ തരം തിരിയ്ക്കാൻ നാം ഉപയോഗിച്ച മാർഗ്ഗങ്ങൾ നമുക്കു ചുറ്റിലും എന്താണ് സംഭവിക്കുന്നതെന്നുള്ള നമ്മുടെ കണക്കു കൂട്ടലുകളെ വിലയിരുത്തുന്നു.

ഈ തരം തിരിക്കൽ പ്രക്രിയ നിലനിൽക്കുന്നിടത്തോളം അത് നല്ലതാണോ മോശമാണോയെന്ന് പറയുവാൻ നമുക്ക് സാധ്യമല്ല. ചില സമയങ്ങളിൽ ഇത് നമ്മെ സമചിത്തതയോടെ പെരുമാറാനും അപ്രസക്തമായ കാര്യങ്ങളിൽ നിന്ന് പ്രസക്തമായവ വേർതിരിച്ചെടുക്കാനും അല്ലെങ്കിൽ പരസ്പര വിരുദ്ധമായ സത്യങ്ങളു നിന്ന് ഉപയോഗപ്രദമായവ കണ്ടെത്തുവാനും സഹായിക്കുന്നു. എന്നാൽ മറ്റുചില സമയത്ത് ഇത് നമ്മളിൽ അതിർവരമ്പുകളിടുന്നു. പ്രത്യേകിച്ച്, ഇത് നമ്മൾ ആഗ്രഹിക്കാത്ത ഒരു വിശദീകരണത്തിലേയ്ക്കോ അല്ലെങ്കിൽ നമുക്ക് പ്രതികരിക്കാൻ പറ്റാത്ത ഒരവസ്ഥയിലേയ്ക്കോ നയിക്കുന്നു.

സംഭാഷണത്തിൽ ഒരു സന്ദേശം പൂർണ്ണമായി വ്യക്തമാക്കപ്പെട്ടില്ല എങ്കിലും, രണ്ട് വ്യക്തികളും ബോധപൂർവ്വം അത് സ്വീകരിക്കുകയും വളരെ പെട്ടെന്ന് അത് മനസ്സിലാക്കുകയും ചെയ്യുന്നു. ചില സമയങ്ങളിൽ വ്യക്തമാക്കപ്പെട്ട സന്ദേശങ്ങൾ ബോധമനസ്സിൽ നിന്ന് മാറിയാലും ഉപബോധമനസ്സ് ഈ സന്ദേശങ്ങൾ സ്വീകരിച്ചിട്ടുണ്ടാവും. മറ്റു ചില സമയത്ത് ഉപബോധമനസ്സിലെ സംഭാഷണം ബോധമനസ്സ് സ്വീകരിക്കാം. എന്നാലോ, ചില സമയങ്ങളിൽ നമ്മുടെ അബോധമനസ്സിലുള്ള കാര്യങ്ങളായിരിക്കും മുന്നിൽ നിൽക്കുന്നത്.

പുറത്തുനിന്നുള്ള ഒരു വിവരം ഫിൽറ്ററുകളിലൂടെ കടന്നുപോകുമ്പോൾ നാം അറിയാതെ തന്നെ ഉള്ളിൽ ഒരു സംഭാഷണം നടക്കുന്നുണ്ടാവും. ഇത് നമ്മുടെ പ്രവൃത്തികളിൽ അതായത് പെരുമാറ്റത്തിൽ പ്രകടമാകുകയും ചെയ്യുന്നു. അതുകൊണ്ട് നാം നമ്മുടെ ജീവിതം യാഥാർത്ഥ്യത്തിൽ മാത്രം ഒതുക്കിനിർത്താതെ, യാഥാർത്ഥ്യങ്ങളെ ഗ്രഹിക്കാനും വ്യാഖ്യാനിക്കാനുമുള്ള നമ്മുടെ കഴിവുകളെ കൂടി പരിഗണിക്കാൻ ശ്രദ്ധിക്കണം.

ഓരോരുത്തർക്കും അവരുടേതായ വ്യത്യസ്ത രേഖാചിത്രങ്ങൾ (മാപ്പ്) ഉണ്ടാകും. അതിനാൽ നാം മറ്റുള്ളവരുടെ രേഖാചിത്രങ്ങൾ

(മാപ്പ്) പരിഗണിക്കേണ്ടത് അത്യാവശ്യമാണ്. എന്നാൽ മറ്റുള്ള വരുടെ ബാഹ്യലോകത്തിന്റെ രേഖാചിത്രം നമ്മൾ പൂർണ്ണമായും സ്വീകരിക്കണമെന്നല്ല ഇത് അർത്ഥമാക്കുന്നത്.

നമ്മൾ ലോകത്തെ എങ്ങനെ വീക്ഷിക്കുന്നു എന്നത് നിർണയി ക്കുന്നത് നമ്മുടെ പ്രേരണകളാണ്. നമ്മുടെ ശ്രദ്ധ എന്നുപറയുന്നത് തിരഞ്ഞെടുക്കുന്ന ശീലമുള്ളതാണ്. നമുക്ക് താല്പര്യമുള്ളതായിരിക്കും നമ്മൾ തിരയുന്നത്, നമുക്ക് ആവശ്യമുള്ളതായിരിക്കും നമ്മൾ ശ്ര ദ്ധിക്കുന്നത്.

രേഖാചിത്രങ്ങളുടെ പ്രസക്തി (Relevance of Map)

സൂചനകളുടെ ഒരു ചട്ടക്കൂടും നമ്മുടെ ലക്ഷ്യങ്ങളിലേയ്ക്കുള്ള അന്തിമ ശക്തിയുമാണ് രേഖാചിത്രം (മാപ്പ്) എന്ന ഈ മാതൃക. ഒരു പുതിയ പട്ടണത്തെക്കുറിച്ചുള്ള തെറ്റായ രേഖാചിത്രമാണ് നമുക്കുള്ളതെങ്കിൽ എന്തൊക്കെ സംഭവിക്കുമെന്ന് സങ്കല്പിച്ചു നോക്കൂ? നമുക്ക് ബഹുദൂരം മുന്നോട്ട് പോകാനും നമ്മുടെ മനോഭാവങ്ങൾ മാറ്റാനും ശരിയായി ചിന്തിക്കാനും നല്ല കാര്യങ്ങൾ ചെയ്യാനും കഴിയുന്നെങ്കിൽ പോലും പലപ്പോഴും എവിടെയോ എന്തൊക്കെയോ നഷ്ടപ്പെട്ടതുപോലുള്ള ചിന്തകളും ഉണ്ടാകാം. മനോഭാവമോ പെരുമാറ്റമോ അല്ല, ഇവിടെ വെല്ലുവിളിയായി തീരുന്നത്. പിന്നയോ നമ്മുടെ രേഖാചിത്രമാണ് വില്ലൻ. അതുകൊണ്ട് നാം ചെയ്യുന്ന എല്ലാ കാര്യങ്ങളും ശരിയായ രേഖാചിത്രത്തെ അടിസ്ഥാനപ്പെടുത്തിയാവണം.

ബാഹ്യലോകത്തെ മാറ്റുന്നതിനേക്കാൾ ബാഹ്യലോകത്തെ കുറിച്ചുള്ള നമ്മുടെ കാഴ്ചപ്പാടുകളെ മാറ്റുന്നതാണ് കൂടുതൽ എളുപ്പം. യാഥാർത്ഥ്യത്തെ കുറിച്ചുള്ള മനുഷ്യന്റെ രൂപരേഖ സ്ഥിരമായ പരിണാമത്തിലാണ്. ഓരോരുത്തരും അവരുടെ മനോഭാവങ്ങൾ തുടർച്ചയായി മാറ്റികൊണ്ടിരിക്കുന്നു. രണ്ട് വ്യക്തികൾ തമ്മിൽ ആശയവിനിമയം നടത്തുമ്പോൾ ഒരാൾക്ക് മറ്റൊരാളെ സഹാ യിക്കാൻ കഴിയില്ല. പക്ഷേ ഏതെങ്കിലും വിധത്തിൽ അവർക്ക് പരസ്പരം സ്വാധീനിക്കാൻ കഴിയും.

മാനസിക വ്യാപാരങ്ങൾ അഥവാ മാനസിക തന്ത്രങ്ങളാണ് (internal processing strategies) നമ്മുടെ എല്ലാ പ്രവർത്തികളെ യും നിയന്ത്രിക്കുന്നത്. പ്രഭാതത്തിൽ ഉണർന്നെഴുന്നേല്ക്കുന്നതിനും തൊഴിലാളികളെ തൊഴിലുത്തരവാദിത്വമേല്പ്പിക്കുന്നതിനും പഠി ക്കുന്നതിനും പഠിപ്പിക്കുന്നതിനും ബിസിനസ്സിൽ ഒത്തുതീർപ്പുകൾ നടത്തുന്നതിനുമൊക്കെ നമ്മെ പ്രചോദിപ്പിക്കുന്നതിനുള്ള പ്രത്യേക മാനസികതന്ത്രങ്ങൾ നമ്മളിൽ ഓരോരുത്തർക്കുമുണ്ട്.

നമ്മുടെ മനസ്സിലെ രേഖാചിത്രം നമ്മളിൽ ഉളവാക്കിയ ഫലം എപ്രകാരമായിരുന്നുവെന്ന്, വികാരഭരിതമായ പെരുമാറ്റം, ആരോഗ്യം, നമുക്ക് വേണ്ടി നമ്മൾ സൃഷ്ടിച്ച സാഹചര്യം എന്നിവ യിലൂടെ വിശദമാക്കുന്നു.

നമ്മുടെ മനസ്സിനെ ഒരു ഓട്ടോ പൈലറ്റിനോടൊപ്പം പോകാൻ അനുവദിച്ചാൽ നമുക്ക് ബാഹ്യലോകത്തെ കൂടുതൽ മനസ്സിലാക്കാം. (99% പേരിലും ഇതിങ്ങനെ തന്നെ കാണപ്പെടുന്നു). ഇത് നമ്മളിൽ പ്രത്യേക ഫലങ്ങൾ ഉളവാക്കാം. എന്നാൽ ഇത് പൂർണ്ണമായും നമ്മുടെ ഇഷ്ടത്തിനനുസരിച്ചുള്ളതാവണമെന്നില്ല. ഇവയൊക്കെ ആ സമയത്ത് സംഭവിക്കുന്നതാണെന്ന് നമുക്ക് തോന്നാം. എന്നാൽ യഥാർത്ഥത്തിൽ നമ്മൾ സൃഷ്ടിക്കുന്നതാണ് ഇവയെല്ലാം. നമ്മൾ തന്നെ സൃഷ്ടിക്കുന്നവയുടെ ഫലമാണ് നമുക്ക് അനുഭവവേദ്യമാകു ന്നത്. ജീവിതം നമ്മെ നയിക്കുന്നതിന് പകരം നാം ജീവിതത്തെ നയിക്കുകയാണ് ചെയ്യുന്നത്. നമ്മുടെ ബസ് നമ്മൾതന്നെ ഓടി ക്കുന്നതുപോലെ. അതുകൊണ്ട് യാഥാർത്ഥ്യങ്ങളെ മനസ്സിലാക്കി സാഹചര്യങ്ങളെ അനുകൂലമാക്കിക്കൊണ്ട് ആഗ്രഹിക്കുന്ന നേട്ടങ്ങൾ കൈവരിക്കാൻ നമ്മൾ ശ്രദ്ധിക്കണം.

3

ആശയവിനിമയം: എന്തിന്? എങ്ങനെ?

The most important thing in communication is hearing what isn't said.

Peter Drucker

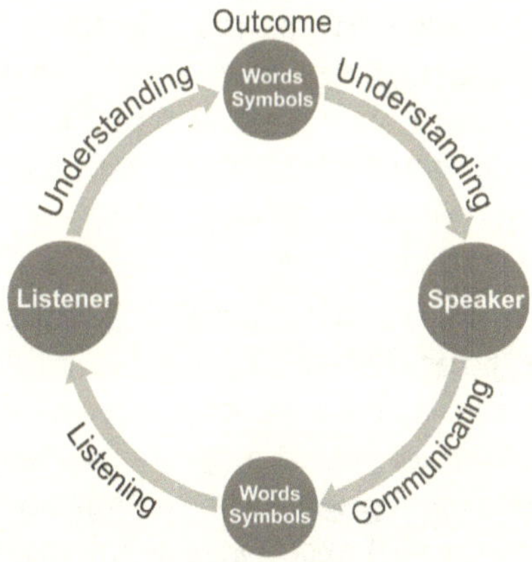

സംഭാഷണ പ്രക്രിയയിലെ സാധാരണ ഘട്ടങ്ങളാണ് ഈ ചിത്രത്തിൽ ചിത്രീകരിച്ചിരിക്കുന്നത്. ഒരാളിൽ നിന്നും (വക്താവ്) സന്ദേശം കൈമാറ്റം ചെയ്യുന്ന രീതിയും രണ്ടാമതൊരാൾ (ശ്രോതാവ്) അത് സ്വീകരിക്കുന്ന രീതിയും അതുപോലെ തിരിച്ചും തമ്മിൽ ഏകോപിപ്പിക്കുക എന്നുള്ളത് വളരെ പ്രധാനമായ കാര്യമാണ്. അർഹമായ പ്രതിഫലം ലഭിക്കുന്നതിനു വേണ്ടി നമ്മുടെ സംഭാഷണത്തെ നമ്മൾ ഉദ്ദേശിച്ചതുപോലെ ശ്രോതാവ് മനസ്സിലാക്കിയോ ഇല്ലയോ എന്ന് തീരുമാനിക്കുന്നതിൽ ശ്രോതാവിന്റെ ചിന്താരീതി വളരെയധികം പ്രാധാന്യം അർഹിക്കുന്നു.

നമ്മുടെ യാഥാർത്ഥ്യത്തെ നമ്മൾ എങ്ങനെ മറ്റുള്ളവരുടെ മുന്നിൽ പ്രകടമാക്കുന്നു, അഥവാ നമ്മുടെ സംഭാഷണത്തെ എങ്ങനെ മറ്റുള്ളവർ സ്വീകരിക്കുന്നു അല്ലെങ്കിൽ നിരസിക്കുന്നു എന്നു നമുക്ക് നോക്കാം. ആശയവിനിമയത്തിന്റെ ലോകത്തിൽ നമ്മെ കുഴപ്പിക്കുന്ന ഒരുപാട് അനുമാനങ്ങളെയും തെറ്റിദ്ധാരണകളേയും NLP വ്യക്തമാക്കിത്തരുന്നു.

എന്തിനാണ് നമ്മൾ ആശയവിനിമയം നടത്തുന്നത്? എന്തെങ്കിലും പ്രകടമാക്കുക, പങ്കുവയ്ക്കുക, വിവരങ്ങൾ സ്വീകരിക്കുക, പൊതുവായി സാമൂഹ്യവല്ക്കരിക്കുക തുടങ്ങിയവ പ്രവർത്തനങ്ങൾ മാത്രമാണ്, ഇവ അതിനുള്ള കാരണമല്ല.

എന്തെങ്കിലും ഒരു പ്രതിഫലം നേടുന്നതിനു വേണ്ടിയോ, എന്തെങ്കിലും ചെയ്യുകിട്ടുന്നതിനു വേണ്ടിയോ ആണ് നമ്മൾ ആശയവിനിമയം

നടത്തുന്നത്. ഒരു ആശയവിനിമയത്തിൽ രണ്ടുപേർ ഉണ്ടായിരിക്കും എന്നുള്ളതാണ് നമ്മുടെ പൊതുവായുള്ള ധാരണ. എന്നിരുന്നാലും ഒരു ആശയവിനിമയത്തിന്റെ വലിയൊരുഭാഗവും നടക്കുന്നത് അവനവനിൽത്തന്നെയാണ്. ഈ ആന്തരിക സംഭാഷണം നമ്മുടെ യഥാർത്ഥസംഭാഷണവുമായി കൈകടത്തൽ ഉണ്ടാകുമ്പോൾ നമ്മുടെ സ്വമേധയാ ഉള്ള സംഭാഷണത്തിൽ നിയന്ത്രണം ഏർപ്പെടുത്തുകയോ സംഭാഷണം നിർത്തുകയോ ചെയ്യില്ലെങ്കിൽ നമുക്ക് ഒന്നും തന്നെ കൃത്യമായി ശ്രദ്ധിക്കുവാനോ പ്രകടമാക്കുവാനോ കഴിയുകയില്ല.

ഒരു സാധാരണ ആശയവിനിമയത്തിന് ഉപരിതല ഘടനയും അഗാധ ഘടനയും ഉണ്ടായിരിക്കും. ഇത് വായ്മൊഴിയാലുള്ളതോ അല്ലാതെയോ ആകാം. ഇതെല്ലാം തന്നെ ബോധപൂർവ്വമുള്ള നിയന്ത്രണത്തിൽ ആയതിനാൽ ഇതിൽ കൃത്രിമം കാണിക്കാവുന്നതാണ്. ഉദാഹരണമായി നിങ്ങളുടെ ഉള്ളിൽ എന്തെങ്കിലും വൈരുദ്ധ്യം ഉള്ളപ്പോൾ പോലും ഒരു പുഞ്ചിരി സാധ്യമാക്കാവുന്നതാണ്.

അബോധമനസ്സാലുള്ളതും, വായ്മൊഴിയാലുള്ളതല്ലാത്തതും, നേത്രഗോളങ്ങളുടെ ചലനങ്ങൾ പോലുള്ളവയ്ക്കുമാണ് NLP പ്രാമുഖ്യം നല്കുന്നത്. ഇത് പ്രാധാന്യം അർഹിക്കുന്നത് എന്തു കൊണ്ടെന്നാൽ സ്വബോധത്തോടെ നിയന്ത്രിച്ചെടുത്തതല്ല. അതുകൊണ്ടുതന്നെ ഒരാളുടെ ആന്തരികസംഭാഷണത്തിന്റെ യഥാർത്ഥ പ്രതിഫലനം ആയിരിക്കും ഇത്.

ഒരു സംഭവത്തെ ആലങ്കാരികമായി വിവരിക്കുവാൻ മാത്രമല്ല നാം വാക്കുകൾ ഉപയോഗിക്കുന്നത്, ഒരു വ്യക്തിയുടെ മസ്തിഷ്ക്ക ത്തിൽ വിവരങ്ങൾ കോഡ് ചെയ്യുകയും പ്രതിനിധാനം ചെയ്യുകയും ചെയ്യുന്നതിന്റെ അക്ഷരാർത്ഥത്തിലുള്ള വിവരണം കൂടിയാണിത്. വിവരങ്ങൾ മസ്തിഷ്ക്കത്തിൽ പ്രതിനിധാനം ചെയ്യുന്ന രീതി അവരുടെ വാക്കുകളിലൂടെ പ്രകടമാകുന്നു. ഇതിനെ ആഖ്യാതഭാഷ അഥവാ വാചിക ഭാഷ (processing words) എന്നു പറയുന്നു.

ആളുകൾ എങ്ങനെയാണു ചിന്തിക്കുന്നത് എന്നും അവർ ഇഷ്ടപ്പെടുന്ന ഗ്രഹണസമ്പ്രദായം എന്തൊക്കെയാണെന്നും ഇവ (ആഖ്യാതങ്ങൾ) പ്രതിഫലിപ്പിച്ച് കാട്ടുന്നു. ഒരാൾ ചിന്തിക്കുന്നത് എന്താണ് (ഉള്ളടക്കം) എന്ന് നമുക്ക് പറയാൻ കഴിയുകയില്ല പക്ഷേ എങ്ങനെയാണ് ചിന്തിക്കുന്നത് (പ്രവൃത്തി) എന്നുള്ള ആശയം നേടി യെടുക്കുവാൻ സാധിക്കും.

ഒരു പ്രത്യേക ഭാഷാ ഘടന ഉപയോഗിക്കുന്നതിന് ദൃഢമൂലമായ ദീർഘ വീക്ഷണമുള്ള മനോഭാവം നമ്മുക്ക് ജൻമനാ ഉണ്ട്. അനന്ത രഫലമായി ഒരു വ്യക്തിയിലെ ഭാഷാ വികാസമെന്ന് പറയുന്നത് മനുഷ്യമനസ്സിന്റെ പ്രതിഫലനമാണ്.

ഇഷ്ടപ്പെട്ട ഗ്രഹണ സമ്പ്രദായം:
ഇവ യഥാർത്ഥത്തിൽ മാറ്റങ്ങൾ സൃഷ്ടിക്കുന്നുണ്ടോ?

തീർച്ചയായും ഉണ്ട്. പഞ്ചേന്ദ്രിയങ്ങളിലൂടെയാണ് നമുക്ക് എല്ലാം അനുഭവവേദ്യമാകുന്നത്. NLPയിൽ പഞ്ചേന്ദ്രിയങ്ങളെയാണ് മോഡാ ലിറ്റീസ് എന്നു പറയുന്നത്. വിവരങ്ങളെ വേർതിരിച്ചെടുക്കുന്നതിൽ ഇന്ദ്രിയങ്ങൾ വളരെ വലിയ പങ്ക് വഹിക്കുന്നു. ഇന്ദ്രിയങ്ങൾ വിവ രങ്ങൾ ശേഖരിക്കുക മാത്രമല്ല പെരുമാറ്റം രൂപീകരിക്കുന്നതിലും വളരെ വലിയ പങ്ക് വഹിക്കുന്നു.

നമ്മളിൽ ഭൂരിഭാഗം പേരും ലോകവിവരങ്ങൾ ശേഖരിക്കുന്നതിന് വേണ്ടി ഏതെങ്കിലും ഒരു ഇന്ദ്രിയത്തിനായിരിക്കും മറ്റുള്ളവയേക്കാൾ കൂടുതലായി പ്രാധാന്യം കൊടുക്കുന്നത് അഥവാ ഉപയോഗിക്കുന്ന തായി കാണപ്പെടുന്നത്, കൂടുതലായും മാനസിക പിരിമുറുക്കം അനുഭ വപ്പെടുന്ന സമയങ്ങളിൽ. ഇതിനെ നമ്മുടെ പ്രാഥമിക ചിത്രീകരണ വ്യവസ്ഥ (primary representational system) എന്നു പറയുന്നു. നമ്മൾ എങ്ങനെ മനസ്സിലാക്കുന്നു എന്നുള്ളതും നമ്മുടെ പുറംലോകത്തെ മസ്തിഷ്കത്തിനുള്ളിൽ എങ്ങനെ ചിത്രീകരിക്കുന്നു എന്നുള്ളതും ഇതിനെ ആശ്രയിച്ചിരിക്കും.

സാധാരണയായി ഒരു ഇന്ദ്രിയ ശക്തിക്കാണ് നാം ഓരോരുത്തരും പ്രാധാന്യം നൽകുന്നത്. നാം പ്രാധാന്യം കൊടുക്കുന്ന ഇന്ദ്രിയമേതാണെന്ന് നാം അറിയുന്നില്ല. അവ ഏതാണെന്ന് മനസ്സിലാക്കാൻ കഴിഞ്ഞാൽ നമുക്ക് നമ്മുടെ പെരുമാറ്റത്തെ മാറ്റാനും നല്ല പെരുമാറ്റം കാഴ്ചവെയ്ക്കാനും കഴിയും. കാഴ്ച, കേൾവി, സ്പർശം, ഗന്ധം, രുചി എന്നിവയാണ് അഞ്ചു മൊഡാലിറ്റീസ്. പക്ഷേ ഗന്ധവും രുചിയും നമ്മൾ സാധാരണയായി ആശയവിനിമയത്തിൽ ഉപയോഗിക്കുന്നില്ല. അവയെ നമ്മൾ സ്പർശനത്തിലാണ് ഉൾപ്പെടുത്തിയിരിക്കുന്നത്. പലപ്പോഴും ഒന്നിലധികം മൊഡാലിറ്റികൾ നാം ഉപയോഗിക്കുന്നുണ്ടെങ്കിലും തീർച്ചയായും ഒന്നിനാണ് മുൻതൂക്കം. ഇനി നമുക്ക് ഈ ഇന്ദ്രിയ ശക്തികളെ ഓരോന്നായി പരിശോധിക്കാം.

കാഴ്ച

സാധാരണയായി ദാർശനിക സ്വഭാവമുള്ള വ്യക്തികൾ തലയുയർത്തി നിവർന്ന രീതിയിലായിരിക്കും ഇരിക്കുകയും നിൽക്കുകയും ചെയ്യുന്നത്. ഇവർ എല്ലായ്പ്പോഴും കസേരയുടെ മുൻഭാഗത്തോ വക്കിലോ ആണ് ഇരിക്കാറുള്ളത്. മാത്രമല്ല വളരെ വേഗത്തിൽ സംസാരിക്കുകയും ചെയ്യും. ഇവർ മിക്കവാറും ചിട്ടയും വൃത്തിയും ഭംഗിയുള്ളവരുമായിരിക്കാനുള്ള പ്രവണതയാണ് കാണിക്കുന്നത്. ഇവർ ദൃശ്യങ്ങൾ നന്നായി ഓർത്തുവെയ്ക്കാൻ കഴിയുന്നവരും അവയെക്കുറിച്ച് നന്നായി വിവരിക്കാൻ കഴിയുന്നവരും ആയിരിക്കും. ഏകാഗ്രതയില്ലാത്ത മനസ്സായിരിക്കും ഇവരുടേത്. അതിനാൽ ദീർഘനേരത്തെ വാചികമായ വിവരണങ്ങൾ ഇവർക്ക് വിരസതയുളവാക്കും. പിന്നെ കാണാം, ശരി ഞാനൊന്നു നോക്കട്ടെ, അതിൽ ശ്രദ്ധ കേന്ദ്രീകരിക്കൂ, അത് വീക്ഷിക്കൂ, വ്യക്തമാക്കൂ, ശ്രദ്ധിക്കൂ, കാണപ്പെടുന്നു ഇവയൊക്കെയാണ് ഇവർ സാധാരണയായി ഉപയോഗിക്കുന്ന പദങ്ങൾ.

ഒരാൾ വളരെ അടുത്ത് വരുമ്പോൾ അല്ലെങ്കിൽ ആശ്ലേഷിക്കുമ്പോൾ ഇവർ അസ്വസ്ഥരാകുന്നതായി കാണപ്പെടുന്ന കാരണം അവർക്കു ചുറ്റിലും ഉള്ള 2 അടിയോളം അവരുടെ ചിന്തന വ്യാപ്തിയാണ്. ഇതിനുള്ളിലേയ്ക്ക് ആരെങ്കിലും കടക്കാനിടയായാൽ അത് അവരുടെ ചിന്തകളെ തടസ്സപ്പെടുത്താൻ സാധ്യതയുണ്ട്. അന്തർദർശനവും സർഗ്ഗവൈഭവവും ആവശ്യമായി വരുന്ന തൊഴിലുകളിൽ ഇവർ അത്യന്തം ചാതുര്യമുള്ളവരായി കാണപ്പെടുന്നു. ശില്പികൾ, ചിത്രകാരന്മാർ, ഡിസൈനർമാർ, ഇന്റീരിയർ ഡെക്കറേറ്റർമാർ എന്നീ നിലകളിൽ ശോഭിക്കുവാൻ കഴിവുള്ളവരായി കാണപ്പെടുന്നു.

കേൾവി

ഇത്തരം വ്യക്തികൾ സാധാരണയായി സ്വഭാഷികളായിരിക്കും. മാത്രമല്ല ശബ്ദം കൊണ്ട് വളരെ പെട്ടെന്ന് ഇവരുടെ ശ്രദ്ധ തിരിക്കാനും കഴിയും. സംഭാഷണത്തിൽ ഇവർ എപ്പോഴും ഒരു വശത്തേയ്ക്കു മാത്രം തിരിഞ്ഞിരുന്ന് ശ്രവിക്കുന്നവരായിരിക്കും. ഇവർക്ക് കാര്യങ്ങൾ വളരെ എളുപ്പത്തിൽ ആവർത്തിച്ചു പറഞ്ഞു തരാൻ സാധിക്കും. വളരെ നന്നായി ഇവർക്ക് സംസാരിക്കാൻ കഴിയുമെങ്കിലും എഴുത്തും കണക്കും വളരെ പ്രയാസമേറിയതുമായിരിക്കും. കൂടാതെ ഇവർ സംഗീതം ഇഷ്ടപ്പെടുന്നവരും കാര്യങ്ങൾ കേട്ടു പഠിക്കുന്നവരുമായിരിക്കും. ശ്രദ്ധിക്കുക, സംസാരിക്കുക, കേൾക്കുക, നിങ്ങളുമായി സംസാരിക്കാൻ കഴിഞ്ഞതിൽ സന്തോഷം തുടങ്ങിയ പദങ്ങളാണ് ഇവർ സാധാരണയായി ഉപയോഗിക്കാറുള്ളത്.

കോൾ സെന്റർ ജോലികൾ, ടെലി മാർക്കറ്റിംഗ്, വാർത്തവായന എന്നീ നിലകളിൽ പ്രഗത്ഭരാകുവാൻ ഇവർക്ക് കഴിയും.

സ്പർശം

ഇത്തരക്കാരുടെ സംസാരവും ചലനങ്ങളും വളരെ സാവധാനത്തിലായിരിക്കും. ചരിഞ്ഞുള്ള നിൽപ്പാണ് ഇവരുടെ മറ്റൊരു പ്രത്യേകത. മറ്റുള്ളവരെ അപേക്ഷിച്ച് ഇവരുടെ ഉള്ളിലുള്ള വികാരം ഇവരുടെ പ്രവർത്തനത്തിൽ നിന്നും വളരെ പെട്ടെന്ന് മനസ്സിലാക്കാൻ കഴിയും. ഇത്തരക്കാർ മറ്റുള്ളവരോട് കൂടുതൽ അടുത്ത് നിൽക്കുകയും അവരെ സ്പർശിച്ച് സംസാരിക്കുകയും ചെയ്യുന്നു. ഇവർ എല്ലായ്പ്പോഴും കായികശേഷി ഉള്ളവരായിരിക്കും - (കായിക താരങ്ങൾ). ഇവർ വളരെയധികം മനസ്സലിവുള്ളവരും പ്രവൃത്തിയിലൂടെ കാര്യങ്ങൾ ഓർത്തെടുക്കാൻ കഴിയുന്നവരും ആയിരിക്കും. ഇടയ്ക്കിടെ ബന്ധപ്പെടണം, കാര്യങ്ങൾ കൈവിട്ടുപോയി, പെട്ടെന്ന് ഉപസംഹരിക്കുക എന്നീ വൈകാരിക പദങ്ങളാണ് ഇവർ സാധാരണയായി ഉപയോഗിക്കുന്നത്. തന്മയീഭാവം, പെരുമാറ്റം എന്നിവ ആവശ്യമായിവരുന്ന ജോലികൾ ഇവർക്ക് ഉചിതമായിരിക്കും. കൗൺസലർ, പബ്ലിക് റിലേഷൻസ്, സൂക്ഷ്മത ആവശ്യമായ ജോലികൾ എന്നിവയിൽ പ്രഗത്ഭരാകുവാൻ കഴിയും.

നമ്മൾ ശ്രോതാവിന്റേതിൽ നിന്നും വ്യത്യസ്ഥമായ ഗ്രഹണ വ്യവസ്ഥിതിയാണ് ഉപയോഗിക്കുന്നതെങ്കിൽ അവർക്കു അതിനെ അവരുടെ ഗ്രഹണ വ്യവസ്ഥിതിയിലേക്കു അബോധമനസ്സിൽ വച്ചുതന്നെ തർജ്ജിമ ചെയ്യേണ്ടി വരുന്നു. ഇതിനു കൂടുതൽ സമയം എടുക്കുകയും തെറ്റായ ആശയവിനിമയത്തിലേക്ക് നയിക്കുകയും ചെയ്യാം.

ഉപേന്ദ്രിയങ്ങളുടെ ആമുഖം

നമുക്കറിയാം നാം നമ്മുടെ ചുറ്റുപാടുകൾ രൂപപ്പെടുത്തിയെടുത്തിരിക്കുന്നത് നമ്മുടെ അഞ്ച് ഇന്ദ്രിയങ്ങളുടെ അടിസ്ഥാനത്തിലാണ്. ഭൂതകാലാനുഭവങ്ങളിൽ നിന്നും നമ്മുടെ ഇന്ദ്രിയ ഗോചരമായ സ്മരണകളുടെ അടിസ്ഥാനത്തിൽ യാഥാർത്ഥ്യത്തെ നമ്മൾ ഒരു പൊതു ധാരണയിൽ എത്തിക്കുന്നു.

ഉപേന്ദ്രിയങ്ങളെന്ന് പറയുന്നുവെങ്കിലും ഇവ വളരെ ആഴത്തിലുള്ളതും വളരെ വിശദമായതുമാണ്. ചിന്തയുടെ ഉള്ളടക്കത്തിനുപരിയായി അതിന്റെ വിശദാംശങ്ങളിലേയ്ക്ക് കടന്നു ചെല്ലുന്നതുമാണ്. ഈ ഓരോ ഇന്ദ്രിയത്തിലും നമ്മുടെ അനുഭവങ്ങളുടെ തീവ്രത വർദ്ധിപ്പിക്കാനും കുറയ്ക്കാനും കഴിയുന്ന ഘടകങ്ങൾ ഉണ്ട്. ഇത് നമ്മുടെ ഗ്രഹണശക്തിയെ സ്വാധിനിക്കുന്നു. മാവ്, മുട്ട, പഞ്ചസാര, നെയ്യ്, സത്ത് തുടങ്ങിയവ ഒരു കേക്കിന് എന്നപോലെയാണ് ഒരു പ്രാഥമിക ഇന്ദ്രിയത്തിന് ഉപേന്ദ്രിയങ്ങൾ.

എന്നിരുന്നാലും ഒരേ നിമിഷത്തിൽ ഇന്ദ്രിയങ്ങൾക്ക് അനുഭവവേദ്യമാകുന്നവയേയും അവ അനുസ്മരിച്ചെടുക്കുന്നവയേയും വേർതിരിച്ചെടുക്കുവാൻ മനസ്സിനു കഴിയുകയില്ല. ഇന്ദ്രിയങ്ങളും (Modality) ഉപേന്ദ്രിയങ്ങളും (Submodality) ചേർന്ന് ഒരുമിച്ച് നൽകുന്ന അനുഭവമാണ് യാഥാർത്ഥ്യം, ഇതു വാസ്തവമാകണമെന്നില്ല.

നമ്മളുടെ നിലവിലുള്ള സ്ഥാനവുമായി (ഇരിക്കുന്ന അല്ലെങ്കിൽ നോക്കിനില്ക്കുന്ന) ബന്ധപ്പെട്ട നിശ്ചിതസ്ഥാനത്തിലുള്ള മാറുന്ന അഥവാ ചലിക്കുന്നതായി തോന്നുന്ന ചിത്രങ്ങൾ (holographic pictures) പോലെയാണ് നമ്മുടെ അറിവുകളും അനുഭവങ്ങളും മസ്തിഷ്കത്തിൽ നിശ്ചിത സ്ഥാനങ്ങളിൽ ശേഖരിക്കപ്പെടുന്നത്. ഈ ചിത്രങ്ങളുടെ വിവരണങ്ങളിലുള്ള വ്യത്യാസത്തിലൂടെയും ഓർമ്മയുടെ ഉത്ഭവസ്ഥാനത്തിലുള്ള വ്യത്യാസത്തിലൂടെയും നമുക്ക് ഒരു അനുഭവത്തിന്റെ യഥാർത്ഥ അവബോധത്തിൽ മാറ്റങ്ങൾ അഥവാ സ്വാധീനങ്ങൾ വരുത്തുവാൻ കഴിയും.

ഉപേന്ദ്രിയങ്ങളുടെ ശക്തി അനുഭവിച്ചറിയാം.

1. നിങ്ങൾ ഭൂതകാലത്തിൽ വളരെയധികം സന്തോഷിച്ച ഒരു അനുഭവം ഒന്നു മനസ്സിൽ ചിത്രീകരിച്ചു നോക്കു.
2. ആ ചിത്രത്തിലെ പ്രവൃത്തി ചെയ്യുന്നത് നിങ്ങൾ ആയിരുന്നെങ്കിൽ അഥവാ, നിങ്ങൾ ആ പ്രവർത്തി ചെയ്യുന്നത് സ്വയം നിരീക്ഷിക്കുകയായിരുന്നെങ്കിൽ എന്നു നിശ്ചയിക്കുക.

3. നിങ്ങൾ പ്രവൃത്തി ചെയ്യുകൊണ്ടിരിക്കുകയാണെങ്കിൽ, ചിത്ര ത്തിൽ നിന്നും ഇറങ്ങിവന്ന് നിങ്ങൾ ആ പ്രവർത്തി ചെയ്യുന്ന തായോ അല്ലെങ്കിൽ നിങ്ങൾ ആ പ്രവർത്തി ചെയ്യുന്നത് സ്വയം നിരീക്ഷിക്കുന്നതായോ കാണുക. നിങ്ങൾ സ്വന്തം സിനിമ സിനിമാശാലയിൽ കാണുന്നതുപോലെ.

4. ദൃശ്യപ്രമേയങ്ങൾ, ചിത്രത്തിന്റെ സവിശേഷതകൾ വിവരിക്കുക.

- ഈ ചിത്രത്തിനു നിങ്ങളെ അപേക്ഷിച്ച് എത്രമാത്രം വലുപ്പമുണ്ട്?
- ഈ ചിത്രം നിങ്ങളിൽ നിന്നും എത്രമാത്രം അകലെയാണ്?
- ഇത് കളർ ചിത്രം ആണോ ബ്ലാക്ക് ആന്റ് വൈറ്റ് ആണോ?
- ഇതു ഒരു നിശ്ചല ചിത്രം ആണോ അതോ ചലച്ചിത്രമാണോ?
- ഇതു പ്രകാശപൂരിതമാണോ അതോ ഇരുണ്ടതാണോ? തുട ങ്ങിയവ ഇങ്ങനെ ഇതുവഴി ദൃഷ്ടിഗോചരമായ ഉപേന്ദ്രിയങ്ങളെ അനുഭവിച്ചറിയുവാൻ കഴിയും.

5. ഇതിനുപുറമേ ആ ചിത്രത്തെ നോക്കുമ്പോൾ നിങ്ങൾക്ക് എന്താണ് അനുഭവിക്കാൻ കഴിഞ്ഞത് എന്നും വിവരിക്കുക

6. ഉപേന്ദ്രിയങ്ങളുടെ വലിപ്പത്തിൽ വ്യത്യാസം വരുത്തി നോക്കുക... (വലുതാക്കുക/ ചെറുതാക്കുക).

- ചിത്രത്തെ വലുതാക്കുമ്പോൾ നിങ്ങൾക്ക് എന്ത് അനുഭവവേ ദ്യമാകുന്നു.
- ചിത്രത്തെ ചെറുതാക്കുമ്പോൾ നിങ്ങൾക്ക് എന്ത് അനുഭവവേ ദ്യമാകുന്നു.

7. ഉപേന്ദ്രിയങ്ങളുടെ അന്തരത്തിൽ വ്യത്യാസം വരുത്തി നോക്കുക (അകലെ/ അടുത്ത്)

- ചിത്രത്തെ നിങ്ങളുടെ അടുത്തേയ്ക്ക് കൊണ്ടുവരുമ്പോൾ നിങ്ങൾ ക്ക് അത് എങ്ങനെ അനുഭവവേദ്യമാകുന്നു?
- ചിത്രത്തെ കുറച്ചുകൂടി അകലേയ്ക്ക് കൊണ്ട് പോകുമ്പോൾ അത് എങ്ങനെ അനുഭവവേദ്യമാകുന്നു?

8. നിറം മാറ്റി നോക്കുക. (കളർ/ ബ്ലാക്ക് ആന്റ് വൈറ്റ്)

- ഇത് കളർ ആയിരിക്കുമ്പോൾ നിങ്ങൾക്ക് എങ്ങനെ അനുഭവ വേദ്യമാകുന്നു?
- ഇത് ബ്ലാക്ക് ആന്റ് വൈറ്റ് ആയിരിക്കുമ്പോൾ എങ്ങനെ അനു ഭവവേദ്യമാകുന്നു?

9. ചിത്രത്തിന്റെ വ്യക്തത കുറച്ചു നോക്കുമ്പോൾ എന്ത് അനുഭവവേ ദ്യമാകുന്നു?

നിങ്ങളുടെ ഫലങ്ങൾ വ്യത്യസ്തമായിരിക്കും. കൂടാതെ ആ സംഭവത്തെക്കുറിച്ചുള്ള നിങ്ങളുടെ മനോഭാവത്തിലും ഒരു വ്യത്യസ്തത ശ്രദ്ധിക്കുവാൻ കഴിയും.

ഇങ്ങനെ ചിത്രത്തിന്റെ സവിശേഷതകളുടെ വിവരണങ്ങളിൽ വരുത്തിയ ഒരു വ്യത്യാസത്തിനു എങ്ങനെ നിങ്ങളുടെ അനുഭവത്തിൽ വ്യത്യാസം വരുത്താൻ കഴിഞ്ഞുവെന്ന് നോക്കുക.

ഇതുപോലെ ശബ്ദത്തിന്റെ ഉപേന്ദ്രിയങ്ങൾക്ക് നിങ്ങളിലും മറ്റുള്ളവരിലും എത്രമാത്രം ബൃഹത്തായ വ്യത്യാസങ്ങളാണ് വരുത്താൻ കഴിയുന്നത് എന്ന് ഒന്ന് പരിശോധിച്ച് അനുഭവിച്ചറിഞ്ഞുനോക്കു.

ഉപേന്ദ്രിയങ്ങളെ പലപ്പോഴും പരാമർശിച്ചിരിക്കുന്നത് പരീക്ഷണാർത്ഥമുള്ള ഡിമ്മർ സ്വിച്ചുകളായിട്ടാണ്

NLP യിൽ നമ്മുടെ അനുഭവങ്ങളുടെ ആന്തരികമാതൃകയുടെ നിർമ്മിതിക്ക് വേണ്ടി, അതിനെ പരിപോഷിപ്പിക്കുന്നതിനുവേണ്ടി അഥവാ ചിട്ടപ്പെടുത്തുന്നതിനുവേണ്ടി ലഭ്യമാകുന്ന ഘടകഭാഗങ്ങളാണ് ഉപേന്ദ്രിയങ്ങൾ.

ഒരു വ്യക്തിയോട് അയാൾക്കിഷ്ടപ്പെട്ട അവധിദിവസത്തെക്കുറിച്ചോ അനുഭവത്തെക്കുറിച്ചോ വിവരിക്കാൻ ആവശ്യപ്പെട്ടാൽ അവരുടെ വാക്കുകൾ അവർ പ്രാധാന്യം കൊടുക്കുന്ന ഇന്ദ്രിയശക്തിയെകുറിച്ച് സൂചന നൽകുന്നു. കോഫി എന്ന വാക്ക് കേൾക്കുമ്പോൾ തന്നെ ഒരു കപ്പ് കോഫി മനസ്സിൽ കാണുകയോ (visual) അതിന്റെ രുചി ഓർക്കുകയോ (kinaesthetic) കപ്പിനുള്ളിലെ സ്പൂണിന്റെ ശബ്ദം കേൾക്കുകയോ (auditory) ചെയ്യുന്നു. ഇവയെല്ലാം നമ്മൾ പ്രാധാന്യം കൊടുക്കുന്ന ഇന്ദ്രിയം ഏതാണെന്ന സൂചന നൽകുന്നു.

മൈക്കിൾ ഹോൾ 'മൂവീ മൈന്റ്' എന്ന പുസ്തകത്തിൽ പറഞ്ഞിരിക്കുന്നതുപോലെ നിങ്ങളുടെ ഈ ആന്തരിക തീയറ്ററിനെ (സിനിമാശാല) ഒന്നു അനുഭവിച്ചറിഞ്ഞ് നോക്കു. പ്രയോജനകരമായ രീതികളിൽ നിങ്ങളുടെ അനുഭവങ്ങളെ മാറ്റുന്നതിനു നിങ്ങളുടെ സ്വന്തം ഉപേന്ദ്രിയങ്ങൾ ഉപയോഗിച്ച് തുടങ്ങുവാൻ കഴിയും. ഓർക്കുക നിങ്ങളുടെ ചിത്രത്തിന്റെ അഭിനേതാവും, സംവിധായകനും, സാങ്കേതികവിദഗ്ധനും ഒക്കെ നിങ്ങൾ തന്നെയാണ്. യുക്തിസമ്പുഷ്ടതയുള്ള അക്കാഡമി അവാർഡ് ലഭിക്കുന്നത് ഏറ്റവും നല്ല ചിത്രത്തിനാണ്. അതുകൊണ്ടുതന്നെ ഈ സാഹചര്യത്തിനു പറ്റിയ ഏറ്റവും നല്ല പെരുമാറ്റവും ആയിരിക്കും.

ചിലർ അസ്വാസ്ഥ്യതകൾ അനുഭവിക്കുന്നുണ്ടെങ്കിലും ഇത് കൃത്രിമം ആയി കണക്കാക്കാറുണ്ട്. എന്നാൽ സ്വയം നിർമ്മിതമായ തെറ്റായ ചിന്തകളിൽ നിലനിന്നുകൊണ്ടാണ് കഷ്ടതകൾ

അനുഭവിക്കുന്നത് എന്നുള്ള കാര്യം അവർ മറന്നു പോകുന്നു. NLP യിലെ സങ്കല്പങ്ങൾ പറയുന്നത് എല്ലാ പെരുമാറ്റങ്ങളിലും അതു ചെയ്യുന്നയാളിനു ഒരു സദുദ്ദേശ്യം ഉണ്ടെന്നാണ്. അതെ, നിങ്ങൾ നിങ്ങളുടെ മനസ്സിനെ കബളിപ്പിക്കുകയാണു ചെയ്യുന്നത്, ഒരു വ്യക്തമായ പരിണിതഫലത്തിനു വേണ്ടി എന്ന സദുദ്ദേശ്യത്തോടു കൂടിയാണെങ്കിൽ പോലും.

നമ്മുടെ ആശയവിനിമയത്തോടുള്ള പ്രതികരണം

നാം മറ്റുള്ളവരുമായി ആശയവിനിമയം നടത്തുമ്പോൾ അവരുടെ ശാരീരിക ചലനങ്ങൾ പ്രത്യേകിച്ചും അനൈച്ഛികമായുണ്ടാകുന്ന ചലനങ്ങൾ അവർ കാര്യങ്ങളെ എങ്ങനെ ഗ്രഹിക്കുന്നു എന്നുള്ള സൂചന നല്കുകയും ആരുമായും ഉള്ള സംഭാഷണത്തിൽ ഒരു സ്വാഭാവികമായ, വിശ്വാസയോഗ്യമായ പ്രതികരണം രൂപപ്പെടുകയും ചെയ്യുന്നു. വാക്കുകൾ (7%), സ്വരങ്ങൾ (33%), ശരീരഭാഷ (55%) എന്നിവയാണു ഏതൊരു സംഭാഷണത്തിന്റേയും സാധാരണമായ പ്രതികരണ സൂചികകൾ. എന്നിരുന്നാലും ഇവയൊക്കെ കാപട്യമാകാൻ സാധ്യതയുള്ളതിനാൽ ഇവയൊന്നും തന്നെ ശ്രോതാവ് എങ്ങനെയാണ് മനസ്സിലാക്കുന്നത് എന്നത് അറിയുന്നതിനുള്ള പൂർണമായും വിശ്വസനീയമായ സൂചികകളല്ല. ഈ പ്രതികരണങ്ങളിൽ ഏറ്റവും ആശ്രയിക്കാവുന്നവ എന്നു പറയാവുന്നത് നേത്രഗോളങ്ങളുടെ ചലനങ്ങളെയാണ്. എന്തെന്നാൽ അതു പലപ്പോഴും അനൈച്ഛികമായുള്ള പ്രവർത്തനമാണ്. അതുകൊണ്ടുതന്നെ കാപട്യമാകാനിടയില്ല.

നമ്മുടെ മസ്തിഷ്കം ഒരു കമ്പ്യൂട്ടർ പോലെയാണ്. ഇതിൽ ഇടതു മസ്തിഷ്കഭാഗം ശരീരത്തിന്റെ വലതുഭാഗങ്ങളുമായും വലതു മസ്തിഷ്കഭാഗം ശരീരത്തിന്റെ ഇടതു ഭാഗങ്ങളുമായും ബന്ധിപ്പിക്കപ്പെട്ടിരിക്കുന്നു. പ്രവൃത്തികൾക്ക് ദാർശനികസ്വഭാവത്തിലേയ്ക്ക് (visual)ചായ്‌വുണ്ടാകുമ്പോൾ സ്വാഭാവികമായും നേത്രഗോളങ്ങൾ മുകളിലേയ്ക്ക് ചലിക്കുന്നു, ശ്രവണസംബന്ധിയാണെങ്കിൽ (auditory) നേത്രഗോളങ്ങൾ അരികിലേയ്ക്കും അനുഭവസംബന്ധിയാണെങ്കിൽ (kinaesthetic) താഴേയ്ക്കും ചലിക്കുന്നു. സ്വമേധയാ ഉള്ള സംഭാഷണങ്ങൾക്കിടയിലും നേത്രഗോളങ്ങൾ താഴേയ്ക്കു ചലിക്കുന്നു.

കണ്ണുകളുടെ ചലനം സൂചനകളാകുമ്പോൾ മറ്റുള്ളവർ ഒരു വിവരം എങ്ങനെയാണ് ഗ്രഹിക്കുന്നതെന്ന് കണ്ടെത്താനുള്ള ലളിതമായ ഒരു മാർഗ്ഗമായി ഇത് മാറുന്നു. ഈ മാർഗ്ഗം നമുക്ക് വിദ്യാഭ്യാസം, ആശയവിനിമയം, ചർച്ചകൾ, കുറ്റാന്വേഷണം എന്നീ മേഖലകളിൽ ഫലപ്രദമായി ഉപയോഗിക്കുവാൻ കഴിയും.

നിങ്ങൾ വയ്ക്കാൻ ആഗ്രഹിക്കുന്ന പുതിയ വീടിനെക്കുറിച്ച് സങ്കല്പ്പിക്കുമ്പോൾ നിങ്ങൾ അതു ഭാവനയിൽ ചിത്രീകരിക്കുകയാണു ചെയ്യുന്നത് അതുകൊണ്ടുതന്നെ നിങ്ങളുടെ കണ്ണുകൾ മുകളിലേയ്ക്ക് ചലിക്കുന്നു. അത് ഇപ്പോൾ നിലവിലുള്ള ഒന്നല്ല, നിങ്ങൾ

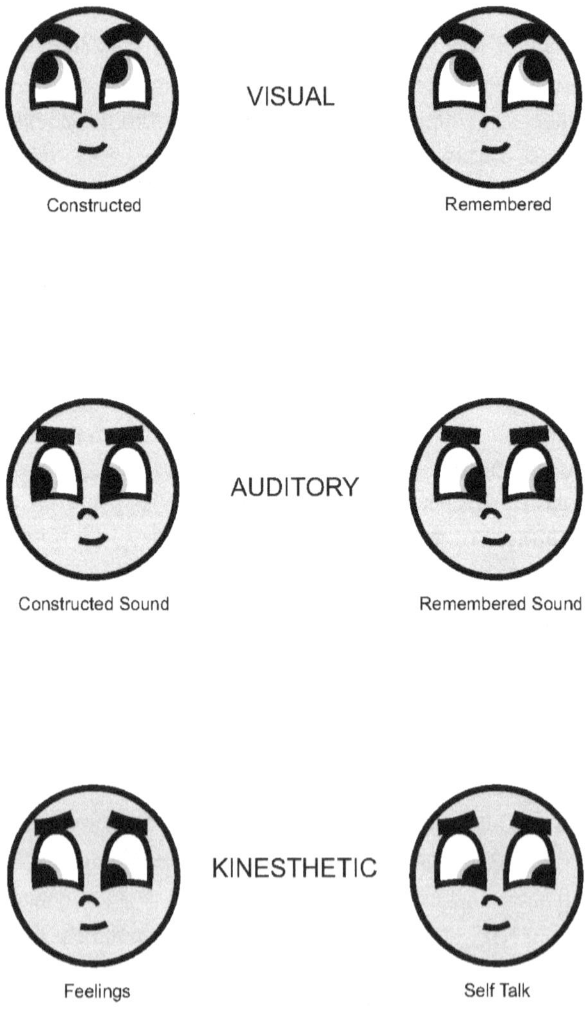

മാനസികമായി രൂപകല്പന ചെയ്യുന്നതാണ്. അതുകൊണ്ടുതന്നെ ഇടതു മസ്തിഷ്കം (യുക്തിപരം) ആയിരിക്കും ഉപയോഗിക്കുന്നത്. തലച്ചോറിന്റെ കുറുകനെയുള്ള (cross wired) ബന്ധം മൂലം നേത്ര ഗോളങ്ങൾ വലത്തുവശത്ത് മുകൾ ഭാഗത്തേയ്ക്ക് ചലിക്കുന്നു. നിങ്ങൾ ഒരു ചിത്രത്തെ അനുസ്മരിക്കുമ്പോൾ നേത്രഗോളങ്ങൾ ഇടതുവശത്ത് മുകളിലേയ്ക്ക് ചലിക്കുന്നു.

ഇതുപോലെ നിങ്ങൾ ഒരു ശബ്ദം നിർമ്മിക്കുമ്പോൾ കണ്ണുകൾ വലത്തേ അഗ്രഭാഗത്തേയ്ക്ക് ചലിക്കുകയും പൂർവ്വശബ്ദത്തെ അനുസ്മരിക്കുമ്പോൾ ഇടത്തേ അഗ്രത്തിലേയ്ക്ക് ചലിക്കുകയും ചെയ്യുന്നു. നിങ്ങൾ ഒരു അനുഭവത്തെക്കുറിച് സങ്കല്പ്പിക്കുമ്പോൾ വലതു വശത്ത് താഴേയ്ക്ക് ചലിക്കുകയും നിങ്ങൾ ആന്തരിക സംഭാഷണത്തിൽ ഏർപ്പെട്ടുമ്പോൾ അഥവാ ചിന്തിക്കുമ്പോൾ നിങ്ങളുടെ കണ്ണുകൾ ഇടതുവശത്ത് താഴേയ്ക്ക് ചലിക്കുവാനും സാധ്യതയുണ്ട്.

ചിലസമയങ്ങളിൽ സ്വയമേയുള്ള അനൈശ്ചികമായ കൺചലനങ്ങൾ നമ്മുടെ നിശ്ചിത ചിന്താരീതിയെ അനുഗമിക്കുന്നതായി കാണപ്പെടാറുണ്ട്. അതായത് കൃത്യമായ പ്രതിപാദന സമ്പ്രദായം (representational system). നേത്രഗോളങ്ങളുടെ ചലനങ്ങളാണ് നമ്മുടെ നിശ്ചിതമായ ധാരണാസൂചകങ്ങൾ എന്നുള്ളതാണ് NLP യിലെ ഏറ്റവും പ്രസിദ്ധമായതും വാദവിഷയവുമായ കണ്ടുപിടിത്തം.

നേത്രചലനങ്ങളിൽ നിന്നും ലഭ്യമാകുന്ന സൂചനകൾ ഒരാൾ എങ്ങനെയാണ് ചിന്തിക്കുന്നത് എന്നുള്ള ഏകദേശരൂപം മാത്രമാണ്. ഇത് മാത്രം ഉപയോഗിച്ച് ഒരു അന്തിമ രൂപം നല്കാൻ സാധ്യമല്ല. നമ്മുടെ ധാരണകളെ ബലപ്പെടുത്താൻ വേണ്ടി ഇവ ഉപയോഗിക്കാവുന്നതാണ്.

ഒരാൾ ബോധമനസ്സിൽ നിന്നും എളുപ്പത്തിൽ വീണ്ടെടുക്കാൻ കഴിയാത്ത വിവരങ്ങളെ അനുസ്മരിച്ചെടുക്കുമ്പോൾ ഈ പ്രാപ്യ സൂചനകൾ (accessing cues) വളരെയധികം സ്പഷ്ടമാകാറുണ്ട്. നമ്മുടെ മസ്തിഷ്കത്തെ ഒരു കമ്പ്യൂട്ടറായും കണ്ണുകളെ ഫയലുകൾ ക്രമീകരിക്കുന്ന സമ്പ്രദായം (filing system) ആയും സങ്കല്പിക്കുക. നമ്മൾ നമ്മുടെ മസ്തിഷ്കത്തോട് എന്തെങ്കിലും ഒരു ചോദ്യം ചോദിക്കുമ്പോൾ അഥവാ എന്തെങ്കിലും ഒരു വിവരം ഓർമ്മിച്ചെടുക്കാൻ ശ്രമിക്കുമ്പോൾ നമ്മുടെ മസ്തിഷ്കം ഒരു ഗൂഗിൾ സെർച്ചിലേയ്ക്ക് കടക്കുന്നു. തിരയലിന്റെ രീതിയനുസരിച്ച് നേത്രഗോളങ്ങൾ വിവിധ ദിശകളിലേയ്ക്ക് ചലിക്കുന്നു. കൺപ്രാപ്യമായ സൂചനകൾ തിരിച്ചറിയുമ്പോൾ നിങ്ങൾ ഒരാളുടെ ചിന്താരീതിയിലേയ്ക്ക് എത്തിച്ചേരുകയാണ് ചെയ്യുന്നത്.

NLP യിൽ നേത്രഗോള സ്ഥാനത്തിന്റെ പ്രധാന പ്രയോഗം ഒരു വ്യക്തിയുടെ ചിന്താക്രമത്തിനു അഥവാ തീരുമാന രൂപീകരണത്തിനുപയോഗിക്കുന്ന ഗ്രഹണവ്യവസ്ഥിതിയുടെ നിർണയത്തിലാണ്.

ഒരു പുതിയ വിവരം പഠിപ്പിക്കുന്ന സമയത്ത് അദ്ധ്യാപകൻ തന്റെ ഇടതുഭാഗത്ത് നില്ക്കുന്നതാണ് കൂടുതൽ പ്രയോജനകരം. അപ്പോൾ വിദ്യാർത്ഥികളുടെ കണ്ണുകൾ വലതുഭാഗത്ത് മുകളിലേയ്ക്ക് ചലിക്കേണ്ടതുണ്ട് (പുതിയ വിവരത്തിന്റെ ഛായാചിത്രം നിർമ്മിച്ചെടുക്കുന്നതിന്). വിവരാവലോകന സമയത്ത് അദ്ദേഹം വലതുവശത്തേയ്ക്കു ചലിക്കുമ്പോൾ വിദ്യാർത്ഥികളുടെ കണ്ണുകൾ ഇടതുവശത്ത് മുകളിലേയ്ക്ക് ചലിക്കുന്നു (ചിത്രങ്ങളോ ശബ്ദങ്ങളോ അനുസ്മരിച്ചെടുക്കുന്നു).

പോലീസുകാർക്ക് ഈ കൺപ്രാപ്യമായ സൂചനകൾ വിസ്താര സമയത്ത് വളരെ പ്രയോജനകരമായി കാണപ്പെടാറുണ്ട്. സാധാരണയായി ഒരാൾ കള്ളം പറയുമ്പോൾ നേത്രഗോളങ്ങൾ വലതുവശത്ത് മുകളിലേയ്ക്ക് ചലിക്കുന്നു (എന്തുകൊണ്ടെന്നാൽ കള്ളങ്ങൾ മിക്കവാറും ഉണ്ടാക്കിയെടുത്ത വിവരങ്ങളാണ്). 'ദി നെഗോഷിയേറ്റർ' എന്ന ഇംഗ്ലീഷ് ചിത്രത്തിൽ ഈ വിഷയം എടുത്തുകാട്ടുന്നു.

സംഭാഷണ സമയത്ത് നമ്മൾ പറയുന്ന കാര്യത്തേക്കാൾ പ്രാധാന്യം നല്കേണ്ടത് ശ്രോതാവിന്റെ ഗ്രഹണവ്യവസ്ഥിതിയുടെ സൂചകങ്ങളായ അയാളുടെ മുഖഭാവം, കൺചലനങ്ങൾ, ഉപയോഗിച്ച വാക്കുകൾ എന്നിവയുടെ നിരീക്ഷണത്തിനാണ്.

നമ്മുടെ സംഭാഷണത്തിന്റെ അർത്ഥം, നമുക്കു ലഭിച്ച അതിന്റെ പ്രതികരണത്തിലാണ്: നമ്മൾ പറഞ്ഞതിലാകണമെന്നില്ല. നമ്മുടെ സംഭാഷണത്തിന് അർഹിക്കുന്ന പ്രതികരണം ലഭിക്കാതെ വരുമ്പോൾ, അർഹിക്കുന്ന പ്രതികരണം ലഭിക്കുന്നവരേയ്ക്കും നമ്മുടെ സംഭാഷണരീതിയിൽ വ്യത്യാസം വരുത്തേണ്ടതാണ്.

ഒരു പരസ്പര സംഭാഷണത്തിന്റെ വിജയം ശ്രോതാവ് ആ സന്ദേശത്തെ എങ്ങനെ സ്വീകരിച്ചു എന്നുള്ളതിനെ ആശ്രയിച്ചിരിക്കും. അല്ലാതെ നിങ്ങൾ എന്ത് ഉദ്ദേശിച്ചു അല്ലെങ്കിൽ എന്തുചെയ്തു എന്നതിനെയല്ല. നിങ്ങളുടെ സന്ദേശത്തെ സ്പഷ്ടമായി അങ്ങേപ്പുറത്ത് എത്തിക്കുക എന്നത് നിങ്ങളുടെ കർത്തവ്യമാണ് എന്നുള്ളതാണ് ഇവിടെ പ്രതിപാദിക്കുന്നത്. നിങ്ങൾ പ്രതീക്ഷിച്ച പ്രതികരണമല്ല നിങ്ങൾക്ക് ലഭിക്കുന്നതെങ്കിൽ മറ്റേ വ്യക്തിക്ക് അവ്യക്തമായ സന്ദർഭത്തെക്കുറിച്ചുള്ള കൂടുതൽ സൂചനകളോടുകൂടി അവതരിപ്പിക്കേണ്ടതുണ്ട്. മുൻപു ലഭിച്ച അവിചാരിതമായ പ്രതികരണം ഉപയോഗപ്രദമല്ലെങ്കിൽ കൂടുതൽ ഭംഗിയായി സംഭാഷണത്തിന് അർഹമായ പ്രതികരണം നേടിയെടുക്കുന്നതിന് വേണ്ടി നിങ്ങൾ സൂക്ഷ്മ ബുദ്ധിയോടുകൂടി

ശ്രദ്ധിക്കുകയാണെങ്കിൽ നിങ്ങളുടെ വാക്കിലും പെരുമാറ്റത്തിലും വ്യത്യസ്തതകൾ വരുത്തി ഇത് സാധ്യമാക്കുവാൻ കഴിയും.

നമ്മൾ പറയുന്നത് ഗ്രഹിക്കുന്ന വ്യക്തിക്ക് മനസ്സിലാകുന്നില്ല എങ്കിൽ അത് നമ്മൾ തിരഞ്ഞെടുത്ത ഗ്രഹണസമ്പ്രദായം അയാളുടേതിൽ നിന്നും വ്യത്യസ്തമായതു കൊണ്ടായിരിക്കും. അതുകൊണ്ട് അയാളുടെ കണ്ണുകൾ താഴേയ്ക്ക് വലതുവശത്തേയ്ക്ക് ചലിക്കുകയും, അനുഭവിക്കുന്നു, മനസ്സിലാക്കുന്നു തുടങ്ങിയ പദങ്ങൾ ഉപയോഗിക്കുകയും ചെയ്യുന്നു എങ്കിൽ ഇത് അയാൾ അനുഭവസംബന്ധി (kinaesthetic) ആകാൻ സാധ്യതയുണ്ട് എന്നുള്ള സൂചനകൾ നല്കുന്നു. അതുകൊണ്ട് തന്നെ സംഭാഷണം കൂടുതൽ പ്രയോജനകരമാക്കുന്നതിനു വേണ്ടി നമ്മുടെ ഗ്രഹണ സമ്പ്രദായത്തിൽ ഭേദഗതി വരുത്തേണ്ടതും അനുഭവ സംബന്ധിയായ പദങ്ങൾ കൂടുതലായി ഉപയോഗിക്കേണ്ടതുമുണ്ട്. ഈ കാര്യങ്ങൾ അറിയാതിരുന്നാൽ ഉണ്ടാകാനിടയുള്ള കുഴഞ്ഞു മറിഞ്ഞ അവസ്ഥകളെക്കുറിച്ച് നമുക്കൊന്നു നോക്കാം.

ക്ലാസ് നടന്നുകൊണ്ടിരിക്കുന്ന സമയത്ത് പുറകിൽ ഇരിക്കുന്ന ഒരു വിദ്യാർത്ഥി താഴേയ്ക്കു നോക്കിയിരിക്കുന്നു. ടീച്ചർ തീർച്ചയായും ആ കുട്ടി ക്ലാസ്സിൽ ശ്രദ്ധിക്കുന്നില്ല എന്നു കരുതാൻ സാധ്യതയുണ്ട്. മുൻപിൽ വന്നു ബോർഡിൽ നോക്കിയിരിക്കാൻ ടീച്ചർ കുട്ടിയോടു

പറയും. ഒന്നു സങ്കല്പിച്ചു നോക്കൂ ആ വിദ്യാർത്ഥി അനുഭവ സംബന്ധിയായ (kinaesthetic) ഗ്രഹണ സമ്പ്രദായമാണ് തിരഞ്ഞെടുത്തിരിക്കുന്നതെങ്കിൽ അനുഭവിച്ചറിഞ്ഞ് മനസ്സിലാക്കുന്നതിനു വേണ്ടി താഴേയ്ക്ക് നോക്കേണ്ടതുണ്ട്. അപ്പോൾ ആ കുട്ടിക്ക് മുകളിലേയ്ക്ക് നോക്കിയിരുന്ന് ശ്രദ്ധിക്കുക എന്നത് മിക്കവാറും അസാധ്യമായിരിക്കും.

വ്യക്തികളുടെ കണ്ണുകളിൽ നോക്കുന്നതിലൂടെ നമുക്ക് അവരുടെ മനസ്സ് വായിക്കുവാൻ സാധിക്കും. എന്താണ് അവരുടെ ചിന്തകളുടെ ഉള്ളടക്കം എന്നുള്ളതല്ല മറിച്ച് എങ്ങനെയാണ് അവർ ചിന്തിക്കുന്നത് എന്നുള്ളത്. നമ്മുടെ ഭാഷ യോജിച്ചതാക്കുന്നതിലൂടെ സംഭാഷണം ഫലപ്രദമായതായി ഉറപ്പുവരുത്താവുന്നതാണ്. ഇതുവഴി ഒരാളിനെ അസ്വസ്ഥമായ മാനസികാവസ്ഥയിൽ നിന്നും ഉപകാരപ്രദമായ ഒരു മാനസികാവസ്ഥയിലേയ്ക്ക് നയിക്കുവാൻ കഴിയുകയും രണ്ടുഭാഗക്കാർക്കും അർഹമായ പ്രതിഫലം ലഭിക്കുകയും ചെയ്യുന്നു.

വക്താവ് വിവരങ്ങൾ പ്രകടമാക്കുന്നതിനു വേണ്ടി ഏത് ഇന്ദ്രിയമാണ് കൂടുതലായി ഉപയോഗിക്കുന്നത് അതാണ് അയാളുടെ പ്രതിനിധാന വ്യവസ്ഥിതി (lead system). ശ്രോതാവ് വിവരസ്ഥിരീകരണത്തിനായി എങ്ങനെ അല്ലെങ്കിൽ എവിടെയാണ് സമീപിക്കുന്നത് എന്നതാണ് അയാളുടെ അഭീഷ്ട സംവിധാനം (preferred system). നിങ്ങൾ ഒരു മനോഹരമായ പ്രകൃതിദൃശ്യങ്ങളുള്ള ഒരു ചിത്രം ഒരു അനുഭവസംബന്ധിയായ (kinaesthetic) വ്യക്തിയെ കാണിക്കുകയാണെങ്കിൽ അയാൾ ആദ്യം അതിന്റെ വൈകാരിക അനുഭവങ്ങളിലേയ്ക്ക് കടന്നു ചെല്ലുകയും അതിനു ശേഷം പ്രകൃതി സൗന്ദര്യത്തെക്കുറിച്ചുള്ള ഒരു അഭിപ്രായം പ്രകടമാക്കുകയും ചെയ്യുന്നു.

വക്താവ് ശ്രോതാവിന്റെ അഭീഷ്ട സംവിധാനം (preferred system) മനസ്സിലാക്കി ഉപയോഗിക്കുകയാണെങ്കിൽ സംഭാഷണം കൂടുതൽ പ്രയോജനകരമായിത്തീരുന്നു.

ശരിയായ സംഭാഷണത്തിന്റെ ഗുണങ്ങൾ

നിങ്ങളുടെ സംഭാഷണം ഉദ്ദിഷ്ട ലക്ഷ്യത്തിലേയ്ക്കും അനുയോജ്യ ദിശയിലേയ്ക്കും ആണ് എന്ന് ഉറപ്പിക്കുന്നതിനു മുൻപ് നിങ്ങൾക്ക് പരിണത ഫലത്തെക്കുറിച്ച് ബോധം ഉണ്ടായിരിക്കേണ്ടതാണ്. നിങ്ങൾക്ക് എന്താണ് വേണ്ടത് എന്ന് നിങ്ങൾ അറിയാതിരുന്നാൽ അത് ലഭിക്കുമ്പോൾ നിങ്ങൾക്ക് അറിയാൻ കഴിഞ്ഞെന്നുവരില്ല.

ജാക്ക്, മാക്സ് എന്നീ രണ്ട് വ്യക്തികൾ അവരുടെ മതപരമായ ദൈവാരാധനയ്ക്ക് വേണ്ടി പോകുകയായിരുന്നു. അപ്പോൾ ജാക്കിന്

ഒരു സംശയം തോന്നി, പ്രാർത്ഥനാ സമയത്ത് പുകവലിക്കുന്നത് ശരിയാണോ?

'നിനക്ക് എന്തുകൊണ്ടിത് പുരോഹിതനോട് ചോദിച്ചുകൂടാ?' മാക്സ് പറഞ്ഞു.

ഉടൻ തന്നെ ജാക്ക് പുരോഹിതന്റെ സമീപത്തേയ്ക്ക് ചെന്ന് ചോദിച്ചു, 'ഫാദർ, പ്രാർത്ഥിക്കുന്ന സമയത്ത് ഞാൻ പുകവലിച്ചോട്ടേ?'

ഫാദർ മറുപടി പറഞ്ഞു, 'പാടില്ല മകനേ, അത് തികച്ചും നമ്മുടെ സമുദായത്തോടുള്ള അനാദരവ് ആണ്.'

ജാക്ക് തന്റെ സുഹൃത്തിന്റെ അടുക്കൽ തിരികെച്ചെന്ന് പുരോഹിതന്റെ വാക്കുകൾ അറിയിച്ചു.

അപ്പോൾ മാക്സ് പറഞ്ഞു, 'എനിക്ക് ഒരതിശയവും തോന്നുന്നില്ല, തെറ്റായ ചോദ്യമാണ് നീ ചോദിച്ചത്. ഞാൻ ഒന്നു ശ്രമിച്ചു നോക്കട്ടെ.'

അങ്ങനെ മാക്സ് പുരോഹിതന്റെ അടുക്കൽ ചെന്നു ചോദിച്ചു, 'ഫാദർ ഞാൻ പ്രാർത്ഥിച്ചോട്ടെ, പുകവലിക്കുമ്പോൾ?'

പുരോഹിതൻ വളരെ വ്യഗ്രതയോടുകൂടി മറുപടി പറഞ്ഞു, 'എല്ലാ അർത്ഥത്തിലും മകനേ, നീ എപ്പോഴൊക്കെ ആഗ്രഹിക്കുന്നുവോ അപ്പോഴെല്ലാം പ്രാർത്ഥിക്കാവുന്നതാണ്.'

അതായത് എന്താണ് പറയുന്നത് എന്നുള്ളതല്ല, എങ്ങനെയാണ് പറയുന്നത് എന്നുള്ളതാണ് കാര്യം.

എങ്ങനെയാണ് നിങ്ങൾ കാര്യങ്ങൾ മനസ്സിലാക്കുന്നത് എന്നുള്ളതാണ് നിങ്ങൾ ആദ്യം അറിയേണ്ട കാര്യം. അതിനു ശേഷം മാത്രമേ മറ്റുള്ളവർ എങ്ങനെയാണ് നിങ്ങളുടെ സംഭാഷണത്തെ മനസ്സിലാക്കുന്നത് എന്നുള്ള ആശയം നേടുവാൻ കഴിയുകയുള്ളൂ. അതിനു വേണ്ടി നിങ്ങൾ വ്യത്യസ്തമായ ഭാഷകൾ ഉപയോഗിക്കുവാൻ അറിഞ്ഞിരിക്കേണ്ടതുണ്ട്. ഇവിടെ നമ്മൾ ഒരു ദേശീയഭാഷയെക്കുറിച്ചോ ഉപഭാഷയെക്കുറിച്ചോ അല്ല പറയുന്നത് പകരം ശ്രോതാവ് വിവരക്രമീകരണത്തിനുവേണ്ടി തിരഞ്ഞെടുക്കുന്ന ഇന്ദ്രിയ ഭാഷയെക്കുറിച്ചാണ് പറയുന്നത്.

നിങ്ങളുടെ സംഭാഷണത്തിനു അർഹമായ ഫലം ലഭിക്കുന്നുണ്ടോ ഇല്ലയോ എന്ന് ശ്രോതാവിന്റെ അനൈച്ഛികമായുള്ള സൂചനകളിൽ നിന്നും മനസ്സിലാക്കാൻ കഴിയുന്ന വിധത്തിൽ നിങ്ങളുടെ ഇന്ദ്രിയ കൂർമ്മത വികസിപ്പിച്ചെടുക്കേണ്ടതുണ്ട്.

സംഭാഷണത്തിന്റെ സ്വാധീനം ഒരാളുടെ മാനസികാവസ്ഥക്കനുസരിച്ച് മാറിക്കൊണ്ടിരിക്കും. ഇത് സന്ദർഭോചിതമായി ഉപയോഗിക്കേണ്ടതുണ്ട്. ഏത് തരത്തിലുള്ള സംഭാഷണത്തിലും നിങ്ങളുടെ പ്രതികരണത്തിനാണ് പരമപ്രാധാന്യം അതേ സമയം ശ്രോതാവിന്റെ പ്രതികരണവും മാനിക്കപ്പെടേണ്ടതാണെന്നതും ഓർക്കുക. രണ്ടു വ്യക്തികളുടേയും പ്രതികരണങ്ങൾ ചേർച്ചയുള്ളതാണെങ്കിൽ മാത്രമേ സംഭാഷണം പ്രയോജനകരമായിത്തീരുകയുള്ളൂ.

അഭ്യാസം

1. എന്താണ് നിങ്ങൾ സാധാരണയായി സഹകരിക്കുന്ന വ്യക്തികളുടെ ഇഷ്ടപ്പെട്ട ഗ്രഹണ സമ്പ്രദായം എന്നു തിരിച്ചറിയുക.
2. അനൈച്ഛിക സൂചനകളുടെ സഹായത്തോടുകൂടി കൂടുതൽ നന്നായി അവരോട് സംഭാഷണം ചെയ്യുവാൻ ആ അവബോധം എങ്ങനെ നിങ്ങളെ പ്രാപ്തരാക്കുന്നു എന്ന് ഒന്നു ചിന്തിച്ചുനോക്കൂ.

4

ആശയ വിനിമയോപാധികൾ

I know that you believe you understand
what you think I said, but I'm not sure you realise that
what you heard is not what I meant.

Robert McCloskey

NLPയിലെ പ്രധാന ഉപാധികളായ രൂപകം (metaphor), ചട്ടക്കൂട് (frames), വൈകാരിക ബന്ധം (rapport), എന്നിവയുടെ കാര്യക്ഷമമായ ഉപയോഗത്തിലൂടെ ആശയവിനിമയം മികവുറ്റതാക്കാൻ കഴിയും എന്നതു മാത്രമല്ല പൂർണമായ മാനസിക നിലയെ ഇവ സ്വാധീനിക്കുകയും ചെയ്യുന്നു. ഇത് അവരുടെ അതിശ്രേഷ്ഠമായ അവസ്ഥയിൽ വ്യത്യാസം വരുത്തുന്നു.

മനസ്സിന്റെ യുക്തിപരമായ ബോധാവസ്ഥയുടെ സൂക്ഷ്മ പരിശോധനയിൽ നിന്നും രക്ഷനേടുന്നതിനു വേണ്ടി കഥകളിലൂടെയും, ഉപമകളിലൂടെയും ആശയവിനിമയത്തെ മറച്ചു പിടിക്കുന്നതിനു രൂപകങ്ങൾക്കു സാധ്യമാകുന്നു.

അർഹമായ ഫലം ലഭിക്കുന്നതിനു വേണ്ടി ഒരു ആശയവിനിമയത്തെ ക്രമീകരിക്കുകയും, വ്യവസ്ഥപ്പെടുത്തുകയും, നിയന്ത്രിക്കുകയും ചെയ്യുന്ന അച്ചുകളാണ് ചട്ടക്കൂടുകൾ.

ഒരു വ്യക്തിക്ക് അയാളുടെ ആശയങ്ങൾ അല്ലെങ്കിൽ ഉത്കണ്ഠകൾ പൂർണമായും പ്രകടമാക്കുന്നതിനുള്ള സ്വാതന്ത്ര്യം പ്രദാനം ചെയ്യുന്നതും അയാൾ മറ്റുള്ളവ്യക്തിയാൽ അല്ലെങ്കിൽ വ്യക്തികളാൽ ബഹുമാനിക്കപ്പെടുന്നുണ്ട് എന്ന് അറിയിക്കുന്നതുമായ വിശ്വാസത്തിന്റേയും, ഗ്രഹണ ശക്തിയുടേയും, ബഹുമാനത്തിന്റേയും ഒരു അന്തരീക്ഷം സ്ഥാപിച്ചെടുക്കുന്നതിനെ സംബന്ധിച്ചുള്ളതാണ് വൈകാരികബന്ധം (rapport) എന്നു പറയപ്പെടുന്നത്.

മാനസികനിലയാണ് ആശയവിനിമയത്തിന്റെ തീക്ഷ്ണതയും പരിണതഫലവും ആത്യന്തികമായി കൈകാര്യം ചെയ്യുന്നത്.

രൂപകങ്ങൾ (Metaphor)

ഒരു കഥയുടെയോ അല്ലെങ്കിൽ അലങ്കാരത്തിന്റെയോ സഹായത്തോടെ പരോക്ഷമായി ആശയവിനിമയം നടത്താനുപയോഗിക്കുന്നതാണ് രൂപകം. ഒരു സംഘടനയുടെ സംസ്ക്കാരത്തിനേയോ അല്ലെങ്കിലൊരു വ്യക്തിയുടെ മാനസിക വ്യവഹാരങ്ങളെയോ ഇത് വെളുപ്പെടുത്തിയേക്കാം. ഇതൊരു താരതമ്യപ്പെടുത്തലിന്റെ സൂചനയോ, ഒരു പ്രശ്ന പരിഹാര നിർദ്ദേശത്തിന്റെ സമാന്തരഘടനയോ ആകാം. NLP യിൽ ഉപമ, ഗുണപാഠകഥ, അന്യോപദേശം ഇതെല്ലാം തന്നെ ആശയവിനിമയം ശക്തിപ്പെടുത്തുവാൻ ഫലവത്തുമാണ്.

'കുറച്ച് കൂടി സമയം കിട്ടിയിരുന്നെങ്കിൽ', 'സഹായത്തിനാരെങ്കിലുമുണ്ടായിരുന്നെങ്കിൽ', 'പീരങ്കിപ്പടയെ കൊണ്ടുവന്നിരുന്നെങ്കിൽ', 'വിജയിക്കാൻ കഴിയണം', ഇങ്ങനെയൊക്കെ ജോലിക്കിടയിൽ ആരെങ്കിലും പിറുപിറുക്കുന്നത് നമ്മൾ കേട്ടിരിക്കാം. ഇതൊക്കെ ഒരു സംഘടനയുടെയോ ഒരു ടീമിന്റെയോ അല്ലെങ്കിൽ ഒരു വ്യക്തിയുടെയോ വിശ്വാസങ്ങളെ വെളിപ്പെടുത്തുന്ന സംഭാഷണങ്ങളാണ്. ജീവിതത്തിലോ, ജോലിയിലോ അല്ലെങ്കിൽ കുടുംബാന്തരീക്ഷത്തിലോ ഉപയോഗപ്പെടുത്തുന്ന രൂപകം കാര്യങ്ങൾ നമ്മൾ എങ്ങനെ മനസ്സിലാക്കുന്നു എന്നതിലേയ്ക്ക് വെളിച്ചം വീശാം. ഇത് നമ്മൾ ഉപയോഗിക്കുന്ന വാക്കുകളിലും പെരുമാറ്റത്തിലും പ്രതിഫലിക്കുകയും മറ്റുള്ളവരുമായുള്ള നമ്മുടെ ഇടപെടലിനെ സ്വാധീനിക്കുകയും ചെയ്യും.

കഥകളും രൂപകങ്ങളും ശക്തിമത്തായിരിക്കുന്നതിനുള്ള കാരണങ്ങളാണ്:

- ഒരു വ്യക്തി എഴുതുവാനും വായിക്കുവാനും കഴിയാത്തവനാണെങ്കിൽ പോലും ആശയങ്ങളോ വിവരങ്ങളോ കൈമാറ്റം ചെയ്യുന്നതിന് കഥാകഥനത്തെ ആശ്രയിക്കാവുന്നതാണ്.
- കുട്ടികൾ ആയിരിക്കുമ്പോൾ മുതൽ നമ്മൾ കഥകൾ പറയാറുണ്ട്. അതുകൊണ്ടുതന്നെ ഒരു കഥ കേൾക്കുമ്പോൾ അത് നമ്മെ ഒരുപാട് കാര്യങ്ങൾ സൂചിപ്പിക്കാവുന്ന ആ മുൻകാലത്തിലേയ്ക്ക് കൂട്ടിക്കൊണ്ട് പോകുന്നു.
- ഒരു വ്യക്തിക്ക് ഒരു കഥയുടെ ആശയാവബോധത്തിനു അയാളുടെ അനുബന്ധ അനുഭവങ്ങൾ പരിശോധിക്കേണ്ടതുണ്ട്. നമ്മുടെ മനസ്സ് അനുഭവിച്ചാണ് കാര്യങ്ങൾ മനസ്സിലാക്കുന്നത്. കഥകളും രൂപകങ്ങളും നമ്മുടെ നാഡീവ്യൂഹത്തിൽ അഗാധത്തിൽ പ്രതിധ്വനികൊള്ളുന്നു അതുകൊണ്ടുതന്നെ ആശയവിനിമയത്തിനുള്ള ഫലപ്രദമായ ഉപാധികളുമാണ്.

ആശയവിനിമയം എന്ന ലക്ഷ്യത്തിനു വേണ്ടി ഒരു കഥയ്ക്ക് അല്ലെങ്കിൽ രൂപകത്തിനു പിന്നിൽ ധാരാളം അന്തർലീനശക്തി അടങ്ങിയിരിക്കുന്നു. കഥകളിലൂടെ ചെയ്യാൻ കഴിയുന്ന കുറച്ചു കാര്യങ്ങളാണ്:

- ആളുകളിൽ അനായാസം വൈകാരികബന്ധം സ്ഥാപിച്ചെടുക്കുന്നതിനും, അവരുടെ അനുഭവങ്ങളിലൂടെ ചുവടുവയ്ക്കുന്നതിനും, അവരുടെ ശ്രദ്ധ കൈയടക്കുന്നതിനും, അവരുടെ ഉപബോധമനസ്സുമായുള്ള ആശയവിനിമയത്തിനും കഴിയുന്നു.
- അവരുടെ വ്യക്തിത്വത്തെ ബഹുമാനിച്ചുകൊണ്ടുതന്നെ പ്രതിരോധങ്ങളെ മറികടന്നു എതിർപ്പുകൾ മാറ്റിയെടുത്ത് അവരിൽ സ്വാധീനം ചെലുത്തുന്നു.
- നിങ്ങളുടെ പ്രേക്ഷകർക്ക് ഒരു മോഹനിദ്ര പോലുള്ള അനുഭവത്തിന് പ്രേരകമാകുന്നു.
- അവരുടെ വിശ്വാസ വ്യവസ്ഥിതിയിൽ മാറ്റംവരുത്തുന്നതിനു സഹായകമാകുന്നു.

രൂപകങ്ങൾ ഉപയോഗിക്കുമ്പോൾ

ഒരു വ്യക്തിയോ സംഘടനയോ ഉപയോഗിച്ചുകൊണ്ടിരിക്കുന്ന രൂപകം വേണ്ട വിധത്തിൽ പ്രയോജനപ്പെടുന്നില്ലെന്ന് കണ്ടാൽ, അവരുടെ കാഴ്ചപ്പാടുകൾക്ക് യോജിക്കുന്ന മറ്റേതെങ്കിലും രീതിയിലേയ്ക്ക് മാറാവുന്നതാണ്. സാഹചര്യങ്ങൾക്കനുസരിച്ച് രൂപകത്തിൽ മാറ്റം വരുത്തുക. അതായത് തർക്കാവസ്ഥയിൽ ഉപയോഗിക്കുന്ന രൂപകത്തിനു പകരം മത്സരാവസ്ഥയിൽ ഉപയോഗിക്കുന്ന രൂപകം പരീക്ഷിച്ചു നോക്കിയാൽ സാഹചര്യങ്ങൾ പൂർണ്ണമായും മാറുന്നതുകാണാം. അല്ലെങ്കിൽ ഇരുകൂട്ടർക്കും ജയം എന്ന അവസ്ഥ ആഗ്രഹിക്കുമ്പോൾ തന്നെ ഒരാൾക്ക് മറ്റൊരാളെ എപ്രകാരം പിൻതുണയ്ക്കാൻ കഴിയുമെന്ന് മനസിലാക്കാം.

ഉപബോധമനസ്സുമായുള്ള ആശയവിനിമയം

രൂപകം പരോക്ഷമായാണ് ആശയവിനിമയം നടത്തുന്നത്. മുത്തശ്ശിക്കഥകളിലൂടെയോ, അല്ലെങ്കിൽ മറ്റേതെങ്കിലും വഴിയിലൂടെയോ അറിഞ്ഞ രസകരമായ ഒരു കഥ നമ്മുടെ ഉപബോധമനസ്സിൽ കിടക്കുകയും അവിടെവച്ച് അതിന് അർത്ഥവും വ്യാപ്തിയും നൽകാനുള്ള ശ്രമം നടക്കുകയും ചെയ്യുന്നു. ഇവിടെ നമ്മുടെ യുക്തിനിഷ്ഠ ചിന്താഗതിക്കാരനായ ഇടതുമസ്തിഷ്കം നമ്മെ ഓർമ്മപ്പെടുത്തുന്നത് ഇതൊരു കഥമാത്രമാണ്, കൂടുതൽ വിശകലനത്തിന് നിൽക്കാതെ അതിനുള്ളിലേയ്ക്ക് കടക്കാൻ നോക്കു എന്നതാണ്. അതുകൊണ്ടാണ് ഇത്തരം

അമ്മൂമ്മകഥകൾക്ക് കുട്ടികളിൽ ഇത്രയേറെ സ്വാധീനം നേടാനാകുന്നത്. ട്രോയിലെ ഹെലനും, കോട്ടവാതിൽ കടന്ന് പടയാളികളെ എത്തിച്ച ആ വമ്പൻ കുതിരയും അലാവുദീനും അത്ഭുതവിളക്കുമെല്ലാം ഇതിന്റെ ഉദാഹരണമാണ്.

രൂപകത്തിലുണ്ടാകുന്ന വ്യതിയാനം പുതിയ കാഴ്ചപ്പാടിലേയ്ക്കും അവസരങ്ങളിലേയ്ക്കും നിങ്ങളെ എത്തിക്കുകയും, വ്യത്യസ്ത സന്ദർഭങ്ങളിൽ ഏത് രീതി അവലംബിക്കണമെന്ന് മനസ്സിലാക്കിത്തരുകയും ചെയ്യുന്നു.

ചട്ടക്കൂട് (Frame)

വിധിന്യായത്തിനുതകുന്ന രീതിയിൽ കാര്യങ്ങൾ വിശകലനം ചെയ്യാൻ സഹായിക്കുന്ന മനശാസ്ത്രപരമായ ഉപാധിയാണ് ഫ്രെയിം. കാഴ്ച്ചക്കാരന്റെ ഭാഗത്തുനിന്ന് കാര്യങ്ങൾ നിരീക്ഷിക്കുവാനും, ഒരു പ്രത്യേക രീതിയിൽ ആ സംഭവത്തെ വിശകലനം ചെയ്യാനും ഇത് ഉപകരിക്കുന്നു. ബീഫിൽ 25%ത്തോളം കൊഴുപ്പ് എന്ന് പറയുന്നതിനു 75% ഭക്ഷ്യയോഗ്യമാണ് എന്ന് പറയുന്നതുപോലെയോ അല്ലെങ്കിൽ ഒരാഴ്ച്ച മാത്രമേ ഇവിടെ ഉണ്ടായിരുന്നുള്ളു എന്ന് പറയുന്നതിനു പകരം ഒരാഴ്ച്ച കാലം ഇവിടെ ഉണ്ടായിരുന്നു എന്ന് പറയുന്നതുപോലെയോ, ആണിത്.

എന്തെങ്കിലും മനസ്സിലാക്കാൻ നാം തിരഞ്ഞെടുക്കുന്ന ഫ്രെയിമുകൾ പിന്നീട് കാര്യങ്ങൾ വിവേചിച്ചറിയുവാൻ ഉപയോഗപ്പെടുന്നു. ഇങ്ങനെ നമ്മുടെ ജീവിതം ക്രമീകൃതമായിത്തീരുന്നു.

ചട്ടക്കൂട്ടുകളുടെ പുനരാവിഷ്കരണം (Reframing)

ഒരു കാഴ്ചപ്പാടിനെക്കുറിച്ചും വിവരങ്ങൾ സ്വീകരിക്കുന്ന രീതിയെക്കുറിച്ചും ആണ് ചട്ടക്കൂട്ടുകൾ പ്രസ്താവിക്കുന്നത്. ഒരു പ്രസ്താവനയുടെ ചട്ടക്കൂട് മാറുന്നതിലൂടെ അതിന്റെ കാഴ്ചപ്പാടിലും, ഫലമായി വരുന്ന അനുഭവത്തിലും പെരുമാറ്റത്തിലും വ്യത്യാസം ഉണ്ടാകുന്നു. ഇത് അതിന്റെ ഉള്ളടക്കങ്ങളെ ഒരു കുട്ടയിൽ നിന്നും മറ്റൊന്നിലേയ്ക്ക് മാറ്റുന്നത് പോലെയാണ്.

മുഖ്യമായ ഒരു ഉപാധി ഒരു പ്രശ്നത്തിന്റെ പേര് (ഫ്രെയിം) മാറ്റി ഒരു വെല്ലുവിളിക്ക് നല്കുക. ഇത് നിങ്ങളിൽ വരുത്തുന്ന മാറ്റം ഒന്നു സങ്കല്പിച്ചു നോക്കു. നമ്മുടെ ചട്ടക്കൂട്ടുകളെ ആത്മാർത്ഥമായി വീക്ഷിച്ച് അവയെ പുനർനാമനിർണയം ചെയ്യതായി സങ്കല്പിക്കുന്നതിലൂടെ നമ്മുടെ ഒരുപാട് ഭൂതകാല ദുഃഖങ്ങൾ ഇല്ലാതാക്കുവാൻ കഴിയും.

വൈകാരിക ബന്ധം (Rapport)

മിൽട്ടൺ എറിക്സണിന്റെ ഒരു ഹൃദ്യമായ അഭിപ്രായമാണ് 'മാനസികൈക്യത്തിന്റെ സാന്നിധ്യത്തിൽ എന്തും സാധ്യമാണ്; ഇതു കൂടാതെ ഒന്നും സാധ്യമല്ല.'

ഭൂരിഭാഗം വ്യക്തികളും ചിന്തിക്കാൻ സാധ്യതയുള്ളതിൽ നിന്നും തികച്ചും വ്യത്യസ്തമായാണ് മാനസികൈക്യത്തെ NLP പ്രസ്താവിക്കുന്നത്; മറ്റൊരാളുടെ 'ലോകത്തിന്റെ മാതൃക' മനസ്സിലാക്കി ബഹുമാനിക്കുന്നതിനെ സംബന്ധിച്ചുള്ളതാണ് വൈകാരിക ബന്ധം (മാനസികൈക്യം.)

മറ്റൊരാളുടെ ശ്രദ്ധയാകർഷിച്ച് അവരിൽ വിശ്വാസം ജനിപ്പിക്കുവാനുള്ള കഴിവാണിത്. നിങ്ങൾ ആശയവിനിമയം നടത്തുന്ന വ്യക്തിയുമായി ഒരു ഐക്യമനോഭാവവും പരസ്പര ധാരണയും ഉണ്ടാക്കിയെടുക്കുന്നു. വ്യക്തികൾ അന്യോന്യം മനസ്സിലാക്കുന്നുവെന്നുള്ള തോന്നലുളവാക്കുകയാണ് ഇതു കൊണ്ടർത്ഥമാക്കുന്നത്. ഒരാൾ പറയുന്നതിനോട് മറ്റൊരാൾ മുഴുവനായും യോജിക്കുന്നുവെന്നല്ല ഇവിടെ ഉദ്ദേശിക്കുന്നത്. എന്തുകൊണ്ടയാൾ അങ്ങനെ പറയുന്നുവെന്ന് മനസ്സിലാക്കി അതിനനുസരിച്ച് പ്രവർത്തിച്ച്, പരസ്പരവിശ്വാസത്തിന്റെ അന്തരീക്ഷം സൃഷ്ടിക്കുകയാണിവിടെ ലക്ഷ്യം വയ്ക്കുന്നത്. മാനസികൈക്യത്തിന്റെ പിന്നിലുള്ള രഹസ്യവും ഇതുതന്നെയാണ്. കൂട്ടായ പ്രവർത്തനം ആവശ്യമുള്ള ഏതൊരു മേഖല ശ്രദ്ധിച്ചാലും, ഇത്തരത്തിലുള്ളവർ പരസ്പരൈക്യത്തിൽ മുന്നോട്ടു പോകുവാൻ ശ്രമിക്കുന്നതായി കാണാം. നൃത്തം ചെയ്യുന്ന വേളയിൽ നർത്തകരുടെ ചുവടുകൾ പരസ്പര പൂരകമായിരിക്കുന്നതുപോലെയാണിത്. ശരീരഭാഷയുൾപ്പെടെ എല്ലാത്തിലും ചേർച്ചയുണ്ടാകേണ്ടത് ഇതിനാവശ്യമാണ്. ചുരുക്കിപ്പറഞ്ഞാൽ ഒരാൾക്ക്, മറ്റൊരാളുടെ ശ്വാസഗതിയോട് യോജിച്ചു പോകുവാൻ കൂടി കഴിഞ്ഞാൽ ഇത് പരിപൂർണ്ണമായി.

നേതൃത്വം വഹിക്കുന്നതിനുവേണ്ടുന്ന ഒരു അത്യാവശ്യ ഘടകമാണിത്

മറ്റൊരാളെ നിങ്ങളുടെ ചിന്താഗതിയിലേയ്ക്ക് കൊണ്ടുവരാനായി നിങ്ങളിത് മനപ്പൂർവ്വം ഉപയോഗിക്കുന്നു എന്നിരിക്കട്ടെ. അവർ അത് എപ്പോഴെങ്കിലും തിരിച്ചറിയാൻ ഇടയായാൽ തുടർന്ന് അനുകൂല പ്രതികരണം ഉണ്ടാകണമെന്നില്ല. എന്നാൽ, നിങ്ങൾ ഒരു ശ്രോതാവായിരിക്കുമ്പോൾ ഈ കഴിവുപയോഗിക്കുകയാണെങ്കിൽ, വിജയ സാധ്യത കൂടുതലാണ്.

മറ്റുള്ളവരുടെ ശരീര ഭാഷ മനസ്സിലാക്കുന്നത് അവരുമായി മാനസികൈക്യം സൃഷ്ടിക്കാൻ നമ്മെ സഹായിക്കും. ചിലപ്പോഴെങ്കിലും, നാം മറ്റുള്ളവരുമായി ആശയവിനിമയത്തിൽ ഏർപ്പെട്ടുകൊണ്ടിരിക്കുമ്പോൾ, നമ്മുടെ മനസ്സും അയാളുടെ വാക്കുകളും തമ്മിലൊരു സമാന്തര ആശയവിനിമയം നടത്താറുണ്ട്. ഇതുമൂലം അയാൾ ഉദ്ദേശിക്കുന്നതെന്തെന്ന് പൂർണ്ണമായും ഗ്രഹിക്കാനാവാതെ പോകുന്നു. ഈ പ്രക്രിയ ഒഴിവാക്കി, അയാൾ പറയുന്നതു മുഴുവനും ശ്രദ്ധിക്കുകയും, അയാളുടെ ശരീര ഭാഷ മനസ്സിലാക്കുകയും ചെയ്യാനായാൽ അയാളുമായി വളരെപ്പെട്ടെന്ന് താദാത്മ്യം പ്രാപിക്കുവാനും അയാൾ അർത്ഥമാക്കുന്നതിനെ പൂർണ്ണമായും ഗ്രഹിക്കുവാനും കഴിയും. ഒരു

കാര്യം കൂടി! നിങ്ങൾ സംസാരിച്ചുകൊണ്ടിരിക്കുന്നു എന്നിരിക്കട്ടെ. നിങ്ങളുടെ ശ്രോതാവ് നിങ്ങളുമായി മാനസികൈക്യത്തിലാണോ എന്ന് പരിശോധിക്കാൻ ഒരു മാർഗ്ഗമുണ്ട്. സംസാരത്തിനിടയിൽ നിങ്ങളുടെ ഭാഷയിലോ ഇരിപ്പിലോ ഒരു മാറ്റം വരുത്തി നോക്കൂ. യാതൊരു പ്രയാസവുമില്ലാതെ നിങ്ങളുടെ ശ്രോതാവും അതേ രീതിയിലാകുന്നുവെങ്കിൽ പൂർണ്ണമായും നിങ്ങളുമായി അയാൾ മാനസികൈക്യത്തിൽ എത്തിയിരിക്കുന്നു എന്നു പറയാം. ചർച്ചകളിൽ ഈ രീതി വളരെ ഫലവത്താണ്.

നാമോരോരുത്തരും സംസാരിക്കുന്ന അതേ വേഗതയിൽ തന്നെയാണ് കാര്യങ്ങൾ മനസ്സിലാക്കുന്നത്. ചില ആളുകൾ വളരെ വേഗതയിൽ സംസാരിക്കുന്നതു കണ്ടിട്ടില്ലേ? അതവരുടെ കുറ്റമല്ല! അവർ കാര്യങ്ങൾ ഗ്രഹിക്കുന്നതു അതേ വേഗതയിൽ തന്നെയാണ്! ഇത്തരക്കാരുമായി മാനസികൈക്യത്തിലെത്തുമ്പോൾ നിങ്ങളറിയാതെ തന്നെ നിങ്ങളും ഇതേ വേഗതയിൽ സംസാരിക്കുവാനും കാര്യങ്ങൾ ഗ്രഹിക്കുവാനും തുടങ്ങും.

അവരുടെ സംസാരരീതി അഥവാ ഭാഷ നമ്മൾ ഉപയോഗിക്കുന്നതിലൂടെ, നമ്മളും അവരിലൊരാളെന്ന പ്രതീതി ഉളവാക്കുന്നു. 'ചേർന്നു പോവുക, ഒന്നായി ചിന്തിക്കുക, ഒരുമിച്ചു നിൽക്കുക' ഇതാണ് മാനസികൈക്യം കൈവരിക്കാനുള്ള സൂത്രവാക്യം.

മാനസികൈക്യം കൈവരിക്കുന്നതിൽ യോജിപ്പിന് വളരെ പ്രാധാന്യമുണ്ട്. മറ്റൊരാളുടെ ആശയങ്ങളെ ഉൾക്കൊള്ളുവാൻ തക്ക വണ്ണം നമ്മുടെ മനസ്സിനെ വിശാലമാക്കുകയാണിവിടെ ചെയ്യുന്നത്. മറ്റുള്ളവരുമായി ഇടപഴകേണ്ടിവരുമ്പോൾ അവരുടെ മാനസികാവ സ്ഥയ്ക്കനുസരിച്ച് അവരോട് പ്രതികരിക്കുവാൻ നമ്മൾ ശ്രദ്ധിക്കണം.

യോജിച്ച് യോജിച്ച് ചുവടുകൾ വച്ച് മുന്നോട്ടുനയിക്കുക എന്നുള്ള താണ് മാനസികൈക്യത്തിന്റെ മന്ത്രം.

വ്യത്യസ്തത

വാക്കുകൾ ജാലകങ്ങളാണ് അതിലൂടെ നമുക്ക് മറ്റുള്ളവരുടെ യാഥാർത്ഥ്യത്തിലേയ്ക്കുള്ള സൂചനകൾ ലഭിക്കുന്നു. ഒരാളുടെ യാഥാർ ത്ഥ്യത്തെക്കുറിച്ച് കൂടുതൽ മനസ്സിലാക്കുന്നതിനു അയാൾ അതിന്റെ വിവരണത്തിനുപയോഗിക്കുന്ന വ്യത്യസ്തമായ പദങ്ങൾ (marking words) ശ്രദ്ധിക്കേണ്ടതുണ്ട്.പ്രത്യേകതരംശബ്ദത്തിലൂടെയോ, മുഖഭാവത്തിലൂടെയോ, ആംഗ്യങ്ങളിലൂടെയോ അയാൾ ഇതിനെ പ്രമുഖമാക്കി കാണിക്കുവാൻ സാധ്യതയുണ്ട്. ഈ പ്രത്യേകതരം വ്യത്യസ്തമായ പദങ്ങൾ നിങ്ങളെ അവരുടെ ആന്തരികലോകത്തേയ്ക്ക് നയിക്കുകയും അവരുമായി ഒരു വ്യക്തിക്ക് എങ്ങനെ (മാർഗം) ഒരു വൈകാരിക ബന്ധം വളരെ വേഗത്തിലും ആഴത്തിലും സ്ഥാപിച്ചെ ടുക്കാം എന്നുള്ള സൂചനകൾ നല്കുകയും ചെയ്യുന്നു.

മറ്റൊരാൾ പറഞ്ഞതിനെ അയാൾ വ്യാഖ്യാനിച്ച അളവിൽ ആളുകൾ പലപ്പോഴും ശ്രദ്ധിക്കാതിരിക്കുന്നതായും മനസ്സിലാക്കാ തിരിക്കുന്നതായും കാണപ്പെടാറുണ്ട്; വക്താവ് ഉദ്ദേശിച്ചതിനെ പൂർണമായും മാറ്റിമറിക്കുന്നു. ഇതിൽ ഒരു അതിശയവുമില്ല, ഇവിടെ മാനസികൈക്യം നഷ്ടപ്പെട്ടിട്ടുണ്ടാവാം.

ആളുകൾ എല്ലായ്പോഴും അവർക്ക് പ്രാധാന്യമുള്ള കാര്യങ്ങൾ നിങ്ങളിലേയ്ക്ക് കൈമാറ്റം ചെയ്യുന്നു. അവർ ഉപയോഗിക്കുന്ന വാക്കുകളും അവർക്കായി ഈ വാക്കുകൾ ഉൾക്കൊള്ളുന്ന അർത്ഥ ങ്ങളും ശ്രദ്ധിക്കുക. മറ്റേ വ്യക്തിയുടെ അക്ഷരാർത്ഥത്തിലുള്ള യാഥാർത്ഥ്യം എന്ന നിലയിൽ വളരെ ചെറിയ വിശദാംശങ്ങളെയും ശ്രദ്ധിക്കുകയും അംഗീകരിക്കുകയും ബഹുമാനിക്കുകയും ചെയ്യുക.

പുനരവലോകനം ചെയ്യൽ

പ്രധാന വാക്കുകൾ തികച്ചും അനുയോജ്യമായി പുനരവലോകനം ചെയ്യുക എന്നുള്ളതാണ് കൂടുതൽ ശക്തമായ അടുത്ത പടി. നിങ്ങൾ

ഒരു വ്യക്തിയുമായി സംസാരിക്കുന്ന ഒരു മുഴുവൻ വാക്യത്തിന്റെ അഥവാ അതിന്റെ ഒരു ഭാഗത്തിന്റെ പ്രതികരണമാണ് ഇതിൽ ഉൾപ്പെട്ടിരിക്കുന്നത്. പ്രതികരണമായി എടുത്തു പറയുമ്പോൾ വക്താവ് ഉപയോഗിച്ച കൃത്യമായ വാക്കുതന്നെ ഉപയോഗിക്കുന്നതാണുചിതം. വ്യാഖ്യാനങ്ങൾ ഒഴിവാക്കുക. അതായത് അവരുടെ വാക്കുകൾക്ക് തുല്യമായ അർത്ഥം ഉൾക്കൊള്ളുന്നവയാണെന്നുള്ള ധാരണയിൽ അവയ്ക്കു പകരം നിങ്ങളുടേതായ വാക്കുകൾ ഉപയോഗിക്കുന്നത് വളരെ അപകടകാരികളായേക്കാം.

അവരവരുടെ കാര്യങ്ങൾ പറയുന്നതിൽ വളരെ തിടുക്കമുള്ളവരും മറ്റുള്ളവരുടെ കാഴ്ചപ്പാടിനെ അംഗീകരിക്കാത്തവരുമായ വ്യക്തികളുമായുള്ള അഭിമുഖങ്ങളിൽ ഇതിനു വളരെയധികം പ്രാധാന്യമുണ്ട്.

ഒരാൾ ഒരേ കാര്യം തന്നെ ആവർത്തിച്ചാവർത്തിച്ച് പറയുമ്പോൾ അവർ അതിനെ അംഗീകരിക്കാതിരിക്കുന്നതായി തോന്നാൻ സാധ്യതയുണ്ട്. അവർ പറഞ്ഞുവരുന്നതിനെ പുനരവലോകനത്തിലൂടെ അംഗീകരിക്കുകയാണ് വേണ്ടത്. അംഗവിന്യാസത്തിലും ശബ്ദസ്വരത്തിലും അവരുമായി ചേർച്ച പ്രകടമാക്കുന്ന അവസരത്തിൽ അനുകരണം ഒഴിവാക്കേണ്ടതും (അവരുടെ ഉച്ചാരണശൈലിയോ ദേശഭാഷയോ പകർത്തുന്നത് ഒഴിവാക്കുക) നിങ്ങൾ എല്ലായ്പോഴും മാനസികൈക്യത്തോടുകൂടിയാണ് ഇത് ഉപയോഗിക്കുന്നത് എന്നുള്ളത് ഉറപ്പുവരുത്തേണ്ടതുമാണ്.

മാനസികൈക്യത്തിൽ അകല്ച്ചവരുത്തൽ മാനസികൈക്യത്തിൽ നിന്നും അല്പനേരത്തേയ്ക്ക് വിയോജിച്ച് നില്ക്കേണ്ട അവസരങ്ങൾ വരാറുണ്ട്. അതായത് ഒരു ഇടപാട് പൂർത്തിയാക്കുന്നതിനു മുൻപ് ഇടപാടുകാരന് അല്പനേരം ചിന്തിക്കേണ്ടതുണ്ട്. ഇടപാടുകാരന് അവന്റേതായ ചിന്തകൾക്ക് സമയം കിട്ടാതിരുന്ന്, ഉണ്ടായ ഒരു നല്ല അഭിമുഖസംഭാഷണത്തിന്റെ മോഹനിദ്രയിൽ ഒപ്പിട്ടുപോയ ഒരു കരാറിനെപ്പറ്റിയുള്ള മനസ്താപം ഒഴിവാക്കുവാൻ ഇത് സഹായകമാകുന്നു. നിങ്ങൾക്ക് ഒരു സമ്മേളനം അവസാനിപ്പിച്ച് മറ്റൊന്നിലേയ്ക്കോ മറ്റൊരു വ്യക്തിയിലേയ്ക്കോ വ്യതിചലിക്കേണ്ടിവരുന്ന സമയമാണ് മറ്റൊരു സന്ദർഭം. യോജിപ്പിന്റെ അഥവാ പ്രതിഫലനത്തിന്റെ വിപരീതമാണ് വിയോജിപ്പ്. ഒരാളുമായി വിയോജിപ്പ് പ്രകടമാക്കുന്നതിന് അയാൾക്ക് സദൃശമല്ലാത്ത എന്തെങ്കിലും ചെയ്യേണ്ടതുണ്ട്.

നിങ്ങൾക്ക് മാനസികൈക്യത്തിൽ അകൽച്ച വരുത്താൻ കഴിയു ന്നത്:

- നിങ്ങൾ എങ്ങനെ ചലിക്കുകയും നോക്കുകയും ചെയ്യുന്നു എന്നതിലൂടെ. നിങ്ങൾക്ക് അവരിൽ നിന്നും അകന്നു പോകുന്നതിലൂടെയോ, നേത്രസംവേദനം ഒഴിവാക്കിയോ മുഖഭാവം ഉപയോഗിച്ചോ നിങ്ങളുടെ ആശയം കൈമാറ്റം ചെയ്യാവുന്നതാണ്. പിന്നിലേയ്ക്ക് തിരിയുന്നതോ വാച്ചിലേയ്ക്ക് നോക്കുന്നതോ ആണ് കൂടുതൽ ഫലപ്രദം. അതുകൊണ്ടുത ന്നെ ഇതിന്റെ അശ്രദ്ധയോടെയുള്ള പ്രയോഗത്തിൽ കൂടുതൽ ജാഗരൂകരാകേണ്ടതുണ്ട്.
- നിങ്ങളുടെ ശബ്ദത്തിലൂടെ. നിങ്ങളുടെ സ്വരഭേദത്തിലുള്ള വ്യത്യാസത്തിലൂടെയോ ഒച്ചയിലുള്ള വ്യത്യാസത്തിലൂടെയോ ഇത് സാധ്യമാക്കാവുന്നതാണ്. ശബ്ദത്തെ ഒച്ചത്തിലാക്കു കയോ പതുക്കെയാക്കുകയോ, ധൃതഗതിയിലാക്കുകയോ മന്ദഗതിയിലാക്കുകയോ ചെയ്യാവുന്നതാണ്. നിശബ്ദതയുടെ ശക്തികൂടി ഓർക്കേണ്ടതുണ്ട്.

അഭ്യാസം

1. നിങ്ങളുടെ ഓരോ ദിവസത്തെ സംഭാഷണത്തിനിടയിലും ഒരു രൂപകമെങ്കിലും ഉപയോഗിക്കുക.
2. നിങ്ങളുടെ വ്യക്തിപരവും ജോലി സംബന്ധവും ആയ വെല്ലുവിളി നേരിട്ടു കൊണ്ടിരിക്കുന്ന പ്രശ്നങ്ങളുടെ ചട്ടക്കൂടുകൾ പുനരാവിഷ്കരിക്കുക.

5

അനുശാസനം
(Persuasion)

Because we think that we have to persuade,
we forget how to listen.

Robert Shapiro

നിശ്ചിതമായ ചിന്തകളുടെ തന്ത്ര വൈദഗ്ദ്ധ്യങ്ങളിലൂടെ വ്യക്തികളുടെ ചിന്തകളേയും പ്രവൃത്തികളേയും സ്വാധീനിച്ചുകൊണ്ട് അവരെ അനുശാസിക്കുവാനും അവരുടെ വിശ്വാസങ്ങളിൽ മാറ്റം വരുത്തുവാനുമുള്ള കഴിവാണ് അനുശാസനം.

അനുശാസനം, കൗശലത്താൽ സ്വാധീനിക്കൽ, പ്രഭാവം ചെലുത്തൽ, എന്നിവ വിഭിന്നങ്ങളായി തോന്നിയേക്കാം. എന്നാൽ പലപ്പോഴും ഇവയിൽ ഏറ്റവും രൂക്ഷമായത് കൗശലത്താൽ സ്വാധീനിക്കൽ ആണ്. എന്നിരുന്നാലും നമ്മൾ യഥാർത്ഥത്തിൽ ഇവയെക്കുറിച്ച് ചിന്തിക്കുമ്പോൾ ഇവയെല്ലാം തുല്യമാണ്. ഈ പദങ്ങളുടെ അല്ലെങ്കിൽ പെരുമാറ്റങ്ങളുടെ പിന്നിലുള്ള ഉദ്ദേശ്യത്തിലാണ് കാര്യം. ഇതാണ് ഇവിടെ വ്യത്യസ്തത സൃഷ്ടിക്കുന്നത്. എന്തെന്നാൽ ഒരു വ്യക്തിക്ക് സദുദ്ദേശ്യത്തോടുകൂടിയോ ദുരുദ്ദേശ്യത്തോടുകൂടിയോ വ്യക്തികളെ അനുശാസിക്കുവാനും, കൗശലത്താൽ സ്വാധീനിക്കുവാനും, പ്രഭാവം ചെലുത്തുവാനും സാധിക്കും. അടിസ്ഥാനപരമായി ചിന്തകളേയും പ്രവൃത്തികളേയും സ്വാധീനിക്കുന്നതു വഴി മൂല്യങ്ങളിലും വിശ്വാസങ്ങളിലും പ്രഭാവം ചെലുത്തുവാനുള്ള മനസ്സിന്റെ തന്ത്ര വൈദഗ്ദ്ധ്യമാണ് അനുശാസനം. നമ്മൾ എല്ലാപേരും പ്രചോദിതരാകുന്നത് സന്തോഷത്തിനു വേണ്ടിയോ വേദനയിൽ നിന്നും അകലുന്നതിനു വേണ്ടിയോ ആണ് എന്നതാണ് അനുശാസനത്തിന്റെ യഥാർത്ഥ ശക്തി.

അനുശാസനത്തിൽ മൂല്യങ്ങളുടേയും വിശ്വാസങ്ങളുടേയും സ്വാധീനം

മൂല്യങ്ങളെ സംബന്ധിച്ച്, അനുശാസനം എന്നാൽ ഒരു വ്യക്തിയെ അയാളുടെ സ്വന്തം മൂല്യങ്ങളുടെ ശ്രേണി വികസിപ്പിച്ചെടുക്കുന്നതിനു സഹായിക്കുകയും പലപ്പോഴും അയാൾ അറിയാത്ത അയാളുടെ കാതലായ മൂല്യത്തെക്കുറിച്ച് ബോധവാനാക്കലും ആണ്. ഒരു വ്യക്തിയെ അയാളുടെ മൂല്യങ്ങളെക്കുറിച്ച് ബോധവാനാകാൻ പ്രാപ്തനാക്കുന്നതിനും അയാളുടെ മൂല്യങ്ങളുടെ പടിപടിയായുള്ള ക്രമീകരണത്തിനും, ഇവയെല്ലാം നമ്മുടെ കാതലായ മൂല്യത്തിനു യോജിച്ചതാക്കുന്നതിനും സഹായിക്കുന്നതു കാരണം പരിവർത്തനാത്മകവും തികച്ചും മാസ്മരികവുമായ അനുശാസനം എന്ന പ്രവർത്തനം ഉത്തേജിപ്പിക്കപ്പെടുന്നു. മാത്രമല്ല ഇതിൽ അവരവരുടെ ചിന്തകൾ തങ്ങൾ ആഗ്രഹിച്ച രീതിയിൽ ക്രമീകരിച്ചിരിക്കുന്നതിനാൽ പശ്ചാത്താപത്തിന്റെ കാര്യവുമില്ല.

അനുശാസനത്തിലെ ശക്തമായ വാക്കുകൾ

പേര്

ഭൂമുഖത്തിലെ ഏറ്റവും ശക്തമായ വാക്കാണ് നമ്മുടെ സ്വന്തം പേര്. ഒരു വ്യക്തിയിൽ താല്പര്യവും വിശ്വാസവും ജനിപ്പിക്കുന്നതിനുള്ള തത്വങ്ങളിൽ തികച്ചും ഉചിതമായ ഒന്നാണ് അയാളുടെ പേര് അതും വളരെ കൃത്യമായി ഉപയോഗിക്കുന്നതു കേൾക്കുന്നതും. ഒരു പക്ഷേ നമ്മൾ മറന്നുപോകുകയാണെങ്കിൽ ഒരിക്കൽ കൂടി ചോദിക്കുന്നതാണ് തെറ്റായി ഉച്ചരിക്കുന്നതിനേക്കാൾ ഉചിതം.

ദയവായി, നന്ദിയുണ്ട്

ബഹുമാനവും കൃതജ്ഞതയും പ്രകടമാക്കുന്നു.

എന്തുകൊണ്ടെന്നാൽ കാരണത്തിന്റെ ഉത്തേജന തത്വം ഒരു അപേക്ഷയോടൊപ്പം ഒരു കാരണം കൂടിയുള്ള അവസരങ്ങളിൽ അതിനെ അനുകൂലിക്കുവാനുള്ള പ്രവണതയാണ് ആളുകൾക്കുള്ളത്. ഹാർവേഡിലെ സാമൂഹിക ശാസ്ത്രജ്ഞനായ എലൻ ലാങ്ഗറിന്റെ നിരീക്ഷണത്തെക്കുറിച്ച് റോബർട്ട് ചിയാൽഡിനി പ്രസ്താവിക്കുകയുണ്ടായി ഒരു വ്യക്തി ഒരു ക്യൂവിനു മുന്നിൽ കയറുവാൻ ശ്രമിക്കുമ്പോൾ അനുവാദത്തിനുവേണ്ടി അപേക്ഷിക്കുന്നതിനേക്കാൾ ഒരു കാരണം നല്കുന്നത് പലപ്പോഴും സഫലമായേക്കാം. അതായത് വീണ്ടും നമ്മൾ എന്തു പറയുന്നു എന്നതിലല്ല എങ്ങനെ പറയുന്നു എന്നതിലാണ് കാര്യം.

താഴെ പറയുന്നവ തമ്മിലുള്ള വ്യത്യാസം ശ്രദ്ധിക്കൂ:

'നോക്കൂ, ഈ ചവറ്റുതൊട്ടി നിറഞ്ഞിരിക്കുന്നു.'

'നിങ്ങൾ എനിക്ക് ഈ ചവറ്റുതൊട്ടി ഒന്നു ഒഴിച്ചു തന്നിരുന്നെങ്കിൽ നന്നായിരുന്നു.'

അരുത്, ആയേക്കാം

അടക്കം നടിച്ചുകൊണ്ടുള്ള പ്രസ്താവനകൾ മറ്റു സേവനങ്ങളിലേയ്ക്കു നയിക്കുന്നു. ഉദാഹരണമായി:

'നിങ്ങൾ ഞങ്ങളുടെ ഉല്പന്നം ഇഷ്ടപ്പെടുന്നു എങ്കിൽ നിങ്ങൾ ഇത് വീണ്ടും വാങ്ങിയേക്കും.'

നമ്മുടെ മസ്തിഷ്കം നെഗറ്റീവ് ആയ ആജ്ഞകൾക്കനുസൃതമായി പ്രവർത്തിക്കാത്തതു കൊണ്ടു തന്നെ 'നിങ്ങൾ ഇന്നു തന്നെ ഇതു വാങ്ങണമെന്നില്ല' എന്നു പറയുന്നതിനു നമ്മൾ ആഗ്രഹിക്കുന്ന ഫലം ജനിപ്പിക്കുവാൻ സാധിച്ചേക്കും. വ്യത്യസ്തമായ രീതിയിൽ ആശയങ്ങൾ വെളിവാക്കുമ്പോൾ വ്യത്യസ്തമായ രീതിയിലായിരിക്കും അത് സ്വീകരിക്കപ്പെടുന്നതും, അതിനോട് പ്രതികരിക്കപ്പെടുന്നതും.

ആവാം, ഒരു പക്ഷേ

ആവാം, ഒരു പക്ഷേ എന്നീ ഭാഷാ രീതികൾ സൗമ്യമായ മട്ടിലുള്ള അനുശാസനത്തിനു സഹായകമാകുന്നു.

എവിടെ നിങ്ങൾക്ക് ഈ ഉല്പന്നം പ്രയോജനമാവാം എന്നു ചിന്തിക്കുവാനും ഒരു പക്ഷേ നിങ്ങൾ വീണ്ടും ഇതിനുവേണ്ടി വന്നേക്കുവാനും ഇടയുണ്ട്.

അനുശാസനത്തിനുള്ള മാർഗ്ഗങ്ങൾ

ഒരു വ്യക്തിയെ സ്വാധീനിക്കുന്നതിനു രണ്ടു പ്രധാന രീതികളാണുള്ളത്:

വ്യക്തവും യുക്തിപരവുമായ ചിന്തകൾ, സാമർത്ഥ്യ പരമായ യാഥാർത്ഥ്യങ്ങൾ, എണ്ണങ്ങൾ, ഒരു ഉല്പന്നത്തെക്കുറിച്ചുള്ള വിശദാംശങ്ങൾ എന്നിവ ഉൾപ്പെടുത്തിയുള്ള ഒരു നേർപാതയും, ആശയം വെളിച്ചത്തുകൊണ്ടു വരുമ്പോൾ നമ്മുടെ ശ്രദ്ധ വ്യതിചലിക്കപ്പെടുക, ഒരു പ്രസിദ്ധനായ വ്യക്തി ഒരു ഉല്പന്നം ഉപയോഗിക്കുന്നതിന്റെ ശുഭകരമായ അനുഭവവുമായി ബന്ധപ്പെടുത്തുക തുടങ്ങിയവ ഉൾപ്പെടുന്ന അനുബന്ധ പാതയും പരസ്യങ്ങളിൽ ഈ രണ്ടാമത്തെ രീതിയാണ് നമ്മുടെ ചിന്തകളെ പ്രലോഭിപ്പിക്കുന്നതിനായി ഉപയോഗിക്കുന്നത്.

മാനസികൈക്യം

ഉപഭോക്താവിൽ നമ്മുടെ ആശയങ്ങളെ ഉൾക്കൊള്ളുവാനുള്ള സന്നദ്ധത ഉളവാക്കുന്നതിനു അനുശാസനത്തിൽ മാനസികൈക്യം അനിവാര്യമാണ്. സുഹൃത്തുക്കളുടെ നിയമം തന്നെയാണ് അനുശാസനയുടെ നിയമവും. നമ്മൾ ഇഷ്ടപ്പെടുന്നതും വിശ്വസിക്കുന്നതുമായ ഒരു വ്യക്തി നമ്മോട് എന്തെങ്കിലും ചെയ്യുവാൻ ആവശ്യപ്പെടുമ്പോൾ നമ്മൾ അത് അംഗീകരിക്കുവാൻ കൂടുതൽ പ്രചോദിതരാകുന്നു. ഇതാണ് അനുശാസനയുടെ ആദ്യ ബന്ധം (വിശ്വാസം) അടുത്തത് വില്പന എന്ന സമ്പ്രദായം.

വിശ്വാസ്യത

ഒരു വ്യക്തിയെ അനുശാസിക്കുന്നതിനു വേണ്ടുന്ന ഒരു പ്രധാന ഗുണമാണ് വിശ്വാസ്യത.

ശ്രോതാവിനു വിശ്വസിക്കുവാൻ സാധിക്കുന്നതിനും ഉപരിയായുള്ള കാര്യങ്ങൾ പറയുവാൻ പാടില്ല എന്നതാണ് വിശ്വാസ്യതയുടെ ഒന്നാമത്തെ തത്വം. ഒന്നുകിൽ നമ്മൾ നമ്മുടേതായ വാദങ്ങൾ മാത്രം ഉപയോഗിക്കുന്നത് അല്ലെങ്കിൽ യുക്തിക്കും വിവേകത്തിനും നിരക്കാത്തവ ഉപയോഗിക്കുവാൻ ശ്രമിക്കുന്നതാണ് പ്രശ്നം. വിശ്വാസ്യത ഗ്രഹിക്കുന്ന വ്യക്തിയുടെ കണ്ണിലാണുള്ളത്. നമ്മൾ നമ്മെ ഗ്രഹിക്കുന്ന വ്യക്തിയുടെ നിലവാരം മാനിക്കാതിരിക്കുമ്പോൾ നമ്മൾ വിശ്വസനീയരായി അവർക്ക് തോന്നുകയില്ല വിശ്വാസ്യതയുടെ രണ്ടാമത്തെ തത്വമാണ് കൃത്യമാണെന്നു തോന്നിക്കുക എന്നതും. നമ്മൾ പറയാൻ ആഗ്രഹിക്കുന്നതിനേക്കാൾ കൂടുതൽ പറയാതെ കുറച്ച് പറയുക.

യുക്തിപരമായി പ്രവർത്തിക്കുന്ന യന്ത്രമായ കമ്പ്യൂട്ടറിൽ നിന്നും വ്യത്യസ്തമാണ് നമ്മുടെ മസ്തിഷ്കം. ഇത് ഒരു വ്യക്തിയുടെ അല്ലെങ്കിൽ ഒരു വസ്തുവിന്റെ വികാരങ്ങളും വിചാരങ്ങളും കണക്കിലെടുത്തതിനു ശേഷമാണ് യുക്തിപരമായ വിലയിരുത്തൽ നടത്തുന്നത്. അതുകൊണ്ടാണ് ആദ്യം യുക്തി ശേഷം വികാരം എന്നുള്ളത് ഒരു വെല്ലുവിളിയായി മാറുന്നത്. ചിന്തയും തീരുമാനങ്ങളും, പ്രവൃത്തികളും ഉളവാക്കുന്നതിനു വാദപ്രതിവാദത്തോടും, വസ്തുതകളോടും, യുക്തിപരമായുള്ള ഫ്ലോ ചാർട്ടോടും വിവേകത്തോടും കൂടി അനുശാസിക്കുക എന്നതാണ് നിയമം. ബിസിനസ്സിൽ നേതാക്കന്മാർ തീരുമാന രൂപീകരണത്തിൽ ഊന്നൽ നല്കുന്നത് യുക്തിക്കും കാരണത്തിനും ആണ് മാത്രമല്ല മനോവികാരങ്ങൾ വിവേകത്തിനു നാശം വിതയ്ക്കുന്നതായി വിശ്വസിക്കുവാനും ഉള്ള പ്രവണതയാണുള്ളത്. എന്നിരുന്നാലും 'ആദ്യം വികാരങ്ങൾ പിന്നീട് യുക്തി' എന്ന സമീപനമാണ് മനസ്സിലുള്ളത്. വികാരങ്ങൾ ആദ്യം പുറത്തേയ്ക്ക് വരികയും നമ്മുടെ പ്രവൃത്തികളേയും തീരുമാനങ്ങളേയും നയിക്കുകയും ചെയ്യുന്നു. ഇവ കൂടാതെയുള്ള തീരുമാന രൂപീകരണത്തിന് നമ്മൾ പ്രാപ്തരല്ല. വിവേകപൂർണമായ തീരുമാനങ്ങൾ എടുക്കുന്നതിനു നമ്മുടെ മസ്തിഷ്കത്തിനെ വികാരങ്ങളുമായി ബന്ധപ്പെട്ട ഭാഗമാണ് നമ്മൾ ഉപയോഗിക്കുന്നത്.

പലപ്പോഴും അനുശാസനത്തെ സ്വാധീനിക്കുന്നത് നമ്മുടെ ഉൾവിളികളും ബോധപൂർവ്വമുള്ള ചിന്തകളും തമ്മിലുള്ള വ്യത്യാസമാണ്. നമ്മുടെ യുകതിപരമായ ചിന്തകൾ എല്ലാം തന്നെ നമ്മുടെ ഈ ഉൾവിളികൾ ഉൾപ്പെട്ടിരിക്കുന്ന തലങ്ങളിൽ വച്ചായതുകൊണ്ട് അവ

ബോധതലത്തിൽ സുപ്രധാന തീരുമാനങ്ങളോടൊപ്പമുള്ള വിശ്വസ്തങ്ങളായ കഥകളോട് ഒരു പ്രത്യേക സ്നേഹ വാൽസല്യം ഉള്ളതായി കാണപ്പെടുന്നു.

എല്ലാ അനുശാസനാത്മകമായ വാദഗതിയിലും 3 അടിസ്ഥാന ഘടകങ്ങളാണ് അരിസ്റ്റോട്ടിൽ കണ്ടെത്തിയിട്ടുള്ളത്.

- **ഈത്തോസ് (Ethos):** ആരാണോ അനുശാസിക്കുവാൻ ശ്രമിക്കുന്നത് ആ വ്യക്തിയുടെ വിശ്വാസ്യത, പാണ്ഡിത്യം, പ്രാഗല്ഭ്യം, ഔന്നത്യം, അധികാരം.
- **ലോഗോസ് (Logos):** യുക്തിയെ ആകർഷിക്കൽ, ന്യായം, സർഗ്ഗാത്മകമായ ചിന്ത, വിവരങ്ങളും വസ്തുതകളും.
- **പാത്തോസ് (Pathos):** വികാരങ്ങളെ ആകർഷിക്കൽ, തീരുമാനങ്ങളേയും പ്രവൃത്തികളേയും സ്വാധീനിക്കുന്ന സർഗ്ഗാത്മകമല്ലാത്തതും ചിന്തിപ്പിക്കാത്തതുമായ പ്രചോദനങ്ങൾ.

റോൾഫ് ഡോബെല്ലി തന്റെ 'The Art of Thinking Clearly' എന്ന പുസ്തകത്തിൽ അവതരിപ്പിച്ചിരിക്കുന്ന രസകരമായ ഘടകമാണ് ഫോറർ എഫക്ട്. 1498 ൽ നടത്തിയ ഒരു പഠനത്തെ അടിസ്ഥാനമാക്കിയുള്ളതാണിത്. ഇവിടെ ഒരു മനശാസ്ത്രജ്ഞൻ തന്റെ വിദ്യാർത്ഥികൾക്ക് ജ്യോതിശാസ്ത്രത്തിൽ നിന്നും അടർത്തിയെടുത്ത വിവിധ പംക്തികൾ നല്കിയിട്ട് ഇത് അവരവരുടെ കാര്യങ്ങൾ ആയി കണക്കാക്കുവാൻ നിർദ്ദേശിച്ചു. അവരിൽ ഭൂരിഭാഗം പേരും ഇതിന് അഞ്ചിൽ നാല് മാർക്കും നല്കി അതായത് 86% ഓളം സ്കോർ നിലവാരം.

ജ്യോതിഷം, ജ്യോതിഷപ്രകാരമുള്ള ചികിൽസ, ഹസ്തരേഖാ ശാസ്ത്രം, ഭാവി പ്രവചന ചീട്ടുകൾ തുടങ്ങിയവ ഫലിക്കുന്നത് എന്തു കൊണ്ടാണ് എന്നുള്ളത് ഈ ഫോറർ എഫക്ട് വിശദീകരിക്കുന്നു.

ഇതിനുള്ള കാരണങ്ങളാണ്:

ഒന്നാമതായി ഭൂരിപക്ഷം ഫോറർ വാക്യങ്ങളും പൊതുവായുള്ളതും എല്ലാവരേയും സംബന്ധിക്കുന്നതുമാണ്.

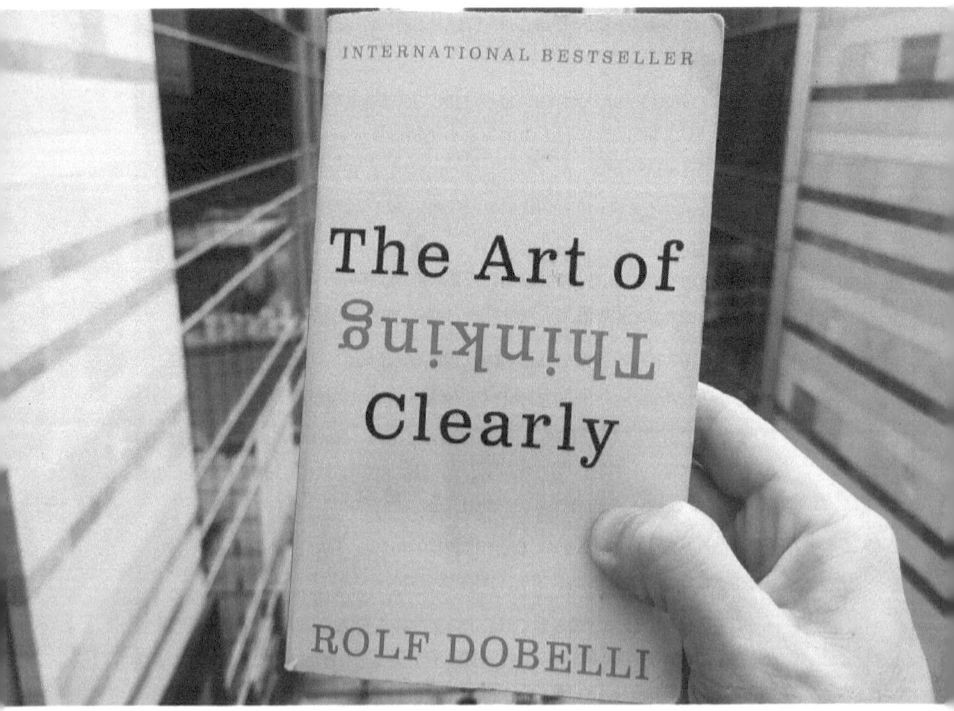

രണ്ടാമതായി നമ്മൾക്ക് അതിപ്രശംസകൾ അംഗീകരിക്കുവാനു ള്ള പ്രവണതയാണുള്ളത്. അത് നമ്മളെ ബാധിക്കുന്നവയല്ലെങ്കിൽ പോലും.

മൂന്നാമതായി, ശുഭലക്ഷണങ്ങളുടെ പ്രഭാവം നമ്മളിൽ നല്ലൊരു പങ്ക് വഹിക്കുന്നുണ്ട്. അശുഭകരങ്ങളായ പ്രസ്താവനകൾ ഒന്നും തന്നെ ഇതിൽ ഉൾപ്പെടുന്നില്ല. നമ്മൾ എന്താണ് എന്നതു മാത്രമാണ് ഇത് പ്രതിപാദിക്കുന്നത്. മാത്രമല്ല വിശിഷ്ട ലക്ഷണങ്ങളുടെ അഭാവം നമ്മളെ എളുപ്പത്തിൽ സ്വാധീനിക്കുന്നു.

നാലാമതായി എല്ലാ തെറ്റിദ്ധാരണകളുടേയും സൃഷ്ടികർത്താവ്. ദൃഢീകരണം (confirmation) എന്ന പ്രവണത ഓർക്കുക. നമ്മുടെ ചിന്തകൾക്ക് യോജിച്ചവ നമ്മൾ അംഗീകരിക്കുകയും ബാക്കിയുള്ളവ ഉപബോധമനസ്സാൽ അരിച്ചുമാറ്റപ്പെടുകയും ചെയ്യുന്നു. അവശേഷിക്കു ന്നത് ഒരു യുക്തിപരമായ ഛായാചിത്രവും.

ഡോബെല്ലിയുടെ അഭിപ്രായത്തിലുള്ള മറ്റൊരു ഘടകമാണ് ഹ്യൂ റിസ്റ്റിക്സ് (അനുഭവങ്ങളുടെ അടിസ്ഥാനത്തിൽ തെറ്റുതിരുത്തലുകൾ നടത്തുന്ന രീതി) എന്നറിയപ്പെടുന്ന സ്വാധീനങ്ങൾ അല്ലെങ്കിൽ അനു ശാസനകൾ. നമ്മൾ വേഗത്തിൽ തീരുമാനങ്ങൾ എടുക്കുന്നവരുടെ പിന്തുടർച്ചക്കാരാണ്. അതുകൊണ്ടു തന്നെ വിശ്വസിച്ച് ആശ്രയിക്കു ന്നത് കുറുക്കുവഴികളെയാണ്. ഏറ്റവും പ്രസിദ്ധമായവ ലേബലുകൾ, ചട്ടക്കൂടുകൾ, വിധിന്യായങ്ങൾ തുടങ്ങിയ എഫെക്റ്റ് ഹ്യൂറിസ്റ്റിക്കുകൾ ആണ്. ഒരു എഫെക്റ്റ് എന്നാൽ നമ്മൾ ഇഷ്ടപ്പെടുന്നതോ ഇഷ്ടപ്പെ ടാത്തതോ ആയ നൈമിഷികമായ വിധിന്യായം ആണ്. ഇത് ഒരു തരത്തിൽ ഒരു ആത്മനിഷ്ഠമായ നങ്കൂരം പോലെ പ്രവർത്തിക്കുന്നു. വെടിവയ്പ്പ് എന്നത് അശുഭസൂചനയും, ആഡംബരസമൃദ്ധി എന്നത് ശുഭ സൂചനയും ആണ്.

ആദ്യ ധാരണയുടെ അടിസ്ഥാന പ്രഭാവങ്ങളാണ് പ്രൈമസി എഫക്ടും, റീസൻസി എഫക്ടും. കമ്പനികളുടേയും, സ്ഥാപനങ്ങ ളുടേയും ആസ്ഥാനങ്ങളും പ്രവേശന മുറികളും ആകർഷണീയവും മനോഹരങ്ങളുമായ ഫർണിച്ചറുകളും, അഴകും സാമർത്ഥ്യവും ഉള്ള റിസപ്ഷനിസ്റ്റുകളേയും കൊണ്ട് സജ്ജമാക്കിയിരിക്കുന്നതിനു ള്ള കാരണവും ഇതാണ്. പ്രൈമസി എഫക്ടിനു പുറമേ ഏറ്റവും അടുത്ത കാലത്തുള്ള വിഷയങ്ങൾ അല്ലെങ്കിൽ കൂട്ടിച്ചേർക്കലുകൾ ഇവയെ പെട്ടെന്ന് ഓർക്കുന്നതിനും നമ്മളെ അതിലേയ്ക്ക് ആകർ ഷിക്കുന്നതിനും പ്രയോജനപ്രദമാണ്. ഇത് എന്തുകൊണ്ടെന്നാൽ ദീർഘകാലത്തേക്കാൾ കൂടുതൽ നമ്മുടെ ഓർമ്മശക്തി ഊർജ്ജി തമായിരിക്കുന്നത് ഹ്രസ്വകാലത്തിലാണ്. അതുപോലെ തന്നെ

പുതിയ വിവരങ്ങൾ കൂട്ടിച്ചേർക്കുമ്പോൾ പഴയവസ്തു മങ്ങൽ ഏല്പ്പിക്കുകയും ചെയ്യുന്നു. നമ്മൾ ധാരണകളുടെ ഒരു നിരയെ അടിസ്ഥാനമാക്കി ഒരു നാടകീയവും ആകർഷണീയവുമായ ഒരു തീരുമാനം രൂപീകരിക്കുമ്പോൾ പ്രൈമസി ഫാക്ടർ റീസൻസി ഫാക്ടറിനെ അതിക്രമിച്ച് പുറത്താക്കുന്നു. ഇത് കുറേക്കാലം മുൻപ് ചെയ്യുമ്പോൾ ഇതുപോലെ തിരിച്ചും. ഇത് ആദ്യ ധാരണയും അവസാന ധാരണയും പോലെയാണ്, ഇവയ്ക്കിടയിലുള്ള യഥാർത്ഥ ഘടകം വിചിത്രമായി ഇല്ലാതാകുന്നു.

ചില സന്ദർഭങ്ങളിൽ ഇവയിലേയ്ക്ക് ഒരു പ്രസക്തമായ ഘടകം കൂട്ടിച്ചേർക്കുന്നു. ചട്ടക്കൂടുകളുടെയും ചട്ടക്കൂടുകളുടെ പുനരാവിഷ്കരണത്തിന്റേയും മാസ്മരികമായ ലോകം. ഒരു വ്യക്തിയുടെ കണ്ണുകളെ അല്ലെങ്കിൽ ശ്രദ്ധയെ ആകർഷിക്കുന്ന ഒരു പ്രമുഖ സവിശേഷതയെ അല്ലെങ്കിൽ ഒരു പ്രധാന സ്വഭാവത്തെയാണ് ഇത് പരാമർശിക്കുന്നത്. ഒരു തരത്തിലുള്ള ചട്ടക്കൂടുകളുടെ പ്രഭാവം, ഇത് അർഹിക്കുന്നതിലും കൂടുതൽ ശ്രദ്ധ ആകർഷിക്കുന്ന സ്വഭാവ സവിശേഷത ഉറപ്പുവരുത്തുന്നു. നമ്മുടെ മുൻവിധികൾ രൂപീകരിച്ചിരിക്കുന്ന രീതിയിൽ ആണിത്.

ഈ പ്രസക്ത ഘടകത്തിന്റെ സ്വാധീനം കൊണ്ട് നമ്മൾ അനുശാസിക്കപ്പെടുന്നത് നമ്മുടെ ഭൂതകാലത്തെ എങ്ങനെ വ്യാഖ്യാനിക്കുന്നു എന്നതിൽ മാത്രമല്ല ഭാവികാലത്തെ എങ്ങനെ വിഭാവനം ചെയ്യുന്നു എന്നതിൽക്കൂടിയാണ്. വ്യവസായികൾ എന്തുകൊണ്ടാണ് ആശ്ചര്യകരമായ വാർത്തകളോട് വളരെ പെട്ടെന്ന് പ്രതികരിക്കുന്നത് എന്നുള്ളത് ഇത് വിശദീകരിക്കുന്നു. ഈ പ്രസക്ത ഘടകത്തിനു നമ്മൾ എങ്ങനെയാണ് ചിന്തിക്കുന്നതും പ്രവർത്തിക്കുന്നതും എന്നുള്ളതിലും എന്തുകൊണ്ടാണ് നമ്മളിൽ വളരെ പ്രാധാന്യം ഇല്ലാത്തവയേയും മന്ദഗതിയിൽ വികസിക്കുന്നവയേയും, വ്യതിരിക്തമായ ഘടകങ്ങളേയും അവഗണിക്കുവാനുള്ള പ്രവണതയുള്ളത് എന്നുള്ളതിലും ഒരു ക്രമാതീതമായ സ്വാധീനമാണ് ഇതിനുള്ളത്.

അനുശാസനയുടെ ഉത്തേജന തത്വങ്ങൾ

ചിന്ത കൂടാതെയുള്ള ഒരു തീരുമാനത്തിലേയ്ക്ക് മനസ്സിനെ തിരിക്കുകയും സ്വാധീനം ചെലുത്തുന്നതിനുവേണ്ടി തത്ക്ഷണം സമ്മതിക്കുന്ന തരത്തിൽ ആക്കിത്തീർക്കുകയും ചെയ്യുന്ന ഏതൊരു ഉദ്ദീപനത്തേയും ഒരു ട്രിഗ്ഗർ എന്നു പറയുന്നു.

ഒരു ഉത്തേജനം നമ്മെ ഉത്തേജിപ്പിക്കുമ്പോൾ അഭ്യർത്ഥനകൾക്ക് വഴങ്ങുന്ന തരത്തിലാണ് നമ്മെ മുൻകൂട്ടി ചിട്ടപ്പെടുത്തിയിരിക്കുന്നത്.

മാത്രമല്ല ഇത് നമ്മൾക്ക് ഉചിതമായ തീരുമാനങ്ങളെ അല്ലെങ്കിൽ പ്രവർത്തിക്കേണ്ട കാര്യങ്ങളെ വളരെ വേഗത്തിൽ മനസ്സിലാക്കി അനുഭവവേദ്യമാക്കുന്നതിനു സഹായിക്കുന്നു. മാനസിക പ്രവർത്തന ങ്ങളുടെ കഷ്ടതയും പരിശ്രമവും ഒഴിവാക്കുവാനുള്ള ഒരു തരത്തിലുള്ള ഒരു കുറുക്കു വഴിയാണിത്. നമ്മൾ ഓരോരുത്തർക്കും അസംഖ്യം ഉത്തേജനങ്ങളാണുള്ളത്. ഇവയിൽ ചിലവ സർവ്വ സാധാരണവും.

താരതമ്യ തത്വം

രണ്ടു വസ്തുക്കൾ ഒന്നിനു പിറകെ ഒന്നായി പ്രദർശിപ്പിച്ചു കൊണ്ട് അവ തമ്മിലുള്ള വ്യത്യാസത്തിനു പ്രത്യേക പ്രാധാന്യം നൽകിക്കൊ ണ്ട് സ്വാധീനം ചെലുത്തുന്നു. ഈ ഉത്തേജനം പകരമുള്ളതിനേക്കാൾ കൂടുതൽ അഭിലഷണീയം എന്ന അനുപാതത്തിൽ ചിന്തിപ്പിക്കുന്നു. ഇത് സ്വയമേ തന്നെ വഴങ്ങുന്ന ഒരു തന്ത്രമാണ്. നമ്മൾ ഈ അനു പാതത്തെ എങ്ങനെ വിഭാവനം ചെയ്യുന്നു എന്നുള്ളതാണ് പ്രധാനം. കൂടുതൽ ശ്രമാവഹമായ സമീപനത്തെ ആദ്യവും പിന്നാലെ നമ്മൾ യഥാർത്ഥത്തിൽ ആഗ്രഹിക്കുന്നതിനെയും പ്രദർശിപ്പിക്കുക. ആദ്യം ഒരു വിലകുറഞ്ഞ ഉല്പന്നം പ്രദർശിപ്പിച്ച ശേഷം ഒരു വിലകൂടിയ ഉല്പന്നത്തെ പ്രദർശിപ്പിക്കുന്നത് രണ്ടാമത്തേതിനു വില വളരെക്കൂ ടുതൽ ആണ് എന്ന് തോന്നിപ്പിക്കുന്നു. ഇതു പോലെ തിരിച്ചും. മിക്ക കാർ വില്പനക്കാരും അധിഷനലായുള്ള സാധനങ്ങളെക്കുറിച്ചുള്ള വിവരങ്ങൾ നല്കുന്നത് കാർ വില്പന ചെയ്തതിനു ശേഷം മാത്രമായി രിക്കും കാരണം ഇവയുടെ വില കാറിന്റെ വിലയുമായി താരതമ്യം ചെയ്യുമ്പോൾ വളരെ തുച്ഛമായിരിക്കും.

പരസ്പര വിനിമയ ഉത്തേജനം

ആഗോള വ്യാപകവും ശക്തവുമായ ആന്തരിക ഉത്തേജനങ്ങളിൽ വളരെ ശക്തമായ ഒന്നാണിത്. കൊടുക്കൽ വാങ്ങലിന്റെ അല്ലെങ്കിൽ ഒന്നിനു പകരം മറ്റൊന്ന് എന്ന തത്വമാണിത്. മറ്റൊരു വ്യക്തി നമുക്ക് നൽകിയ അതേ തരത്തിൽ തന്നെ നമ്മൾ മടക്കി കൊടുക്കണം എന്നുള്ളതാണ് ഈ തത്വം പറയുന്നത്. റോബർട്ട് സിയാൽഡിനി യുടെ അഭിപ്രായത്തിൽ ആളുകൾക്ക് മറ്റൊരു വ്യക്തിയുമായി കടപ്പെ ട്ടുകൊണ്ട് നിലകൊള്ളുന്നതിനു അങ്ങേയറ്റം ബുദ്ധിമുട്ടാണുള്ളത്.

പലപ്പോഴും ഒരു അഭ്യർത്ഥനയ്ക്ക് അനുകൂലമായുള്ള പ്രതികരണം ലഭ്യമാക്കുന്നതിനു ഒരു അതിശയാവഹമായ ശക്തിയാണുള്ളത്. ഇവിടെ കടപ്പാട് എന്ന മാനസികാവസ്ഥ ഇല്ലായിരുന്നെങ്കിൽ ഈ അഭ്യർത്ഥന തീർച്ചയായും നിരസിച്ചേക്കുമായിരുന്നു. ഒരു

പ്രത്യുപകാരം ചെയ്യുവാനുള്ള ധാർമ്മിക ബാധ്യത പലപ്പോഴും നിരസിച്ചേക്കുവാനിടയുള്ള അഭ്യർത്ഥനകളിൽ അനുകൂലമായുള്ള പ്രതികരണം ഉളവാക്കുന്നു.

വാണിഭക്കാർ ഒരു ഉല്പന്നത്തെക്കുറിച്ചുള്ള വിവരം നൽകുന്നതിനു വേണ്ടി സമീപിക്കുമ്പോൾ ബോണസ് ഗിഫ്റ്റുകളും സൗജന്യ സാമ്പിളുകളും നൽകുന്നത് ഒരു ഗിഫ്റ്റിൽ അന്തർലീനമായിരിക്കുന്ന കടപ്പാടിന്റെ ശക്തിയെ പുറത്തുകൊണ്ടുവരാൻ വേണ്ടിയാണ്. ഓർക്കുക 'പ്രത്യുപകാരം ചെയ്യുക എന്നുള്ള കടമയാണ്' ഇവിടത്തെ സത്ത്. എന്നിരുന്നാലും 'സ്വീകരിക്കുവാനുള്ള കടമ' ആരിലാണ് നമ്മൾ കടപ്പെടുവാൻ ആഗ്രഹിക്കുന്നത് എന്നത് തിരഞ്ഞെടുക്കുവാനുള്ള കഴിവിനെ കുറയ്ക്കുകയും ചൂഷണം ചെയ്യുകയും ചെയ്യുന്നു.

ആനുകൂല്യ ഉത്തേജനം (Reciprocal Concessions)

ആദ്യം ഒരു വലിയ തുകയോ ആനുകൂല്യങ്ങളോ അഭ്യർത്ഥിക്കുകയും പിന്നീട് ഈ അഭ്യർത്ഥനയിൽ കുറവു വരുത്തുന്നതും വഴി താരതമ്യത്തിന്റേയും പരസ്പര വിനിമയത്തിന്റേയും ശക്തിയിൽ വ്യാപൃതമാകുന്നു എന്നതാണ് ഈ തന്ത്രത്തിന്റെ ഭംഗി.

പരസ്പര പൂരകങ്ങളായ ആനുകൂല്യങ്ങൾ

തിരസ്കരണത്തിനു ശേഷം പിന്തിരിയൽ (Rejection-then-retreat)

നമ്മുടെ സാധ്യതകൾ വർദ്ധിപ്പിക്കുന്നതിനു വേണ്ടി ഒരു വലിയ അഭ്യർത്ഥന നടത്തുക അപ്പോൾ അത് നിരസിക്കപ്പെട്ടതിനു ശേഷം നമ്മൾക്ക് യഥാർഥത്തിൽ താല്പര്യമുള്ള ചെറിയ അഭ്യർത്ഥന നടത്തുക. ഇതിനു അനുകൂല ഉത്തേജനവുമായി ചെറിയൊരു ബന്ധം ഉണ്ട്.

സമൂഹ മനോഭാവം (Group mentality)

ഇതിലെ അനുമാനം എന്തെന്നാൽ, ധാരാളം ആളുകൾ ഒരേ കാര്യം ചെയ്യുകയാണെങ്കിൽ അവർ പൊതുവിലുള്ള അറിവിൽ വിശ്വസിക്കുകയും, നമുക്ക് അറിയാത്ത എന്തോ ഒരു കാര്യം അവർക്കറിയാം എന്നു ചിന്തിക്കുകയും ചെയ്യുന്നു. ഇത് ഒരു സമൂഹത്താൽ നിർണയിക്കപ്പെട്ട പ്രതിഭാസം പോലെയാണ്. ഇവിടെ മറ്റുള്ളവർ ചെയ്യുന്ന കാര്യങ്ങൾ കണ്ടാണ് ആളുകൾ പ്രവർത്തിക്കുന്നത്. ഉദാഹരണമായി ഒരു പരീക്ഷണത്തിൽ ഒന്നോ അതിലധികമോ പങ്കാളികൾ ആകാശത്തേയ്ക്ക് നോക്കുകയാണെങ്കിൽ അവർ എന്താണ് നോക്കിയത് എന്നു കാണുവാൻ വേണ്ടി മറ്റുള്ളവരും ആകാശത്തേയ്ക്ക് നോക്കാനിടയുണ്ട്.

ഒരു സന്ദർഭത്തിൽ ഈ പരീക്ഷണം നിർത്തേണ്ടിവന്നു എന്തെന്നാൽ അവിടെ വലിയ ട്രാഫിക് ജാം ഉണ്ടായി.

സൗഹൃദ ഉത്തേജനം (Friendship trigger)

നമ്മൾ ഇഷ്ടപ്പെടുന്ന വ്യക്തികളാൽ നമ്മൾ വളരെ എളുപ്പത്തിൽ സ്വാധീനിക്കപ്പെടുമ്പോഴാണ് ഇത് പ്രാവർത്തികമാകുന്നത് മാത്രമല്ല താല്പര്യം എന്നത് മറ്റുള്ള ഉത്തേജനങ്ങൾക്കുള്ള ഒരു മുൻഉപാധിയാണ്. കൂട്ടുകെട്ടുകളും പൊതുതാല്പര്യങ്ങളും കണ്ടെത്തുകയും നമ്മൾ സ്വാധീനിക്കാൻ ആഗ്രഹിക്കുന്ന വ്യക്തികളെ ശ്രദ്ധിക്കുകയും ചെയ്യുക. ടപ്പർ വെയർ പാർട്ടി ഇപ്പോഴും ഓർക്കുന്നവർക്ക് മനസ്സിലാക്കുവാൻ സാധിക്കും ഈ താല്പര്യ തത്വം ഉപയോഗിച്ചുള്ള തൊഴിൽ പരമായ ചൂഷണത്തിന്റെ വ്യക്തമായ ചിത്രീകരണങ്ങളാണ് ടപ്പർ വെയർ പാർട്ടിയും, ഫെയ്സ് ബുക്കും.

സദൃശപരമായ പശ്ചാത്തലവും താല്പര്യങ്ങളും ഇഷ്ടത്തിലും വഴങ്ങലിലും കൗശലപരമായ വർദ്ധനവ് വരുത്തുന്നതിനു സഹായിക്കുന്നു. കച്ചവടക്കാരായ വ്യക്തികൾ ചീഫ് എക്സിക്യൂട്ടീവ് ഓഫീസർമാരുടെ കാർ പാർക്ക് സന്ദർശിച്ച് അവരുടെ കാറിനകത്തുള്ള ടെന്നിസ് റാക്കറ്റുകളോ, സ്പോർട്സ് മാഗസിനുകളോ അല്ലെങ്കിൽ ഒഴിവു സമയങ്ങളിൽ വായിക്കുന്ന മറ്റു മാഗസിനുകളോ ഒക്കെ ശ്രദ്ധിച്ച ശേഷം അവരെ സന്ദർശിക്കുമ്പോൾ സന്ദർഭോചിതമായി ഈ വിഷയത്തെ ആസ്പദമാക്കി സംഭാഷണം നടത്തുകയും ചെയ്യുന്നു.

ദൃഢീകരണ പ്രവണത (Confirmation bias)

ഒരു തരത്തിലുള്ള ചട്ടക്കൂട് വിവിധ ആശയങ്ങളുടെ കലവറയാണെന്നു മാത്രമല്ല; എല്ലാവിധ മിഥ്യാബോധങ്ങളുടേയും ഉറവിടം കൂടിയാണ്. ഇവിടെ നമ്മൾ എല്ലാ പുതിയ വിവരങ്ങളേയും നമ്മളിൽ ഇതിനു മുൻപേ തന്നെ നിലനില്ക്കുന്ന സിദ്ധാന്തങ്ങളിലേയ്ക്കും, ദൃഢവിശ്വാസങ്ങളിലേയ്ക്കും, ധാരണകളിലേയ്ക്കും പരിഭാഷപ്പെടുത്തുകയും ഇതിനു വിപരീതമായിട്ടുള്ളവയെ അരിച്ചുമാറ്റുകയും ചെയ്യുന്നു.

'മനുഷ്യനെ മികച്ചവർ ആക്കുന്നത് പുതിയ വിവരങ്ങളുടെ ഈ പരിഭാഷയാണ് അതുകൊണ്ടുതന്നെ അവരുടെ മുൻപേയുള്ള നിർണയങ്ങൾ കുറ്റമറ്റതാണ്'' വാറൻ ബഫറ്റ്.

അധികാര ഉത്തേജനം (Authority trigger)

അധികാരവും, വിശ്വാസ്യതയും, പ്രാപ്തിയും ഉണ്ടെന്നു നമ്മൾ വിശ്വസിക്കുന്നവരിൽ നമ്മൾ തന്നത്താനെ വഴങ്ങുന്നു. ഇതു സംഭവിക്കുന്നത് നമ്മൾ ചിന്തിക്കാതെ പ്രതികരിക്കുമ്പോഴാണ്.

ഹാലോ എഫക്ട് (Halo effect)

ഒരു വ്യക്തിയുടെ സൗന്ദര്യം, പൊക്കം തുടങ്ങിയ വിശേഷ ലക്ഷണങ്ങൾ കാഴ്ചയിൽ മുന്നിട്ട നില്ക്കുമ്പോൾ ആണ് ഇത് പ്രാവർത്തികമാകുന്നത്. ഏറ്റവും പുതിയതും വിലപിടിപ്പുള്ളതുമായ ഫാഷനുകൾ പദവിയും സ്ഥാനമാനങ്ങളും സൂചിപ്പിക്കുന്നു. പ്രശസ്തമായ കാറുകളുടെ ഉടമസ്ഥർക്ക് നമ്മളിൽ നിന്നും ഒരു പ്രത്യേക ആദരവ് ലഭിക്കാറുണ്ട്.

ദൗർലഭ്യ ഉത്തേജനം (Scarcity trigger)

ഏതൊരു വസ്തുവും അത് ഇനി ലഭ്യമല്ല എന്നു നമ്മൾക്ക് ബോധ്യമാകുമ്പോൾ നമ്മൾ അതിനെ ഇഷ്ടപ്പെടുന്നു.

പരിമിതമായ എണ്ണം എന്ന തന്ത്രം (Limited edition tactic)

ഒരു ഉല്പന്നത്തിന്റെ വിതരണം വളരെക്കുറവാകുന്ന സന്ദർഭങ്ങളിൽ ഇത് പ്രാവർത്തികമാകുന്നു. കട അടച്ചുപൂട്ടുന്ന സന്ദർഭങ്ങളിലും മറ്റും ഉള്ള വില്പനകളിൽ ഈ തന്ത്രമാണ് പ്രാവർത്തികമാകുന്നത്. ഇവിടെ ദുർലഭമായ ഒരു വസ്തു അനുഭവിക്കുന്നതിലല്ല സന്തോഷം ലഭിക്കുന്നത്. മറിച്ച് ഇത് കൈവശമുള്ളതിലാണ്.

പ്രതിബദ്ധതയും സ്ഥിരതയും (Commitment & consistency)

ആളുകൾ വാചികമായോ രേഖയാലോ ഒരു ആശയത്തിനുവേണ്ടിയോ ലക്ഷ്യത്തിനു വേണ്ടിയോ ചുമതല ഏറ്റെടുത്തിരിക്കുകയാണെകിൽ അവർക്ക് സ്വാഭാവികമായും ആദരവും പ്രതിബദ്ധതയും ഉണ്ടായിരിക്കും. എന്തെന്നാൽ ആ ലക്ഷ്യം അല്ലെങ്കിൽ ആശയം സ്ഥാപിക്കുക എന്നത് അയാളുടെ സ്വന്തം പ്രതിച്ഛായയുമായി ബന്ധപ്പെട്ട കാര്യമാണ്. അവർ സമ്മതിച്ചു കഴിഞ്ഞ ശേഷം യഥാർത്ഥ പ്രോൽസാഹനമോ പ്രചോദനമോ നീക്കം ചെയ്തിരുന്നാലും അവർ ആ ഉടമ്പടി തുടർന്നും അംഗീകരിക്കും.

സ്ഥിരത (Consistency)

നമ്മുടെ ആന്തരിക നിർദ്ദേശ സമ്പ്രദായം നമ്മുടേതായ രീതിയിൽ തുടരുവാൻ നമ്മെ നിർബന്ധിക്കുന്നു. സ്ഥിരത, അനുവർത്തനം തുടങ്ങിയ നിശ്ചയ ദാർഢ്യങ്ങൾ നമ്മുടെ മസ്തിഷ്കത്തിൽ ഉറച്ചിരിക്കുന്നവയാണ്. ഇവയെ നിയന്ത്രിക്കുന്നത് അമിഗ്ഡാല എന്ന മസ്തിഷ്ക ഭാഗമാണ്. അമിഗ്ഡാല ഏതൊരു യുക്തിപരമായ കാരണത്തേയും സ്വീകരിക്കുകയും നിസംശയം ഈ വിവരങ്ങളെ സെറിബ്രൽ കോർട്ടെക്സിലേയ്ക്ക് അയക്കാതെ തന്നെ പ്രാവർത്തികമാക്കുന്നു. ഇതാണ് പലപ്പോഴും ഒരു സ്ഥിരതയുണ്ടാക്കിയെടുത്തശേഷം (ഒരു നിക്ഷേപത്തിലൂടെയോ ഒരു ഉറപ്പിലൂടെയോ) ഇത് സാധ്യമാക്കുന്നത് പലപ്പോഴും തൊട്ടു മുൻപത്തേതിനേക്കാൾ

ന്യായമെന്ന സ്ഥാപിക്കുന്നതിനും കൂടുതൽ ആത്മവിശ്വാസത്തിനും പിന്തുണയ്ക്കും വഴിയൊരുക്കുന്നു.

പ്രതീക്ഷ (Hope)

സന്തോഷത്തിനുവേണ്ടിയുള്ള സ്ഥായിയായ ആഗ്രഹമാണ് ലോട്ടറികൾ, ചൂതുകളി, പെട്ടെന്നു പണമുണ്ടാക്കാവുന്ന ചില വിദ്യകൾ തുടങ്ങിയ പോലുള്ള ഈ ശക്തമായ പ്രതീക്ഷ എന്ന ഉത്തേജനത്തിന്റെ അടിസ്ഥാനം.

നമ്മുടെ ആഗ്രഹങ്ങളും, പ്രതീക്ഷകളും, സ്വപ്നങ്ങളും, ഒക്കെ മനസ്സിലാക്കാൻ കഴിയുന്നതായി നമുക്ക് തോന്നുന്ന വ്യക്തികളാൽ നമ്മൾ പ്രവർത്തിക്കുന്നതിനു മുൻപ് വളരെ വിരളമായി വിശ്വസിച്ച് ആശ്രയിക്കുന്ന ബുദ്ധിപൂർവ്വമായ ചിന്തകൾ കൂടാതെ, തിരിച്ചറിയൽ സംബന്ധിച്ച ചിന്തകളാലും നമ്മൾ വളരെ എളുപ്പത്തിൽ അനുശാസിക്കപ്പെടുന്നു. വൈറ്റമിൻ ഇന്റസ്ട്രികളും കോസ്മെറ്റിക് ഇന്റസ്ട്രികളും പുഷ്ടിപ്പെടുന്നത് അവരുടെ വാണിജ്യ ഉത്തേജന സന്ദേശങ്ങളായ ശക്തമായ പ്രതീക്ഷകളുടേയും ആഗ്രഹങ്ങളുടേയും പുറത്താണ്. ഇതിൽ നമ്മൾ യുക്തിചിന്തയോ കാരണങ്ങളോ ഒട്ടും തന്നെ ഉപയോഗിക്കാറില്ല.

അടുത്തതായി സ്ലിം ബോഡി എന്ന മിഥ്യാബോധം ആണ്. ഇവിടെ സൗന്ദര്യ സംബന്ധവും, ആരോഗ്യ സംബന്ധവും ആയ ഉല്പന്നങ്ങളുടെ പരസ്യങ്ങളിൽ അഭിനയിപ്പിക്കുന്ന മോഡലുകളെ അടിസ്ഥാനമാക്കിയുള്ളതാണിത്. ഈ വ്യക്തികൾ ഇത് ഉപയോഗിച്ചതുകൊണ്ടല്ല ഇങ്ങനെയായത്. അവർ ഇതിനു മുൻപും ഇങ്ങനെ തന്നെയായിരുന്നു എന്നുള്ളത് നമ്മൾ യഥാർത്ഥത്തിൽ ചിന്തിക്കാറില്ല. ഒരു സാധാരണക്കാരനായ വ്യക്തിയെ ഒരു മോഡലായി തിരഞ്ഞെടുക്കുന്നത് നമ്മൾ എപ്പോഴെങ്കിലും കണ്ടിട്ടുണ്ടോ? യഥാർത്ഥത്തിലുള്ള ചോദ്യം എന്തെന്നാൽ ഈ സുപ്രസിദ്ധരായ വ്യക്തികൾക്ക് എത്രമാത്രമാണ് ചെലവഴിക്കുന്നത് എന്നുള്ളതും, അവർ പ്രചരിപ്പിക്കുന്ന ഈ ഉല്പന്നങ്ങൾ അവരിൽ എത്രപേർ ഉപയോഗിക്കുന്നുണ്ട് എന്നുള്ളതുമാണ്.

പെരുമാറ്റത്തിന്റെ ഏറ്റവും സമർത്ഥമായ അവസ്ഥ എന്ന നിലയിലും സാധാരണ പല സന്ദർഭങ്ങളിലും ആവശ്യമായത് എന്ന നിലയിലും മിക്കവാറും എല്ലാവിധ മാനുഷിക പ്രവൃത്തികളിലും മുഖ്യമാണ് ഈ സ്വയം പ്രവർത്തിക്കുന്ന സ്റ്റീരിയോ ടൈപ്പ് പെരുമാറ്റം. ഇത് എന്തുകൊണ്ടെന്നാൽ ചില സന്ദർഭങ്ങളിൽ നമുക്ക് എല്ലാ വശങ്ങളും മനോവിശകലനം നടത്താൻ സാധിക്കാത്തതിനാൽ കുറുക്കു വഴികൾ ആവശ്യമാണ്. അതുകൊണ്ടു തന്നെ

ചില മുഖ്യ ഉത്തേജക ഘടകങ്ങൾക്കനുസരിച്ച് വിഷയങ്ങളെ തരം തിരിക്കുവാൻ ഈ സ്റ്റീരിയോ ടൈപ്പ് നിയമങ്ങളും ചട്ടക്കൂടുകളും ഉപയോഗപ്പെടുത്തുകയും ഇവയിൽ ഏതെങ്കിലും ഉത്തേജകങ്ങൾ സന്നിഹിതമാകുമ്പോൾ ഭൂരിപക്ഷവും മനസ്സ് കൂടാതെ (ഉപബോധ മനസ്സാൽ) പ്രതികരിക്കുകയും ചെയ്യുന്നു.

ഇത്തരം ഉത്തേജകങ്ങളെക്കുറിച്ച് ബോധവാനാകുക എന്നതാണ് ഇവിടത്തെ ആശയം. അപ്പോൾ ഭാവിയിൽ, നമ്മുടെ നേട്ടത്തിനായി ഒരു നൈമിഷിക നിശബ്ദതയ്ക്കു ശേഷം സാഹചര്യത്തിനു യോജിച്ച രീതിയിലും വ്യക്തതയോടു കൂടിയും പ്രതികരിക്കുവാൻ നമ്മൾ പ്രാപ്തരായേക്കും.

6

പ്രേരണ: മാതൃകാപരമായ മാനസികാവസ്ഥയിൽ എത്തിക്കുന്ന കല

By changing the default setting
you can change the behaviour

Rolf Dobelli

NLPയിൽ പ്രേരണ എന്നതു പരാമർശിക്കുന്നത് ഒരു അനുഭവത്തിന്റെ ഏതൊരു ഘടകത്തിനും (ഇന്ദ്രിയ സംബന്ധമായ) ആ അനുഭവത്തെ മൊത്തമായി പുനർജനിപ്പിക്കുവാൻ കഴിയുന്ന സ്വാഭാവിക പ്രവർത്തനത്തെക്കുറിച്ചാണ്. പലപ്പോഴും ഒരു പൂർണ അനുഭവത്തിനു പ്രേരകമാകുന്ന ആന്തരികമോ ബാഹ്യമോ ആയ ചിത്രീകരണമാണ് ഇത് പരാമർശിക്കുന്നത്.

പഞ്ചേന്ദ്രിയങ്ങളിൽ ഏതിനാണ് നമ്മെ ഏറ്റവും ഉത്തേജിപ്പിക്കുവാൻ കഴിയുക എന്നതും ഒരു പെരുമാറ്റം നമ്മൾക്ക് എങ്ങനെ ഫലപ്രദമാകുന്നു എന്നതും നിർണയിക്കുന്നത് നമ്മുടെ മാനസികാവസ്ഥയാണ്.

മാനസികാവസ്ഥ നിലനിർത്തുന്നതിലും മാറ്റങ്ങൾ വരുത്തുന്നതിലും ശാരീരികാവസ്ഥയ്ക്കുള്ള പ്രാധാന്യം NLP അംഗീകരിച്ചിട്ടുണ്ട്. ശാരീരികമായ കാര്യങ്ങളിൻമേൽ മനസ്സിന്റെ സ്വാധീനവും അതുപോലെ തന്നെ പ്രധാനമാണ്. അതുകൊണ്ട് നാം ചെയ്യുന്ന ഏത് കാര്യവും ഫലപ്രദമാകണമെങ്കിൽ ഒരു ഉത്തമമാനസികാവസ്ഥ കൈവരിക്കേണ്ടത് അത്യാവശ്യമാണ്.

നിങ്ങൾ നല്ല മാനസികാവസ്ഥയിൽ അല്ലെന്നും അതുമൂലം നിങ്ങളുടെ ജോലി സമയത്ത് തീർക്കാൻ പറ്റില്ലെന്നും ഒന്ന് സങ്കല്പിച്ചു നോക്കു. പെട്ടെന്ന് നിങ്ങളുടെ ഭൂതകാലത്തെ ഒരു നല്ല സമയത്ത്കേട്ട ഒരു പാട്ട് വീണ്ടും കേൾക്കുന്നു എന്നിരിക്കട്ടെ. ഉടൻതന്നെ നമ്മുടെ മാനസികാവസ്ഥയിൽ ഒരു മാറ്റം വരുകയും മുമ്പത്തേതുപോലെ ഉൻമേഷകരമായ അവസ്ഥയിൽ എത്തിച്ചേരുകയും ചെയ്യുന്നു.

നമ്മുടെ ചുറ്റുപാടുകൾ ശ്രദ്ധിക്കുകയാണെങ്കിൽ മേൽപ്പറഞ്ഞതു പോലെയുള്ള അനുഭവം പ്രദാനം ചെയ്യുന്ന പല വസ്തുതകളും നമുക്ക് കണ്ടെത്താൻ കഴിയും. ഇത് ഒരു ശബ്ദമോ, സ്പർശമോ, ദൃശ്യമോ, ഗന്ധമോ അല്ലെങ്കിൽ എന്തെങ്കിലുമൊരു രുചിയോ ആകാം. പക്ഷേ, ഇവ ഓരോരുത്തരിലും വ്യത്യാസപ്പെട്ടിരിക്കുന്നു.

ഇനി നമ്മൾ ഇതുപോലൊരു അനുഭവം മനപ്പൂർവ്വം സൃഷ്ടിക്കുന്നു എന്നിരിക്കട്ടെ. അവയും നമുക്ക് ഇതേ അനുഭൂതിയാണ് പ്രദാനം ചെയ്യുന്നത്. ഇത്തരത്തിലുള്ള അനുഭവങ്ങൾ നമ്മെ ഉത്തേജിപ്പിക്കുന്ന പ്രേരകങ്ങളാകുന്നു. ഇത്തരത്തിലുള്ള ഒരു അവസ്ഥ സൃഷ്ടിച്ചെടുക്കുന്ന പ്രക്രിയയാണ് ആങ്കറിംഗ് അഥവാ പ്രേരണ. ഒരു തവണ ഒരു പ്രേരകം രൂപപ്പെട്ടുകിട്ടിയാൽ പിന്നിട് എപ്പോൾ വേണമെങ്കിലും ആ അനുഭവം സ്വായത്തമാക്കുവാൻ അത് ഉപയോഗിക്കാവുന്നതാണ്. നമ്മൾ ഒരാളെ സാന്ത്വനിപ്പിക്കാനോ അയാളുടെ ആത്മ വിശ്വാസം വർദ്ധിപ്പിക്കാനോ ശ്രമിക്കുമ്പോഴെല്ലാം, ആശ്വാസവചനങ്ങൾ സഹായകരമാകണമെന്നില്ല. എന്നാൽ നേരത്തെ പരീക്ഷിച്ച് വിജയിച്ച ഒരു പ്രേരകം ഈ സമയത്ത് ഉപയുക്തമായിരിക്കും.

പരിശീലന ക്രമം: നിങ്ങൾ ഇപ്പോൾ കൈവരിക്കാനാഗ്രഹിക്കുന്നതിന് സമാനമായ നല്ല ഒരു അനുഭവം ഭൂതകാലത്തിൽ നിന്നും ഓർത്തെടുക്കു. നിങ്ങൾ കൈവരിക്കുവാൻ ആഗ്രഹിച്ച ആ മനോഹരമായ അനുഭവം ഓർമ്മയിൽ എത്തിക്കഴിയുമ്പോൾ, നിങ്ങൾക്കപ്പോൾ കാണാൻ സാധിക്കുന്നത് പൂർണ്ണമായും കാണുക(ദാർശനിക സ്വഭാവമുള്ള വ്യക്തി); നിങ്ങൾക്കപ്പോൾ കേൾക്കാൻ സാധിക്കുന്നത് പൂർണ്ണമായും കേൾക്കു; (ശ്രവണ സംബന്ധിയായ വ്യക്തി). നിങ്ങൾക്കപ്പോൾ അനുഭവിച്ചറിയാൻ സാധിക്കുന്നത് പൂർണ്ണമായും അനുഭവിച്ചറിയൂ (അനുഭവ സംബന്ധിയായ വ്യക്തി).

നിങ്ങളുടെ മനസ്സിലുള്ള ചിത്രത്തിന്റേയും, ശബ്ദങ്ങളുടേയും അനുഭവങ്ങളുടേയും വിശദാംശക്രമീകരണങ്ങൾ (finetuning) നടത്തുന്നതു പോലെ ഉപേന്ദ്രിയങ്ങളുടെ സഹായത്തോടുകൂടി ഒരു അനുഭവത്തിന്റെ തീവ്രത വർദ്ധിപ്പിച്ചു നോക്കു. മസ്തിഷ്കത്തിനു യാഥാർത്ഥ്യവും നമ്മൾ വിശ്വസിപ്പിച്ചെടുക്കുന്നതും തമ്മിൽ വേർ

തിരിച്ചറിയുവാൻ കഴിയാത്തതു കൊണ്ട് ഇത് കൂടുതൽ ഫലപ്രദമാകുന്നതിനുവേണ്ടി ഈ അനുഭവത്തിന്റെ ഘടകങ്ങളിൽ അതിശയോക്തി കലർത്താൻ കൂടി കഴിയുന്നതാണ്. ഇത് യാഥാർത്ഥ്യമല്ല ഒരു പ്രതീതി മാത്രമാണ് ഇതാണ് പ്രേരണ.

നിങ്ങൾ ആ അനുഭവത്തിൽ പൂർണ്ണമായും എത്തിച്ചേരുന്ന സമയത്ത്, നിങ്ങളുടെ വിരൽത്തുമ്പിലോ മറ്റോ ചെറുതായൊന്ന് അമർത്തു. നിങ്ങൾ ഇപ്പോൾ ചെയ്തത് നിങ്ങൾക്കുണ്ടായ ആ മനോഹരമായ അനുഭവത്തെയും നിങ്ങളുടെ വിരൽത്തുമ്പിലനുഭവപ്പെട്ട മർദ്ദത്തെയും പരസ്പരം ബന്ധപ്പെടുത്തുകയാണ് . സാധിക്കുമ്പോഴെല്ലാം ഇത് പരിശീലിക്കുക. അതായത് നിങ്ങൾ ആ വിരൽത്തുമ്പിൽ അമർത്തുമ്പോഴെല്ലാം മനോഹരമായ ആ അനുഭൂതി നിങ്ങളിലെത്തുന്നു.

'മനസ്സിൽനിന്ന ശരീരത്തിലേയ്ക്ക്'(mind to muscle) എന്ന തത്വം പിന്തുടരുമ്പോൾ മാത്രമാണ് പ്രേരണകൾ ഫലവത്താകുന്നത്. നമ്മുടെ ഇന്ദ്രിയ സ്മരണകൾ പല പ്രാവശ്യം ഗാഢമായി അനുഭവിച്ചറിയേണ്ടതുണ്ട്. ഒരു പ്രേരണയുടെ നിർമ്മിതിക്ക് ഒരു അനുഭവത്തെ എടുത്ത് ശാരീരിക അനുഭവ മസ്തിഷ്ക സ്ഥാനത്തിലേയ്ക്ക് (felt muscle memory) കടത്തിവിടേണ്ടതുണ്ട്.

നിങ്ങളുടെ മാനസിക ശാരീരിക വ്യവസ്ഥയിലേയ്ക്ക് നിങ്ങളുടെ ശുഭ ചിന്തകളെ സംഭരിക്കുന്നതിനു വേണ്ടി നമ്മുടെ കമ്പ്യൂട്ടറിൽ സേവ് ബട്ടൺ ഉപയോഗിക്കുന്നത് പോലെയാണ് പ്രേരണകൾ. എല്ലാ ചടങ്ങുകൾക്കും മുന്നോടിയായുള്ള ക്രീഡകളും പരസ്യങ്ങളും പ്രേരണകളായി പ്രവർത്തിക്കുന്നു.

പ്രേരണകൾ കൂടുതൽ ഫലപ്രദമാകുന്ന അവസരങ്ങളാണ്:

- **വ്യതിരിക്തമായ:** ദൈനംദിന വ്യവഹാരങ്ങളിൽ നിന്നോ ശബ്ദങ്ങളിൽ നിന്നോ ചിത്രങ്ങളിൽ നിന്നോ വ്യത്യസ്തമായ അവസരങ്ങളിൽ.
- **വിശിഷ്ടമായ:** നിങ്ങൾക്ക് ഏറ്റവും ശ്രേഷ്ടമായ അവസരങ്ങളിൽ.
- **തീവ്രമായ:** നിങ്ങൾ പൂർണമായും സ്പഷ്ടമായും മൂർധന്യാവസ്ഥ അനുഭവിച്ചപ്പോൾ ചിട്ടപ്പെടുത്തിയ അവസരങ്ങളിൽ.
- **സന്ദർഭോചിതമായ:** ഒരു പങ്കാളിത്തത്തിനു ഏറ്റവും ഉചിതമായ സന്ദർഭം മനസ്സിലാകിയ അവസരത്തിൽ ദൃഢീകരിച്ച: ഇതു ഉപയോഗിക്കുക അല്ലെങ്കിൽ നിങ്ങൾക്ക് ഇത് നഷ്ടപ്പെടും എന്ന അവസരത്തിൽനിങ്ങൾ ഉറങ്ങാൻ പോകുമ്പോൾ ഒരു അത്ഭുതം നടന്നതായി സങ്കല്പിക്കുക. രാവിലെ ഉണർന്നെഴുന്നേല്ക്കുമ്പോൾ നിങ്ങളുടെ എല്ലാ സ്വപ്നങ്ങളും സാക്ഷാത്കരിക്കപ്പെട്ടിരിക്കുന്നതായും ഒന്നു സങ്കല്പിച്ചു നോക്കു. ഇത് എങ്ങനെയായിരിക്കും നിങ്ങൾ കാണുന്നത്, കേൾക്കുന്നത് അനുഭവിക്കുന്നത്. ഇതിനെയും ഒരു പ്രേരണയാക്കാവുന്നതാണ്.

വിവിധതരം പ്രേരണകൾ

- **സമാകലനം സംഭവിക്കുന്ന പ്രേരണകൾ (Collapsing Anchors):** നിരീക്ഷണത്തിന്റെ (അഭിപ്രായ പ്രകടനത്തിന്റെ) അടിസ്ഥാനത്തിൽ, പരസ്പര വിരുദ്ധങ്ങളായ രണ്ട് അവസ്ഥകൾ ഒരേ വേളയിൽ നിലകൊള്ളാൻ

നിർബന്ധിക്കപ്പെട്ടാൽ അവ പരസ്പരം ഭേദഗതിവരുത്തി മൂന്നാമതൊരവസ്ഥയെ നവീകരിച്ചെടുക്കുന്നു. അത് ആദ്യത്തെ രണ്ടിന്റേയും സമാകലനം ആയിരിക്കും. ഇതിൽ ശുഭാവസ്ഥ എതിരായ അവസ്ഥയേക്കാൾ പലമടങ്ങ് ശക്തമായിരിക്കണം. അതുകൊണ്ടുതന്നെ നിഷേധാത്മകാവസ്ഥ സങ്കോചിച്ച് ശക്തമായ ശുഭാവസ്ഥയിൽ ലയിക്കുന്നു.

- **സ്ഥാനം സംബന്ധിച്ച പ്രേരണകൾ (Positional Anchors):** വ്യക്തികളുടെ സന്തുഷ്ടമായ മാനസികാവസ്ഥ ഒരു നിശ്ചിത സ്ഥാനത്തിൽ ഒരു നിശ്ചിത സ്വരം, പെരുമാറ്റം, ശരീരചലനങ്ങൾ എന്നിവയുമായി ബന്ധപ്പെട്ടിരിക്കുന്നു. അതുകൊണ്ട് അത്രത്തോളം സന്തുഷ്ടകരമല്ലാത്തതും എന്നാൽ ചെയ്യേണ്ടതുമായ ഒരു കാര്യം അതേ സ്ഥാനത്തിൽ അതേ സ്വരവും, പെരുമാറ്റവും, ശരീരചലനങ്ങളും ഉപയോഗിക്കുകയാണെങ്കിൽ അതിനെയും സന്തുഷ്ടകരമാക്കി മാറ്റുവാൻ കഴിയും. ഈ സന്ദർഭത്തിൽ അതിന്റെ ഉള്ളടക്കമല്ല സ്ഥാനമാണ് പ്രേരണ.
- **വീക്ഷണപരമായ പ്രേരണകൾ (Perceptual Anchors):** കുടുംബപ്രശ്നങ്ങളുടെ പരിഹാരത്തിനും സന്ധിസംഭാഷണങ്ങളിലും ഇത് വളരെയധികം ഉപയോഗപ്രദമാണ്. എതിർഭാഗത്തുള്ള വ്യക്തിയുടെ അഭിപ്രായത്തേയോ അവബോധത്തേയോ ബഹുമാനിക്കുവാൻ കഴിയുന്നതിനു നിങ്ങളെ ഭൗതികമായി എതിർഭാഗത്തുള്ള വ്യക്തിയുടെ സ്ഥാനത്ത് സ്ഥാപിക്കുകയും അയാളുടെ ചിന്താരീതി തിരിച്ചറിയുകയും ചെയ്യുക. നിങ്ങളുടെ യഥാർത്ഥ സ്ഥാനത്തിലേയ്ക്കുള്ള തിരിച്ചുവരവിൽ രണ്ടു ഭാഗത്തേയും അഭിപ്രായത്തെ മാനിച്ച് അർഹമായ പ്രതിഫലം നേടത്തക്ക വിധത്തിൽ കൂടുതൽ അയവുള്ളതായ ഒരു ചിന്താരീതി കൈവശപ്പെടുത്തുവാൻ കഴിഞ്ഞിരിക്കും.
- **പ്രേരണകളുടെ മിശ്രണം (Mixing / Jumbling Anchors):** പ്രേരണകൾ പരസ്പരം കൂട്ടിക്കലർത്തുന്നതിലൂടെ ഒരു പുതിയ അവസ്ഥയുടെ രൂപീകരണത്തിനു സഹായകമാകുന്നു. ഒരു അശുഭ അനുഭവത്തെ അനുക്രമമായ തന്ത്രങ്ങളായി അടർത്തിയെടുത്ത് ഓരോ ഘട്ടത്തിലും പ്രേരണ നല്കുക. ഈ ക്രമം പിന്നീട് കൂടിക്കുഴയുന്നു അതുകൊണ്ടുതന്നെ നിഷേധാത്മകമായ പെരുമാറ്റത്തിന്റെ പഴയ ക്രമത്തിലേയ്ക്ക് കൊണ്ടുവരുവാനുള്ള ഉത്തേജനങ്ങൾ പരാജയപ്പെടുന്നു.

- **പ്രേരണാ സഞ്ചയം (Stacking Anchors):** പ്രേരണകളെക്കൂമ്പാരമാക്കാൻ കഴിയുന്ന അതായത് നിരവധി പ്രേരണകളെ ഒരേ ഉത്തേജനസ്ഥാനത്ത് ക്രമീകരിക്കുന്നതിലൂടെ അവയുടെ ദൃഢതയും വ്യക്തതയും സംയോജിക്കുന്നു. പ്രേരണകളെ കൂമ്പാരമാക്കുന്നതിനു പ്രേരണയായ ഒരു അനുഭവത്തിലേയ്ക്ക് അതേ ഉത്തേജന ശ്രേണിയിൽപ്പെട്ട നിരവധി പ്രേരണകൾ ഘടിപ്പിക്കുന്നു.
- **പ്രേരണാ ശ്രേണി (Chaining Anchors):** ഇതിൽ ഉൾപ്പെടുന്നത് നിരവധി പ്രേരണകളുടെ ഉപയോഗമാണ്. ഇവിടെ ഒന്ന് സ്വാഭാവികമായും മറ്റൊന്നിലേയ്ക്ക് നയിക്കുന്ന സന്ദർഭങ്ങളിൽ പ്രേരണാ സഞ്ചയപ്രക്രിയ സമാന്തരമായി പ്രവർത്തിക്കുന്നു. ഒന്നിനു ശേഷം ഒന്നൊന്നായി പ്രേരണകൾ അനുക്രമമായി ശൃംഘലയാക്കുന്നു.
- **തെന്നുന്ന പ്രേരണകൾ (Sliding Anchors):** ശുഭ ചിന്തകളുടെ അല്ലെങ്കിൽ ചിത്രങ്ങളുടെ ഒരു പരമ്പര ഒരേ ദിശയിൽ സമാന്തരമായി തിരിച്ചറിയുകയും പ്രേരണയാവുകയും ചെയ്യുന്നു. ഒരോ പ്രാവശ്യം ഒരോ പ്രേരണയുടേയും ഫലം കൈവരിച്ചു കഴിയുമ്പോഴും ഗുണം കൂടിവരുന്ന ക്രമത്തിൽ പ്രേരണകൾ തുടരെ തെന്നിത്തെന്നി ഏറിവരുന്നു. ഇത് ഒരു ഗുണസമ്മിശ്രത ഉറപ്പുവരുത്തുന്നു.
- **സമഭാവ പ്രേരണകൾ (Netural Anchors):** ഒരാൾക്ക് അശുഭമായ മാനസികാവസ്ഥയിൽ നിന്നും അകന്നുമാറുന്നതിന് (വിയോജിക്കുന്നതിന്) സമഭാവപ്രേരണകൾ ഉണ്ടാകുക എന്നത് അത്യാവശ്യമാണ്.

ഒരു സന്ദർഭം, ഒരു കളിക്കാരൻ കളിക്കുന്ന സമയത്ത് കുപിതനാകുകയോ അസ്വസ്ഥനാകുകയോ ചെയ്യുന്നതുമൂലം അയാൾക്ക് ഏകാഗ്രത നഷ്ടപ്പെടുന്നു. അയാൾ കർമഭാഗമായി ഏകാഗ്രനാവാൻ ശ്രമിക്കുമ്പോഴും ദേഷ്യത്തിന്റെ ശക്തിയിൽ ഇത് പ്രതികൂല ഫലം ജനിപ്പിക്കുന്നു. ഇവിടെ ഏകാഗ്ര പ്രേരണ ക്രുദ്ധമായ അവസ്ഥയുമായി ബന്ധപ്പെട്ടിരിക്കുന്നു. ഒരു സമഭാവപ്രേരണ ഒരു തമാശയോ രസകരമായ സംഭവമോ ആകാം. അത് ഒരു വ്യക്തിയെ അശുഭമായ മാനസിക ചട്ടക്കൂടിൽ നിന്നും അകന്നു മാറുന്നതിനു സഹായകമാകുന്നു. അപ്പോൾ നിങ്ങൾക്ക് ഏകാഗ്ര പ്രേരണ (Concetnration Anchor) കൂടുതൽ പ്രയോജനകരമായി ഉപയോഗിക്കുവാൻ കഴിയും.

ശുഭപ്രേരണകൾ അശുഭപ്രേരണകളേക്കാൾ ശക്തമാണെന്നത് ഉറപ്പുവരുത്തേണ്ടതുണ്ട് എന്നതാണ് ഈ പ്രേരണാ പ്രക്രിയയിലെ ഒരു പ്രധാന മുൻകരുതൽ. ഒരു അശുഭാനുഭവത്തെ ശക്തമായ ഒരു ശുഭാനുഭവം കൊണ്ട് നാഡീശാസ്ത്രപരമായി നേർപ്പിച്ചെടുക്കുകയാണ് നിങ്ങൾ ചെയ്യുന്നത്.

7

ചിന്താശൈലികൾ

There is nothing good or bad.
But thinking makes it so.

William Shakespeare

നമ്മുടെ ചിന്താ (പഠന) ശൈലികൾ നമ്മൾ എങ്ങനെ നമ്മളുടെ യാഥാർത്ഥ്യത്തെ (ഇന്ദ്രിയ) ഗ്രഹിക്കുന്നു എന്നതിനേയും വിവരങ്ങളെ എങ്ങനെ പ്രവർത്തിപ്പിച്ച് ക്രമീകരിക്കുന്നു (മസ്തിഷ്ക പ്രാധാന്യം) എന്നതിനേയും ആശ്രയിച്ചിരിക്കും.

നമ്മുടെ പെരുമാറ്റത്തിൽ മസ്തിഷ്കാർത്ഥഗോളത്തിന്റെ ശ്രേഷ്ഠ സ്വാധീനം തിരിച്ചറിയുമ്പോഴാണ് നമ്മുടെ ചിന്താ ശൈലികളുടെ പ്രാധാന്യം സ്പഷ്ടമാകുന്നത്. മസ്തിഷ്കത്തെ മൊത്തമായി അപ്രധാന അർത്ഥഗോളത്തിന്റെ ബന്ധം മെച്ചപ്പെടുത്തുമ്പോൾ നമ്മുടെ പ്രവർത്തനക്ഷമതയിൽ മാതൃകാപരമായ നൈപുണ്യവ്യതിയാനം സംഭവിക്കുന്നു.

കൊണക്ടികൂട്ട് യൂണിവേഴ്സിറ്റിയിലെ പ്രൊഫ. ആന്റണി ഗ്രിഗറിയുടെ അഭിപ്രായത്തിൽ രണ്ടുതരം മസ്തിഷ്ക അധീശത്വ പ്രവണതകളാണുള്ളത് - യാഥാർത്ഥ്യവും (Concrete) ആദർശപരവുമായ (Abstract) കാഴ്ചപ്പാടുകളും; അഖണ്ഡവും (Seqential) ആകസ്മികവും (Random) ആയ ക്രമീകരണങ്ങളും.

ഈ ചിന്താരീതികളെ അടിസ്ഥാനമാക്കി ആളുകളെ നാല് തരത്തിൽ തിരിക്കാം.

അഖണ്ഡയാഥാർത്ഥ്യബോധമുള്ളവർ

ഇവർ തുടർന്നു വരുന്നതും ക്രമീകൃതവുമായ ചിന്ത പുലർത്തുന്നു. വിവരങ്ങൾ ഓർത്തു വയ്ക്കുന്നു; വസ്തുതകളും കണക്കുകളും സൂത്രവാക്യങ്ങളും മനസ്സിൽ സൂക്ഷിക്കുന്നു ; ഓരോ ചുവടിലും പരിപൂർണ്ണതയ്ക്കായി ശ്രമിക്കുന്നു ; നിശ്ചിത നിർദ്ദേശങ്ങളും ചട്ടവട്ടങ്ങളും ഇഷ്ടപ്പെടുന്നു.

അഖണ്ഡവും ആദർശപരവുമായ ചിന്താഗതിക്കാർ

യാഥാർത്ഥ്യം ഒന്നുകിൽ സാമാന്യതത്വമോ അല്ലെങ്കിൽ ആദർശപരമായ ചിന്തയോ ആണ്. ഇവർ ശരിയായി ക്രമീകരിക്കപ്പെട്ട ആളുകളെയും സംഭവങ്ങളെയും മാനിക്കുന്നു. തത്വാധിഷ്ഠിതമായി ചിന്തിക്കുകയും, വിവരങ്ങൾ വിശകലനം ചെയ്യുകയും ചെയ്യുന്നു. ധാരാളം വായിക്കുകയും ഗവേഷണപ്രക്രിയകളിൽ അവഗാഹമുണ്ടായിരിക്കുകയും ചെയ്യുന്നു; ചിന്ത യുക്തിയുക്തവും ബുദ്ധിപരവുമായിരിക്കും.

യാദൃച്ഛികമായുണ്ടാകുന്ന യാഥാർത്ഥ്യബോധം

തെറ്റു തിരുത്തി മുന്നോട്ട് പോകുന്ന പരീക്ഷണങ്ങൾക്കു മുതിരുന്ന പ്രകൃതമായതിനാൽ സമയനഷ്ടം സംഭവിക്കുന്നു. തങ്ങൾക്കിഷ്ടമുള്ള രീതിയിൽ കാര്യങ്ങൾ ചെയ്യുവാൻ ഇഷ്ടപ്പെടുന്നു. അതായത്, ലക്ഷ്യത്തെക്കാൾ മാർഗ്ഗത്തിനു സാധൂകരണം നൽകുന്നു; പൊതുവിൽ സഹജാവബോധവും സർഗ്ഗാത്മകത്വവും പുലർത്തുന്നു.

യാദൃച്ഛികമായുണ്ടാകുന്ന ആദർശപരമായ ചിന്താഗതിക്കാർ

ഇവരുടെ യാഥാർത്ഥ്യങ്ങൾ വികാരങ്ങൾക്കും അനുഭവങ്ങൾക്കും അനുസരിച്ചായിരിക്കും. ആശയങ്ങളും വിവരങ്ങളും പ്രതിഫലിപ്പിക്കുന്ന പ്രകൃതം. ചിലപ്പോൾ കാര്യങ്ങൾ ചെയ്യുവാൻ ധാരാളം സമയമെടുക്കുന്നു. ഇത് അവർക്കു മറ്റു വഴികളില്ല എന്നു ധ്വനിപ്പിക്കുന്നു; വ്യക്തികളെ ഉൾക്കൊള്ളുന്ന വിവരങ്ങൾകൊണ്ട് തൃപ്തരാകുന്നു; ചിട്ടവട്ടങ്ങൾക്കനുസരിച്ചുള്ള ഒരു അന്തരീക്ഷത്തിൽ സങ്കോചിക്കപ്പെട്ടതുപോലെ തോന്നിപ്പിക്കുന്നു.

ഉപരിപ്രക്രിയകളുടെ(Meta-programs) വിസ്മയ ലോകം

ടി. വിയിലെ വിവിധ ചാനലുകൾ മാറിമാറി കാണുമ്പോൾ, ഒരേ കാര്യം തന്നെ വിവിധ ചാനലുകൾ വിവിധതരത്തിലാണ് അവതരിപ്പിക്കുന്നതെന്ന് നമുക്ക് മനസ്സിലാക്കുവാൻ സാധിക്കുന്നു. ഉപരിപ്രവർത്തനങ്ങളും ഇതുപോലെയാണ് അനുഭവവേദ്യമാകുന്നത്. രണ്ടുപേർ, ഒരേ കാര്യത്തോട് വ്യത്യസ്തരീതിയിൽ പ്രതികരിക്കുന്നതിനു കാരണമെന്തെന്ന് ഇവ വിശദീകരിക്കുന്നു.

നമ്മൾ ഒരു വ്യക്തിയെക്കുറിച്ച് അല്ലെങ്കിൽ എന്തിനെയെങ്കിലും കുറിച്ച് ചിന്തിക്കുമ്പോൾ എപ്പോൾ, എവിടെ, എങ്ങനെ, എന്തു ചെയ്തു തുടങ്ങിയ ചിന്തകൾ നമ്മൾ എങ്ങനെ ഉപസംഹരിക്കുന്നു എന്നതിനേയും തുടർന്ന് നമ്മുടെ പെരുമാറ്റത്തേയും സ്വാധീനിക്കുന്നു. ഇവ നമ്മുടെ മാനസിക നടപടിക്രമങ്ങൾ രൂപവല്ക്കരിക്കുന്നു.

ഈ മാനസിക നടപടിക്രമങ്ങൾക്കും ഉപരിയായുള്ള മാതൃകയാണ് മെറ്റാ പ്രോഗ്രാമുകൾ എന്നു പറയുന്നത്. ഈ മാനസിക നടപടിക്രമങ്ങളെക്കുറിച്ചുള്ള പ്രസ്താവിക്കലും ഉയർന്നതലത്തിലുള്ള വേർതിരിക്കലുമാണ് അവയ്ക്കുള്ളത്. ഇക്കാരണത്താൽ മെറ്റാ പ്രോഗ്രാമുകൾ എന്ന പേരു വന്നു.

കമ്പ്യൂട്ടറിൽ മറ്റുള്ള പ്രോഗ്രാമുകളെ ചിട്ടപ്പെടുത്തുവാൻ സഹായിക്കുന്നത് ഓപറേറ്റിംഗ് സിസ്റ്റംസ് ആണ്. എന്നാൽ ഇവിടെ നമ്മുടെ മനസ്സിലുള്ള പ്രോഗ്രാമിനെ നിയന്ത്രിക്കുന്നത് മെറ്റാപ്രോഗ്രാമുകൾ ആണ്. ഇത് ഓപറേറ്റിംഗ് സിസ്റ്റംസ് പോലെയാണ്.

മെറ്റാപ്രോഗ്രാമുകൾ ഒരു തരത്തിൽ ചിന്തനത്തെക്കുറിച്ചുള്ള ചിന്തയാണ്. ഇവയാണ് എന്ത്, എങ്ങനെ, ഏതു തരത്തിലുള്ള വിവരങ്ങളാണ് കടത്തിവിടേണ്ടത് എന്നു തീരുമാനിക്കുന്നതിനുപയോഗിക്കുന്ന അഗാധമായ ഇന്ദ്രിയാവബോധ അരിപ്പകൾ. അവ ലോകത്തെ അരിച്ച്, ചിന്തകളേയും പെരുമാറ്റത്തേയും നമ്മൾ പരിചയിച്ച മാതൃകയിൽ വ്യവസ്ഥാനുസൃതമായി രൂപപ്പെടുത്തി നമ്മുടെ ശ്രദ്ധയെ നയിക്കുന്നു.

ഏറ്റവും ആഴത്തിൽ സ്വാധീനിക്കുന്ന കാഴ്ചപ്പാടിന്റെ വിവേചകങ്ങളാണ് ഉപരി പ്രവർത്തനങ്ങൾ. നാം എന്തിലേയ്ക്ക് ശ്രദ്ധ കേന്ദ്രീകരിക്കണമെന്ന് തീരുമാനിക്കുവാൻ നമ്മെ സഹായിക്കുന്ന ആന്തരിക ക്രമീകരണങ്ങളാണിവ. സാധാരണഗതിയിൽ ഉള്ളടക്കത്തിൽ നിന്ന് വിമുക്തവും സാഹചര്യത്തിനനുസൃതവും എന്നാണ് ഉപരി പ്രവർത്തനങ്ങളെപ്പറ്റി പറയുക.

അതുകൊണ്ടുതന്നെ ശ്രദ്ധയുടെ പ്രവർത്തനങ്ങൾ അഥവാ ശീലങ്ങൾ ആണ് മെറ്റാ പ്രോഗ്രാമുകൾ; എന്തൊക്കെ നമ്മൾ ശ്രദ്ധ കൊടുക്കുന്നു എന്നതും എന്തൊക്കെ അരിച്ചു മാറ്റുന്നു എന്നതും കേന്ദ്രീകരിക്കുന്നതിനുവേണ്ടിയാണ് നമ്മുടെ ബോധമനസ്സിനെ രൂപീകരിച്ചിരിക്കുന്നത്. എങ്ങനെ, എപ്പോൾ ആ കേന്ദ്രീകരണത്തെ തിരഞ്ഞെടുക്കപ്പെട്ടതാക്കാം? നമ്മുടെ ബോധമനസ്സിനു 7 ± -2 (ഏഴിനേക്കാൾ രണ്ട് കൂടുതലോ കുറവോ) ചിത്രീകരണങ്ങളേ തിരഞ്ഞെടുക്കുവാൻ കഴിയുകയുള്ളൂ. ഓരോ നിമിഷവും അതിർവരമ്പുകളില്ലാത്ത ഇന്ദ്രിയ സംബന്ധമായ തിരഞ്ഞെടുക്കലുകളാൽ

നമ്മൾ സംഭ്രമിക്കപ്പെട്ടേക്കാം. ദശലക്ഷക്കണക്കിന് വിവര ശകലങ്ങൾ ഓരോ നിമിഷവും നമ്മുടെ ഇന്ദ്രിയങ്ങളിൽ ചിന്നിച്ചിതറുന്നു. നമ്മുടെ ബോധമനസ്സിനു ഒരേ സമയം അഞ്ചിനും ഒൻപതിനും ഇടയ്ക്ക് വിവരശകലങ്ങൾ മാത്രമേ കൈകാര്യം ചെയ്യുവാൻ സാധിക്കുകയുള്ളൂ. അതായത് ഒരു വലിയ അളവ് വിവരങ്ങൾ അരിച്ചുമാറ്റപ്പെടുന്നു.

ഓർക്കുക നമ്മുടെ ഉപബോധമനസ്സിന് ഒരു തവണ ദശലക്ഷക്കണക്കിനു ഇന്ദ്രിയ ചിത്രീകരണങ്ങൾ കൈകാര്യം ചെയ്യുവാൻ കഴിയും. മെറ്റാ പ്രോഗ്രാമുകൾ ഇവയെ ഉചിതമായ രീതിയിൽ പ്രയോജനപ്പെടുത്തുന്നതിനു നമ്മെ സഹായിക്കുന്നു.

ഒരു വ്യക്തി എങ്ങനെ, ഗ്രഹിച്ച്, ചിന്തിച്ച്, അനുഭവിച്ച് വാചികവും അവാചികവുമായ പെരുമാറ്റം പ്രകടമാക്കുന്നു എന്നതിനുള്ള മാതൃകകളാണ് മെറ്റാപ്രോഗ്രാമുകൾ. ഇന്ദ്രിയ ഗോചരമായ തെരഞ്ഞെടുപ്പുകളുടെ സംയോഗം പോലെ മെറ്റാപ്രോഗ്രാമുകളുടെ വിവിധ സംയോഗം എല്ലാവരിലും ഉണ്ട്. ഇവയെ മെറ്റാപ്രൊഫൈലുകൾ (രൂപരേഖകൾ) ആയാണ് പരാമർശിച്ചിരിക്കുന്നത്. മെറ്റാ പ്രൊഫൈൽ എന്നാൽ നിരവധി പ്രോഗ്രാമുകളുടെ സംയോഗമാണ്. ഇവ പൊതുവെ ഒരു വ്യക്തി ഗ്രഹിക്കുകയും, ചിന്തിക്കുകയും, അനുഭവിക്കുകയും, പെരുമാറുകയും ചെയ്യുന്ന രീതികളെ വിശേഷിപ്പിക്കുന്നു. ഒരു വ്യക്തിയുടെ മെറ്റാ പ്രൊഫൈലിനെ ആ വ്യക്തിയുടെ ചിന്താശൈലി എന്നും പറയാവുന്നതാണ്.

മസ്തിഷ്കം ഒരു കമ്പ്യൂട്ടർ എന്ന നിലയിൽ മസ്തിഷ്കത്തെ പലപ്പോഴും ഒരു ഇലക്ട്രോണിക് കമ്പ്യൂട്ടർ ആയാണ് പരാമർശിച്ചിരിക്കുന്നത്. ഇതിന് വിൻഡോസ്, ലിനക്സ് അല്ലെങ്കിൽ യുനിക്സ് ഇതുപോലുള്ള ഓപറേറ്റിംഗ് സിസ്റ്റംസ് ഉള്ളതായി നമുക്ക് ചിന്തിക്കാവുന്നതാണ്. ഈ ഓപറേറ്റിംഗ് സിസ്റ്റം ഹാർഡ്‌വെയറിനു മനസ്സിലാകുവാൻ കഴിയുന്ന ഭാഷയിലേയ്ക്ക് (മെഷീൻഭാഷ) സോഫ്റ്റ്‌വെയറിന്റെ നിർദ്ദേശങ്ങൾ തർജ്ജിമ ചെയ്തുകൊണ്ട് സോഫ്റ്റ്‌വെയറും (ഉദ: ഒരു വേഡ് പ്രോസസർ , ഒരു ഡേറ്റാ ബേസ്, അല്ലെങ്കിൽ ഒരു ഗ്രാഫിക്കൽ പ്രോഗ്രാം) ഹാർഡ് വെയറും (ഉദ: ഫിസിക്കൽ ചിപ്സ്, ഡ്രൈവ്സ് തുടങ്ങിയവ) തമ്മിലുള്ള ബന്ധം രൂപപ്പെടുത്തുന്നു. തുടർന്ന് ഇത് പതിവുപോലെ ഏതെങ്കിലും തരത്തിലുള്ള ഒരു ഔട്ട് പുട്ടിലേയ്ക്ക് (പ്രിന്റർ, മോഡം, ഡിസ്ക്ക് ഡ്രൈവ്സ് മുതലായവ) നയിക്കുന്നു.

നമ്മൾ ഇതിനെ മാനുഷിക ചിന്തയുമായി സാമ്യപ്പെടുത്തുമ്പോൾ മസ്തിഷ്കത്തിനു അതിന്റെ ഹാർഡ്‌വെയറും (നാഡീകോശങ്ങൾ, നാഡീവാഹികൾ, സിരാകേന്ദ്രങ്ങൾ, മസ്തിഷ്ക കേന്ദ്രങ്ങൾ, അനുബന്ധനാഡീവ്യൂഹം തുടങ്ങിയവ) സോഫ്റ്റ്‌വെയറും (ചിന്തകൾ,

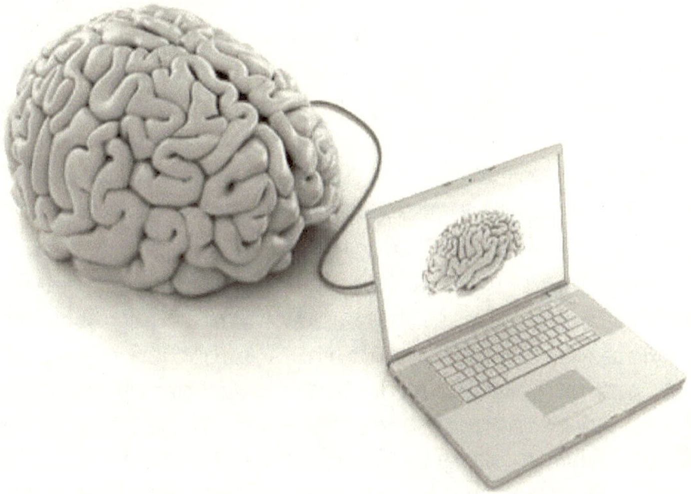

മനോഭാവങ്ങൾ, വിശ്വാസങ്ങൾ, മൂല്യങ്ങൾ മുതലായവ) ഉണ്ട്. ഹോളിന്റേയും ബോഡെൻ ഹാമറിന്റേയും അഭിപ്രായത്തിൽ മെറ്റാ പ്രോഗ്രാമുകൾ ആണ് സോഫ്റ്റ്‌വെയറിന്റെ നിർദ്ദേശങ്ങൾ (ചിന്തകൾ) മസ്തിഷ്കത്തിന്റേയും നാഡീവ്യവസ്ഥയുടേയും യന്ത്ര ഭാഷയിലേയ്ക്ക് (ഇന്ദ്രിയങ്ങളും ഉപേന്ദ്രിയങ്ങളും ഗ്രഹിച്ചെടുത്ത) തർജ്ജിമ ചെയ്യുന്ന ഓപ്പറേറ്റിംഗ് സിസ്റ്റംസ്, ഒടുവിൽ പ്രിന്റർ മുതലായവ വഴി ഔട്ട് പുട്ട് ആയ നമ്മുടെ പെരുമാറ്റം.

വ്യക്തികളുടെ മെറ്റാ പ്രോഗ്രാമുകൾ ബോധ്യമാക്കുന്നതിലൂടെ നിങ്ങൾ സമ്പർക്കം പുലർത്തുന്ന വ്യക്തിയുമായി അയാളുടെ അതേ ശൈലിയിലുള്ള വാക്കുകളും വാക്യങ്ങളും ഉപയോഗിക്കുവാനുള്ള സാധ്യത കൈവരുന്നു. എന്തുകൊണ്ടെന്നാൽ മെറ്റാ പ്രോഗ്രാമുകളുടെ ഉപയോഗം കൂടുതലായും ഉപബോധമനസ്സാലാണ്, അവരുടെ മെറ്റാ പ്രോഗ്രാമുകളുമായുള്ള ചേർച്ചയിലൂടെ നിങ്ങൾ പറയുന്നതിനു അവരുടെ ഉപബോധ മനസ്സുമായും കൂടെ ബോധമനസ്സുമായും ആശയ വിനിമയം നടത്തുന്നതിനുള്ള വ്യാപ്തി കൂടുന്നു.

നിങ്ങളുടെ പെരുമാറ്റ രീതിയിലൂടെ ഉളവായ അനന്തരഫലമാണ് നിങ്ങളുടെ പ്രവൃത്തി. ഈ രീതികൾ നിങ്ങളുടെ മെറ്റാ പ്രോഗ്രാമുകളാൽ (കമ്പ്യൂട്ടറിന്റെ ഓപ്പറേറ്റിംഗ് സിസ്റ്റങ്ങൾ പോലെ) സ്വാധീനിക്കപ്പെട്ടിരിക്കുന്നു. ഇവ ശരിയോ തെറ്റോ എന്നുള്ളതല്ല മറിച്ച് നിങ്ങൾക്ക് അർഹമായ പ്രതിഫലത്തെ സംബന്ധിച്ചിടത്തോളം എത്രമാത്രം വിഭവ സമൃദ്ധമാണ് എന്നുള്ളതാണ്.

കമ്പ്യൂട്ടറിലെ സോഫ്റ്റ് വെയർ പ്രോഗ്രാമുകൾ പോലെ, മെറ്റാ പ്രോഗ്രാമുകളും യഥാർത്ഥത്തിൽ വിവരങ്ങൾ ശേഖരിച്ചു വയ്ക്കുന്നില്ല. പകരം, ഒരാളെ ജീവിതത്തിൽ നയിക്കേണ്ടത് എങ്ങനെയെന്ന് തീരുമാനിക്കുക മാത്രം ചെയ്യുന്നു. ഒരാളുടെ മാനസികാവസ്ഥയെ ഉപരിപ്രവർത്തനങ്ങൾ (മെറ്റാപ്രോഗ്രാമുകൾ) വളരെയേറെ സ്വാധിനിക്കുന്നു. ഇത് അയാളുടെ ആന്തരിക പ്രതിനിധീകരണത്തിൽ (ലോകത്തെപ്പറ്റിയുള്ള അയാളുടെ ബോധതലത്തിലും, അബോധതലത്തിലുമുള്ള ചിത്രങ്ങൾ) മുഖ്യപങ്കുവഹിക്കുന്നു.

ഒരു കമ്പ്യൂട്ടർ പ്രോഗ്രാം ഫലപ്രദമായി ഉപയോഗിക്കണമെങ്കിൽ, അത് എങ്ങനെ കൈകാര്യം ചെയ്യണമെന്ന് നാം നന്നായി അറിഞ്ഞിരിക്കണം. അതുപോലെ തന്നെ, ഫലപ്രദമായി ആശയവിനിമയം നടത്തണമെങ്കിൽ, സ്വീകർത്താവ് ഏത് തരം ഉപരി പ്രക്രിയ ഉപയോഗിക്കുന്നുവെന്ന് അറിഞ്ഞിരിക്കണം. ഉപരിപ്രക്രിയകൾ നമ്മുടെ വിശ്വാസങ്ങളെ ക്രമീകരിക്കുന്ന ഒഴിവാക്കൽ - രൂപാന്തരീകരണ വിവേചകങ്ങളാണ് (deletion and distortion filters) ഇവയുപയോഗിച്ച്, നാം സംസാരിക്കുന്ന ആളുകളുടെ മനോവ്യാപാരങ്ങൾ വായിച്ചെടുക്കുവാൻ സാധിക്കും.

വ്യക്തികളുടെ സ്വഭാവ വിശേഷതകൾക്കനുസരിച്ച് അമ്പതോളം ഉപരിപ്രക്രിയകൾ തിരിച്ചറിയപ്പെട്ടിട്ടുണ്ട്. ഇവ ഒരു തുടർച്ചയുടെ ഭാഗമായാണ് കാണപ്പെടുന്നതെങ്കിലും ആകമാന വ്യക്തിത്വത്തിന്റെ പ്രതികരണങ്ങളാകണമെന്നില്ല. അബോധതലത്തിൽ നമ്മിൽ പ്രവർത്തിക്കുന്ന ആന്തരിക വിവേചകങ്ങളിൽ പ്രധാനമാണിവ. നമ്മുടെ വ്യക്തിത്വം, നിലനിർത്തിക്കൊണ്ടുപോകുന്നതിന് ഇവ വളരെ ഉപയോഗപ്പെടുന്നു.

അവ പുറംലോകത്തുനിന്നും നമ്മൾ കടന്നുവരാൻ അനുവദിക്കുന്നവയെ ചിട്ടപ്പെടുത്തി രൂപപ്പെടുത്തിയെടുക്കുകയും നമ്മുടെ ഉള്ളിൽ നിന്നും വരുന്നതിനെ നമ്മൾ സംസാരിക്കുന്നതായും പെരുമാറുന്നതായും വാർത്തെടുക്കുകയും ചെയ്യുന്നു. ഒരു വ്യക്തിയുടെ മെറ്റാ പ്രോ

ഗ്രാമുകൾ അറിയുന്നു എന്നാൽ നിങ്ങൾക്ക് അവരുടെ അവസ്ഥകൾ ഏകദേശം പ്രവചിക്കുവാൻ കഴിയും എന്നുള്ളതാണ് അർത്ഥം. അതുകൊണ്ടുതന്നെ അവരുടെ പെരുമാറ്റവും പ്രവൃത്തിയും. ഇത് വ്യക്തികളെ തിരിച്ചറിയുവാനുള്ള അടയാളമല്ല മറിച്ച് വ്യക്തികളുടെ വിവരങ്ങൾ ക്രമീകരിക്കുന്ന രീതി മനസ്സിലാക്കുന്നതിനു മാത്രമുള്ളതാണ്.

പ്രചോദനത്തിന്റെയും തീരുമാനമെടുക്കലിന്റെയും മേഖലയിൽ ഇവയ്ക്ക് പ്രമുഖസ്ഥാനമാണുള്ളത്. മറ്റൊരാളുടെ ഉപരിപ്രക്രിയയോട്

ചേർന്നു പോകുന്ന ഭാഷയിൽ സംസാരിക്കുന്നതിലൂടെ, നാം പറയുന്നത് അയാൾക്ക് കൂടുതൽ വ്യക്തമായി മനസ്സിലാക്കുവാൻ സാധിക്കുന്നു. വ്യക്തികളെ ജോലിയിലെടുക്കുമ്പോഴോ അവർക്കു പ്രചോദനം നൽകുമ്പോഴോ, അവരുമായി മാനസികൈക്യത്തിലെത്താൻ ഇവ സഹായിക്കുന്നു.

വ്യക്തികളെ ഓരോ പ്രാക്കൂടുദ്വാരത്തിലാക്കുവാനുള്ള (പ്രത്യേക അറകൾ) ഉപാധികളല്ല മെറ്റാ പ്രോഗ്രാമുകൾ.

അനുകൂല - പ്രതികൂല വ്യക്തിത്വങ്ങൾ

അനുകൂല മനോഭാവമുള്ളവർ കാര്യങ്ങൾക്ക് മുൻകൈയെടുക്കുകയും, അത് തുടർന്നു കൊണ്ടുപോകുവാൻ ശ്രമിക്കുകയും ചെയ്യുന്നു. നിങ്ങൾക്ക് എന്തെങ്കിലും കാര്യം സാധിച്ചെടുക്കണമെങ്കിൽ ഇത്തരക്കാരെ സമീപിച്ചാൽ മതി. മറ്റൊരാളുടെ കാര്യത്തിൽ ഇടപെടേണ്ടിവന്നാലും, അവർ അത് നമ്മുക്ക് സാധിച്ചു തരും. ഇത്തരം വ്യക്തികൾ, വ്യക്തിപരമായ (കർത്താവിന്) പ്രാധാന്യം ലഭിക്കുന്ന വാചകങ്ങൾ ഉപയോഗിക്കുവാൻ താത്പര്യം കാണിക്കും. ഉദാഹരണത്തിന് 'ഞാനൊരു സിനിമയ്ക്കു പോകുന്നു'. 'നിങ്ങളതു ചെയ്യൂ (JUST DO IT)' എന്ന 'നൈക്കി'യുടെ പരസ്യവാചകം അനുകൂലമനോഭാവമുള്ള വാചകങ്ങൾക്ക് ഉദാഹരണമാണ്.

പ്രതികൂല മനസ്ഥിതിയുള്ളവൻ, ഈ സ്ഥാനത്ത് അപൂർണ്ണമായതും സ്വയം പ്രാധാന്യക്കുറവുള്ളതുമായ വാചകങ്ങളുപയോഗിക്കും. ഉദാഹരണത്തിന്, അത് സാധ്യമായിരുന്നുവെങ്കിൽ എന്ന് ഞാൻ ആശിക്കുന്നു! മറ്റുള്ളവർ കാര്യങ്ങൾ തുടങ്ങുവാനായി ഇവർ കാത്തിരിക്കുന്നു. ഇവർ സ്വീകരണമുറികളിലും , പരാതി പരിഹാരകേന്ദ്രങ്ങളിലും യോജിച്ചവരാണ്. കൗസിലിംഗും ഇവർക്ക് മികവു പുലർത്താവുന്ന മേഖലയാണ്.

ദൈവത്തോട് പരാതി പറയുന്ന ഒരു പ്രതികൂല മനസ്ഥിതിക്കാരന്റെ രസകരമായ കഥയിതാ. ഒരു പ്രാവശ്യം പോലും ലോട്ടറിയടിക്കുവാൻ ദൈവം അനുവദിച്ചില്ലെന്നായിരുന്നു അയാളുടെ പരാതി. മരിച്ച് സ്വർഗ്ഗത്തിലെത്തിയ ഉടനെ അയാൾ പരാതി ഉന്നയിച്ചു. ദൈവം പറഞ്ഞു, 'നിങ്ങൾ ഒരു ലോട്ടറി ടിക്കറ്റെങ്കിലുമെടുത്തിരുന്നെങ്കിൽ!'

പ്രതികൂല മനസ്ഥിതിക്കാരനായ ഒരു വിദ്യാർത്ഥി, ചോദിച്ചാൽ മാത്രം ഉത്തരം പറയുന്ന ആളായിരിക്കും. മറ്റൊരാൾക്കും ഉത്തരം പറയാൻ സാധിച്ചില്ലെങ്കിൽ പോലും അയാൾ സ്വമേധയാ പറഞ്ഞെന്നുവരില്ല.

പരാതി പരിഹാര വിഭാഗത്തിൽ ഒരു അനുകൂല മനസ്ഥിതിക്കാരനെ സങ്കല്പിക്കാമോ? നിങ്ങൾ അയാളെ നോക്കുന്ന മാത്രയിൽ, 'എനിക്കറിയാം! താങ്കൾക്കെന്തോ പരാതിയുണ്ട്, അല്ലേ?' എന്ന് അയാൾ ചോദിച്ചിരിക്കും.

ലക്ഷ്യാധിഷ്ഠിത പ്രചോദിതർ - സമ്മർദ്ദാധിഷ്ഠിത പ്രചോദിതർ

ഈ വിഭാഗം പ്രധാനമായും പ്രചോദനത്തെയും ശ്രദ്ധകേന്ദ്രീകരണത്തെയും ആശ്രയിച്ചിരിക്കുന്നു. ലക്ഷ്യാധിഷ്ഠിത പ്രചോദിതർ അവരുടെ ലക്ഷ്യങ്ങളിൽ ശ്രദ്ധ - കേന്ദ്രീകരിക്കുന്നവരാണ്. തങ്ങൾക്കെന്താണ് വേണ്ടതെന്ന് അറിയാവുന്ന ഇവർ, അതിലേയ്ക്ക് എത്തിച്ചേരാനാവശ്യമായ പ്രചോദനം സ്വയം ആർജ്ജിക്കുന്നു. ഇത്തരക്കാർ നേട്ടങ്ങളാൽ ഉത്തേജിതരാകുന്നവരാണ്. അതിനാൽ തന്നെ ഇവർ ലക്ഷ്യകേന്ദ്രീകൃത പ്രവർത്തനങ്ങൾക്കനുയോജ്യരുമാണ്. പ്രശ്നങ്ങളോ ശിക്ഷകളോ ഉളവാക്കുന്ന സമ്മർദ്ദങ്ങളെ ഒഴിവാക്കുവാനുള്ള പ്രവണതയിലൂടെ പ്രചോദിതരാകുന്നവരാണ് സമ്മർദ്ദാധിഷ്ഠിത പ്രചോദിതർ. തെറ്റുകുറ്റങ്ങൾ കണ്ടെത്തുന്നതിൽ സമർത്ഥരാകയാൽ, ഗുണനിലവാരപരിശോധകരായും കലാരംഗങ്ങളിൽ വിമർശകരായും തിളങ്ങാൻ ഇക്കൂട്ടർക്ക് സാധിക്കും. ചുരുക്കിപ്പറഞ്ഞാൽ, പ്രതിഫലമാണോ അതോ ശിക്ഷയാണോ ഒരാളെ കൂടുതൽ സ്വാധിനിക്കുന്നതെന്നതാണിവിടെ പ്രധാനം.

അന്തർമുഖരും ബഹിർമുഖരും

നിലവാരങ്ങൾ ആന്തരികമായി ക്രമീകരിക്കുന്നവരാണ് അന്തർമുഖർ. സ്വന്തം ആശയങ്ങളാൽ മാത്രമെ ഇവർ പ്രചോദിതരാകുകയുള്ളൂ. മറ്റൊരാൾ മുന്നോട്ടുവയ്ക്കുന്ന ആശയം, അതെത്ര നല്ലതായാലും എതിർക്കുവാനുള്ള പ്രവണത ഇവരിലുണ്ടാകുന്നു. ഒരു അന്തർമുഖനെക്കൊണ്ട് ഒരു ആശയം അംഗീകരിപ്പിക്കാനുള്ള എളുപ്പവഴി, അത് അയാളുടെ കൂടി ആശയമാണ് എന്ന പ്രതീതി അയാളിൽ ജനിപ്പിക്കുകയാണ്. ബഹിർമുഖക്കാർക്ക് സാമാന്യനിലവാരങ്ങളും നിർദ്ദേശങ്ങളും മറ്റുള്ളവരിൽനിന്ന് ലഭിക്കേണ്ടിയിരിക്കുന്നു. അങ്ങനെയല്ലാത്ത പക്ഷം, അവരൊരിക്കലും പ്രചോദിതരാവുകയില്ല. ഒരാൾ ഇതിൽ ഏത് വിഭാഗത്തിൽപ്പെടുന്നു എന്നറിയാൻ ഒരു എളുപ്പവഴിയുണ്ട് 'നിങ്ങൾ ചെയ്തത് നന്നായി എന്ന് എങ്ങനെ അറിയാം'. എന്ന് അയാളോട് ചോദിക്കണം. അയാൾ അന്തർമുഖനാണെങ്കിൽ 'എനിക്കറിയാം' എന്നാവും മറുപടി. മറിച്ചാണെങ്കിൽ 'മറ്റുള്ളവരങ്ങനെ പറഞ്ഞു!' എന്നുമായിരിക്കും.

ഈ രണ്ടു കൂട്ടർക്കുമിടയിൽ അനേകം പ്രശ്നങ്ങളുണ്ടാകുവാൻ സാധ്യതയുണ്ട് ചിലപ്പോഴിത് വളരെ സങ്കീർണ്ണമായ വൈകാരികതലങ്ങളിലേയ്ക്കെത്തിയേക്കാം. മറ്റുള്ളവർ തങ്ങളെ ഒറ്റയ്ക്കു വിടണമെന്ന് അന്തർമുഖർ ആഗ്രഹിക്കുമ്പോൾ, മറ്റുള്ളവർ തങ്ങളോട് സംസാരിക്കണമെന്നും അവരുടെ ആഗ്രഹങ്ങളും ചിന്തകളും തങ്ങളോട് പങ്കുവയ്ക്കണമെന്നുമാകും ബഹിർമുഖരുടെ ആവശ്യം.

വസ്തു കേന്ദ്രീകൃതവും വ്യക്തികേന്ദ്രീകൃതവും

മികച്ച ഉപഭോക്തൃ പരിചരണം നൽകുവാനാഗ്രഹിക്കുന്ന സേവനമേഖലയിലെ സ്ഥാപനങ്ങൾക്ക് ഇവ വളരെ പ്രധാനമാണ്. സാങ്കേതിക കാര്യങ്ങളിൽ പ്രഗത്ഭരാണെങ്കിലും ആളുകളുമായി ഇടപെടുന്നതിൽ സമർത്ഥരല്ലാത്ത എൻജിനിയർമാരെ (വസ്തു കേന്ദ്രീകൃതം) നിയമിക്കുന്നതിനേക്കാൾ, വ്യക്തികളുമായി ബന്ധങ്ങൾ സ്ഥാപിച്ചു നിലനിർത്തുന്നതിൽ പ്രാവീണ്യമുള്ള സാധാരണ എഞ്ചിനിയർമാരെ (വ്യക്തികേന്ദ്രീകൃതം) നിയമിച്ച് അവർക്ക് മികച്ച സാങ്കേതിക പരിശീലനം നൽകുന്നതാണ് ഇത്തരം സ്ഥാപനങ്ങൾക്ക് അഭികാമ്യം.

വ്യക്തി കേന്ദ്രീകൃതരായവർ, അവർ ആരുടെയൊക്കെക്കൂടെ പ്രവർത്തിച്ചു, അവർ തങ്ങളെപ്പറ്റി എന്തഭിപ്രായപ്പെട്ടു എന്നിങ്ങനെയുള്ള കാര്യങ്ങളെപ്പറ്റി സംസാരിക്കുമ്പോൾ, വസ്തുകേന്ദ്രീകൃതരായവർ ഇക്കാര്യങ്ങളെല്ലാം ഒഴിവാക്കുന്നു. വസ്തുക്കളെയും ഉത്പന്നങ്ങളെയും, ഉപകരണങ്ങളെയും സാങ്കേതിക വശങ്ങളെയും പറ്റിയൊക്കെയാവും അവർക്കു പറയാനുണ്ടാവുക. ഇത്തരം കാര്യങ്ങളുമായി ബന്ധപ്പെട്ട് സ്ഥാപനത്തിന്റെ ആന്തരിക കാര്യങ്ങളിൽ മുഴുകാനായിരിക്കും ഇവർ കൂടുതൽ യോജിക്കുക. ഒരു ഉപഭോക്താവിന്റെ പ്രശ്നങ്ങൾ പരിഹരിക്കുന്നതിനേക്കാൾ, കേടായ ഉപകരണങ്ങൾ നന്നാക്കുന്നതിലാവും ഇവർക്ക് താത്പര്യം. വൈദ്യശാസ്ത്രരംഗത്തും അധ്യാപന തൊഴിൽ മേഖലയിലും ഈ പൊരുത്തക്കേടിന്റെ ഫലമായുള്ള അപായകരമായ അനന്തരഫലങ്ങൾ സഹിക്കേണ്ടി വന്നിട്ടുണ്ട്.

ശ്രദ്ധ കേന്ദ്രീകരണം:
നമ്മളിലേയ്ക്കും - മറ്റുള്ളവരിലേയ്ക്കും

നൂറു ശതമാനം ശ്രദ്ധയും ആളുകളിലേയ്ക്കെത്തേണ്ട വ്യവസായ സ്ഥാപനങ്ങളിൽ ഇതിനു വളരെ പ്രാധാന്യമുണ്ട്. മറ്റുള്ളവരിലേയ്ക്ക് ശ്രദ്ധ കേന്ദ്രീകരിക്കുന്ന പ്രവണതയുള്ളവർ, അവരുടെ പ്രശ്നങ്ങൾ മനസ്സിലാക്കി പരിഹരിക്കുന്നതിൽ സമർത്ഥരായിരിക്കും. സാമൂഹിക

പ്രവർത്തകർ, പരിശീലകർ, നഴ്സുമാർ എന്നിവർ ഈ കൂട്ടത്തിൽ പെടുന്നു. ഇങ്ങനെ ലക്ഷ്യം വച്ചിരിക്കുന്നവയിൽ നിന്നുള്ള വ്യതിയാനങ്ങളോ, ആർക്കെങ്കിലും അനുഭവപ്പെടുന്ന വിഷമതകളോ അപ്പോൾ തന്നെ തിരിച്ചറിയുവാനുള്ള വ്യഗ്രതയുള്ളതുപോലെയായിരിക്കും ഇവരുടെ പെരുമാറ്റം. സ്വയം ശ്രദ്ധ കേന്ദ്രീകരിക്കുന്ന പ്രകൃതക്കാർ, കൂടുതലും ശ്രദ്ധിക്കുന്നത് തങ്ങളുടെ വികാരങ്ങളിലേയ്ക്കും, തങ്ങളുടെ ലക്ഷ്യങ്ങളുടെ പുരോഗതിയിലേയ്ക്കുമായിരിക്കും. ഇക്കൂട്ടർ മികച്ച പ്രചോദകരായിത്തീരും.

ഐച്ഛിക തത്പരരും ചട്ടപ്പടി പ്രകൃതക്കാരും (Options-procedures)

വ്യവസായ പ്രക്രിയകളിൽ ഇത് വളരെ പ്രയോജന പ്രദമാണ്. ഐച്ഛിക തത്പരർ, തിരഞ്ഞെടുക്കാവുന്ന വിവിധമാർഗ്ഗങ്ങൾ ഉണ്ടാകുന്നത് ഇഷ്ടപ്പെടുന്നു. അങ്ങനെയുള്ളവ ലഭ്യമല്ലെങ്കിൽ, പുതിയവ സൃഷ്ടിച്ചെടുക്കുവാനും ഇവർ തയ്യാറായേക്കാം. മുൻകൂട്ടി നിശ്ചയിക്കപ്പെട്ട നടപടി ക്രമങ്ങളോട്, അവയെത്ര നല്ലവയായാലും, ഇവർ വിമുഖരായിരിക്കും. ഇത്തരം മുൻനിശ്ചയിക്കപ്പെട്ട നടപടി ക്രമങ്ങൾ പിൻതുടരുന്നതിൽ അതീവ തത്പരരാണ് ചട്ടപ്പടി പ്രകൃതക്കാർ. പലതരം നടപടി ക്രമങ്ങളിൽ നിന്ന് മെച്ചപ്പെട്ടത് തിരഞ്ഞെടുക്കുന്നതിനോട് ഇവർക്ക് യോജിക്കാനാവണമെന്നില്ല. ഓരോ കാര്യവും 'എന്തിനു ചെയ്യുന്നു' എന്നതിനേക്കാൾ 'എങ്ങനെ ചെയ്യുന്നു' വെന്നതിലാണിവർക്ക് കൂടുതൽ ശ്രദ്ധ. അതുകൊണ്ട് തന്നെ, നിലനിൽക്കുന്ന ഒരു സംവിധാനത്തിനു പകരം മറ്റൊന്ന് കണ്ടെത്തേണ്ട ചുമതല ചട്ടപ്പടി പ്രകൃതക്കാരെ ഏൽപ്പിക്കുന്നത് അഭികാമ്യമല്ല എന്നത് വ്യക്തമാണ്. ഒരു നിർദ്ദേശം അക്ഷരം പ്രതി അനുസരിക്കുന്നതിലോണ് ഒരു പ്രത്യേക കാര്യത്തിന്റെ വിജയമെങ്കിൽ, അതിനായി ഐച്ഛിക തത്പരരെ ഉപയോഗിക്കുന്നതും അപ്രായോഗികമാണ്. മെച്ചപ്പെട്ടതെന്ന് തോന്നുന്നത് തിരഞ്ഞെടുക്കാൻ അനുവദിക്കുന്ന ആശയങ്ങളോടായിരിക്കും ഐച്ഛിക തത്പരർ കൂടുതൽ പ്രതികരിക്കുക. എന്നാൽ, വ്യക്തമായി നിർവചിക്കപ്പെട്ട പാതയിലൂടെ നയിക്കുന്ന ആശയങ്ങളായിരിക്കും ചട്ടപ്പടി പ്രകൃതക്കാരിൽ സ്വാധീനം ചെലുത്തുക.

പൊതുചിന്താധാരയും നിശ്ചിത ചിന്താധാരയും (General-Specific)

പൊതുചിന്താധാരക്കാർ കാര്യങ്ങളുടെ മുഴുവനായുള്ള ഒരു ചിത്രമായിരിക്കും ആഗ്രഹിക്കുക. സൂക്ഷ്മ വിവരണങ്ങളിൽ ഇവർക്ക് താത്പര്യം കാണണമെന്നില്ല. സംഭവങ്ങളുടെ വിശാലമായ

വിവരങ്ങളിൽ ഇവർ തൃപ്തരായിരിക്കും. ആശയവിനിമയ വേളകളിൽ ഇവർ കൈകൾകൊണ്ട് വളരെ വലിയ ആംഗ്യങ്ങൾ കാണിച്ചായിരിക്കും സംസാരിക്കുക.

നിശ്ചിത ചിന്താധാരയിൽപ്പെടുന്നവർ, വളരെ ചെറിയ കാര്യങ്ങളിൽ തുടങ്ങി വലുതിലേയ്ക്ക് എത്തിച്ചേരുന്നതിനോടാകും യോജിക്കുക. 'എല്ലാം കൊള്ളാം പക്ഷേ, ഞാനെന്താണ് ചെയ്യേണ്ടതെന്ന് പറയൂ,' എന്നു പറയുന്ന തരക്കാരാണിവർ. കാര്യങ്ങൾ പടിപടിയായി ചെയ്യേണ്ട നടപടി ക്രമങ്ങളെപ്പറ്റിയായിരിക്കും ഇവർ സംസാരിക്കുക. ഇവരുടെ വിവരണങ്ങൾ കാര്യങ്ങൾ സംഗ്രഹിച്ചുള്ളതാവും. ഒരു കാര്യം ചെയ്യേണ്ടതിനെപ്പറ്റി സംസാരിക്കുമ്പോൾ, ഇവർ സാധാരണയായി കേക്കുമുറിക്കുന്നതുപോലെയുള്ള ആംഗ്യങ്ങൾ കാണിക്കാറുണ്ട്.

ഒരു വ്യവസായ സ്ഥാപനത്തിലെ സാഹചര്യം കണക്കിലെടുത്താൽ നിശ്ചിത ധാരയിൽ വരുന്നവർ പിന്നണി പ്രവർത്തകരാകുവാൻ താത്പര്യം കാണിക്കുന്നതായി കാണാം. പ്രവർത്തന തത്വ രൂപീകരണവും പദ്ധതി ആസൂത്രണവുമൊക്കെപോലെ അവ്യക്തവും വിവരാണാത്മകവുമായ കാര്യങ്ങളിൽ ഇടപെടുന്നതിൽ അവർ വിമുഖരായിരിക്കും. പൊതുധാരയിലുള്ളവർ മികച്ച ആസൂത്രകരായിരിക്കുമെന്നതിനാൽ, സ്ഥാപനത്തിന്റെ മുകൾത്തട്ടിലേയ്ക്ക് അനുയോജ്യരായിരിക്കും.

ആശയവിനിമയത്തിൽ പൊതു ചിന്താധാരയില്പ്പെട്ട വ്യക്തികൾ ഒരു ആകമാന ചിത്രവും നിശ്ചിത ചിന്താധാരയിൽപ്പെട്ടവർ മുഴുവൻ വിശദവിവരങ്ങളും ആണ് താല്പര്യപ്പെടുന്നത്. നിശ്ചിത ചിന്താധാരയിൽപ്പെട്ട വിദ്യാർത്ഥികൾ അദ്ധ്യായങ്ങൾ നിശ്ചിത പടിയായി ലഭിക്കുവാനാണ് ആഗ്രഹിക്കുന്നത് എന്നാൽ പൊതു ചിന്താധാരയിൽപ്പെട്ട വിദ്യാർത്ഥികളിൽ ഒരുപാട് ഒരുപാട് വിശദീകരണങ്ങൾ മടുപ്പ് ഉളവാക്കുന്നു. ഒരു പൊതുചിന്താ ധാരയിൽപ്പെട്ട വ്യക്തിയോട് എവിടേയ്ക്കെങ്കിലുമുള്ള വഴി ചോദിക്കുന്നത് ഉചിതമായ ആശയമല്ല അതേസമയം നിശ്ചിതചിന്താധാരയിൽപ്പെട്ട ഒരു വ്യക്തി നല്കുന്ന വിവരം ഒരിക്കലും പാഴാകുകയില്ല.

പൊരുത്തം - പൊരുത്തക്കേട് (Match- Mismatch)

ഇത് താരതമ്യപഠനവുമായി ബന്ധപ്പെട്ടതാണ്. രണ്ട് വസ്തുതകൾ തമ്മിൽ താരതമ്യം ചെയ്യുമ്പോൾ ചില ആളുകൾ അവ തമ്മിലുള്ള സാമ്യങ്ങളാണ് ശ്രദ്ധിക്കുക (പൊരുത്തം). എന്നാൽ മറ്റുചിലർ അവ തമ്മിലുള്ള വ്യത്യാസമായിരിക്കും ശ്രദ്ധിക്കുക (പൊരുത്തക്കേട്).

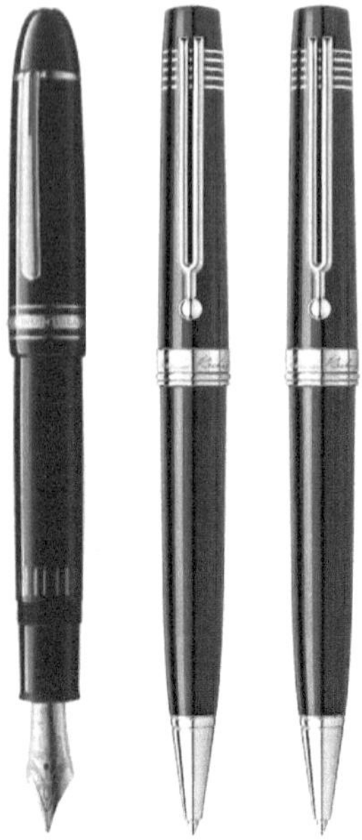

പൊരുത്തം ശ്രദ്ധിക്കുന്നതിനോടൊപ്പം, എടുത്തു പറയേണ്ട വ്യത്യാസങ്ങളും ശ്രദ്ധിക്കുന്നവരുണ്ട്. ഇവർ വസ്തുക്കൾ തമ്മിലുള്ള പൊരുത്തം ആദ്യം മനസിലാക്കുന്നു, എന്നിട്ട് വ്യത്യാസങ്ങളിലേയ്ക്ക് പോകുന്നു. ഇത്തരക്കാർ ക്രമമായും സാവധാനവും വരുന്ന മാറ്റമാണ് ഇഷ്ടപ്പെടുന്നത്. ചുറ്റുപാടുകൾ അല്പം സമയമെടുത്ത് മാറ്റുന്നതിലായിരിക്കും ഇവർക്ക് താത്പര്യം.

പൊരുത്തക്കേട് പ്രകടിപ്പിക്കുന്നവർ, മാറ്റങ്ങൾ ആഗ്രഹിക്കുകയും, ആസ്വദിക്കുകയും ചെയ്യുന്നവരാണ്. 'പുതിയതെന്നും', 'വ്യത്യസ്തമെന്നും' പരസ്യങ്ങൾ പറയുന്ന വിപണിയിലെ നവീന ഉത്പന്നങ്ങളിലേയ്ക്ക് വളരെ വേഗം ആകൃഷ്ടരാകുന്നവരാണിവർ.

വൈരുദ്ധ്യങ്ങളോടൊപ്പം എടുത്തുപറയേണ്ട, പൊരുത്തങ്ങളും ശ്രദ്ധിക്കുന്നവരാണ് നാലാമതൊരു കൂട്ടർ. ഇവർ ഏതു വസ്തുക്കൾ തമ്മിൽ താരതമ്യം ചെയ്താലും, അവ തമ്മിലുള്ള വ്യത്യാസങ്ങളെല്ലാം തന്നെ ആദ്യം ശ്രദ്ധിക്കും. പ്രധാനപ്പെട്ട എന്തെങ്കിലും സാമ്യമുണ്ടെങ്കിൽ അതിനാവും അടുത്ത പരിഗണന.

ഇത്തരക്കാരെ തമ്മിൽ തിരിച്ചറിയാൻ ഒരു എളുപ്പ വഴിയുണ്ട്. ഏതെങ്കിലും രണ്ടു വസ്തുക്കൾ, ഉദാ: രണ്ട് പേനകൾ, തമ്മിലുള്ള

ബന്ധം എന്തെന്ന് ചോദിക്കുക. പൊരുത്തം കാണുന്നവർ ഞാൻ രണ്ടു പേനകൾ കാണുന്നു എന്നു പറയും. ഞാൻ രണ്ടു തരം പേനകൾ കാണുന്നു എന്നാകും വൈരുദ്ധ്യം കാണുന്നവരുടെ മറുപടി. പൊരുത്തങ്ങളോടൊപ്പം ശ്രദ്ധേയമായ വ്യതിയാനങ്ങളും ശ്രദ്ധിക്കുന്നവരുടെ മറുപടി, ഞാൻ രണ്ട് പേന കാണുന്നുണ്ട്. ഒരെണ്ണം രണ്ടാമത്തേതിനെക്കാൾ മികച്ചതാണെന്നു തോന്നുന്നു എന്നാവും. എന്നാൽ വൈരുദ്ധ്യത്തോടൊപ്പം പൊരുത്തം കാണുന്നവരോ? എന്തു നല്ല പേന! ഓ മറ്റൊന്നുകൂടി ഉണ്ടല്ലോ?

വൈരുദ്ധ്യത്തോടൊപ്പം ആക്ഷേപവും പ്രകടിപ്പിക്കുന്നവരുടെ അഭിപ്രായം ഇതായിരിക്കും. 'ഈ പേന ഡിസൈനിൽ മറ്റേതിനേക്കാൾ നല്ലതാണ് എന്നിട്ടും രണ്ടിനും ഒരേ വില.'

വിശ്വാസ ജനകരീതികൾ (Convincer Patterns)

എവിടുന്നൊക്കെയാണ് ഒരു വിവരം ലഭിക്കുന്നത്, അതെങ്ങനെയാണ് നമ്മുടെ മുമ്പിൽ അവതരിപ്പിക്കപ്പെടുന്നത്, നാം എങ്ങനെയാണ് അത് മനസിലാക്കുന്നത് എന്നതിനെ ആശ്രയിച്ചായിരിക്കും ഒരാൾക്ക് ഒരു കാര്യത്തെക്കുറിച്ച് വിശ്വാസം ജനിക്കുന്നത്.

ചില ആളുകൾക്ക് കാര്യങ്ങൾ ബോധ്യമാവണമെങ്കിൽ ധാരാളം തെളിവുകൾ വേണം. എന്നാൽ മറ്റുചിലർക്ക് അത്രയൊന്നും ആവശ്യമുണ്ടാകില്ല. അവർക്ക് അല്പം വസ്തുതകൾ ലഭിക്കുമ്പോൾ തന്നെ, ശേഷിച്ചവ അതിനോട് ബന്ധപ്പെടുത്തി, മനസ്സിലാക്കി തീരുമാനമെടുക്കുന്നു. വളരെ കുറച്ച് വിവരങ്ങൾ ഉപയോഗിച്ചു തന്നെ ഇവർ പെട്ടെന്നൊരു തീരുമാനത്തിലെത്തുന്നു. ഇതിനെ യാന്ത്രികരീതി (ഓട്ടോമാറ്റിക് പാറ്റേൺ) എന്നു പറയുന്നു. മറ്റു ചിലരെ ഒരിക്കലും ഇങ്ങനെകാര്യങ്ങൾ പറഞ്ഞു ബോധ്യപ്പെടുത്താനാവില്ല. ഇവർക്ക് അത് തെളിയിക്കുന്ന ഉദാഹരണമോ സാഹചര്യമോ പറഞ്ഞു കൊടുക്കേണ്ടിവരുന്നു. ഇതാണ് ദൃഢരീതി (കൺസിസ്റ്റന്റ് പാറ്റേൺ).

ചുരുക്കിപ്പറഞ്ഞാൽ, ഉപരിപ്രക്രിയകൾ രൂപീകരിക്കുകയും, പഠിച്ചെടുക്കുകയും ചെയ്യാം. ഇവയ്ക്ക് ഒരു വൈകാരിക മാറ്റം സൃഷ്ടിക്കുവാനും കഴിയും. അതായത് സാധാരണഗതിയിൽ പ്രതികരിക്കുന്ന ഒരാൾ ചിലപ്പോൾ സമ്മർദ്ദം മൂലം പ്രതികരിക്കാതെയും; സഹനശേഷി പ്രകടിപ്പിക്കുന്ന ഒരാൾ യാതൊരു സമ്മർദ്ദവും നേരിടാത്ത അവസ്ഥയിൽ പ്രതികരിക്കുകയും ചെയ്യാം.

എല്ലാ ഉപരിപ്രവർത്തനങ്ങളും സാഹചര്യങ്ങളാലും, ഉദ്ദേശിക്കുന്ന ഫലങ്ങളാലും നിയന്ത്രിക്കപ്പെട്ടിരിക്കുന്നു.

അഭ്യാസം

1. നിങ്ങളുടെ ഓരോ ദിവസത്തേയും പരസ്പരവ്യവഹാരങ്ങളിൽ നിന്നും ചുരുങ്ങിയത് ഒരു ഉപരിപ്രവർത്തനമെങ്കിലും ശ്രദ്ധിക്കുക.
2. നിങ്ങളുടെ സ്ഥാപനത്തിലേയ്ക്ക് അനുയോജ്യനായ ഉദ്യോഗാർത്ഥിയെ ഉപരിപ്രവർത്തനത്തിലൂടെ തിരിച്ചറിഞ്ഞ് അഭിമുഖ സംഭാഷണം നടത്തി തിരഞ്ഞെടുക്കുന്നതായി സങ്കല്പിക്കുക.

8

NLP യിലെ മെറ്റാ മിൽട്ടൺ മോഡലുകൾ

We are not thinking machines,
we are feeling machines that think.

Richard Restalk

വാക്കുകളുടെ വർണ്ണനയ്ക്കതീതമായ ഒരു ലോകത്തിലേയ്ക്ക് സ്വാഗതം. വാക്കുകൾക്കതീതമെങ്കിലും, വ്യത്യസ്തരായ വ്യക്തികൾ വ്യത്യസ്തങ്ങളായ സാഹചര്യങ്ങളിൽ വ്യത്യസ്തങ്ങളായ ഫലപ്രാപ്തിക്കായി സൃഷ്ടിക്കുന്നതാണ് ഈ ലോകം.

മിൽട്ടൺ മോഡൽ എന്നത് ആഴമുള്ള ഘടനയിൽ നിന്നും മുകളിലേയ്ക്ക് പുറമേകാണുന്ന ഘടനയിലേയ്ക്ക് സഞ്ചരിക്കുകയും ഒരു പൊതുവായ തലത്തിൽ ആശയങ്ങളിൽ ദൃഷ്ടി കേന്ദ്രീകരിക്കുകയും ചെയ്യുന്നു.

മെറ്റാ മോഡൽ നേരെ എതിർ ദിശയിലേയ്ക്ക് പുറമേ കാണുന്ന ഘടനയിൽ നിന്നും താഴേയ്ക്ക് ആഴമുള്ള ഘടനയിലേയ്ക്ക് സഞ്ചരിക്കുകയും, വളരെ വ്യക്തമായ വിവരങ്ങളിൽ ശ്രദ്ധ കേന്ദ്രീകരിക്കുകയും ചെയ്യുന്നു. കഥകളും, ഉപമകളും നിങ്ങളെ സാമ്യതയുടെ വിവരങ്ങളിലേയ്ക്ക് എത്തിക്കുകയും, കൂടുതൽ ബന്ധപ്പെടുത്തി ചിന്തിക്കുന്നതിനു സഹായകമാകുകയും ചെയ്യുന്നു.

ഭാഷയുടെ മുകളിലേയ്ക്കും താഴേയ്ക്കും ഉള്ള സഞ്ചാരം

Milton Model	Chunk to general
Stories and Metaphors	Chunk to available model
ÜMeta Model	Chunk Down to specific

മിൽട്ടൺ മോഡൽ -പൊതുവിലേയ്ക്കുള്ള സഞ്ചാരം
കഥകളും ഉപമകളും -ലഭ്യമായ മാതൃകയിലേയ്ക്കുള്ള സഞ്ചാരം
മെറ്റാ മോഡൽ -പ്രത്യേകതയിലേക്കുള്ള സഞ്ചാരം

വിവരങ്ങൾ ശേഖരിക്കുന്നതിനും, സാധ്യതകൾ തുറക്കുന്നതിനും, അർത്ഥങ്ങൾ വ്യക്തമാക്കുന്നതിനും മെറ്റാ മോഡൽ ഒരു സുശക്തമായ ഉപകരണം ആണ്. അതേ സമയം, മിൽട്ടൺ മോഡൽ ഇതിനു വിപരീതമാണ്. അത് അവ്യക്തവും, പൊതുവായതും, ഉപമകളോടു കൂടിയതുമാണ്.

NLP യിലെ മെറ്റാ മോഡൽ ആഴത്തിലുള്ള ഘടനയെ കണ്ടുപിടിക്കുന്നതിനും, ഊഹങ്ങൾ ഒന്നും മെനയാതെ ഒരു വ്യക്തിയുടെ ആശയവിനിമയത്തിന്റെ അർത്ഥം വ്യക്തമാക്കുന്നതിനും ഉപയോഗപ്പെടുന്നു.

NLP യിലെ മെറ്റാ മോഡൽ എന്നത് വ്യക്തിപരമായ വിവരങ്ങൾ വെളിപ്പെടുത്തുന്നതിനു വേണ്ടി ഉപയോഗിക്കുന്ന ഒരു ശക്തമായ മാതൃകയാണ്. ഒരു വ്യക്തിയുടെ ആശയ വിനിമയത്തെ സംബന്ധിച്ചുള്ള അനുമാനങ്ങൾ കൂടാതെ, അയാളുടെ ആശയവിനിമയത്തിന്റെ അഗാധ ഘടന അതായത് ആശയവിനിമയത്തിന്റെ വ്യക്തമായ അർത്ഥം കണ്ടെത്തുന്നതിനു വേണ്ടി രൂപകല്പന ചെയ്തിട്ടുള്ള ഒരു കൂട്ടം ചോദ്യങ്ങളാണിത്.

ഇത്തരത്തിലുള്ള ചോദ്യങ്ങൾ ചോദിക്കുന്നതിലൂടെ എങ്ങനെയാണ് ഒരു വ്യക്തിയുടെ പ്രശ്നങ്ങൾ അയാളെ അസ്വസ്ഥനാക്കുന്നത് എന്നത് കണ്ടെത്തുവാൻ നമ്മെ സഹായിക്കുന്നു. ഇത്തരത്തിൽ അതിശ്രദ്ധ പ്രാപ്തമാക്കുന്നു എന്നതാണ് മെറ്റാ മോഡലിന്റെ പ്രയോജനം. അതുകൊണ്ടു തന്നെ അയാളുടെ ജീവിതത്തിലെ മറ്റൊന്നിലും മാറ്റം വരുത്താതെ, അയാളുടെ പ്രശ്നത്തിന്റെ രീതിക്രിയയിൽ മാറ്റം വരുത്തുവാൻ സാധിക്കുന്നു.

ആശയവിനിമയം നടത്തുന്ന വ്യക്തിയുടെ മനസ്സിലുള്ളത് എന്താണ് എന്ന് കണ്ടെത്തുന്നതിനുവേണ്ടി അതി സൂക്ഷ്മമായ ചോദ്യങ്ങൾ ചോദിക്കുന്നതിനെ സംബന്ധിച്ചുള്ളതാണിത്. നിങ്ങൾ ഉദ്ദേശിക്കുന്നത് പറയുകയും പറയുന്നത് ഉദ്ദേശിക്കുകയും ചെയ്യുന്ന തരത്തിലുള്ള ആശയവിനിമയോപാധികളാണ് ഇവിടെയുള്ളത്.

ഒരു വ്യക്തി സംഭാഷണമാക്കി മാറ്റിയ അയാളുടെ യഥാർത്ഥ അനുഭവത്തിന്റെ പ്രവേശന മാർഗ്ഗത്തിലേയ്ക്ക് നമ്മെ കൂട്ടിക്കൊണ്ട് പോകുന്നതിനുള്ള ഉപാധിയാണിത്. ഒരു മഞ്ഞുമലയുടെ ഒരു അഗ്രം, ഒരു മാതൃക മാത്രമാണ് നൽകുന്നത് എന്ന ചൊല്ലുപോലെ നമ്മുടെ

അനുഭവത്തിന്റെ ഒരു പ്രതിരൂപം എന്ന നിലയിൽ നമുക്ക് ഒരിക്കലും മൊത്തമായുള്ള ചിത്രത്തെ വിശദീകരിക്കുവാൻ സാധ്യമല്ല. മഞ്ഞുമല യുടെ ഉപരിതലത്തിനു പിന്നിൽ അതിന്റെ ബാക്കി ഭാഗം, അതിന്റെ അഗാധഘടന, എല്ലാ അനുഭവങ്ങളുടേയും വാസസ്ഥാനം സ്ഥിതി ചെയ്യുന്നു.

ഇത് ചിന്തകളിൽ അന്തർഭവിച്ചിരിക്കുന്ന മുഴുവൻ ഇന്ദ്രിയ സംബ ന്ധമായ ചിത്രീകരണങ്ങളേയും (അഗാധ ഘടന) മായ്ച്ചുകളയൽ, വളച്ചൊടിക്കൽ, സാമാന്യ വല്ക്കരണം എന്നീ പ്രവർത്തനങ്ങളിലൂടെ അരിച്ച് മാറ്റിയതിനു ശേഷം ഉള്ള വചന രീതികളേയും (ഉപരിതല ഘടന) സൂക്ഷ്മ നിരീക്ഷണം ചെയ്യുന്നതിനു സഹായിക്കുന്നു.

കോർസിബിസ്കിയുടെ ഭൂപടം ഭൂപ്രദേശമല്ല എന്ന ആശയമാണ് മെറ്റാ മോഡലിനു പിന്നിലുള്ള അടിസ്ഥാന തത്വം. അതായത് നമ്മുടെ മനസ്സുകൊണ്ട് നമ്മൾ നിർമ്മിക്കുന്ന നമുക്ക് ചുറ്റിലുമുള്ള ലോകത്തിന്റെ മാതൃക എന്നതു മാത്രമല്ല നമ്മുടെ സംസാരം മാത്രമായി പരിഗണിക്കുമ്പോൾ ഇത് ലോകമല്ല ഇതിന്റെ ചിത്രീക രണങ്ങൾ മാത്രമാണ്.

ഒരു വ്യക്തി അവ്യക്തവും വളഞ്ഞതുമായ ചിന്താരീതിയും ദൈനംദിന സംഭാഷണത്തിൽ വ്യക്തമായി മനസ്സിലാക്കാൻ പ്ര യാസമുള്ള പദങ്ങളും ഉപയോഗിക്കുന്ന സന്ദർഭങ്ങളിൽ പ്രയോഗി ക്കാവുന്ന NLP യിലെ പാടവങ്ങളിൽ അമൂല്യമായ ഒന്നാണ് മെറ്റാ മോഡൽ. അങ്ങനെ ആ വ്യക്തിയെ നല്ല മാർഗ്ഗത്തിൽ ചിന്തിക്കുവാൻ പരിശീലിപ്പിക്കുവാൻ സാധിക്കുന്നു. ഇങ്ങനെ അയാൾ അർത്ഥമാ ക്കുന്ന കാര്യങ്ങൾക്ക് കൂടുതൽ വ്യക്തത വരുന്നു. മാത്രമല്ല അയാൾ ഉദ്ദേശിക്കുന്ന കാര്യങ്ങളിൽ കൂടുതൽ സൂക്ഷ്മ നിരീക്ഷണം നടത്തു ന്നതിലൂടെ അയാൾ പറയുന്ന കാര്യങ്ങൾ കൂടുതൽ വ്യക്തമാകുന്നു. ഇങ്ങനെ മെറ്റാമോഡൽ നമ്മളെ ഉപരിതല ഘടനയിൽ നിന്നും, യഥാർത്ഥ അർത്ഥത്തിലേയ്ക്ക് (അഗാധ ഘടനയിലേയ്ക്ക്) കൂട്ടിക്കൊ ണ്ട് പോകുന്നു.

ഒരാൾ അയാൾക്ക് അനുഭവവേദ്യമായ സത്യങ്ങൾ പറയുന്നത് ഊഹിച്ചെടുക്കുന്നതിനു പകരം ചുഴിഞ്ഞു പരിശോധിക്കുന്ന ചോദ്യ ങ്ങൾ ചോദിക്കുന്നതിലൂടെ അയാൾ യഥാർത്ഥത്തിൽ പറയുന്നതും അർത്ഥമാക്കുന്നതും മനസ്സിലാക്കിയെടുക്കുന്നു. മാത്രമല്ല അപ്രതീക്ഷി തമായി വക്താവ് അയാൾ യഥാർത്ഥത്തിൽ പറയുന്നതിനെക്കുറിച്ച് സ്വയം ബോധവാനാകുകയും ചെയ്യുന്നു.

തങ്ങളുടെ ഉപഭോക്താക്കൾ പ്രകടമാക്കുന്ന കാര്യങ്ങളിൽ ഇത്തരത്തിലുള്ള ചോദ്യങ്ങൾ ചോദിച്ച്, വിവരങ്ങൾ ശേഖരിച്ച്

(ഉപഭോക്താവിന്റെ അഗാധ ഘടന മനസ്സിലാക്കിയെടുത്ത്) കൂടുതൽ വ്യക്തത കൈവരിക്കുന്നതിൽ അസാമാന്യമായ വിജയം നേടിയ തെറാപ്പിസ്റ്റുകളായ വിർജീനിയ സാറ്റിർ, ഫ്രിട്ട്സ് പേൾസ് എന്നിവരെ മാതൃകയാക്കിക്കൊണ്ട് ജോൺ ഗ്രിൻഡർ, റിച്ചാഡ് ബാൻഡ്ലർ എന്നിവർ വികസിപ്പിച്ചെടുത്തതാണ് മെറ്റാ മോഡൽ.

അഗാധ ഘടനയും ഉപരിതല ഘടനയും (Deep Structure and Superficial Structure)

ഗ്രിൻഡറിന്റേയും ബാൻഡ്ലറിന്റേയും നിരീക്ഷണത്തിൽ അഗാധ ഘടനയിൽ നിന്നും ഉപരിതല ഘടനയിലേയ്ക്ക് കടക്കുമ്പോൾ ആളുകളുടെ ആശയവിനിമയത്തിൽ ഉപബോധമനസ്സിൽ മായ്ച്ചുകളയൽ, വളച്ചൊടിക്കൽ, സാമാന്യവല്ക്കരണം എന്നീ പ്രധാന പ്രവർത്തനങ്ങൾ പ്രയോഗിക്കുന്നു.

ഒരുപാട് വിശദീകരണത്തിലേയ്ക്ക് പോകുന്നതുമൂലം ശ്രോതാവിനുണ്ടാകുനിടയുള്ള ശ്രദ്ധ പതറലുകൾക്ക് ഇട കൊടുക്കാതെ നമ്മുടെ അനുഭവങ്ങളെ വാക്കുകളായി മറ്റുള്ളവർക്ക് മുന്നിൽ പ്രകടമാക്കുവാൻ ഈ GDD പ്രഭാവം (generalisation, Deletion, Distortion) നമ്മെ പ്രാപ്തരാക്കുന്നു.

ചിന്തയുടെ ഒരു അഗാധതലത്തിൽ നമ്മൾ മറ്റൊരു വ്യക്തിയുമായി ആശയവിനിമയം നടത്തുവാൻ ആഗ്രഹിക്കുന്ന വിവരത്തെക്കുറിച്ചുള്ള പൂർണമായ അറിവ് നമുക്കുണ്ട്. ഇത് പ്രവർത്തിപ്പിക്കുന്നത് ഒരു ഉപബോധതലത്തിൽ വച്ചാണ്. കൂടാതെ നമ്മുടെ വാചികമോ, ലിഖിത രൂപത്തിലുള്ളതോ ആയ ആശയവിനിമയത്തിൽ കാര്യക്ഷമത കൈവരിക്കുന്നതിനു നമ്മുടെ മൂല്യങ്ങളും വിശ്വാസങ്ങളും, സമയ ലഭ്യത, തീരുമാനങ്ങൾ, തന്ത്രങ്ങൾ, മറ്റുള്ളവർ കേൾക്കുവാൻ നമ്മൾ ആഗ്രഹിക്കുന്ന കാര്യങ്ങൾ എന്നിവയുടെ അടിസ്ഥാനത്തിൽ നമ്മുടെ ആന്തരിക ചിന്തകളെ നമ്മൾ ഉപബോധ മനസ്സാൽ സാമാന്യവല്ക്കരിക്കുകയോ, മായ്ച്ചുകളയുകയോ, വളച്ചൊടിക്കുകയോ ചെയ്യുന്നു. അവസാനം പറയുന്നത് അല്ലെങ്കിൽ എഴുതുന്നത് (ഉപരിതല ഘടന) യഥാർത്ഥ ചിന്തയുടെ ഒരു ചെറിയ ഉപഗണം മാത്രമായിരിക്കും. പലപ്പോഴും അവ്യക്തവും, ചിന്താക്കുഴപ്പം വരുത്തുന്നതും, അപര്യാപ്തമായ ആശയവിനിമയത്തിലേയ്ക്ക് നയിക്കുന്നതും ആയേക്കാം ഇത്.

സാധാരണയുള്ള ദൈനം ദിന അഭിമുഖീകരണങ്ങളിൽ നമ്മൾ മൊത്തമായുള്ള സംഭവ വിവരണങ്ങൾ നല്കാതെ നമ്മൾ വിവരങ്ങളെ മായ്ച്ചു കളയുന്നു, ഓരോരോ അനുഭവങ്ങളുടെ അടിസ്ഥാനത്തിലുള്ള കണക്കുകൂട്ടലുകളാൽ സാമാന്യ വല്ക്കരണം നടത്തുകയും, നമ്മുടെ

വിഭാവനകളെ സ്വതന്ത്രമായി സഞ്ചരിക്കുവാൻ അനുവദിച്ചുകൊണ്ട് യാഥാർത്ഥ്യത്തെ വളച്ചൊടിക്കുകയും ചെയ്യുന്നു.

നമ്മുടെ ഭൂരിഭാഗം സാമാന്യവല്ക്കരണങ്ങളും ഉപബോധമനസ്സാലുള്ളതാണ് പ്രത്യേകിച്ചും വിശ്വാസങ്ങളുടെ കാര്യത്തിൽ. ഇത്തരത്തിൽ വിശ്വാസങ്ങളായി മാറിയ ധാരാളം സാമാന്യവല്ക്കരണങ്ങളും രൂപീകരിക്കപ്പെട്ടിരിക്കുന്നത് വളരെ ചെറുപ്പത്തിലും (രക്ഷിതാക്കളിൽ നിന്നും ചുറ്റുപാടിൽ നിന്നും) നമ്മുടെ കൗമാരത്തിൽ മറ്റുള്ളവരിൽ നിന്നും ആയിരിക്കും. ഈ വിശ്വാസങ്ങൾ നമുക്ക് ഉപയോഗപ്രദമായിരിക്കുന്ന അത്രത്തോളം കാലം ഇവ നല്ലതും, ഇവയിൽ നിന്നും വളരെ പ്രയോജനങ്ങൾ ഒന്നും ഇല്ലാതാകുമ്പോഴും ഇവ നമ്മെ പരിമിതപ്പെടുത്തുമ്പോഴും ഇവ നവീകരിക്കേണ്ടതും, ഇവയിൽ മാറ്റം വരുത്തേണ്ടതും അനിവാര്യമാണ്.

ഇത്തരം പരിമിതപ്പെടുത്തുന്ന വിശ്വാസങ്ങളുടെ സംഭാഷണ സൂചനകൾ

വളരെ എളുപ്പത്തിലുള്ള ഒന്നാണ് ഒരു വ്യക്തി ഞാൻ യഥാർത്ഥത്തിൽ കടപ്പെട്ടിരിക്കുന്നു, ചെയ്യേണ്ടിയിരിക്കുന്നു, ചെയ്തേ തീരൂ, കഴിയുക, ആകാം, തുടങ്ങിയ പദങ്ങൾ ഉപയോഗിക്കുന്ന സന്ദർഭങ്ങൾ. ഇവയാണ് അത്യാവശ്യത്തെ സൂചിപ്പിക്കുന്ന പദങ്ങൾ. ഈ വാക്ക് ഉപയോഗിക്കുനിടത്ത് ഒരു അത്യാവശ്യം ഉൾക്കൊണ്ടിരിക്കുന്നു. ഇവയെ ആരു പറഞ്ഞു? അല്ലെങ്കിൽ ആരുടെ അഭിപ്രായത്തിൽ? എന്നിവ പോലുള്ള ചോദ്യങ്ങളാൽ കെട്ടഴിച്ചെടുക്കാവുന്നതുമാണ്. ഇവയ്ക്ക് കൂടുതൽ ഉദാഹരണങ്ങൾ വരും പേജുകളിൽ പ്രതിപാദിച്ചിട്ടുണ്ട്.

അദ്ധ്യാപകർ, പരിശീലകർ, മേലധികാരികൾ, തെറാപിസ്റ്റുകൾ, കുടുംബാംഗങ്ങൾ, സുഹൃത്തുക്കൾ എന്നീ നിലകളിൽ നമ്മളെ ഒരു കൂട്ടം ചോദ്യങ്ങളാൽ മറ്റുള്ളവരെ ഉപരിതല ഘടനയിൽ നിന്നും അഗാധ ഘടനയിലേയ്ക്ക് (ഉപബോധ മനസ്സിലെ വിശ്വാസങ്ങൾ, മൂല്യങ്ങൾ, തീരുമാനങ്ങൾ) കൊണ്ടുപോകുന്നതിനു സഹായിക്കുന്നു. ഇത് യഥാർത്ഥ മറുപടി കണ്ടെത്തുന്നതിനു വേണ്ടിയുള്ളതല്ല മറിച്ച് സാമാന്യവല്ക്കരണം, മായ്ച്ചുകളയൽ, വളച്ചൊടിക്കൽ എന്നിവയുടെ പ്രഭാവത്താൽ സ്വാധീനിക്കപ്പെട്ടിട്ടുള്ള അയാളുടെ ലോകത്തിന്റെ മാതൃകയെക്കുറിച്ച് കൂടുതൽ മനസ്സിലാക്കുന്നതിനു വേണ്ടി അല്ലെങ്കിൽ അവബോധത്തിനു വേണ്ടിയാണ്.

സാമാന്യവല്ക്കരണം എന്ന പ്രവർത്തനത്തിൽ ഒരു വ്യക്തിയുടെ മാതൃകയുടെ ഭാഗങ്ങൾ അല്ലെങ്കിൽ ഘടകങ്ങൾ അയാളുടെ യഥാർത്ഥ അനുഭവത്തിൽ നിന്നും വേർപെട്ടവയും അവ പിന്നീട്

പൂർണ്ണ അനുഭവത്തെ പ്രതിനിധീകരിക്കുകയും ചെയ്യുന്നു.

നമുക്ക് ഈ ലോകത്തെ നേരിടുന്നതിനു സാമാന്യവല്ക്കരിക്കുവാനുള്ള കഴിവ് അത്യാവശ്യമാണ്. ഇത്തരത്തിലുള്ള കഠിനവും ബ്ലാക്ക് ആന്റ് വൈറ്റുമായ ചിന്താരീതി മറ്റുള്ള വ്യക്തികളെക്കുറിച്ചും സാഹചര്യങ്ങളെക്കുറിച്ചും ഉപകാരപ്രദമല്ലാത്ത ധാരണകൾ രൂപീകരിക്കുവാനുള്ള പ്രവണത ഇല്ലാതെയാക്കുന്നു. എല്ലാം, ഒരിക്കലുമില്ല, ഓരോന്നും, എല്ലായ്പോഴും തുടങ്ങിയ സാമാന്യവല്ക്കരണത്തിന്റെ വാചികമായ സൂചനകൾ കേൾക്കുന്ന സന്ദർഭങ്ങളിൽ നമുക്ക് ഇവയെ 'എല്ലാവരും അങ്ങനെയാണോ?', 'എല്ലാവരും അതു ചെയ്യുന്നുണ്ടോ?', 'നമ്മൾ എല്ലായ്പോഴും ഈ രീതിയിലാണോ ചെയ്യുന്നത്?' എന്നീ പ്രയോഗങ്ങൾ ഉപയോഗിച്ച് നമുക്ക് വെല്ലുവിളിക്കാവുന്നതാണ്.

ഏതെങ്കിലും ഒരു വ്യക്തി (അല്ലെങ്കിൽ നമ്മൾ സ്വയം) ഇത്തരത്തിൽ സാമാന്യ വല്ക്കരണം നടത്തുമ്പോൾ ചുവടെ ചേർത്തിരിക്കുന്ന പ്രയോജനകരങ്ങളായ ചോദ്യങ്ങൾ ചോദിക്കാവുന്നതാണ്.

എന്താണ് നമ്മെ തടസപ്പെടുത്തുന്നത്?

എല്ലായ്പ്പോഴും?

ഒരിക്കലും ഇല്ലേ?

നമ്മൾ ചെയ്താൽ എന്താ?

നമുക്ക് സാധിച്ചതായി ഒന്നു സങ്കല്പിച്ചു നോക്കുമ്പോൾ എന്ത് അനുഭവ വേദ്യമാകുന്നു?

ഇത്തരത്തിലുള്ള ചോദ്യങ്ങൾ നമ്മെ വിലക്കുകയും അനാവശ്യമായി നമ്മൾ നമ്മുടെ സാധ്യതകളെ പരിമിതപ്പെടുത്തുന്നുണ്ടോ എന്ന് ചിന്തിപ്പിക്കുകയും ഒരു വിശാലമായ കാഴ്ചപ്പാട് സ്വായത്തമാക്കുന്നതിനു നമ്മെ പ്രോൽസാഹിപ്പിക്കുകയും ചെയ്യുന്നു.

മായ്ച്ചുകളയൽ (Deletion)

കേന്ദ്രനാഡീവ്യൂഹത്തിൽ 2 ദശലക്ഷം വിവര ശകലങ്ങളാണ് ഓരോ സെക്കന്റിലും പരിപോഷിപ്പിക്കപ്പെടുന്നതായി കണക്കാക്കുന്നത്. ഈ വിവരങ്ങളിലെ ഓരോ ചെറു ശകലങ്ങളും കാര്യക്രമം ചെയ്തെടുക്കുകയാണെങ്കിൽ അതിനു വേണ്ടിവരുന്ന സമയവും ഊർജ്ജവും ഒന്നു സങ്കല്പിച്ചു നോക്കൂ. ഒരു അസാധ്യമായ ജോലി!.

നമ്മൾ എന്തെങ്കിലും ശ്രവിക്കുമ്പോൾ, മറ്റുള്ള ധാരാളം ശബ്ദങ്ങൾ സ്വാഭാവികമായും അവഗണിക്കുന്നു. ഇത് ഓരോ ചെറുവാക്കും കാര്യക്രമം ചെയ്തെടുക്കുന്നതിനുള്ള അദ്ധ്വാനം കുറയ്ക്കുന്നു. നമ്മൾ സംസാരിക്കുമ്പോൾ, നമുക്ക് പങ്കുവയ്ക്കുവാനുള്ള മൊത്തം വിവരങ്ങളിൽ

മായ്ച്ചുകളയലിലൂടെ മിതവ്യയം പാലിക്കുന്നു. എന്തെങ്കിലും ഒരു കാര്യം നീക്കം ചെയ്യുമ്പോഴാണ് മായ്ച്ചുകളയൽ സംഭവിക്കുന്നത്.

കഴിവിന്റെ പരമോന്നത സ്ഥാനത്തു നിന്നു പ്രവർത്തിക്കുന്നതിന് നമ്മെ സഹായിക്കുന്നതിന് 'സൂക്ഷിച്ച് തെരഞ്ഞെടുക്കുവാനുള്ള പ്രത്യേക ശ്രദ്ധ' (selective attention) പോലുള്ള നിർണായകമായ ഒരു സൂക്ഷ്മ പരിശോധനാ രീതി മായ്ച്ചുകളയൽ ലഭ്യമാക്കുന്നു. മായ്ച്ചു

കളയൽ ശ്രോതാവിനു ഒഴിഞ്ഞ ഭാഗങ്ങൾ പൂരിപ്പിക്കുന്നതിനും വിഭാവന ചെയ്യുന്നതിനുമുള്ള അവസരം നല്കുന്നു. മായ്ച്ചുകളയലിലുള്ള പ്രശ്നം എന്തെന്നാൽ ഇതിനു നമ്മുടെ ചിന്താരീതിയേയും മനസ്സിലാക്കലിനേയും പരിമിതപ്പെടുത്തുവാൻ കഴിയും.

മായ്ച്ചുകളഞ്ഞ വിവരങ്ങൾ മനസ്സിലാക്കിയെടുക്കുന്നതിനു നമുക്ക് ആര്?, എന്ത്?, എപ്പോൾ?, എവിടെ?, എങ്ങനെ?, കൃത്യമായി എന്ത്?, എന്നീ തരത്തിൽപ്പെട്ട പ്രയോജനകരങ്ങളായ ചോദ്യങ്ങൾ ചോദിക്കാവുന്നതാണ്.

മായ്ച്ചുകളയൽ എന്ന പ്രവർത്തനത്തിൽ നമ്മൾ നമ്മുടെ അനുഭവത്തിന്റെ തിരഞ്ഞെടുക്കപ്പെട്ട ചില നിശ്ചിത മാനങ്ങളിൽ ശ്രദ്ധ കൊടുക്കുകയും, മറ്റുള്ളവ ഒഴിവാക്കുകയും, അഗാധ ഘടനയിൽ ലഭ്യമാകുന്ന കുറച്ചു വിവരങ്ങൾ മാത്രം അവതരിപ്പിക്കുകയും ചെയ്യുന്നു. മായ്ച്ചുകളയൽ നമ്മുടെ ലോകത്തെ നമുക്ക് നിർവഹണയോഗ്യമായി അനുഭവപ്പെടുന്ന അനുപാതത്തിലേയ്ക്ക് ചുരുക്കുന്നു. ഈ ചുരുക്കൽ ചില സന്ദർഭങ്ങളിൽ ഉപകാരപ്രദവും മറ്റു ചിലപ്പോൾ പ്രശ്നങ്ങൾക്ക് വഴിയൊരുക്കുന്നതും ആയേക്കാം.

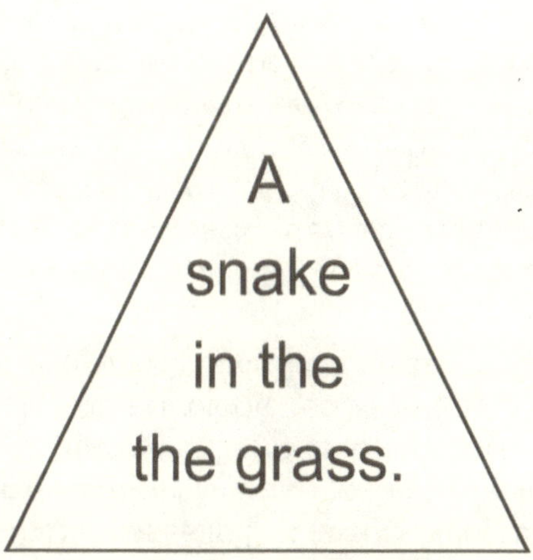

വളച്ചൊടിക്കൽ (Distortion)

ഈ പ്രവർത്തനം നമ്മുടെ ഇന്ദ്രിയ ഗോചരമായ വിവരങ്ങളുടെ അനുഭവത്തിൽ മാറ്റങ്ങൾ വരുത്തുവാനുള്ള അനുമതി നൽകുന്നു. സാധ്യമായതിനെ അല്ലെങ്കിൽ സംഭവിച്ചതിനെ നമുക്ക് കൂടുതൽ ലഘൂകരിക്കുകയോ ഭാവനാത്മകമാക്കുകയോ ചെയ്യാവുന്നതാണ്. പ്രസിദ്ധമായ എല്ലാ നോവലുകളിലും, ശാസ്ത്രത്തിന്റെ പരിവർത്തനാത്മകമായ കണ്ടെത്തലുകളിലും, കലാസൃഷ്ടികളിലും യാഥാർത്ഥ്യത്തെ വളച്ചൊടിക്കുവാനും തെറ്റായി അവതരിപ്പിക്കുവാനും ഉള്ള കഴിവ് ഉൾപ്പെട്ടിരിക്കുന്നു.

വളച്ചൊടിക്കലുകൾ നിർബന്ധമായും സത്യം ആകണമെന്നില്ല എന്നുള്ളത് ധാരാളം വ്യക്തികൾക്കും അറിയില്ല എന്നതാണ് കൂടുതൽ രസകരമായ കാര്യം. സത്യത്തെക്കുറിച്ചുള്ള അവരുടെ സ്വന്തം ധാരണകൾ മാത്രമാണ് അവർ വിവരിക്കുന്നത്. ഒരു ഫുട്ബോൾ മാച്ചിനെക്കുറിച്ച് അല്ലെങ്കിൽ ഒരു സിനിമയെക്കുറിച്ചും അത് ഉൾക്കൊള്ളുന്ന സന്ദേശത്തെക്കുറിച്ചും നമ്മൾ മറ്റുള്ളവരുമായി ചർച്ച ചെയ്യുമ്പോൾ നമുക്ക് പലപ്പോഴും യഥാർത്ഥത്തിൽ സംഭവിച്ചതിനെക്കുറിച്ച് വ്യത്യസ്തങ്ങളായ അറിവുകളായിരിക്കും ഉള്ളത്. ഒരു അനുഭവത്തിന്റെ ഒരു ഘടകത്തിൽ നമുക്ക് തൃപ്തികരമായതിന് അനുസൃതമായി ഉപബോധമനസ്സാൽ സ്വാധീനം ചെലുത്തുമ്പോൾ അല്ലെങ്കിൽ മാറ്റം വരുത്തുമ്പോഴാണ് വളച്ചൊടിക്കൽ സംഭവിക്കുന്നത്. സർഗ്ഗശക്തി പുതിയ പുതിയ രസകരങ്ങളായ ബന്ധങ്ങൾ ഉണ്ടാക്കിയെടുക്കുവാൻ തരത്തിൽ യാഥാർത്ഥ്യത്തെ വളച്ചൊടിക്കുവാനുള്ള കഴിവിനെ ആശ്രയിച്ചിരിക്കും.

അവ്യക്തമായ പ്രസ്താവനകളെ സ്പഷ്ടമാക്കുവാൻ മെറ്റാമോഡൽ നമ്മെ സഹായിക്കുന്നു എന്നതാണ് ആശ്ചര്യകരമായ കാര്യം. 'പരിപാലിക്കുക എന്നത് വളരെ ബുദ്ധിമുട്ടുള്ളതാണ്'. അല്ലെങ്കിൽ 'എല്ലാവരും ദേഷ്യപ്പെടുന്നു' എന്ന് ഒരു വ്യക്തി പറയുമ്പോൾ, ഇത്തരത്തിലുള്ള പൊതുവായ പ്രസ്താവനകൾ ഉണ്ടാക്കുവാൻ തരത്തിൽ അയാളുടെ മനസ്സിൽ എന്താണ് സംഭവിക്കുന്നത് എന്നു മനസ്സിലാക്കിയെടുക്കുന്നതിനു നമുക്ക് കൂടുതൽ വിവരങ്ങൾ ആവശ്യമായി വരുന്നു.

അളക്കാൻ പറ്റാത്ത നാമങ്ങളായ സ്നേഹം, വിശ്വാസം, ബന്ധം, മാറ്റം, ഭയം, വേദന, കടപ്പാട്, ഉത്തരവാദിത്വം, മതിപ്പ് എന്നിവ പ്രതികരിക്കുവാൻ വളരെ ബുദ്ധിമുട്ടുള്ളവയാണ്. ഇവയെ നോമിനലൈസേഷൻസ് (നമുക്ക് നിർണയിക്കുവാൻ സാധിക്കാത്തവ) എന്നാണ് പ്രസ്താവിച്ചിരിക്കുന്നത്. ഇവിടെ ഒരു ക്രിയ (വിശ്വസിക്കുക)

നാമമായി പരിണമിക്കുമ്പോൾ (വിശ്വാസം) അതിനെ എല്ലാവരും അംഗീകരിക്കത്തക്ക വിധത്തിൽ നിർവചിക്കുവാൻ ബുദ്ധിമുട്ടാണ്. ഈ പ്രസ്താവനയിൽ നിന്നും കൂടുതൽ അർത്ഥം നേടിയെടുക്കുന്നതിനു ഈ നാമത്തെ തിരിച്ച് ക്രിയയാക്കി മാറ്റേണ്ടത് അത്യാവശ്യമാണ്. 'പരിപാലിക്കുക എന്നത് ബുദ്ധിമുട്ടുള്ള കാര്യമാണ്''/എന്ന പ്രസ്താവനയോട്/'വ്യക്തമായി എങ്ങനെയാണ് പരിപാലിക്കുക എന്നത് ബുദ്ധിമുട്ടുള്ളതാകുന്നത്?'/ എന്ന് പ്രതികരിക്കാവുന്നതാണ്.

കൈവണ്ടി മാനദണ്ഡം (Wheelbarrow criteria)

നമ്മൾ ഒരു നാമത്തെക്കുറിച്ച് ചിന്തിക്കുമ്പോൾ അതിനെ ഒരു കൈവണ്ടിക്കുള്ളിൽ ചിത്രീകരിക്കുവാൻ സാധിക്കുന്നുണ്ടെങ്കിൽ അത് തികച്ചും അളക്കാൻ സാധിക്കുന്നതും ഇന്ദ്രിയ ഗോചരവുമായ ഒരു നാമം ആയിരിക്കും. ഒരു വ്യക്തി, ഒരു പൂച്ചെടി, ഒരു ആപ്പിൾ, ഒരു മേശ, എന്നിവ ഇന്ദ്രിയ ഗോചരമായ നാമങ്ങളാണ്. സ്നേഹം, സൗഹൃദം, അല്ലെങ്കിൽ ദേഷ്യം എന്നിവ പോലെയല്ല.

നോമിനലൈസേഷൻസ് എന്നത് ഇന്ദ്രിയ ഗോചരമല്ലാത്ത പദങ്ങളാണ്. വീൽബാരോ ടെസ്റ്റ് വിജയിക്കുന്നില്ല. സ്നേഹം, ഭയം, ബന്ധം, വേദന എന്നിവയെ ഒരു കൈവണ്ടിയിൽ നിക്ഷേപിക്കുവാൻ സാധ്യമല്ല. പകരം ഈ നാമങ്ങളെ ക്രിയകളാക്കി മാറ്റുമ്പോൾ നമുക്ക് ഇവയിൽ ചേഷ്ടകളും പ്രതിചേഷ്ടകളും കൊണ്ടുവരാവുന്നതാണ്. ഇത് വ്യക്തികളെ കൂടുതൽ സാധ്യതകളിൽ സമഗ്രപഠനം നടത്തുന്നതിനു സഹായിക്കുന്നു.

വളച്ചൊടിക്കലിനു മറ്റൊരുദാഹരണമാണ് മനസ്സുവായന (mind reading). ഒരു പക്ഷേ ഒരു വ്യക്തി പരിഗണനാർഹമായ സൂചനകൾ നൽകിയാൽ പോലും അയാൾ യഥാർത്ഥത്തിൽ ചിന്തിക്കുന്നത് എന്താണെന്ന് നമുക്ക് ഒരിക്കലും മനസ്സിലാക്കുവാൻ സാധിക്കുകയില്ല. നെഗറ്റീവ് ആയുള്ള വളച്ചൊടിക്കലുകൾ സാമാന്യവല്ക്കരണവുമായി കൂടിച്ചേരുമ്പോൾ ഇത് പൂർണമായ മാനസികാസ്വസ്ഥതയായി മാറിയേക്കാം. സ്കൂളിൽ നിന്നും വീട്ടിലേയ്ക്ക് വന്ന ഒരു കുട്ടി പറയുകയാണ് 'ഞാൻ എന്തെങ്കിലും അവതരിപ്പിക്കുവാൻ വേണ്ടി എഴുന്നേല്ക്കുമ്പോൾ എല്ലാവരും എന്നെ തുറിച്ച് നോക്കുന്നു. ഞാൻ ഒരു വിഡ്ഢിയാണെന്നായിരിക്കും അവർ ചിന്തിക്കുന്നത്''.

നമ്മുടെ ആന്തരിക ചിന്താരീതിയിലും ആശയവിനിമയത്തിലും ഉള്ള പ്രശ്നകാരികളായ മായ്ച്ചുകളയലുകളിലേയ്ക്കും, വളച്ചൊടിക്കലുകളിലേയ്ക്കും, സാമാന്യ വല്ക്കരണങ്ങളിലേയ്ക്കും നമ്മുടെ ശ്രദ്ധയെ കൊണ്ടെത്തിക്കുന്നതിനു മെറ്റാമോഡൽ സഹായിക്കുന്നു. മെറ്റാമോഡൽ

ചോദ്യങ്ങൾ ഉപരിതല ഘടനയിൽ വ്യാപൃതമായിരിക്കുന്ന ഭാഷയിൽ നിന്നും അഗാധ ഘടനയിലുള്ള ഉൾക്കാഴ്ച നേടിയെടുക്കുന്നതിനു സഹായിക്കുന്ന ഒരു തിരിച്ചിടൽ മാതൃകയാണ്.

മെറ്റാമോഡൽ ഉപയോഗിക്കൽ

ബിസിനസിലും, പരിശീലനത്തിലും, വിദ്യാഭ്യാസത്തിലും, രോഗ ചികിൽസയിലും എന്നു മാത്രമല്ല ജീവിതത്തിലും മെറ്റാമോഡൽ ചോദ്യങ്ങൾ നമുക്ക് ശക്തമായ വാചികമായുള്ള കരുക്കൾ പ്രദാനം ചെയ്യുന്നു. ഒരു വ്യക്തിയുടെ അനുഭവത്തിന്റെ വളരെ അടുത്ത് എത്തുന്നതിനും അതിനെക്കുറിച്ചുള്ള വ്യക്തത നേടിയെടുക്കുന്നതിനും നമ്മുടെ ഭാഷയെ ഉപയോഗപ്പെടുത്തുന്നതിനു ഇവ നമ്മെ സഹായിക്കുന്നു.

മെറ്റാമോഡലിന്റെ പ്രയോഗം നമുക്ക് ആവശ്യമായേക്കാവുന്ന സന്ദർഭങ്ങളാണ്:

1. ഒരു പുതിയ പദ്ധതിയുടെ സാധ്യതകളും ലക്ഷ്യങ്ങളും മനസ്സിലാക്കുന്നതിനു കൂടുതൽ വിവരങ്ങൾ നേടിയെടുക്കുന്നതിനു.
2. ഒരു വ്യക്തി പറയുന്നതിന്റെ അർത്ഥം മനസ്സിലാക്കി അയാളുടെ മനസ്സിലുള്ളത് അറിയുവാനും, അതിനെക്കുറിച്ചുള്ള ഊഹങ്ങൾ മെനയുന്നതിനു പകരം അയാളുമായി സമാനത പുലർത്തുന്നതിനും.
3. നമ്മുടെ പരിമിതികളും മറ്റുള്ളവരുടെ പരിമിതികളും തിരിച്ചറിഞ്ഞ് ഉപകാരപ്രദമല്ലാത്ത വിശ്വാസങ്ങളേയും ശീലങ്ങളായുള്ള പെരുമാറ്റങ്ങളേയും മാറ്റിയെടുത്ത് ഉപയോഗപ്രദമാക്കുന്നതിനു.
4. നമുക്കും മറ്റുള്ളവർക്കും വേണ്ടി ചെയ്യുന്ന കാര്യങ്ങളിലെ വിവിധ രീതികളിൽ സമഗ്ര പഠനം നടത്തി കൂടുതൽ സാധ്യതകൾ തുറക്കുന്നതിനു.
5. രൂക്ഷമായ ചോദ്യംചെയ്യൽ പോലെ തോന്നിക്കാതെ ആദരവോടുകൂടിയതും, പ്രയോജനപ്രദവുമായ ചോദ്യങ്ങൾ ചോദിക്കുവാനുള്ള കഴിവിനു.

മെറ്റാമോഡൽ ചോദ്യങ്ങൾ ഫലപ്രദമാകുന്നതിനു മാനസികൈക്യം വളരെ പ്രധാനമാണ്. ആളുകൾ അവരുടെ വിഷമകരങ്ങളായ പ്രശ്നങ്ങൾ തുറന്നു പറയാൻ തയ്യാറാകുന്നതിനു മുൻപ് അവർ നമ്മളിൽ വിശ്വാസമർപ്പിക്കേണ്ടതുണ്ട്. അവരുടെ സംഭാഷണ സമയത്തോടും, ഇന്ദ്രിയങ്ങളോടും, അവാചികമായ സൂചനകളോടും ഒപ്പമുള്ള ചുവടുവയ്പ്പ് മാനസികൈക്യം സ്ഥാപിച്ചെടുക്കുന്നതിനു സഹായിക്കുന്നു. നമ്മൾ ചോദ്യം ചോദിക്കുമ്പോൾ അപ്രസക്തങ്ങളായ വിവരങ്ങൾ

കൊണ്ടുള്ള അധികഭാരം തടയുന്നതിനു നമ്മൾ നേടിയെടുക്കാൻ ശ്രമിക്കുന്നതിനെ (നമ്മുടെ അനന്തര ഫലം) ക്കുറിച്ചുള്ള വ്യക്തമായ ധാരണ ഉണ്ടായിരിക്കണം.

നമ്മുടെ സംസാര ശൈലി മയമുള്ളതാക്കുന്നതും, ആദരവോടു കൂടി പെട്ടെന്നു പ്രതികരിക്കുന്നതും നമ്മുടെ ചോദ്യം ചെയ്യലിനെ സഹായിക്കുന്നു. വഴിയോരങ്ങളിൽ വാണിജ്യ ഗവേഷകർ (market reseachers) നടത്തുന്ന പീരങ്കി പ്രയോഗങ്ങൾ പോലെ അല്ലാതെ സംഭാഷണങ്ങളിലേയ്ക്കും അഭിമുഖങ്ങളിലേയ്ക്കും ഇത്തരം ചോദ്യങ്ങൾ സൗമ്യമായി ഇട്ടുകൊടുക്കുക.

നമ്മുടെ കുടുംബാംഗങ്ങളും സുഹൃത്തുക്കളും ക്ഷണിക്കാതെ തന്നെ അവരെ ശരിയാക്കുവാൻ വേണ്ടി മെറ്റാമോഡൽ ചോദ്യങ്ങളുമായി പാഞ്ഞു ചെല്ലുന്നതിനു മുൻപ് സ്വയം ഇവ നമ്മളിൽ തന്നെ ഒന്നു പരീക്ഷിച്ചു നോക്കുന്നതാണുചിതം.

സാമാന്യവല്ക്കരണങ്ങൾ, വളച്ചൊടിക്കലുകൾ അല്ലെങ്കിൽ മായ്ച്ചുകളയലുകൾ എന്നിവയെ മെറ്റാമോഡൽ ലംഘനങ്ങൾ എന്നാണറിയപ്പെടുന്നത്. വ്യക്തികൾക്ക് വിജയത്തിലേയ്ക്കും സന്തോഷത്തിലേയ്ക്കും ഉള്ള പാതയിൽ ഉള്ള തടസങ്ങൾ മനസ്സിലാക്കിക്കൊടുക്കുന്നതിനു പ്രധാനമായും ഇവയെ വെല്ലുവിളിക്കേണ്ടതാണ്. വൈദഗ്ധ്യം നേടിയെടുത്തുകഴിഞ്ഞാൽ മെറ്റാമോഡൽ ഒരു ശക്തവും ഉപയോഗപ്രദവുമായ ഉപാധിയാണ്. എന്നിരുന്നാലും ഈ ചോദ്യം ചെയ്യൽ പ്രക്രിയയിൽ വൈദഗ്ധ്യം നേടിയെടുക്കുന്നതിനു ഊർജ്ജിതമായ പരിശീലനം ആവശ്യമാണ്. ഈ പ്രക്രിയയിൽ ഉടനീളം ഉയർന്ന അളവിൽ മാനസികൈക്യവും, ആദരവും കൊണ്ടുവരേണ്ടതാണ്. മറ്റേ വ്യക്തിക്ക് സുരക്ഷിതത്വം അനുഭവപ്പെടേണ്ടതാണ്, സമ്മർദ്ദം ചെലുത്തുന്നതായി അനുഭവപ്പെടാൻ പാടില്ല.

ഏതൊരുചോദ്യം ചോദിക്കുന്നതിനു മുൻപും ഇങ്ങനെ തുടങ്ങുന്നത് ഉചിതമായിരിക്കും. 'ഞാൻ ഒരു ചോദ്യം ചോദിച്ചോട്ടെ?' അവർ അനുകൂലമല്ലാത്ത പ്രതികരണമാണ് നല്കുന്നതെങ്കിൽ ഇത് തുടരാതെ അവരുടെ ലോകത്തിന്റെ മാതൃക മനസ്സിലാക്കിയെടുക്കുന്നതിനു അവർ പറയുന്നതിലുള്ള മുൻധാരണകൾ ശ്രദ്ധിക്കുക.

മെറ്റാമോഡൽ ചോദ്യങ്ങൾ ചോദിക്കുന്നതിലൂടെ ശ്രോതാവിനെ അയാളുടെ പെരുമാറ്റത്തിന്റെ ബോധതലത്തിലേയ്ക്ക് ഉയർത്തിക്കൊണ്ട് വരുവാൻ സാധിക്കുകയും, ഈ പെരുമാറ്റത്തെ സാവകാശത്തിൽ അയാളുടെ മനസ്സിൽക്കൂടി കടന്നുപോകുന്നതിനു സഹായിക്കുകയും അങ്ങനെ അതിലുള്ള പോരായ്മകൾ നീക്കം ചെയ്യുവാനും സാധിക്കുന്നു.

നമുക്ക് കുറച്ച് ഉദാഹരണങ്ങൾ നോക്കാം

സാധാരണമായ മായ്ച്ചുകളയൽ
(Simple Deletions)

എന്തെങ്കിലും വിട്ടുകളയുക.

ഉദാ: 'എനിക്ക് ഭ്രാന്ത് വരുന്നു.'

നഷ്ടപ്പെട്ട വിവരത്തെ വീണ്ടെടുക്കുവാനുള്ള ചോദ്യം: 'ഞാൻ ചോദിച്ചോട്ടെ എന്തിനെ സംബന്ധിച്ചാണ് നിങ്ങൾക്ക് ഭ്രാന്ത് വരുന്നത്.'

വ്യക്തമാക്കാത്ത സംബന്ധം പ്രകടിപ്പിക്കുന്ന സൂചിക
(Unspecified Referential Index)

പ്രസ്താവനയിൽ വിശദീകരിച്ചിരിക്കുന്ന വ്യക്തി(കൾ) അല്ലെങ്കിൽ വിഷയം അനിർദ്ദിഷ്ടമോ അവ്യക്തമോ ആയിരിക്കുക.

ഉദ: 'അവർ ഇത് തള്ളിക്കളഞ്ഞു.'

നഷ്ടപ്പെട്ട വിവരത്തെ വീണ്ടെടുക്കുവാനുള്ള ചോദ്യം: 'ആര് തള്ളിക്കളഞ്ഞു?' അല്ലെങ്കിൽ 'എന്താണ് അവർ തള്ളിക്കളഞ്ഞത്?'

താരതമ്യാനുസൃതമായ മായ്ച്ചുകളയൽ
(Comparative Deletions)

ഒരു താരതമ്യം നടത്തുകയും എന്തുമായാണ് താരതമ്യം ചെയ്യപ്പെട്ടിരിക്കുന്നത് എന്നുള്ളത് അവ്യക്തവും ആയിരിക്കുക. ഈ വാക്യത്തിൽ നല്ലത്, ചീത്ത, കൂടുതൽ നല്ലത്, ഏറ്റവും നല്ലത്, ഏറ്റവും ചീത്തയായ, കൂടുതൽ, കുറവ്, അത്യധികം, അല്പമായ എന്നിങ്ങനെയുള്ള പദങ്ങൾ ഉൾപ്പെട്ടിരിക്കും.

ഉദാ: 'ഈ സമീപനമാണ് നല്ലത്.'

നഷ്ടപ്പെട്ട വിവരത്തെ വീണ്ടെടുക്കുവാനുള്ള ചോദ്യം: 'എന്തുമായി അല്ലെങ്കിൽ ആരുമായി താരതമ്യം ചെയ്യുമ്പോൾ?'

അനിർദ്ദിഷ്ടമായ ക്രിയകൾ
(Unspecified Verbs)

ഇത്തരം സംഗതികളിൽ എങ്ങനെയാണ് ഒരു കാര്യം ചെയ്തത് എന്നുള്ളത് അവ്യക്തമായിരിക്കും.

ഉദാ: 'അവർ എന്റെ ബിസിനസ് പദ്ധതി തള്ളിക്കളഞ്ഞു.'

ചില സന്ദർഭങ്ങളിൽ ഇവിടെ ധാരാളം കാര്യങ്ങൾ മായ്ച്ചുകളയപ്പെടാറോ, സാമാന്യവൽക്കരിക്കപ്പെടാറോ, വളച്ചൊടിക്കപ്പെടാറോ ഉണ്ട്. അതുകൊണ്ടു തന്നെ ഏതു തരത്തിൽപ്പെട്ട ചോദ്യം ചെയ്യലിനാണ് കൂടുതൽ വിവരങ്ങൾ നേടിയെടുക്കുവാൻ സാധിക്കുന്നത്

എന്നുള്ളത് നിശ്ചയിക്കേണ്ടത് നമ്മളാണ്.

നഷ്ടപ്പെട്ട വിവരത്തെ വീണ്ടെടുക്കുവാനുള്ള ചോദ്യം: 'വ്യക്തമായി എങ്ങനെ?'

നാമവല്ക്കരണങ്ങൾ
(Nominalisations)

ഒരു പ്രവർത്തനത്തെ ഒരു വസ്തു ആക്കി മാറ്റുന്നു.

ഉദാ: 'നമ്മുടെ കുടുംബത്തിൽ ആശയവിനിമയം തൃപ്തികരമല്ല.'

നഷ്ടപ്പെട്ട വിവരത്തെ വീണ്ടെടുക്കുവാനുള്ള ചോദ്യം: 'നിങ്ങൾ നമ്മളുമായി എങ്ങനെയുള്ള ആശയവിനിമയമാണ് ഇഷ്ടപ്പെടുന്നത്?' ശ്രദ്ധിക്കുക ഇവിടെ ഒരു താരതമ്യാനുസൃതമായ മായ്ച്ചുകളയൽ കൂടിയുണ്ട്. അതുകൊണ്ടുതന്നെ നമുക്ക് ഇങ്ങനെയും ചോദിക്കാവുന്നതാണ് 'എന്തുമായി താരതമ്യം ചെയ്യുമ്പോഴാണ് ആശയവിനിമയം തൃപ്തികരമല്ലാത്തത്?'

സാമാന്യവല്ക്കരണങ്ങൾ

ആഗോള മാനദണ്ഡങ്ങൾ
(Universal Quantifiers)

'എല്ലാം', 'ഓരോ', 'ഒരിക്കലുമില്ല', 'എല്ലായ്പ്പോഴും', 'മാത്രം', 'ഓരോരുത്തരും', 'ഓരോന്നും', 'ആരും' തുടങ്ങിയ പദങ്ങളാണ് ആഗോള മാനദണ്ഡങ്ങൾ.

ഉദാ: 'ഞാൻ ചെയ്യുന്ന ഒരു കാര്യവും എന്റെ മേലുദ്യോഗസ്ഥൻ അംഗീകരിക്കാറില്ല'.

നഷ്ടപ്പെട്ട വിവരത്തെ വീണ്ടെടുക്കുവാനുള്ള ചോദ്യം: നമുക്ക് ഈ പൊതുവല്ക്കരണത്തെ വിപുലീകരിക്കുകയോ ഇതിനു വിപരീതമായുള്ള ഉദാഹരണം ഉപയോഗിക്കാവുന്നതോ ആണ്. 'ഒരിക്കലും?', അല്ലെങ്കിൽ 'നിങ്ങളുടെ മേലുദ്യോഗസ്ഥൻ നിങ്ങളെ അംഗീകരിച്ച ഏതെങ്കിലു ഒരു സന്ദർഭം എന്നെങ്കിലും ഉണ്ടായിട്ടുണ്ടോ?'

സാധ്യതയുടെ അല്ലെങ്കിൽ ആവശ്യകതയുടെ മോഡൽ ഓപ്പറേറ്റേഴ്സ് വേണം, പാടില്ല, കൂടിയേ തീരൂ, ചെയ്യേണ്ടതുണ്ട്, ആവശ്യമുണ്ട്, ഇത് അത്യാവശ്യമാണ് എന്നീ പദങ്ങൾ ആവശ്യകതയുടെ മോഡൽ ഓപ്പറേറ്റേഴ്സിൽ ഉൾപ്പെടുന്നു.

കഴിയും, കഴിയില്ല, ചെയ്യും, ചെയ്യില്ല, ആകാം, ആകണമെന്നില്ല, സാധ്യം, അസാധ്യം, തുടങ്ങിയ പദങ്ങൾ സാധ്യതയുടെ മോഡൽ ഓപ്പറേറ്റേഴ്സിൽ ഉൾപ്പെടുന്നു.

ഉദാ: 'എനിക്ക് ഇത് ഇപ്പോൾ കഴിയില്ല.'

നഷ്ടപ്പെട്ട വിവരത്തെ വീണ്ടെടുക്കുവാനുള്ള ചോദ്യം: ഈ പരിമിതിയെ വെല്ലുവിളിക്കുക എന്നതാണ് ഇവിടെ പ്രധാനം. 'നിങ്ങൾക്ക് ചെയ്യാൻ പറ്റിയാലോ?' അല്ലെങ്കിൽ 'എന്താണ് നിങ്ങളെ തടയുന്നത്?'

വളച്ചൊടിക്കലുകൾ (Distortions)

മനസ്സു വായന (Mind Reading)

ഇത്തരം അവസരത്തിൽ വക്താവ് മറ്റേ വ്യക്തിയുടെ വിശ്വാസങ്ങൾ, അനുഭവങ്ങൾ അല്ലെങ്കിൽ ചിന്തകൾ എന്നിവ തനിക്കറിയാവുന്നതായി വാദിക്കുന്നു.

ഉദാ: 'എന്റെ ബോസ് എന്റെ ജോലിയിൽ സംതൃപ്തനല്ല'

നഷ്ടപ്പെട്ട വിവരത്തെ വീണ്ടെടുക്കുവാനുള്ള ചോദ്യം: ഈ രീതിയിൽ നമുക്ക് സാധാരണ മട്ടിൽ 'നിങ്ങൾക്ക് എങ്ങനെയറിയാം?', 'നിങ്ങളുടെ ബോസ്സ് നിങ്ങളുടെ ജോലിയിൽ സംതൃപ്തനല്ല എന്ന് വ്യക്തമായി എങ്ങനെയാണ് നിങ്ങൾക്ക് മനസ്സിലായത്?' എന്നൊക്കെ ചോദിക്കാവുന്നതാണ്.

ലോസ്റ്റ് പെർഫോർമേറ്റീവ് (Lost Performative)

ശ്രേഷ്ഠമായ നിർണയങ്ങൾ (തീർപ്പുകൾ) ഉണ്ടാക്കിയെടുക്കുകയും, ആരാണ് ഈ തീർപ്പ് ഉണ്ടാക്കിയെടുത്തത് എന്നുള്ളത് അവ്യക്തവും ആയിരിക്കും

ഉദാ: 'ഈ കമ്പനിയുടെ പുരോഗതിക്കായുള്ള ഉചിതമായ മാർഗ്ഗം ഇതാണ്.'

നഷ്ടപ്പെട്ട വിവരത്തെ വീണ്ടെടുക്കുവാനുള്ള ചോദ്യം: 'ആരുടെ അഭിപ്രായത്തിൽ?' അല്ലെങ്കിൽ 'ഇതാണ് ഉചിതമായ മാർഗ്ഗം എന്ന് നിങ്ങൾക്ക് എങ്ങനെയറിയാം?'

കാരണ-പ്രഭാവം (Cause-effect)

രണ്ടു സംഭവങ്ങൾക്ക് അല്ലെങ്കിൽ രണ്ടു പ്രവൃത്തികൾക്കിടയിൽ വക്താവ് ഒരു കാരണവും പ്രഭാവവും തമ്മിലുള്ള ബന്ധം സ്ഥാപിച്ചെടുക്കുന്നു.

എങ്കിൽ...അപ്പോൾ, അതുകാരണം, എന്നിവ സാധാരണയായി ഇത്തരത്തിലുള്ള നിർമ്മിതികളിൽ ഉൾപ്പെട്ടിരിക്കുന്നു.

ഉദാ: 'താങ്കൾ ആ രീതിയിൽ എന്നെ നോക്കിയപ്പോൾ എനിക്ക്

അവഗണിച്ചതുപോലെ തോന്നി.'

നഷ്ടപ്പെട്ട വിവരത്തെ വീണ്ടെടുക്കുവാനുള്ള ചോദ്യം: 'എങ്ങനെയാണ് ഞാൻ നോക്കിയ രീതി നിങ്ങൾക്ക് അവഗണനയായി തോന്നിയത്?'

കൂട്ടിക്കലർത്തിയുള്ള പരസ്പര ബന്ധം (Complex equivalence):

ഈ സന്ദർഭത്തിൽ രണ്ട് അനുഭവങ്ങൾ സമാനാർത്ഥകങ്ങളായി വ്യാഖ്യാനിക്കപ്പെടുകയും അതിനാൽ, അർത്ഥമാക്കുന്നത്, സൂചിപ്പിക്കുന്നത് എന്നീ പദങ്ങളാൽ ബന്ധിപ്പിക്കുകയും ചെയ്യുന്നു.

ഉദാ: 'എന്റെ ബോസ്സ് നമസ്കാരം പറയാതെ അദ്ദേഹത്തിന്റെ ഓഫീസിലേയ്ക്ക് കയറി പോയി അതിനാൽ അദ്ദേഹം എന്റെ ജോലിയിൽ സംതൃപ്തനല്ല.'

നഷ്ടപ്പെട്ട വിവരത്തെ വീണ്ടെടുക്കുവാനുള്ള ചോദ്യം: 'എങ്ങനെയാണ് നമസ്കാരം പറയാതിരിക്കുന്നത് നിങ്ങളുടെ ജോലിയിൽ സംതൃപ്തനല്ല എന്ന് അർത്ഥമാക്കുന്നത്?' അല്ലെങ്കിൽ 'നിങ്ങൾ എപ്പോഴെങ്കിലും കുടുംബ സംബന്ധമായതോ ബിസിനസ് സംബന്ധമായതോ ആയ സമ്മർദ്ദങ്ങളാൽ നിങ്ങളുടെ സഹപ്രവർത്തകരോട് നമസ്കാരം പറയുവാൻ വിട്ടുപോയിട്ടുണ്ടോ?'

മുൻധാരണകൾ (Presuppositions)

ഒരു വാക്യത്തിന്റെ ചില ഭാഗങ്ങൾ ഒരു വസ്തു, വ്യക്തി എന്നിവയുടെ നിലനില്പിനെ (അല്ലെങ്കിൽ നിലനില്പില്ലായ്മയെ) സൂചിപ്പിക്കുകയോ ഉദ്ദേശിക്കുകയോ ചെയ്യുന്നു. അതേസമയം ഇത് സ്പഷ്ടമായി പ്രസ്താവിക്കുകയില്ല.

നഷ്ടപ്പെട്ട വിവരത്തെ വീണ്ടെടുക്കുവാനുള്ള ചോദ്യം: 'ഞാൻ നേതൃത്വം പ്രകടമാക്കുന്നില്ല എന്നുള്ള വിശ്വാസത്തിലേയ്ക്ക് നിങ്ങളെ നയിക്കുന്നത് എന്താണ്?' അല്ലെങ്കിൽ 'എങ്ങനെയാണ് ഞാൻ നേതൃത്വം പ്രകടമാക്കാത്തത്?'

എന്തുകൊണ്ടാണ് എന്നുള്ള ചോദ്യം ഒഴിവാക്കുക

മെറ്റാമോഡലിലുള്ളചോദ്യങ്ങളിൽ എന്തുകൊണ്ട് എന്നുള്ള ചോദ്യങ്ങൾ ഒന്നും തന്നെയില്ല. നിങ്ങൾ ഒരു വ്യക്തിയോട് എന്തുകൊണ്ട് എന്നുള്ള ചോദ്യം ചോദിക്കുമ്പോൾ ഇത് പലപ്പൊഴും അയാളിൽ അയാൾ പറഞ്ഞതിനെ അല്ലെങ്കിൽ ചെയ്തതിനെ ന്യായീകരിക്കേണ്ടതായുള്ള തോന്നൽ ഉണ്ടാക്കുകയും അയാളുടെ പെരുമാറ്റത്തെ യുക്തിപരമായി വ്യാഖ്യാനിക്കുകയോ ഒഴിവുകഴിവുകൾ പറയുകയോ ചെയ്യുന്നു. നേരെ മറിച്ച് നിങ്ങൾ എങ്ങനെ എന്നുള്ള ചോദ്യമാണ്

പ്രയോഗിക്കുന്നതെങ്കിൽ നിങ്ങളുടെ ഉപഭോക്താവ് ഉപയോഗിച്ച നടപടിക്രമം വ്യക്തമായി മനസ്സിലാവുകയും അതുവഴി അയാളുടെ അഗാധ ഘടനയെക്കുറിച്ചുള്ള കൂടുതൽ വിവരങ്ങൾ മനസ്സിലാക്കുവാൻ സാധിക്കുകയും ചെയ്യും.

മെറ്റാമോഡൽ ചോദ്യങ്ങൾ നമ്മൾ ചെന്നെത്തുവാൻ ആഗ്രഹിക്കുന്നിടത്തേയ്ക്ക് കൃത്യമായി നയിക്കുന്നു. എന്തെന്നാൽ നമ്മൾ വീക്ഷിക്കുന്നത് ചോദ്യങ്ങളുടെ വാക്യഘടനയിലാണ് ഇതിന്റെ ഉള്ളടക്കത്തിലല്ല. നമ്മൾ ഉള്ളടക്കത്തിലേയ്ക്ക് ഇറങ്ങുമ്പോൾ അതിൽ മുങ്ങിപ്പോയേക്കാം. കാരണം ഉള്ളടക്കം എന്നത് അനന്തമാണ്.

മിൽട്ടൺ മോഡൽ

മറ്റുള്ളവർ പറയുന്നത് മനസ്സിലാക്കിയെടുക്കുന്നതിന് വളരെ വിചിത്രമായ ഒരു സർഗ്ഗവൈഭവമാണ് നമുക്കുള്ളത്. മാത്രമല്ല ചില സന്ദർഭങ്ങളിൽ കേൾക്കുന്ന വ്യക്തിക്ക് വിട്ടുപോയ ഭാഗം പൂരിപ്പിച്ചെടുക്കുന്നതിനു വേണ്ടിയോ അയാളുടേതായ രീതിയിൽ മനസ്സിലാക്കിയെടുക്കുന്നതിനു വേണ്ടിയോ നമ്മൾ പറയുന്ന കാര്യത്തിലെ ചില ഭാഗങ്ങൾ കൗശലപൂർവ്വം കൃത്യമായി സൂചിപ്പിക്കാതിരിക്കുകയോ അവ്യക്തമാക്കുകയോ ചെയ്യാറുണ്ട്. അപ്പോൾ ആളുകൾക്ക് നമ്മുടെ വാക്കുകളിൽ നിന്നും അവർക്ക് ഉചിതമായത് അവർക്ക് ഉചിതമായ രീതിയിൽ സ്വീകരിക്കുവാൻ സാധിക്കും.

റിച്ചാർഡ് ബാൻഡ്‌ലറും ജോൺ ഗ്രിൻഡറും ചേർന്നാണ് മിൽട്ടൺ മോഡലിനു രൂപം നൽകിയത്. മെറ്റാ മോഡലിൽ ഉപയോഗിച്ചിട്ടുള്ള തത്വങ്ങളിൽ നിന്നും രൂക്ഷമായ അന്തരമുള്ളവയാണ് മിൽട്ടൺ മോഡലിന്റെ തത്വങ്ങൾ. ഇവ രണ്ടും ചേർന്നാണ് ന്യൂറോ ലിംഗ്വിസ്റ്റിക് പ്രോഗ്രാമിങ്ങിന്റെ മുഖ്യ പ്രമാണങ്ങൾ രൂപപ്പെട്ടിട്ടുള്ളത്.

ഇക്കാലത്തെ ഏറ്റവും സ്വാധീനശേഷിയുള്ള ഹിപ്നോ തെറാപ്പിസ്റ്റായ മിൽട്ടൺ എറിക്സൺന്റെ അനുമാനത്തിലുള്ള ഒരു കൂട്ടം ഭാഷാ സംബന്ധിയായ മാതൃകകളാണ് മിൽട്ടൺ മോഡലിൽ വിശദീകരിച്ചിട്ടുള്ളത്.

ആത്മനിഷ്ഠമായ പ്രശ്നങ്ങൾക്ക് കൂടുതൽ ഫലപ്രദമായ പരിഹാരം കാണുന്നതിനു ബോധതലത്തിനേക്കാൾ ഉപബോധതലത്തിൽ അല്ലെങ്കിൽ ശരീര സംബന്ധിയായ തലത്തിൽ (Somatic Level) വച്ച് പ്രവർത്തിക്കുന്നതിനു ഒരു വ്യക്തിയെ പ്രാപ്തനാക്കുവാൻ വേണ്ടി ആലോചനാപൂർവ്വം അവ്യക്തമായ ഭാഷയെ ഉപയോഗപ്പെടുത്തുന്നതിനെക്കുറിച്ചുള്ളതാണ് മിൽട്ടൺ മോഡൽ.

ഇത്തരം ഭാഷാ മാതൃകകൾ ഒരു വ്യക്തിയെ ഒരു മോഹാലസ്യ അവസ്ഥയിൽ എത്തിച്ചുകൊണ്ട് അയാളുടെ ഉപബോധമനസ്സിലു ള്ള വിഭവങ്ങൾ പരിശോധിച്ച് അയാളുടെ അനുഭവത്തിൽ കൈ കടത്താതെ അയാളിൽ മാറ്റങ്ങൾ വരുത്തുന്നതിനും പ്രശ്നങ്ങൾ കൈകാര്യം ചെയ്യുന്നതിനും അയാളെ സ്വയം പ്രാപ്തനാക്കുന്നു. ഉദാ ഹരണമായി ഒരു കാർ കാണുന്നതായി സങ്കല്പിക്കുക. നിർദ്ദേശങ്ങൾ മന:പൂർവ്വം അവ്യക്തമാക്കിയിരിക്കുന്നതുകൊണ്ടുതന്നെ ഈ വിഷയ ത്തിനു അയാളുടെ മനസ്സിൽ രൂപപ്പെടുത്തിയെടുക്കുവാൻ ധാരാളംഅ വസരങ്ങൾ ഉണ്ടാകും. ഏതു തരത്തിലുള്ള കാർ എന്നോ കാറിന്റെ നിറമോ ആരും തന്നെ നിർദ്ദേശിക്കുന്നില്ല. ഇത്തരത്തിലുള്ള ഒഴിഞ്ഞ സ്ഥലങ്ങൾ പൂരിപ്പിക്കുക എന്നതും, ഇതിനെ ഏറ്റവും വിവേചനപൂർ വ്വം വിഭാവന ചെയ്യുക എന്നതും ശ്രോതാവിൽ നിക്ഷിപ്തമാണ്.

നമ്മുടെ ഉപഭോക്താവുമായി ഒരു കലർപ്പില്ലാത്ത മാനസികൈക്യം സ്ഥാപിച്ചെടുക്കുന്നതിനു അല്ലെങ്കിൽ ആ സംഭവത്തിന്റെ വ്യക്തമായ ഛായാചിത്രത്തിനു വേണ്ടി അയാളുടെ യാഥാർത്ഥ്യത്തെക്കുറിച്ചുള്ള അവബോധത്തെ അതേ അളവിൽ പിന്തുടർന്ന് മനസ്സിലാക്കിയെടു ക്കുന്നതിനും മിൽട്ടൺ മോഡൽ ശ്രമിക്കുന്നുണ്ട്. നമ്മുടെ സ്വന്തവും മറ്റുള്ളവരുടേയും തീരുമാന രൂപീകരണം, ആശയവിനിമയം, പ്രചോദനം, പഠനം എന്നീ പ്രക്രിയകൾ മനസ്സിലാക്കിക്കൊണ്ട് നമ്മളും മറ്റുള്ളവരും എങ്ങനെയാണ് അവരവരുടെ യാഥാർത്ഥ്യത്തി ന്റെ വിശിഷ്ടമായ ഭൂപടം രൂപപ്പെടുത്തിയെടുക്കുന്നത് എന്നുള്ളത് അംഗീകരിക്കുവാൻ ഇത് നമ്മെ പ്രാപ്തരാക്കുന്നു.

മെറ്റാമോഡലിൽ നിന്നും വ്യത്യസ്തമായി മിൽട്ടൺ മോഡലിൽ അവലംബിച്ചിരിക്കുന്നത് ഭാഷണരീതിയുടെ സൂക്ഷ്മതയോടുകൂടിയുള്ള അവ്യക്തമാക്കലിലൂടെ സമീപസ്ഥമായ പ്രശ്നത്തെ പൂർണമായി മനസ്സിലാക്കിയെടുക്കുവാനുള്ള രീതിയാണ്.

ഒരു വ്യക്തിയെ ബോധമനസ്സിലുള്ള തടസങ്ങളെ തരണം ചെയ്യുന്നതിനായി അയാളുടെ യഥാർത്ഥ അനുഭവത്തിന്റെ വിവരങ്ങൾ ശേഖരിച്ചിട്ടുള്ള ഉപബോധതലത്തിന്റെ ആഴത്തിൽ എത്തിക്കുന്നതിനായി അവ്യക്തമായ ഭാഷയുടെ ഉപയോഗമാണ് ഇവിടെ പ്രസ്താവിക്കുന്നത്.

നേർവിപരീതമാണ് എന്നുള്ളതൊഴിച്ചാൽ മെറ്റാമോഡലിന്റെ അതേ മാതൃകകളാണ് മിൽട്ടൺ മോഡലിൽ ഉപയോഗിക്കുന്നത്. മിൽട്ടൺ മോഡൽ മന:പൂർവ്വം അവ്യക്തമായ ഭാഷ പ്രയോഗിച്ചുകൊണ്ട് ഉപരിതലത്തിലേയ്ക്ക് സഞ്ചരിക്കുന്നു. ഇത് ക്രിയാത്മകമായി ആവിഷ്കരിച്ചെടുക്കാവുന്നതാണ്. മെറ്റാ മോഡൽ ലക്ഷ്യമാക്കുന്നത് കൂടുതൽ വിവരങ്ങൾ ശേഖരിക്കുവാനാണ് അതേസമയം മിൽട്ടൺ മോഡൽ ലക്ഷ്യമാക്കുന്നത് വിശദാംശങ്ങളിൽ നിന്നും ഉയരത്തിലേയ്ക്ക് സഞ്ചരിക്കുവാനാണ്.

ഇതിന്റെ ലക്ഷ്യം ശ്രോതാവിന്റെ ബോധമനസ്സിന്റെ വിധേയത്തം (ആശ്രയം) കുറയ്ക്കുക എന്നതാണ്. സാധാരണയായി ഒരു അനുഭവത്തിന്റെ പ്രധാന വശങ്ങളെ മായ്ച്ചുകളയുകയോ ഭേദഗതി വരുത്തുകയോ ചെയ്യുന്നതിലൂടെയും, വസ്തുതകളെ വളച്ചൊടിക്കുന്നതിലൂടെയും ഏതൊരു ആധികാരികമായ പ്രസ്താവനയിലും തടസങ്ങൾ സൃഷ്ടിക്കുന്നത് ഉപബോധമനസ്സാണ്. ബോധപൂർവ്വമുള്ള ആജ്ഞാരൂപത്തിലുള്ള നിർദ്ദേശങ്ങൾ ഉപയോഗിച്ച് ഉപബോധമനസ്സിൽ എത്തിച്ചേരുക എന്നത് അസാധ്യമായ കാര്യമാണ്. കൂടുതൽ സ്വതന്ത്ര സ്വഭാവമുള്ളതും, ഉപമകൾ ഉൾപ്പെടുത്തിക്കൊണ്ടുള്ളതുമായ പ്രസ്താവനകൾ ഉപയോഗിക്കുന്നത് അനുകൂല സന്ദർഭങ്ങൾ സമ്മാനിക്കുകയും ഉപബോധമനസ്സിലേയ്ക്ക് അനായാസം എത്തിച്ചേരുവാനും സാധിക്കുന്നു.

ഇതിനെ ഹിപ്നോട്ടിക് ആശയം എന്ന് അറിയപ്പെടുന്നു. ഇവിടെ ഉപബോധമനസ്സ് താൽക്കാലികമായി ചുമതല ഏറ്റെടുത്ത് ആ വ്യക്തിയെ ഒരു തരത്തിലുള്ള മോഹനിദ്രയ്ക്ക് സമാനമാക്കുന്നതിനാൽ യഥാർത്ഥത്തിൽ സഞ്ചരിച്ചതിനെക്കുറിച്ച് അയാൾ ബോധവാനായിരിക്കുകയില്ല. ഉപഭോക്താവിന്റെ നിശ്ചിത മാനസികാവസ്ഥയ്ക്കനുസരിച്ച് ഒരു വിദഗ്ധന് സാമർത്ഥ്യപൂർവ്വം ഇത്തരത്തിലുള്ള അഭിപ്രായ അന്തരങ്ങൾ സൃഷ്ടിക്കുവാനും അതിലൂടെ ആഗ്രഹിച്ച ഫലം നേടിയെടുക്കുവാനും സാധിക്കും.

ഉപബോധമനസ്സും NLP യും NLP യിലെ മിൽട്ടൺ മോഡലിനു പിന്നിലുള്ള കാതലായതത്വം എന്തെന്നാൽ നമ്മുടെ മനസ്സ് എല്ലായ്പോഴും ജാഗ്രതയോടുകൂടി പുറംലോകത്തെ ശ്രദ്ധിച്ചുകൊണ്ടിരിക്കും എന്നുള്ളതാണ്. നിർദ്ദേശങ്ങൾക്ക് ശ്രോതാവിൽ ഒരു ഹിപ്നോട്ടിക് സ്വാധീനം ചെലുത്തുവാൻ സാധിക്കും. അതുകൊണ്ടുതന്നെ അവർ ഉപബോധമനസ്സിന്റെ തുറന്നതും നിർവിഘ്നവുമായ പൊരുത്തവുമായി പൊരുത്തപ്പെടുകയും ചെയ്യും.

പരോക്ഷമായ നിർദ്ദേശങ്ങൾ ഉപബോധമനസ്സ് ചികിൽസാ പ്രവർത്തനത്തിൽ സജീവമായി പങ്കുചേരുന്നതിനു കാരണമാകുന്നു. ഹിപ്നോട്ടിക് മോഹനിദ്ര ഉപയോഗപ്പെടുത്തി ഉപബോധമനസ്സിനെ വ്യാപൃതനാക്കുന്നത്, പുറമേ സാധാരണ ആശയവിനിമയമായി തോന്നുന്ന സംഭാഷണത്തിൽ പോലും ചികിൽസാപരമായ പ്രയോജനം സാധ്യമാക്കുവാൻ കഴിയും.

മിൽട്ടൺ മോഡലിൽ സംസാരത്തിന്റെ പ്രധാന പദസഞ്ചയങ്ങളും മാതൃകകളും ഉപയോഗിച്ച് ഒരാളുടെ ചിന്തകളെ തന്ത്രപൂർവ്വം അവ്യക്തമാക്കുവാൻ ശ്രമിക്കുന്നു. ഇത്തരത്തിലുള്ള സംസാരത്തിലൂടെ ആ വ്യക്തിയുടെ ചിന്താരീതിയെ നിയന്ത്രിക്കുവാൻ സാധിക്കുന്നു. ഈ മാതൃക പ്രതിപാദിക്കുന്നത് പൊതുവായുള്ള സംഭാഷണം കൂടുതൽ മാനസികൈക്യത്തിലേയ്ക്ക് നയിക്കുന്നു. അതേ സമയം ചെറിയ ചെറിയ വിഷയങ്ങളെക്കുറിച്ചുള്ള സംഭാഷണം (കൂടുതൽ വ്യക്തമായുള്ള) പരിമിതപ്പെടുത്തുന്നതും ഒരു വ്യക്തിയുടെ അനുഭവത്തിൽ നിന്നും കൂടുതൽ ഭാഗങ്ങൾ പുറം തള്ളപ്പെടുവാൻ സാധ്യതയുള്ളതുമാണ്.

മിൽട്ടൺ മോഡലിന്റെ മാതൃകകൾ നമുക്ക് ഉപയോഗിക്കാവുന്ന സന്ദർഭങ്ങളാണ്:

1. മാനസികൈക്യംനേടിയെടുക്കുന്നതിനുവേണ്ടി മറ്റേവ്യക്തിയുടെ യാഥാർത്ഥ്യത്തോടൊപ്പം ചുവടുവയ്ക്കുന്നതിന്.

2. അവരുടെ ഉപബോധ മനസ്സിനെ സ്വാധീനിച്ച് വിവരങ്ങൾ ശേഖരിക്കുന്നതിനു അല്ലെങ്കിൽ അവരെ മാറ്റം വരുത്തിയ അവസ്ഥയിലേയ്ക്ക് നയിക്കുന്നതിന്.

3. ബോധമനസ്സിന്റെ ശ്രദ്ധ പതറിച്ച് ഉപബോധമനസ്സിനെ നല്ല രീതിയിൽ പ്രവർത്തിക്കുവാൻ അനുവദിക്കുന്നതിന്.

വ്യക്തിത്വ വികസന പ്രോഗ്രാമുകളിൽ അല്ലെങ്കിൽ പ്രചോദനാത്മകമായ സെമിനാറുകളിൽ ലക്ഷ്യം മാത്രം പ്രതിപാദിക്കുന്നതുകൊണ്ടുതന്നെ പലപ്പോഴും ഇവയുടെ ഫലം തീർച്ചയില്ലാത്തതാണ്. ഉദാഹരണമായി, 'നിങ്ങൾ ഒരു സദസ്സിനെ അഭിമുഖീകരിക്കുമ്പോൾ നിങ്ങൾക്ക് തീർച്ചയായും ആത്മവിശ്വാസം ഉണ്ടായിരിക്കണം.'

മറുവശത്ത് ഒരു പരോക്ഷമായുള്ള നിർദ്ദേശം വളരെക്കുറച്ച് ആധികാരികവും ഉചിതമായ രീതിയിലുള്ള വ്യാഖ്യാനത്തിനുള്ള അവസരം മാറ്റിവയ്ക്കുകയും ചെയ്യുന്നു. അതുകൊണ്ടുതന്നെ ഇത് സ്വയം ശാക്തീകരിക്കുന്നതാണ്. എന്തെന്നാൽ ഇത് നമ്മുടെ ഇപ്പോഴുള്ള ചിന്തയുമായി യോജിക്കുന്ന തരത്തിലുള്ള ആത്മവിശ്വാസത്തിനു വേണ്ടി ഉപബോധമനസ്സാൽ തന്നെ തിരച്ചിൽ നടത്തുകയും അവിടെ കൂടുതൽ എളുപ്പത്തിൽ സ്വസ്ഥമാവുകയും ചെയ്യുന്നു. ഉദാഹരണമായി, 'നിങ്ങൾ ഒരു സദസ്സിനെ അഭിമുഖീകരിക്കുമ്പോൾ നിങ്ങൾക്ക് എപ്പോഴത്തേക്കാളും കൂടുതൽ ആത്മവിശ്വാസം അനുഭവപ്പെടുന്നതായി തോന്നാം.' ഈ ഉദാഹരണം പിന്തുടരുന്നത് പരോക്ഷമായ രീതിയാണ് അതായത് ഇവിടെ നിശ്ചിത സമയവും, ആത്മവിശ്വാസത്തിന്റെ അളവും വ്യക്തമാക്കാതെ വിട്ടിരിക്കുന്നു. നിങ്ങൾ ഒരു പൊതു വേദിയിൽ സംസാരിക്കുവാനുള്ള തീരുമാനം എടുക്കുമ്പോൾ, നിങ്ങളുടെ ചിന്താരീതികൾ നല്ലരീതിയിൽ മാറിയതുകൊണ്ട് നിങ്ങൾക്ക് തൃപ്തികരമായി തോന്നാം.

ഇവിടെ സദസ്സിനെ അഭിമുഖീകരിക്കുവാനുള്ള സാധ്യത, കൃത്യമായ സമയം, മൊത്തമായുള്ള പ്രവർത്തനത്തിൽ സംഭവ്യമായേക്കാവുന്ന പ്രതിചേഷ്ടകൾ എന്നിവ വിഭാവനം ചെയ്തിരിക്കുന്നു. എന്നാൽ കൃത്യതയില്ലാത്ത ഭാഷാരീതി ഉപഭോക്താവിനു ഇതിന്റെ സൂക്ഷ്മമായ വിശദാംശങ്ങൾ പൂരിപ്പിച്ചെടുക്കുവാനുള്ള അവസരം നല്കുന്നു.

ഹിപ്നോട്ടിക് ഭാഷാ മാതൃകകൾ

വാക്കുകളിലെ മിൽട്ടൺ മോഡൽ ഹിപ്നോട്ടിക് ഭാഷാ മാതൃകകളും അവ്യക്തമായ ഭാഷയുടെ ശക്തിയും ആളുകളെ വ്യത്യസ്തമായ അവസ്ഥകളിൽ എത്തിക്കുന്നതിനു ഉപയോഗിക്കുന്നു.

ഇവിടെ ശ്രോതാക്കൾ കണ്ടെത്തുന്ന അവരവരുടേതായ ഉത്തരങ്ങൾ അവർക്ക് കൂടുതൽ ശക്തവും എക്കാലത്തേയ്ക്കും നിലനിൽക്കുന്നതും ആയിരിക്കും. നമ്മൾ നമ്മുടേതായ ആശയങ്ങൾ അവരുടെ മനസ്സിൽ പതിപ്പിക്കാത്തതുകൊണ്ട് അല്ലെങ്കിൽ അനുചിതമായ നിർദ്ദേശങ്ങൾ മുന്നോട്ട് വയ്ക്കാത്തതുകൊണ്ട് നമ്മൾ ഒരിക്കൽ പോലും ചിന്തിച്ചിട്ടില്ലാത്ത വിവിധ സാധ്യതകളിൽ അവർ സൂക്ഷ്മ നിരീക്ഷണം നടത്തുകയും അവർക്ക് കൂടുതൽ നിയന്ത്രണബോധം കൈവരുകയും ചെയ്യുന്നു.

ഇതിലുപരി അവ്യക്തമാക്കൽ നമ്മുടെ ലോകത്തിന്റെ ഭൂപടത്തെക്കൂടി വെളിപ്പെടുത്തുന്നു. ഓർക്കുക, നമ്മൾ ഉപയോഗിക്കുന്ന ഭാഷ

ശ്രോതാവിനെ മാത്രമല്ല നമ്മളേയും സ്വാധീനിക്കുന്നു. പലപ്പോഴും ആളുകൾ അവരവരെക്കുറിച്ച് തന്നെ നടത്തുന്ന സംഭാഷണത്തിലൂടെ സ്വയം പരിമിതികൾ അടിച്ചേല്പിക്കുന്നു. ഇത്തരത്തിലുള്ള സ്വയം പരിമിതപ്പെടുത്തുന്ന 'ചിന്താ വൈറസുകളായ' 'ഞാൻ അത്രയ്ക്ക നല്ല തല്ല്', 'അത് ചെയ്യുവാൻ എന്നെക്കൊണ്ട് ഒരിക്കലും കഴിയുകയില്ല' എന്നിങ്ങനെയുള്ള ചിന്തകൾ നമ്മുടെ വിജയത്തിലേയ്ക്കുള്ള പാതയിൽ തടസങ്ങൾ സൃഷ്ടിക്കുന്നു.

മോഹനിദ്രയും ദിവസേനയുള്ള ധ്യാനവും ഉപബോധത്തിലേയ്ക്ക് അഥവാ സാധാരണ നമ്മുടെ ബോധപൂർവ്വമല്ലാതെയുള്ള ചിന്തകളിലേയ്ക്കും, വികാരങ്ങളിലേയ്ക്കും ഉള്ള അമൂല്യവും ഭദ്രവുമായ മാർഗ്ഗമാണ്.

മാതൃകകൾ

ഒരു വ്യക്തിയെ പുതിയ ആശയങ്ങൾ പൂർണമനസ്സോടെ കൈക്കൊള്ളുന്ന ഒരു അവസ്ഥയിലേയ്ക്ക് എത്തിക്കുന്നതിനു മായ്ച്ചകളയലുകളേയും, സാമാന്യവല്ക്കരണങ്ങളേയും, വളച്ചൊടിക്കലുകളേയും വെല്ലുവിളിക്കുന്നതിനായി നിങ്ങൾക്ക് ഉപയോഗിക്കാവുന്ന അവ്യക്തമായ ഭാഷയുടെ ഏതാനും ചില ഉദാഹരണങ്ങളാണ്:

സാധാരണ മായ്ച്ചുകളയൽ (Simple deletion)

'നിങ്ങൾ ശ്രദ്ധിക്കുവാൻ തയ്യാറാണ്.'

അനിർദ്ദിഷ്ടമായ ക്രിയകൾ/ പദങ്ങൾ (unspecified Verbs/ words)

ഇവിടെ സൂചിപ്പിക്കുന്നത് എങ്ങനെയാണ് ഒരു പ്രവൃത്തി സംഭവിക്കുന്നത്/ സംഭവിക്കാൻ പോകുന്നത് എന്നുള്ളത് വ്യക്തമാക്കാതെയുള്ള വിശദീകരണമാണ്.

'അവനാണ് ആ പ്രശ്നത്തിനു കാരണം'

അനിർദ്ദിഷ്ടമായ സംബന്ധ സൂചിക (unspecified referential index)

വക്താവിന്റെ/ ശ്രോതാവിന്റെ അനുഭവത്തിന്റെ ഏതെങ്കിലും ഒരു ഭാഗവുമായി വ്യക്തമായ അനുബന്ധം സൂചിപ്പിക്കാതെയുള്ള പ്രയോഗം.

'ആളുകൾക്ക് മാറ്റം സാധ്യമാണ്.'

താരതമ്യാനുസൃതമായ മായ്ച്ചുകളയൽ/ അനിർദ്ദിഷ്ടമായ താരതമ്യം (Comparative Deletions / Unspecified Comparison) എന്തുമായാണ് അല്ലെങ്കിൽ ആരുമായാണ് താരതമ്യം ചെയ്യപ്പെടുന്നത് എന്നുള്ളത് വ്യക്തമാക്കതെയുള്ള താരതമ്യം ചെയ്യൽ.

'നിങ്ങൾ ഇതു കൂടുതലായി ആസ്വദിക്കും.'

'അതാണ് മെച്ചപ്പെട്ടത്.'

വിധി കല്പിക്കൽ (Judgement)

നിങ്ങൾ വളരെ കഠിനമായ സാഹചര്യങ്ങളിൽക്കൂടിയാണ് കടന്നു പൊയ്ക്കൊണ്ടിരിക്കുന്നത് എന്നുള്ളതും അവയെ നല്ല രീതിയിൽ അതിജീവിച്ചു എന്നുള്ളതും ഓർക്കുക.

നാമവല്ക്കരണങ്ങൾ (Nominalisations)

നാമങ്ങളായി രൂപീകരിക്കപ്പെട്ടിട്ടുള്ളവയും പ്രവൃത്തികൾക്ക് വേണ്ടിയുള്ള ചുരുക്കെഴുത്തും ആയ പദങ്ങൾ.

'നിങ്ങൾ പുതിയ ഉൾക്കാഴ്ചകൾ നേടുന്നു, പുതിയ സൗഹൃദങ്ങൾ സൃഷ്ടിക്കുന്നു.'

ഇവിടെ മനസ്സിലാക്കലുകൾ ഒരു നാമമായി ഉപയോഗിക്കുന്നു. എന്നാൽ ഇത് നടന്നുകൊണ്ടിരിക്കുന്ന അനുഭവത്തിന്റെ മനസ്സിലാക്കലിനെ വിവരിക്കുന്നതിനുള്ള ചുരുക്കെഴുത്തായി ഉപയോഗിക്കുന്നു.

സാധ്യതയുടെ മോഡൽ ഓപ്പറേറ്റേഴ്സ്
(Modal operators of possibiltiy)

'നിങ്ങൾക്ക് കൂടുതൽ വിജയിയാകുവാൻ സാധിക്കും.'

ആവശ്യകതയുടെ മോഡൽ ഓപ്പറേറ്റേഴ്സ്
(Modal operators of necesstiy)

സാധ്യതയേയോ ആവശ്യകതയേയോ അല്ലെങ്കിൽ തീവ്രതയുടെ ആന്തരികാവസ്ഥകളോ വിശദീകരിക്കുന്ന പദങ്ങൾ നമ്മുടെ ജീവിത തത്വങ്ങളെ നിയന്ത്രിക്കുന്നു.

'നിങ്ങൾ മറ്റുള്ളവരെ സംരക്ഷിക്കേണ്ടിയിരിക്കുന്നു'

അല്ലെങ്കിൽ

'നിങ്ങൾ ഈ പ്രശ്നം പരിഹരിച്ചിരിക്കണം.'

ആഗോള മാനദണ്ഡങ്ങൾ
(Universal Quantifiers)

വ്യക്തമായ സൂചിക കൂടാതെയുള്ള ആഗോള സാമാന്യവല്ക്കരണങ്ങൾ. (എല്ലാവരും, ആരും, എല്ലാം, ഓരോ.)

'എല്ലായ്പോഴും നീ ഇങ്ങനെയാണ്.'

'നിനക്ക് ആവശ്യമായ എല്ലാ കഴിവുകളും നിനക്ക് എളുപ്പത്തിൽ അഭ്യസിക്കുവാൻ കഴിയുന്നവയാണ്.'

കൂട്ടിക്കലർത്തിയുള്ള പരസ്പര ബന്ധം
(Complex equivalence)

'നിങ്ങൾ ഇവിടെയിരിക്കുന്നതിനർത്ഥം നിങ്ങൾ മാറുവാനിടയുണ്ട്.'

മനസ്സുവായന (mind reading)

മറ്റുള്ളവരുടെ ചിന്തകളോ വികാരങ്ങളോ തനിക്കറിയാം എന്നു വാദിക്കുക, എങ്ങനെ അറിയാം എന്നു വ്യക്തമാക്കാതെ.

'നിങ്ങൾ കൂടുതൽ താല്പര്യവാനാകുന്നുണ്ട് എന്നുള്ളത് എനിക്കറിയാം.'

'നിങ്ങൾ ചിന്തിക്കുന്നത് എനിക്കറിയാം'

കാരണവും ഫലവും (Cause and effect)

ഇത് സൂചിപ്പിക്കുന്നത് ഒന്ന് മറ്റൊന്നിലേയ്ക്ക് നയിക്കുന്നു അല്ലെങ്കിൽ മറ്റൊന്നിനു കാരണമാകുന്നു എന്നുള്ളതാണ്. അതായത് ഇവിടെ കാരണ/ഫലത്തിന്റെ ഒരു പരമ്പരയും സമയാനുസൃതമായ ഒരു ഒഴുക്കും ഉണ്ട്.

'ഓരോ ശ്വാസത്തിലും നിങ്ങൾക്ക് കൂടുതൽ ശാന്തനാകുവാൻ സാധിക്കും.'

എങ്കിൽ, അപ്പോൾ, നിങ്ങളെപ്പോലെ, അപ്പോൾ നിങ്ങൾ, അതുകൊണ്ട് അപ്പോൾ.

'നിങ്ങൾക്ക് എന്റെ ശബ്ദം കേൾക്കുവാൻ കഴിയുന്നുണ്ടെങ്കിൽ ഒരുപാട് കാര്യങ്ങൾ പഠിക്കുവാൻ സാധിക്കും.'

ലോസ്റ്റ് പെർഫോർമേറ്റീവ് (Lost performative)

മഹത്തായ പ്രസ്താവനകൾ പറയുകയും, ആരാണ് പറഞ്ഞത് എന്ന് വ്യക്തമാക്കാതെയുമിരിക്കുക.

'ശ്വാസോച്ഛ്വാസം ചെയ്യുന്നത് നല്ലതാണ്.'

മുൻധാരണകൾ (Presuppositions)

ധാരണകൾക്ക് ഒത്ത ഭാഷാ പ്രയോഗങ്ങൾ

'നിങ്ങൾ നിങ്ങളുടെ മനോഭാവത്തിൽ ഇപ്പോൾ മാറ്റം വരുത്താൻ പോകുകയാണോ അതോ പിന്നീടോ?'

ഇവിടെ ആ വ്യക്തി അയാളുടെ മനോഭാവത്തിൽ മാറ്റം വരുത്തും എന്നുള്ളത് അനുമാനിച്ചിരിക്കുന്നു. എപ്പോൾ എന്നുള്ളത് മാത്രമാണ് അജ്ഞാതം.

നിലവിലുള്ള അനുഭവത്തോടൊപ്പം ചുവടുവയ്ക്കുക

നമുക്ക് അനുഭവമുള്ള ഭാഷ ഉപയോഗിച്ച് ഒരു പെരുമാറ്റത്തിന്റെ വിശദീകരണത്തിലൂടെ നിലവിലുള്ള സന്ദർഭത്തെ വിശദീകരിക്കുന്നു.

'നിങ്ങൾ ഈ ലേഖനം വായിക്കുമ്പോൾ നല്ല അനുഭവം ഉണ്ടാകുന്നു.'

സംഭാഷണപരമായ അംഗീകരണം (Conversational postulates)

വിവിധ തലങ്ങളിൽ പ്രയോഗിക്കുന്ന ചോദ്യങ്ങളാണിവ. അതെ അല്ലെങ്കിൽ അല്ല എന്ന് ഉത്തരം വരുന്ന നിസ്സാരചോദ്യങ്ങളാണെങ്കിലും. അവർ ഒരു തരത്തിൽ നിങ്ങളെ ഒരു പ്രവൃത്തിയിൽ ഏർപ്പെടുവാൻ വേണ്ടി ക്ഷണിക്കുകയാണ് ചെയ്യുന്നത്. പലപ്പോഴും ഇതിൽ ഒരു നിഗൂഢമായ ആജ്ഞ ഉൾക്കൊണ്ടിരിക്കും.

'നിങ്ങൾക്ക് ഈ വാതിൽ ഒന്നു തുറക്കാമോ?'. ഇതിൽ ഒരു അപേക്ഷയും ആജ്ഞയും ഉൾക്കൊണ്ടിരിക്കുന്നു.

മറ്റൊരാളുടെ വാക്കുകൾ വലിച്ചുനീട്ടി ഉദ്ധരിക്കുക (Extended quote)

ഒരു ചെറിയ വിവരം പറയുന്നതിനു വേണ്ടി ധാരാളം വിവരങ്ങൾ പറയുന്നു.

''ഒരുപാട് വർഷങ്ങൾക്ക് മുൻപ് ഒരു സമർത്ഥനായ വൃദ്ധനെ കണ്ടത് ഞാൻ ഓർക്കുന്നു. അദ്ദേഹം എനിക്ക് ധാരാളം ഉപയോഗ പ്രദമായ കാര്യങ്ങൾ പറഞ്ഞു തന്നു. അദ്ദേഹത്തിന്റെ അനുശാസന ങ്ങളെല്ലാം തന്നെ ഞാൻ വളരെ വിലപ്പെട്ടതായി കണക്കാക്കുന്നു. ഒരു പ്രത്യേക ദിവസം 'മാറ്റം വളരെ എളുപ്പവും രസകരവുമാണെന്ന്' അദ്ദേഹം എന്നോട് പറഞ്ഞത് ഞാൻ ഓർക്കുന്നു."

ഉപയോഗം (Utilization)

വക്താവിന്റെ ഉദ്ദേശ്യത്തെ പിന്താങ്ങുന്നതിനായി ശ്രോതാവി ന്റെ അനുഭവത്തിൽ ഉൾപ്പെട്ടിട്ടുള്ള എല്ലാത്തിന്റേയും ഗുണങ്ങൾ (ആന്തരിക ചുറ്റുപാടിലും ബാഹ്യ ചുറ്റുപാടിലും) പരിഗണിക്കുക. നമ്മുടെ ആശയവിനിമയത്തിനിടയിൽ ഒരു ഫോൺ ബെല്ലടിക്കു ന്ന ശബ്ദമോ മറ്റെന്തെങ്കിലും ശബ്ദമോ കേൾക്കാനിടവരുന്നതായി സങ്കല്പിക്കുക. അപ്പോൾ വക്താവിന് ''പശ്ചാത്തലത്തിൽ ഈ ശബ്ദം കേൾക്കുന്നതുകൊണ്ട് നമ്മൾ സംസാരിക്കുന്നതിൽ താങ്കൾ കൂടുതൽ ശ്രദ്ധ ചെലുത്തേണ്ടതുണ്ട്'' എന്ന് പറയാവുന്നതാണ്.

മിൽട്ടൺ മോഡലിലെ കരുക്കൾ

ഒരു ചോദ്യം കൂട്ടിച്ചേർക്കൽ (Tag questions)

ശ്രോതാവിന്റെ പ്രതിരോധത്തിൽ മയം വരുത്തുന്നതിനു വേണ്ടി പ്രസ്താവനയുടെ / ചോദ്യത്തിന്റെ അവസാനത്തിൽ ഒരു ചോദ്യം കൂട്ടിച്ചേർക്കുക. ഇത് ഉപയോഗിക്കുന്നത് ശ്രോതാവിനു അയാൾ ചെയ്തതോ ചെയ്യാൻ പോകുന്നതോ ആയ പ്രവൃത്തിയെ കൂടുതൽ അനുകൂലമാക്കുന്നതിനു വേണ്ടിയാണ്.

ഇതിനു ഒരു ചോദ്യത്തിന്റെ ഘടനയും പലപ്പോഴും ഒരു പ്രസ്താവ നയുടെ സ്വരവും ആയിരിക്കും.

'നിങ്ങളുടെ ജീവിതത്തെക്കുറിച്ചുള്ള കാഴ്ചപ്പാട് മാറുകയാണ്. അല്ലേ?'

രണ്ടുവിധത്തിലുള്ള ബന്ധിക്കൽ (Double bind)

സാധ്യതകൾ ഒന്നും തന്നെയില്ലാത്ത ഒരു സന്ദർഭത്തിൽ നിന്നും സാധ്യതകൾ ക്ഷണിക്കുന്നു.

'നിങ്ങൾ ഇപ്പോഴാണോ അതോ പിന്നീടാണോ തുടങ്ങുവാൻ ആഗ്രഹിക്കുന്നത്.'

നിഗൂഢമായുള്ള ആജ്ഞകൾ (Embedded Commands)

ഒരു വലിയ പ്രസ്താവനയുടെ ഒരു ഭാഗമായുള്ള ഒരു ആജ്ഞയാണിത്. ഇത് ചരിച്ചെഴുതിയിരിക്കുന്നതിലൂടെയോ സ്വരവ്യതിയാനത്തിലൂടെയോ, ശരീര ഭാഷയിലൂടെയോ വായനക്കാർ അല്ലെങ്കിൽ ശ്രോതാക്കൾ ഉപബോധമനസ്സാൽ തിരിച്ചറിയത്തക്ക തരത്തിൽ സ്പഷ്ടമാക്കിയിരിക്കും.

മാറ്റം വളരെ എളുപ്പമാണ് എന്ന് ഞാൻ ഒരിക്കലും നിന്നോട് സൂചിപ്പിക്കുകയില്ല (നിർദ്ദേശിക്കുകയില്ല).

ഈ ലേഖനം നിങ്ങളുടെ സുഹൃത്തുക്കൾക്ക് അയച്ചുകൊടുക്കേണ്ടതായിരുന്നു എന്ന് നിങ്ങൾ ചിന്തിക്കുന്നില്ലേ?

അല്ലെങ്കിൽ

നിങ്ങൾക്ക് ഈ ഉപകരണം അനായാസം പഠിക്കുവാൻ സാധിക്കും.

അഭ്യാസം

1. നിങ്ങളുടേയും നിങ്ങൾക്ക് ചുറ്റുമുള്ളവരുടേയും സംഭാഷണത്തിലുള്ള മെറ്റാ മോഡൽ ലംഘനങ്ങൾ ശ്രദ്ധിക്കുകയും അവരുടെ ആശയവിനിമയത്തിന്റെ അഗാധ ഘടന കണ്ടുപിടിക്കുവാൻ നിങ്ങൾക്ക് എന്തൊക്കെ ചോദിക്കാമായിരുന്നു എന്നതും പ്രാക്ടീസ് ചെയ്യുക.
2. മിൽട്ടൺ മോഡൽ ഭാഷ അഭ്യസിക്കുക.

9

സർഗ്ഗാത്മകത (Creativtiy)

I am always doing that which I cannot do,
in order that I may learn how to do it.

Pablo Picasso

സൃഷ്ടി എന്നാൽ പുതുതായി ഒന്നിനെ നിലവിൽ കൊണ്ടു വരിക എന്നും, പര്യവേക്ഷണം എന്നാൽ നിലവിലുള്ളവയിലെ പുതുമയെ തിരിച്ചറിയുക എന്നുമാണർത്ഥം. അതായത് സൃഷ്ടി തല്പരതയാണ് പര്യവേക്ഷണത്തിലേയ്ക്കുള്ള ചവിട്ടുപടി. ഇതിനായി നാം സർഗ്ഗാത്മകത ഉള്ളവരായിരിക്കണം.

ജിജ്ഞാസയിൽ അധിഷ്ഠിതമായ ഒന്നാണ് സർഗ്ഗാത്മകത. ആപ്പിൾ എന്തുകൊണ്ട് താഴേയ്ക്ക് വീഴുന്നു എന്ന് സർ ഐസക്ക് ന്യൂട്ടൺ അതിശയിച്ചപ്പോൾ മറ്റുള്ളവർ എന്തായിരിക്കും ചിന്തിച്ചിട്ടുണ്ടാവുക? 'മണ്ടൻ, പിന്നെങ്ങോട്ടാണ് വീഴേണ്ടത്?'

സർഗ്ഗാത്മകതയ്ക്ക് പിന്നിലുള്ള യുക്തി ചിന്ത (Cognitive Strategy of Creativity)

വാൾട്ട്ഡിസ്നിയുടെ 'കോഗ്നിറ്റീവ് സ്ട്രാറ്റജി ഓഫ് ക്രിയേറ്റിവിറ്റി' (സർഗ്ഗാത്മകതയ്ക്ക് പിന്നിലുള്ള യുക്തി ചിന്ത) ധാരാളം മാനേജ്മെന്റ് പരിശീലന പുസ്തകങ്ങളെ സ്വാധീനിച്ചിട്ടുണ്ട്. ഇത് പ്രധാനമായും മൂന്ന് തരം മാനസിക തലങ്ങളെ കുറിച്ചാണ് പ്രതിപാദിക്കുന്നത്. സ്വപ്നാടനതലം (Dreamer Phase), വിമർശന തലം (Critic Phase), യാഥാർത്ഥ്യതലം (Realist Phase).

സ്വപ്നാടനതലത്തിൽ ആശയരൂപീകരണമാണ് നടക്കുന്നത്. ഇവിടെ സാധ്യമായ ഏത് കാര്യവും തടസ്സങ്ങളോ വിലയിരുത്തലുകളോ ഇല്ലാതെ ഭാവനയിൽ കാണുന്നു. (ഇത് ഏകദേശം ബ്രെയ്ൻ സ്റ്റോമിംഗ് പ്രക്രിയ പോലെയാണ്.)

യുക്തിയേയും പരിണിത ഫലത്തേയും മുൻ നിർത്തിയാണ് വിമർശന തലം ആശയ വിശകലനം ചെയ്യുന്നത്. വിമർശകൻ

എല്ലായ്പ്പോഴും 'എന്തുകൊണ്ട്?' എന്നതിന് പ്രാധാന്യം കൊടുത്തു കൊണ്ടാണ് ഓരോ പ്രശ്നവും പരിശോധിക്കുന്നത്. വിമർശകന്റെ ഓരോ കണ്ടെത്തലും വളരെ ഫലപ്രദവും അർത്ഥവത്തുമായിരിക്കും. സ്വപ്നാടകൻ എപ്പോഴും ഭാവനാലോകത്തായതുകൊണ്ട് പലപ്പോഴും തെറ്റായ തീരുമാനങ്ങളായിരിക്കും എടുക്കുന്നത്. എന്നാൽ തെറ്റുകളൊന്നും കടന്നുകൂടാതെ വളരെ ശരിയായ തീരുമാനങ്ങളെടുക്കുന്നതുകൊണ്ട് വിമർശകൻ ഒരു ക്വാളിറ്റി കൺട്രോളറെപ്പോലെ പെരുമാറുന്നു. ഇത് ചിന്തയ്ക്ക് അതീതമായ കാര്യമാണ്.

ആശയങ്ങൾ എങ്ങനെ പ്രാവർത്തികമാക്കുന്നു എന്നതുമായി ബന്ധപ്പെട്ടതാണ് യാഥാർത്ഥ്യതലം. സ്വപ്നാടകന്റെ കാഴ്ചപ്പാടിന്റെ മറുവശമാണ് യാഥാർത്ഥ്യതലം പ്രയോജനപ്പെടുത്തുന്നത്. വ്യത്യസ്ത സ്വഭാവങ്ങളുമായും കാഴ്ചപ്പാടുകളുമായും സഹകരിച്ചുപോകാനുള്ള കഴിവാണ് ഇവിടെ വിജയത്തിലേക്കുള്ള താക്കോൽ. ആശയങ്ങൾ നന്നായി പരിശോധിക്കുകയും അതോടൊപ്പം നമ്മുടെ ലക്ഷ്യങ്ങൾ പ്രാവർത്തികമാകുന്നുണ്ടോ എന്ന് ഉറപ്പ് വരുത്തുകയും ചെയ്യേണ്ടത് വളരെ അത്യാവശ്യമാണ്.

സ്വപ്നാടന തലത്തിന് ഒരിക്കലും ആശയങ്ങളിൽ പൂർണ്ണമായ അവകാശമുണ്ടാകില്ല എന്ന കാര്യം പ്രത്യേകം ഓർക്കണം. അതായത് ഒരു വിമർശകനോ യാഥാർത്ഥ്യവാദിയോ ഇല്ലാതെ ഒരു സ്വപ്നാടകന്റെ ആശയങ്ങൾ ഒരിക്കലും പ്രാവർത്തികമാകില്ല.

ഇവിടെ വ്യക്തമാകേണ്ടത് എന്തെന്നാൽ സ്വപ്നാടകനും, വിമർശകനും, യാഥാർത്ഥ്യവാദിയും മറ്റുള്ള പ്രവൃത്തികളിലും യോഗ്യതയുള്ളവരാണെങ്കിലും അവർ അവരുടെ കാതലായ ധർമ്മങ്ങളിൽ ബന്ധിക്കപ്പെട്ടിരിക്കും.

ഗ്രൂപ്പുകളിൽ സർഗ്ഗാത്മകത എങ്ങനെ നിയന്ത്രിക്കപ്പെടുന്നു

സ്വപ്നാടകന്റെയും വിമർശകന്റെയും യാഥാർത്ഥ്യ വാദിയുടെയും കഴിവുകൾ എല്ലായ്പ്പോഴും ഒരുപോലെ വികാസം പ്രാപിച്ചവയല്ല.

ചിലർ വിമർശനതലത്തിലായിരിക്കുമ്പോൾ മറ്റുചിലർ സ്വപ്നാടനതലത്തിലായിരിക്കും. ഒരല്പം അത്യുക്തിയോടെ ചുവടെ കൊടുത്തിരിക്കുന്നവയുടെ ഒരു ഹാസ്യചിത്രം നിങ്ങൾക്ക് വരയ്ക്കാൻ കഴിയും. ഭാവിയെ കുറിച്ച് സ്വപ്നം കാണുകയും അതിൽ ഒഴുകി നടക്കുകയും യാഥാർത്ഥ്യത്തെ നിരസിക്കുകയും ചെയ്യുന്നതുകൊണ്ട് വിമർശകർ സ്വപ്നാടകരെ കുറ്റപ്പെടുത്താറുണ്ട്. സ്വപ്നാടകർ വിമർശകരുമായുള്ള സഹകരണം ഇഷ്ടപ്പെടുന്നില്ല. എന്തെന്നാൽ വിമർശകർ ശുഭാപ്തി

വിശ്വാസികളല്ലാത്തതുകൊണ്ട് അവർ യാതൊന്നും ചെയ്യുന്നില്ല. പരസ്പരം സംഘർഷത്തിലേർപ്പെടുന്ന ഈ രണ്ടുപേരെയും യാഥാർത്ഥ്യ വാദി വേർതിരിക്കുന്നു. മാത്രമല്ല ചില അത്യാവശ്യ സൗകര്യപ്പെടുത്തലുകൾ നടത്തിയാൽ സ്വപ്നാടകന്റെ ആശയങ്ങൾ ഫലപ്രദമാകുമെന്ന് യാഥാർത്ഥ്യവാദി വിമർശകന് വ്യക്തമാക്കികൊടുക്കുകയും ചെയ്യുന്നു.

ഡിസ്നി സ്ട്രാറ്റജി ഉപയോഗിച്ച് സ്വപ്നാടകരേയും പ്രശ്നപരിഹാരകരേയും അവരുടെ താല്പര്യങ്ങൾക്കനുസരിച്ച് വിവിധ സംഘങ്ങളായി തിരിക്കുകയും സ്വപ്നാടകരേയും ലക്ഷ്യ സ്ഥാപകരേയും അവരുടെ സാധ്യതകളുടെ പരിധിയിൽ പര്യവേക്ഷണം നടത്തുവാനും അവരുടെ ബൃഹത്തായ വീക്ഷണം സൃഷ്ടിക്കുവാനും അനുവദിക്കുകയും ചെയ്യുക. അപ്പോൾ പ്രശ്നപരിഹാരകർക്ക് അതിലുള്ള പ്രശ്നം പരിഹരിക്കുവാനും കഴിയും. അകന്നു നില്ക്കുന്ന (പ്രശ്ന പരിഹാരകർ) പ്രചോദകർ, നിശബ്ദരായി നിന്നുകൊണ്ട് ഇതിന്റെ എല്ലാ കുറവുകളും സസൂക്ഷ്മം ശ്രദ്ധിക്കുന്നതുകൊണ്ടുതന്നെ ഇതിൽ പ്രശ്നങ്ങൾ കടന്നുകൂടുകയുമില്ല.

ലക്ഷ്യസ്ഥാപകരുടെ (അനുകൂലചിന്താധാരക്കാർ) ജോലി എവിടേയ്ക്കാണ് പോകേണ്ടത് (ഉന്നതതല ആസൂത്രണം) എന്ന് തിട്ടപ്പെടുത്തുകയും, പ്രശ്നപരിഹാരകരുടെ ജോലി അവർക്ക് അവിടെ എത്തുന്നതിൽ എന്തൊക്കെ തടസങ്ങൾ ഉണ്ടാകാനിടയുണ്ട് എന്നു കണ്ടെത്തി അവയ്ക്കുള്ള പരിഹാരങ്ങൾ ആസൂത്രണം ചെയ്യുന്നതിനു സഹായിക്കുക എന്നതാണ്. ചില സന്ദർഭങ്ങളിൽ സംഭവിക്കുന്നത് എന്തെന്നാൽ അനുകൂല ചിന്താധാരക്കാർ (സ്വപ്നാടകർ) ആശയങ്ങളുമായി വരുന്ന ഉടൻ തന്നെ അകന്നു നില്ക്കുന്ന പ്രവണതക്കാരായ വ്യക്തികൾ (വിമർശകർ) അവരെ വിമർശിച്ചു തുടങ്ങുകയും ഇത് തുടർന്നുള്ള ആശയങ്ങളുടെ ഉല്ഭവം ഇല്ലാതാക്കുകയോ വാദപ്രതിവാദത്തിൽ അവസാനിക്കുകയോ ചെയ്യുന്നു.

ഒരു കൂട്ടചർച്ചയിൽ ഒരു നല്ല മാനേജർ എന്ന നിലയിൽ യാഥാർത്ഥ്യവാദി, സ്വപ്നാടകനും വിമർശകനും ഇടയിൽ നിഷ്പക്ഷവാദിയായി പ്രവൃത്തിക്കുകയും സർഗ്ഗാത്മക പ്രക്രിയയെ പരിപോഷിപ്പിക്കുകയും ചെയ്യുന്നു.

എഡ്വേർഡ് ഡി ബോണോയുടെ 'ആറ് തലപ്പാവ്' ചിന്ത (Six Hats Thinking)

ഡിസ്നിയുടെ കോഗ്നിറ്റീവ് സ്ട്രാറ്റജി (സർഗ്ഗാത്മകതയ്ക്കു പിന്നിലുള്ള യുക്തി) യിൽ നിന്നും തികച്ചും വ്യത്യസ്തമായതും അതേ ആശയം

ഉൾക്കൊള്ളുന്നതുമായ മറ്റൊരു സമ്പ്രദായമാണ് എഡ്വേർഡ് ഡി ബോണയുടെ 'സിക്സ് ഹാറ്റ്സ് തിങ്കിംഗ്' (ചിന്തിക്കുന്ന ആറ് തലപ്പാവുകൾ).

ആജ്ഞയും ആവശ്യവുമനുസരിച്ച് വിവിധ റോളുകൾ ചെയ്യാൻ ഈ സമ്പ്രദായം ഓരോരുത്തരെയും പ്രാപ്തരാക്കുന്നു. നമ്മൾ പ്രാധാന്യം കൊടുക്കുന്ന സമ്പ്രദായത്തിന് ഇത് യാതൊരു നിയന്ത്രണവും ഏർപ്പെടുത്തുന്നില്ല. ഇവിടെ നമ്മൾ മനസ്സിലാക്കേണ്ട പ്രധാനകാര്യം എന്തെന്നാൽ, വിമർശകനും സ്വപ്നാടകനും യാഥാർത്ഥ്യവാദികളുമൊക്കെ മറ്റു പല പ്രവർത്തനങ്ങളും ചെയ്യാൻ സാധിക്കും. എന്നാൽ നാം അവരെ പ്രധാന പ്രവർത്തനമായ വിമർശനത്തിലും സ്വപ്നാടനത്തിലും യാഥാർത്ഥ്യത്തിലും മാത്രമായി നിയന്ത്രിച്ചു നിർത്തുന്നു.

വിവിധതൊപ്പികൾ (വിവിധ റോളുകൾ) ഉപയോഗിക്കുമ്പോൾ ഒരാളുടെ എല്ലാകഴിവുകളും മുന്നോട്ടുവരുന്നു. ഇതാണ് സിക്സ് ഹാറ്റ്സ് തിങ്കിംഗിന്റെ നേട്ടം.

അല്പം വിശാലമായി ചിന്തിച്ചാൽ തൊപ്പിയുടെ റോളിനെ നമുക്ക് ആറായി തരംതിരിക്കാം. ആറ് വ്യത്യസ്ത നിറങ്ങളിലായി നമുക്ക് ഇതിനെ പ്രതിനിധാനം ചെയ്യാം.

- വെളുത്തതൊപ്പി നിഷ്പ്പക്ഷത, വിവരങ്ങൾ വഹിക്കൽ
- ചുവന്നതൊപ്പി വൈകാരികം, തീവ്രമായ പ്രശ്നങ്ങൾ, അനുഭവങ്ങൾ
- കറുത്തതൊപ്പി ജാഗ്രത, അബദ്ധങ്ങൾ ഉണ്ടാകുന്നതിൽ നിന്നും തടയൽ, ഗുണമേൻമ, നിയന്ത്രണം.
- മഞ്ഞത്തൊപ്പി യുക്തിപൂർവ്വമായും സൗകര്യപ്രദമായും ചെയ്യാനുള്ള കഴിവ്.
- പച്ചത്തൊപ്പിപ്രകോപനം, ചലനം, സർഗ്ഗാത്മക പരിശ്രമം.
- നീലത്തൊപ്പി പ്രവർത്തനങ്ങളെ നിയന്ത്രിക്കൽ, ദീർഘവീക്ഷണം.

വിൻ വെൻഗറുടെ ഇമേജ് സ്ട്രീമിംഗ്

'ദി എയിൻസ്റ്റൈൻ ഫാക്ടർ' ന്റെ രചയിതാവായ വിൻ വെൻഗർ സർഗ്ഗാത്മകതയ്ക്ക് വേണ്ടി വളരെ പുതുമയുള്ള ഒരു പദ്ധതിശാസ്ത്രം അവതരിപ്പിച്ചു. മസ്തിഷ്ക ഉദ്ദീപനവുമായി (ബ്രയിൻ സ്റ്റോമിംഗ്) ഏറെക്കുറെ സാദൃശ്യമുള്ള ഇത് ഇമേജ് സ്ട്രീമിംഗ് എന്നാണ് അറിയപ്പെടുന്നത്. ഇതിൽ ബ്രയിൻസ്റ്റോമിംഗിൽ നിന്നും വ്യത്യസ്തമായി സ്വപ്നാടന തലത്തിൽ ഒരു വ്യക്തി ഒരു വിഷയത്തിൽ തന്നെ ഒതുങ്ങി

നില്ക്കാതെ ഒരു നിശ്ചിതകാലയളവിനിടയിൽ എല്ലാ ദിവസവും ഒരു നിശ്ചിത സമയത്ത് അയാളുടെ മനസ്സിലേയ്ക്ക് കടന്നു വരുന്ന കാര്യങ്ങൾ എല്ലാം കുറിച്ചെടുക്കുവാൻ അയാളെ പ്രോൽസാഹിപ്പിക്കുന്നു.

എഴുതുവാൻ സാധിക്കുന്നില്ലെങ്കിൽ ഒരു ടേപ്പിലോ മറ്റോ റെക്കോർഡ് ചെയ്തെടുക്കുക. ആരംഭത്തിൽ മനസ്സ് പരിഹാസാത്മകമായ തലങ്ങളിലേയ്ക്കും മേഖലകളിലേയ്ക്കും ഒക്കെ പര്യടനം നടത്തിയേക്കാം എന്നാൽ പ്രാക്ടീസിലൂടെ ഒരു നിശ്ചിതസമയം കൊണ്ട് മനസ്സിനെ സ്വതന്ത്രമായി വിടുന്നതു കൊണ്ട് വളരെ സർഗ്ഗാത്മകതയുള്ള ആശയങ്ങൾ ഉടലെടുക്കുവാൻ സാധ്യതയുണ്ട്. ഇതിനെ ചില വ്യക്തികൾ ബീയിങ്ങ് ഇൻ ദി സോൺ എന്നു വിളിക്കാറുണ്ട്.

മറ്റൊരു പരിവർത്തനത്തിന്റെ പേരാണ് സ്റ്റീം ഓഫ് കോൺഷ്യസ് റൈറ്റിംഗ് (ബോധ പൂർവ്വമുള്ള എഴുത്തിന്റെ പ്രഭാവം). ഇവിടെ അഞ്ചു മുതൽ പത്തുമിനിട്ടു വരെ പേപ്പറിൽ നിന്നും പേനയെടുക്കാതെ എഴുതിക്കൊണ്ടിരിക്കുവാൻ നിർദ്ദേശിക്കുന്നു. ഈ നിർബന്ധിത എഴുത്ത് ബോധപൂർവ്വമുള്ള തടസ്സപ്പെടുത്തലുകൾ ഇല്ലാതാക്കുകയും സർഗ്ഗാത്മക ചിന്തയെ പ്രോൽസാഹിപ്പിക്കുകയും ചെയ്യുന്നു.

അഭ്യാസം

1. ഓരോ ദിവസവും ഓരോ വിഷയം എടുത്ത് സ്വപ്നാടകന്റേയും വിമർശകന്റേയും യാഥാർത്ഥ്യവാദിയുടേയും കർത്തവ്യങ്ങളെക്കുറിച്ച് ചിന്തിക്കുക.
2. അതേ വിഷയം അല്ലെങ്കിൽ വ്യത്യസ്ത വിഷയം സിക്സ് ഹാറ്റ്സ് തിങ്കിങ്ങ് ശൈലിയിൽ ഉപയോഗിക്കുക.
3. ഇമേജ് സ്ട്രീമിംഗ് പ്രാക്ടീസ് ചെയ്യുക.

10

NLP
പ്രാവർത്തിക തലത്തിൽ

This problem is great! What can I use it for?
What else will it be good for?

Richard Bandler

ഫലത്തെക്കുറിച്ചുള്ള ചിന്ത, ബൗദ്ധിക തലങ്ങൾ, സമയരേഖ, ഉൾക്കാഴ്ചകളുടെ സ്ഥാനക്രമീകരണം, എന്നിവ ഏതൊരു വ്യക്തിയുടേയും ആശയവിനിമയത്തിലും, പരിവർത്തന നിയന്ത്രണത്തിലും വളരെയധികം വഴക്കം കൈവരുത്തുന്നു.

നമ്മൾ സമയനിയന്ത്രണത്തെക്കുറിച്ച് ധാരാളം സംസാരിക്കാറുണ്ടെങ്കിലും സമയത്തെ നമ്മുടെ മനസ്സ് പ്രതിപ്രവർത്തനം ചെയ്യുന്നത് എങ്ങനെയാണ് എന്നും നമ്മൾ നമ്മുടെ ചുറ്റുപാടുമായി സമയത്തെ എങ്ങനെയാണ് ബന്ധിപ്പിക്കുന്നത് എന്നും നമ്മളിൽ ഭൂരിഭാഗം പേരും ബോധവാന്മാരല്ല.

ഫലത്തെക്കുറിച്ചുള്ള ചിന്തയും ബൗദ്ധിക തലങ്ങളും പ്രചോദനത്തിനും പ്രവർത്തനത്തിനും വേണ്ടി, ആശയങ്ങളും ധാരണകളും മനസ്സിൽ നിന്നും ശരീരത്തിലേയ്ക്ക് കടത്തുന്നതിനു പ്രാപ്തനാക്കുന്നു.

ഉൾക്കാഴ്ച നമുക്ക് ജീവിതത്തിലേയ്ക്ക് അസംഖ്യം സാധ്യതകളോടുകൂടിയ ഒരു ബഹുമാന വീക്ഷണം പ്രദാനം ചെയ്യുന്നു. നമ്മുടെ ആശയങ്ങളെ പ്രവൃത്തികൾ ആക്കുന്നതിനെക്കുറിച്ചാണ് ഈ അദ്ധ്യായത്തിൽ പ്രതിപാദിക്കുന്നത്.

ഫലം

ഫലത്തെക്കുറിച്ച് ചിന്തിക്കാതെയുള്ള പ്രവൃത്തി ലക്ഷ്യസ്ഥാനമില്ലാത്ത യാത്രപോലെയാണ്. ഫലം മനസ്സിൽ കണ്ടുകൊണ്ടാണ് നാം ഒരു പ്രവൃത്തി തുടങ്ങുന്നതെങ്കിൽ, പ്രത്യേകിച്ചും ആ ഫലത്തിന്റെ പൂർണ്ണത മുൻകൂട്ടി കാണുകയും കേൾക്കുകയും അനുഭവിക്കുകയുമൊക്കെ ചെയ്യുന്നുവെങ്കിൽ, അത് വളരെ ക്രമീകൃതവും ഫലവത്തുമാകുന്നു. മാത്രമല്ല ലക്ഷ്യത്തിൽ നിന്നും വ്യതിചലിക്കുവാനുള്ള സാധ്യതയും ഉണ്ടാകുന്നില്ല.

നന്നായി രൂപപ്പെടുത്തിയ ഫലം (Well-formed outcome)

വേണ്ട രീതിയിൽ രൂപപ്പെടുത്തിയ ഫലങ്ങൾ ശുഭാപ്തി വിശ്വാസത്തിൽ അധിഷ്ഠിതമാണ്. ഇത്തരം ഫലങ്ങൾ ക്രിയാത്മകവും അവശ്യസമയത്ത് വളരെയധികം സഹായകവുമാണ്. നന്നായി രൂപപ്പെടുത്തിയ ഫലം ഒരു ബ്ലൂ പ്രിന്റ് ് പോലെ നമ്മെ സഹായിക്കുന്നു.

1. നിങ്ങൾക്ക് എന്ത് വേണമോ അതിൽ ശുഭാപ്തി വിശ്വാസികളാകുക

നിങ്ങളുടെ ബുദ്ധി ഒരിക്കലും നിഷേധാത്മകമായ ആശയങ്ങൾ രൂപപ്പെടുത്താറില്ല. ഉദാഹരണമായി ഒരു മഞ്ഞ ആനയെ ചിന്തിക്കാതിരിക്കാൻ ശ്രമിച്ചു നോക്കു!

2. നിങ്ങൾക്ക് വേണ്ടത് എപ്പോൾ ലഭിച്ചെന്ന് എങ്ങനെ അറിയും

നിങ്ങൾ ആഗ്രഹിച്ച കാര്യം നിങ്ങൾക്ക് കിട്ടുകയോ അത് ചെയ്തു കഴിയുകയോ ചെയ്യുമ്പോൾ നിങ്ങൾ കണ്ടതും കേട്ടതും അനുഭവിച്ചതും എന്താണ്?

3. നിങ്ങളുടെ ലക്ഷ്യം നിങ്ങൾക്ക് തുടങ്ങാനും നിലനിർത്താനും കഴിയുമോ?

ആഗ്രഹിക്കുന്ന ഫലം സ്വായത്തമാക്കുന്നതിൽ നിന്ന് നിങ്ങളെ തടയുന്നതെന്താണ്? അത് കരസ്ഥമാക്കുവാനായി നിങ്ങൾ എന്ത് ചെയ്യും?

4. **ചെറിയ ഭാഗങ്ങളാക്കി മാറ്റുക ചങ്കുസൈസ് :** നേടാൻ കഴിയുന്ന വിധം ചെറുതും പ്രചോദനം നൽകാൻ വിധം വലുതുമായിരിക്കണം നമ്മുടെ ലക്ഷ്യങ്ങൾ കരസ്ഥമാക്കത്തക്കവിധം ചെറുതും, പ്രചോദിപ്പിക്കും വിധം വലുതുമായിരിക്കണം.

5. **എപ്പോൾ, എവിടെ, എങ്ങനെ നിങ്ങൾക്കിത് വേണമെന്ന് വ്യക്തമാക്കുക..**

6. **വിഭവങ്ങളെ യാഥാർത്ഥ്യവത്കരിക്കുക:** നിങ്ങൾക്ക് സമയം, ഉപദേശം, വിവരങ്ങൾ, പണം, പരിശീലനം എന്നിവ ആവശ്യമാണോ? ഇതിനായി വിലപിടിച്ച സമയവും പണവും നിങ്ങൾക്ക് ചെലവഴിക്കാനുണ്ടോ?

7. **നിങ്ങൾ എന്താണ് ചെയ്യാൻ പോകുന്നതെന്ന് മറ്റുള്ളവരോട് പറയുക.** അത് ഒരു പ്രേരകശക്തിയായി പ്രവർത്തിക്കും.

8. **പോസിറ്റീവും നെഗറ്റീവുമായ ഉപഫലങ്ങൾ:** ലക്ഷ്യത്തിലെത്തിച്ചേരുവാനായി എന്തൊക്കെ നഷ്ടപ്പെടുത്താൻ നിങ്ങൾ ഒരുക്കമാണ്? അഥവാ, നിങ്ങൾ പരാജിതരായി എന്നിരിക്കട്ടെ. എങ്കിൽപ്പോലും,

അതിൽ നിന്നും നിങ്ങൾക്കൊരു പോസിറ്റീവായ ഫലം ലഭിച്ചിട്ടുണ്ടായിരിക്കും. അത് തിരിച്ചറിയുന്നുവെങ്കിൽ, ഭാവിയിൽ കൂടുതൽ നേട്ടങ്ങൾ ഉണ്ടാക്കുവാൻ കഴിയും.

9. **എപ്പോഴും നമ്മുടെ ചുറ്റുപാട് പരിശോധിക്കുക.** ഫലം നിങ്ങളുടെ സാമാന്യബോധത്തിന് നിരക്കുന്നതാണോ എന്ന് പരിശോധിക്കുക.

(ആലിസ് ഇൻ വണ്ടർ ലാന്റിലെ) ഒരു ഭാഗം ഇപ്രകാരമാണ്.

ആലിസ് : '*ഇവിടെ നിന്ന് ഞാൻ ഏത് വഴിയാണ് സഞ്ചരിക്കേണ്ടത്?*'

പൂച്ച : '*അത് നീ എവിടെ എത്താൻ ആഗ്രഹിക്കുന്നുവോ അതിനെ ആശ്രയിച്ചിരിക്കും.*'

ആലിസ് : '*അക്കാര്യത്തിന് ഞാൻ പ്രാധാന്യം കൊടുക്കുന്നില്ല.*'

പൂച്ച : '*എങ്കിൽ പിന്നെ ഏത് വഴിയിലൂടെ നീ പോകുമെന്നതിനും പ്രസക്തിയില്ല.*'

എന്താ, യാത്ര തുടങ്ങുന്നതിന് മുമ്പ് എവിടെയ്ക്കാണ് പോകുന്നതെന്ന് നിങ്ങൾ അറിയേണ്ടതല്ലേ?

ലക്ഷ്യം മാർഗ്ഗത്തെ സാധൂകരിക്കും. NLP യുടെ അനുമാനമനുസരിച്ച് ആവശ്യമെന്താണെന്ന് നിങ്ങൾക്കറിയില്ല എങ്കിൽ അത് ഒരിക്കലും ലഭിക്കാൻ പോകുന്നില്ല. അതു കൊണ്ട് എന്താണ് വേണ്ട

തെന്ന് ആദ്യം ഭാവനയിൽ കാണുക. അവ പൂർത്തിയാക്കുന്നതിനെക്കുറിച്ച് വെറുതെ ഒന്നാലോചിച്ച് നോക്കൂ. എത്ര വേഗത്തിലത് സാധ്യമാകുമെന്നപ്പോൾ നിങ്ങൾക്ക് മനസ്സിലാകും. നിങ്ങളുടെ ലക്ഷ്യത്തെക്കുറിച്ച് ബോധവാനാക്കാൻ ഉപകരിക്കുന്ന മറ്റൊരു വഴിയാണ് കാർട്ടീഷ്യൻ ലോജിക്.

കാർട്ടീഷ്യൻ തിങ്കിംഗ് (Cartesian Thinking)

നിങ്ങൾക്കത് ലഭിക്കുമ്പോൾ എന്താണ് സംഭവിക്കുന്നത്?

നിങ്ങൾക്കത് ലഭിക്കുമ്പോൾ എന്ത് സംഭവിക്കുന്നില്ല?

നിങ്ങൾക്കത് ലഭിച്ചില്ലെങ്കിൽ എന്ത് സംഭവിക്കും?

നിങ്ങൾക്കത് ലഭിച്ചില്ലെങ്കിൽ എന്ത് സംഭവിക്കില്ല?

ഒരുപക്ഷേ, നമ്മൾ അന്തിമഫലം ഈ കോണിലൂടെ വീക്ഷിക്കില്ലായിരിക്കാം. ഇത്തരം സമയങ്ങളിൽ മുകളിൽ പറഞ്ഞിരിക്കുന്ന ചോദ്യങ്ങൾ നമുക്ക് വിലപിടിപ്പുള്ള വിവരങ്ങൾ നൽകാറുണ്ട്.

ഇത് നമ്മുടെ മാനസിക നിലയിൽ മാറ്റം വരുത്താനുള്ള കഴിവ് വർദ്ധിപ്പിക്കുന്നതിലുപരി നമ്മുടെ വിലപിടിച്ച സമയം ലാഭിക്കാനും സഹായിക്കുന്നു.

ബൗദ്ധികതലങ്ങൾ (Neuro-Logical Levels)

ഭൂപടം ഭൂപ്രദേശമല്ല എന്നാണ് NLP യിലെ ഒരു അനുമാനം. അതായത് യാഥാർത്ഥ്യത്തെക്കുറിച്ചുള്ള നിങ്ങളുടെ ഭൂപടം (നമ്മുടെ അനുഭവം) കഥയുടെ ഒരു ഭാഗം മാത്രമാണ്. ഇതിനു പുറമേ നിങ്ങളുടെ ഭൂപടത്തിനെ ചുറ്റിയുള്ള ഭൂപ്രദേശം (യാഥാർത്ഥ്യം) ഇതിനേക്കാൾ വലുതുമാണ്.

NLP യിലെ ഒരു മോഡലായ ബൗദ്ധിക തലങ്ങൾ വികസിപ്പിച്ചെടുത്തത് റിച്ചാർഡ് ബാൻഡ്‌ലറിന്റെ സഹകാരിയായ റോബർട്ട് ഡിൽട്ട്സ് ആണ്. എങ്ങനെ ഒരു മാറ്റം സാധ്യമാകുന്നു എന്നുള്ളതും, ഓരോ മാറ്റവും എങ്ങനെ സ്വാധീനിക്കുന്നു എന്നും ബാക്കിയുള്ള ഭൂപ്രദേശത്താൽ എങ്ങനെ സ്വാധീനിക്കപ്പെടുന്നു എന്നും ഇതു വ്യക്തമായി കാട്ടിത്തരുന്നു. മനശാസ്ത്രപരമായ കാഴ്ച്ചപ്പാടിലൂടെ നോക്കുമ്പോൾ ഇവിടെ പ്രധാനമായും അഞ്ച് തലങ്ങളാണുള്ളത്. വ്യക്തി നിഷ്ഠാനുഭവങ്ങളെ അവ സംഭവിക്കുന്ന തലങ്ങളെ അടിസ്ഥാനമാക്കിയാണ് വിവരിക്കുന്നതെങ്കിൽ ജീവിതം വളരെ എളുപ്പത്തിൽ കൈകാര്യം ചെയ്യാൻ സാധിക്കും. ചുവടെ കൊടുത്തിരിക്കുന്ന മാതൃക യുക്തിയുടെ വിവിധ തലങ്ങളെ സൂചിപ്പിക്കുന്നു.

ഭൂപടം ഭൂപ്രദേശമല്ല എന്നാണ് NLP യിലെ ഒരു അനുമാനം. അതായത് യാഥാർത്ഥ്യത്തെക്കുറിച്ചുള്ള നിങ്ങളുടെ ഭൂപടം (നമ്മുടെ അനുഭവം) കഥയുടെ ഒരു ഭാഗം മാത്രമാണ്. ഇതിനു പുറമേ നിങ്ങളുടെ ഭൂപടത്തിനെ ചുറ്റിയുള്ള ഭൂപ്രദേശം (യാഥാർത്ഥ്യം) ഇതിനേക്കാൾ വലുതുമാണ്.

ബൗദ്ധികതലങ്ങൾ മനസ്സിലാക്കൽ

വിവരങ്ങളുടെ വിവിധ ഭാഗങ്ങളായി വേർതിരിച്ചെടുത്ത് മാറ്റത്തെക്കുറിച്ച് ചിന്തിക്കുവാനുള്ള ശക്തമായ മാർഗ്ഗമാണ് NLP യിലെ ബൗദ്ധികതലങ്ങൾ.

താഴെ പറയുന്ന രണ്ടു രീതികളിൽ പ്രയോഗിക്കുമ്പോഴാണ് ഇത് സഹായകമാകുന്നത്.

1. ഒരു വ്യക്തി എന്ന നിലയിൽ നിങ്ങളിൽതന്നെയുള്ള മാറ്റത്തെ മനസ്സിലാക്കുന്നതിനു.

2. ഒരു സ്ഥാപനത്തിനുള്ളിലേയും അതിനുള്ളിലെ പരസ്പര ബന്ധങ്ങളിലേയും മാറ്റത്തെ മനസ്സിലാക്കുന്നതിനു വേണ്ടി.

ചുവടെ ചേർത്തിരിക്കുന്ന മാതൃക വിവിധ തലങ്ങളുടെ ഒരു വിഹഗവീക്ഷണം പ്രദാനം ചെയ്യുന്നു. ഈ ചിത്രത്തിലെ തലങ്ങൾ ഒരു അധികാര ശ്രേണിപോലെയും, ഇവയെ പരസ്പര ബന്ധങ്ങളുടെ ഒരു ശൃംഖലയായോ അല്ലെങ്കിൽ ഏകകേന്ദ്രമായ വൃത്തങ്ങളുടെ ഒരു ശ്രേണിയായോ വീക്ഷിക്കുന്നതാണ് ഫലപ്രദം. എല്ലാ തലങ്ങളും പരസ്പരം ബന്ധിക്കപ്പെട്ടിരിക്കുകയും ഇവ 'നിലപാട്' എന്ന ഒറ്റക്കുടക്കീഴിൽ പ്രവർത്തിക്കുകയും ചെയ്യുന്നു. ഈ നിലപാട് ആണ് ഓരോ തലത്തിന്റേയും സ്വാധീനം നിശ്ചയിക്കുന്നത്.

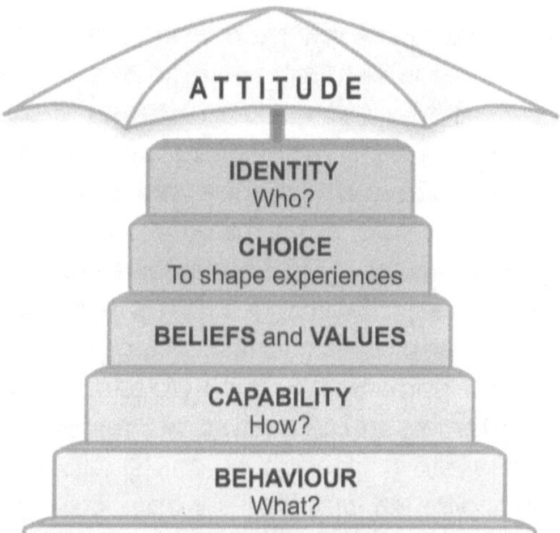

നാം മറ്റുള്ളവരുമായി ആശയവിനിമയം നടത്തുമ്പോഴോ അല്ലെങ്കിൽ ആത്മസംഭാഷണത്തിലേർപ്പെടുന്നതിനിടയിലോ മേൽ വിവരിച്ച പിരമിഡിന്റെ ഏതെങ്കിലുമൊരു തട്ടിൽ ബന്ധപ്പെട്ട പ്രസ്താവന നടത്താറുണ്ട്. ഈ പിരമിഡിന്റെ ഏത് തട്ടിലാണോ അതുണ്ടാകുന്നത്, അവിടെ നിന്നും താഴേ തട്ടുകളിലേയ്ക്ക് നാം ഒഴുകി വരുന്നു. എന്താണ് സംഭവിക്കുന്നത് എന്ന് മനസ്സിലാക്കുവാൻ സഹായിക്കുന്നതിനുള്ള ഒരു ഘടനാപരമായ സമീപനം പ്രധാനം ചെയ്യുന്ന എന്നുള്ളതാണ് ഈ മാതൃകയുടെ പ്രാധാന്യം.

ഇവിടെ അടിസ്ഥാനതലം നിങ്ങളുടെ ചുറ്റുപാടാണ് (Environment) (നിങ്ങളുടെ ജോലിസ്ഥലം , വീട്, അല്ലെങ്കിൽ നിങ്ങൾ എവിടയാണോ അവിടെ). ഈ തലത്തിൽ നിങ്ങൾ മറ്റുള്ളവരുടെ ഇടയിൽ ആയിരിക്കും. മാത്രമല്ല, കാര്യങ്ങൾ നിങ്ങളുടെ നിയന്ത്രണത്തിൽ ആയിരിക്കുകയുമില്ല. (ഇവിടെ നിങ്ങളുടെ ബാഹ്യപ്രേരണയാണ് നിയന്ത്രിക്കുന്നത്).

എവിടെ, എപ്പോൾ, ആരുമായി എന്നുള്ള ചോദ്യങ്ങൾക്ക് ഉത്തരം നല്കുന്നു. സമയത്തേയും, സ്ഥലത്തേയും, വ്യക്തികളേയും സംബന്ധി ച്ചുള്ളതാണ് ചുറ്റുപാട്. നിങ്ങൾ ഒരു പുതിയ സോഫ്റ്റ്‌വെയർ പാക്കേജ് പഠിക്കുവാൻ ആഗ്രഹിക്കുകയാണെങ്കിൽ ഇത് ബിസിനസ്സിൽ പ്രയോഗിക്കുന്ന ഒരു വ്യക്തിയെ അല്ലെങ്കിൽ ഒരു സംഘത്തെ സമീ പിക്കുന്നതാണുചിതം.

നിങ്ങൾക്ക് നിയന്ത്രിക്കുവാൻ സാധിക്കുന്ന ഒരു വ്യക്തിയിൽ മാറ്റം വരുത്തുമ്പോൾ ചുറ്റുപാടിൽ നിങ്ങൾക്കനുകൂലമായ മാറ്റം ഉണ്ടാകുന്നു. രണ്ടാമത്തെ തലത്തിലെത്തുമ്പോൾ നിങ്ങളുടെ പെരുമാറ്റത്തിൽ (Behaviour) മാറ്റമുണ്ടാകുന്നു. എവിടെയാണോ നിങ്ങൾക്ക് മുൻപ് കാര്യക്ഷമതയില്ലായിരുന്നത്, അവിടെ അതേ ചുറ്റുപാടിൽ തന്നെ കൂടുതൽ കാര്യക്ഷമത കൈവരിക്കുന്നു. ചുറ്റുപാടിനുള്ളിലെ നിശ്ചിത പ്രവൃത്തികൾ അല്ലെങ്കിൽ പ്രതികരണങ്ങൾ ചേർന്ന് രൂപീകരിച്ച താണ് പെരുമാറ്റം. എന്ത് എന്നുള്ള ചോദ്യത്തിനു ഉത്തരം നല്കുന്നു. ഉദ്ദേശ്യത്തെക്കുറിച്ചുള്ള വ്യക്തമായ ബോധം ഉള്ളപ്പോൾ പെരുമാറ്റ തലത്തിൽ മാറ്റം അനായാസം സാധ്യമാക്കുവാൻ കഴിയും. ഒരു തലം കൂടി മുകളിലെത്തുമ്പോൾ അതായത് മൂന്നാമത്തെ തലത്തിൽ, നിങ്ങളുടെ കഴിവുകൾ (capability) മെച്ചപ്പെടുകയും യാന്ത്രികമായി തന്നെ പെരുമാറ്റത്തിൽ ഒരു മാറ്റം ഉണ്ടാകാൻ ഇടയാവുകയും ചെയ്യുന്നു. ഇത് ഈ ചുറ്റുപാടിലുള്ള പ്രകടനത്തെ അഥവാ പ്രവർത്ത നങ്ങളെ സ്വാധീനിക്കുകയും ചെയ്യുന്നു.

അറിവിനേയും വൈദഗ്ധ്യത്തേയും സംബന്ധിച്ചുള്ളതാണ് കഴിവുകൾ, അതായത് എങ്ങനെ എന്നുള്ളത്. പെരുമാറ്റത്തിനു നിർദ്ദേശങ്ങൾ നല്കുന്നതും മാർഗ്ഗദർശിയാകുന്നതും ഇതാണ്. എങ്ങനെ എന്നുള്ള ചോദ്യത്തിനു ഉത്തരം നല്കുന്നു. NLP കൂടുതൽ ശ്രദ്ധ ചെലുത്തുന്നത് ഈ തലത്തിനാണ്. എല്ലാ വൈദഗ്ധ്യങ്ങളും അഭ്യസന യോഗ്യമാണ് എന്നുള്ള മുൻ വ്യവസ്ഥിതിയിലാണ് ഇത് പ്രവർത്തിക്കുന്നത്. ഏതൊരു കാര്യത്തേയും ഇതിന്റെ ചെറിയ ചെറിയ ഭാഗങ്ങളായി അല്ലെങ്കിൽ കഷണങ്ങളായി എടുക്കുകയാ ണെങ്കിൽ എന്തും സാധ്യമാണ് എന്നാണ് ഇത് അനുമാനിക്കുന്നത്.

ഇതുപോലെ വിശ്വാസത്തിലെ മാറ്റം കഴിവിനെ ബാധിക്കുകയും, വ്യക്തിത്വം മൂല്യങ്ങളേയും വിശ്വാസങ്ങളേയും സ്വാധീനിക്കുകയും, ഇതുപോലെ താഴേയ്ക്ക് ഒഴുകുകയും ചെയ്യുന്നു.

മൂല്യങ്ങളും വിശ്വാസങ്ങളും (Beliefs and values) പ്രബലനം അല്ലെങ്കിൽ നമ്മുടെ കഴിവുകളെ പിൻതാങ്ങുന്നതിനുള്ള അനുമതി നൽകുന്നു. എന്തു കൊണ്ട് എന്നുള്ളതിനു ഉത്തരം നൽകുന്നു.

താഴേ തട്ടിലുള്ള തലങ്ങളുടെ ഫലമായി രൂപപ്പെടുന്ന തലമാണ് തിരഞ്ഞെടുക്കുവാനുള്ള സ്വാതന്ത്ര്യം(Choice). താഴെയുള്ള തലങ്ങളുടെ പ്രബലനത്തിന്റെ ഫലമായി നിരവധി വ്യത്യസ്തങ്ങളായ സാധ്യതകൾക്കും ഉയർന്നതലത്തിലുള്ള വഴങ്ങലുകൾക്കും നമ്മൾ പ്രാപ്തരാകുന്നു.

നമുക്ക് നമ്മളെക്കുറിച്ച് സ്വന്തമായുള്ള അവബോധം നിശ്ചയിക്കുന്നത് വ്യക്തിത്വ (Identity) ഘടകങ്ങളാണ്. ആര് എന്നുള്ള ചോദ്യത്തിനു ഉത്തരം നല്കുന്നു. നിങ്ങൾക്ക് നിങ്ങളുടെ വിശ്വാസങ്ങളിലൂടെയും, മൂല്യങ്ങളിലൂടെയും, കഴിവുകളിലൂടെയും, പെരുമാറ്റത്തിലൂടെയും ചുറ്റുപാടിലൂടെയും നിങ്ങളെ പ്രകടമാക്കാവുന്നതാണ്; എന്നിരുന്നാലും നിങ്ങൾ എന്നത് ഇതിലൊക്കെ ഉപരിയാണ്. ഒരു വ്യക്തിയുടെ വ്യക്തിത്വം അയാളുടെ പെരുമാറ്റത്തിൽ നിന്നും വ്യത്യസ്തമാണെന്ന് എൻ.എൽ.പി അനുമാനിക്കുകയും ഇതിന്റെ വ്യത്യാസത്തെക്കുറിച്ച് നമ്മെ ബോധവല്ക്കരിക്കുകയും ചെയ്യുന്നു. നിങ്ങളെക്കുറിച്ചുള്ള നിങ്ങളുടെ ചിന്തകൾക്കും, നിങ്ങളുടെ പ്രവൃത്തികൾക്കും അതീതമാണ് നിങ്ങൾ.

ദൗത്യം അല്ലെങ്കിൽ ജീവിതലക്ഷ്യം സ്വന്തം സുബോധത്തിനും മീതേ സഞ്ചരിക്കുന്നു. ഇത് എന്തുകൊണ്ടാണ് നമ്മൾ ഇവിടെ, എന്തിനു വേണ്ടി അല്ലെങ്കിൽ ആർക്കുവേണ്ടി എന്നിങ്ങനെയുള്ള ദൗത്യത്തെക്കുറിച്ചുള്ള വലിയ ചിത്രവുമായി ബന്ധപ്പെട്ടിരിക്കുന്നു. ഇവയെല്ലാം തന്നെ ഇവയുടെ ചുമതലകൾ നിർവ്വഹിക്കുന്നത് മനോഭാവം എന്ന കുടക്കീഴിലാണ്.

ഓരോ തലങ്ങളും അവയ്ക്ക് മുകളിലും താഴെയും ഉള്ളതിൽ സമ്മർദ്ദം ചെലുത്തുന്നു. കൂടുതലായി താഴേയ്ക്ക്.

ബൗദ്ധിക തലങ്ങളുടെ പ്രയോഗം

1. യഥാർത്ഥത്തിൽ എവിടെയാണ് മാറ്റം വേണ്ടത് എന്ന് കണ്ടെത്തുന്നതിനു.

2. ഒരിക്കൽ നിങ്ങൾ ബൗദ്ധിക തലം കണ്ടെത്തിക്കഴിഞ്ഞാൽ, നിങ്ങൾ അതിനു മുകളിലുള്ള തലത്തിൽ പ്രവർത്തിച്ചതിനു ശേഷം അതിനെ മറ്റുള്ളവയുമായി പൊരുത്തപ്പെടുവാൻ വേണ്ടി തിരികെ കൊണ്ടുവരിക.

ഒരു കുട്ടി നന്നായി പരീക്ഷ എഴുതിയില്ല എന്ന് വിചാരിക്കുക. അപ്പോൾ ടീച്ചർ പറയുന്നത് ഇപ്രകാരമായിരിക്കും, 'നീ ഒരു മണ്ടനാണ്'' അല്ലെങ്കിൽ 'ബുദ്ധിയില്ലാത്തവനാണ്'' ഇവിടെ ടീച്ചർ ഉദ്ദേശിച്ച പ്രശ്നം സംഭവിച്ചത് മൂന്നാമത്തെ തലമായ കഴിവിലാണ്. അല്ലാതെ ഒരിക്കലും അവന്റെ വ്യക്തിത്വത്തിനല്ല 'നീ മണ്ടനാണ്'' (വ്യക്തിത്വം) എന്ന വാചകവും 'നീ നന്നായി പഠിക്കേണ്ടതുണ്ട്'' (കഴിവ്) എന്ന വാചകവും കുട്ടിയിലുളവാക്കുന്ന സ്വാധീനം എങ്ങനെ വ്യത്യാസപ്പെട്ടിരിക്കുന്നു എന്ന് നിങ്ങൾക്ക് സങ്കല്പിക്കാൻ കഴിയുന്നുണ്ടോ?

ചുവടെ പറയുന്ന ഉദാഹരണങ്ങൾ വിവിധ തലങ്ങളുടെ സ്വാധീനം എപ്രകാരമാണെന്ന് വ്യക്തമാക്കുന്നു. ഒരാൾ പറയുന്നത് ഇപ്രകാരമാണ്. 'എന്റെ മദ്യപാനം നിയന്ത്രിക്കാൻ ഞാൻ പ്രാപ്തനല്ല.' എന്നാൽ മറ്റൊരാൾ പറയുന്നതോ, 'ഞാനൊരു മദ്യപാനിയാണ്, എല്ലായ്പ്പോഴും ഞനൊരു മദ്യപാനി തന്നെയായിരിക്കും' (വ്യക്തിത്വം). ഈ രണ്ടുപേരുടെയും സംസാര രീതികൾ തമ്മിൽ വളരെ വലിയ വ്യത്യാസമാണുള്ളത്.

ഈ അഞ്ചു തലങ്ങളിൽ ഏറ്റവും ദൃഢതയുള്ള (മാറ്റാൻ പ്രയാസമുള്ളത്) തലങ്ങളാണ് വിശ്വാസങ്ങളും മൂല്യങ്ങളും. ഇവ നിങ്ങളുടെ ശൈലിക്ക് തടസം നിൽക്കുന്നവയാണ്. അതുകൊണ്ട്, നിങ്ങൾ നിങ്ങളുടെ വിശ്വാസങ്ങളെയും മൂല്യങ്ങളെയും മാറ്റാൻ ശ്രമിക്കുമ്പോൾ വഴങ്ങുന്ന ഒരു മനസ്സ് നിങ്ങൾക്കുണ്ടാകുന്നു. നിങ്ങളുടെ പെരുമാറ്റത്തിലൂടെയാണ് ആ ചുറ്റുപാട് കാര്യക്ഷമമാകുന്നത്. നിങ്ങളുടെ ശൈലികളും വിചാരങ്ങളും നിങ്ങളുടെ കഴിവിനെ രൂപപ്പെടുത്തുകയും, അത് നിങ്ങളുടെ പെരുമാറ്റത്തെ സ്വാധീനിക്കുകയും ചെയ്യുന്നു. കഴിവുകൾ വിശ്വാസത്തിൽ അധിഷ്ഠിതമാണ്. എന്നാൽ വിശ്വാസമോ, വ്യക്തിത്വത്തിൽ അധിഷ്ഠിതവും.

വ്യക്തിത്വവും മറ്റ് തലങ്ങളും തമ്മിലുള്ള വ്യത്യാസം ഒരു വ്യക്തി അറിഞ്ഞിരിക്കേണ്ടത് അത്യാവശ്യമാണ്. ഒരു മനുഷ്യനെന്നാൽ അയാളുടെ പെരുമാറ്റമോ, കഴിവോ, വിശ്വാസങ്ങളോ, മൂല്യങ്ങളോ അല്ല മറിച്ച് ഈ പറഞ്ഞതെല്ലാം അവന്റെ ചുറ്റുപാടുമായി അവൻ എങ്ങനെ കോർത്തിണക്കുന്നു എന്നതാണ്.

സമ്മർദ്ദ ലഘൂകരണത്തിലും, വില്പന അഭിവൃദ്ധിപ്പെടുത്തുന്നതിലും, കൂടുതൽ ഫലപ്രദമായി ബയോഡേറ്റകൾ എഴുതുന്നതിനും, കൂടാതെ ശുപാർശകൾ നടത്തുന്നതിനും ന്യൂറോലോജിക്കൽ തലങ്ങൾ വളരെ ഉപയോഗപ്രദമാണ്. ഉദാഹരണത്തിന്, ഒരു സ്ഥാപനത്തിലേയ്ക്ക് ജോലിക്കുള്ള അപേക്ഷ തയ്യാറാക്കുമ്പോൾ അവിടെ നിങ്ങൾ കമ്പനിയ്ക്കുവേണ്ടി പോസിറ്റീവായി എന്തൊക്കെ ചെയ്യും നിങ്ങളുടെ പെരുമാറ്റ രീതി എങ്ങനെയായിരിക്കും തുടങ്ങിയവയൊക്കെയായിരിക്കണം. സൂചിപ്പിക്കേണ്ടത് ഇത് നിങ്ങളുടെ സാധാരണ ബയോഡേറ്റയെക്കാളും കമ്പനിക്ക് അനുയോജ്യമായ തലത്തിലുള്ളവയായിരിക്കും. കാരണം ഇതിലൂടെ നിങ്ങൾ ആ കമ്പനിക്ക് യോജിച്ച ആളാണോ എന്ന് തീരുമാനിക്കാൻ അവർക്ക് കഴിയുന്നു.

ഉൾക്കാഴ്ച്ചയും പ്രശ്ന പരിഹാരവും

നിങ്ങൾ ഒരു റോളറിലോ, അല്ലെങ്കിൽ ഒരു ജൈന്റ് വീലിലോ, അതുമല്ലെങ്കിൽ വളരെ വേഗതയുള്ള ഒരു കാറിലോ ആണെന്ന് സങ്കല്പിക്കുക. ഇപ്പോൾ നിങ്ങൾ ശരിക്കും അത് അനുഭവിക്കുന്നില്ലേ? ഈ അവസ്ഥയാണ് 'അസോസിയേഷൻ'. നിങ്ങളുടെ സ്വന്തം കണ്ണുകളിലൂടെ നിങ്ങൾ അത് കാണുകയും നിങ്ങളുടെ സ്വന്തം ശരീരത്തിൽ അത് അനുഭവപ്പെടുകയും ചെയ്യുന്നു. മാത്രമല്ല നിങ്ങളുടെ സ്വന്തം ഫിൽറ്ററുകളുടെ നിങ്ങളുടെ സ്വന്തം മൂല്യങ്ങൾ ഉപയോഗിച്ച് കാര്യങ്ങൾ ചിന്തിക്കുകയും ചെയ്യുന്നു. ഈ അവസ്ഥയാണ് ലോകത്തെ കുറിച്ചുള്ള നിങ്ങളുടെ കാഴ്ച്ചപ്പാട്.

ഒരു നിരീക്ഷകന്റെ കാഴ്ച്ചപ്പാടാണ് 'ഡിസ് അസോസിയേഷൻ' നിങ്ങൾക്ക് നൽകുന്നത്. ഇവിടെ നിങ്ങൾ സ്വയം നിരീക്ഷിക്കുകയും, മറ്റുള്ളവരെ നിരീക്ഷിക്കുകയും ചെയ്യുന്നു. ഡിസ് അസോസിയേഷൻ എന്നത് നിഷ്പക്ഷവും സ്വതന്ത്രവുമായിരിക്കും.

മൂന്നാമത്തെ കാഴ്ച്ചപ്പാടനുസരിച്ച് നിങ്ങൾ മറ്റൊരാളിന്റെ സ്ഥാനത്തായിരിക്കും. ഇവിടെ മറ്റൊരാളിന്റെ അനുഭവം നിങ്ങളുടെതായി മാറുകയാണ് ചെയ്യുന്നത്.

ആരോടെങ്കിലും തർക്കത്തിലേർപ്പെടുമ്പോൾ നിങ്ങളുടെ കാഴ്ച്ചപ്പാടിൽ നിന്നുകൊണ്ട് അല്ലെങ്കിൽ 'ബാഹ്യലോകത്തെപ്പറ്റിയുള്ള നിങ്ങളുടെ രൂപരേഖയെ' അടിസ്ഥാനമാക്കിയായിരിക്കും കാര്യങ്ങളെ കാണുന്നത്. ഇനി വിശാലമായി ചിന്തിച്ചുകൊണ്ട്, എതിർക്കുന്ന ആളിന്റെ കാഴ്ച്ചപ്പാടിലൂടെ ഒന്നു വീക്ഷിച്ചു നോക്കു. അതുവരെ നിങ്ങൾക്കുണ്ടായിട്ടില്ലാത്ത ഒരു അനുഭവം ഉണ്ടാകുന്നു. ഇത് നിങ്ങളെ കൂടുതൽ അയവുള്ള ചിന്താഗതിക്കാരനാക്കുന്നു. ഇനി

നിങ്ങളുടെ ഭാഗത്തേയ്ക്ക് തിരിച്ചുവരൂ. ആദ്യം ചിന്തിച്ചതു പോലെ ആയിരിക്കില്ല ഇപ്പോൾ ആ പ്രശ്നം നിങ്ങൾക്ക്. മറ്റൊരാളിന്റെ ഭാഗത്ത് നിന്ന് ചിന്തിക്കുകയെന്നാൽ അത് അയാൾക്ക് എങ്ങനെ അനുഭവപ്പെടുന്നു എന്ന് നിങ്ങൾ സ്വയം മനസിലാക്കുകയാണ്. ഇത് തൻമയിത്വം (എംപതി) എന്ന് അറിയപ്പെടുന്നു. വൈകാരിക ബുദ്ധിയുള്ളവരിലാണ് ഈ സ്വഭാവം കൂടുതലായി കാണപ്പെടുന്നത്.

ഇനി നിങ്ങൾ നിങ്ങളെ ഒരു നിക്ഷ്പക്ഷ സ്ഥാനത്ത് സങ്കല്പിച്ചു കൊണ്ട് നിങ്ങൾക്കും നിങ്ങളുടെ എതിരാളിക്കും ഇടയിൽ സംഭവിക്കുന്നത് ഒന്നു മനസ്സിലാക്കി നോക്കുക, ഇത് നിങ്ങൾക്ക് ഡിസ്സോസിയേറ്റഡ് കാഴ്ചപ്പാടിൽ വസ്തുതകളെ നോക്കിക്കാണുന്നതിനു കൂടുതൽ അയവ് പ്രധാനം ചെയ്യുന്നു മാത്രമല്ല, നിങ്ങൾ നിങ്ങളുടെ യഥാർത്ഥ സ്ഥാനത്തെക്കുറിച്ച് ചിന്തിക്കുമ്പോൾ കാര്യങ്ങൾ കൂടുതൽ വ്യക്തവും നിയന്ത്രണ യോഗ്യവും ആയിത്തീരുകയും ചെയ്യുന്നു.

സമയ രേഖയും (Time Line) നമ്മുടെ ജീവിതത്തിൽ ഇതിന്റെ കർത്തവ്യവും

ആൽബർട്ട് ഐൻസ്റ്റീൻ ഒരിക്കൽ പറയുകയുണ്ടായി 'നിങ്ങളുടെ കൈ ഒരു ചൂടു പാത്രത്തിൽ ഒരു നിമിഷ നേരത്തേയ്ക്ക് വച്ചിരിക്കുകയാണെങ്കിൽ അത് നിങ്ങൾക്ക് ഒരു മണിക്കൂറായി അനുഭവപ്പെട്ടേക്കാം; ഒരു മനോഹരിയായ യുവതിയുടെ കൈയുടെമേൽ നിങ്ങളുടെ കൈ വച്ചിരിക്കുകയാണെങ്കിൽ അത് നിങ്ങൾക്ക് ഒരു നിമിഷം പോലെ മാത്രമേ അനുഭവപ്പെടുകയുള്ളൂ.'

സമയത്തിനു വളരെ വിചിത്രമായ ഒരു ഇലാസ്റ്റിക സ്വഭാവമുണ്ട്. നിങ്ങൾ വളരെ രസകരമായ എന്തിലെങ്കിലും മുഴുകിയിരിക്കുമ്പോൾ ഇത് വളരെ വേഗത്തിൽ പോകുന്നു. എന്നാൽ നിങ്ങൾക്ക് മുഷിവ് അനുഭവപ്പെടുമ്പോൾ ഇത് വലിഞ്ഞ് നീളുകയും ചെയ്യുന്നു. സമയം പണത്തെപ്പോലെ, നിങ്ങൾ നിങ്ങളുടെ ശ്രദ്ധയെ എവിടെ കേന്ദ്രീകരിച്ചിരിക്കുന്നു എന്നതിനെ ആശ്രയിച്ചിരിക്കും. രാത്രിയും പകലും സമ്പന്നരിലും ദരിദ്രരിലും, യുവാക്കളിലും വൃദ്ധരിലും 24 മണിക്കൂർ ആണെങ്കിലും സമയത്തിന്റെ ഉപലബ്ധി വ്യത്യസ്തമായിരിക്കും. ചില വ്യക്തികൾ ഭൂതകാലത്തിൽ അകപ്പെട്ടിരിക്കും, മറ്റുചിലർ ഭാവിയിലേയ്ക്ക് സൂക്ഷ്മതയോടെ ഉറ്റുനോക്കിക്കൊണ്ടിരിക്കും, അതാതു നിമിഷങ്ങളിൽ ജീവിക്കുന്നവരാണ് മറ്റൊരുക്കൂട്ടർ. സമയവുമായി ബന്ധപ്പെടുത്തി എവിടെ, എങ്ങനെയാണ്, നിങ്ങൾ നിങ്ങളുടെ ഓർമ്മകളെ സ്ഥാപിച്ചിരിക്കുന്നത് എന്നതിനെ ആശ്രയിച്ച് സമയം നിങ്ങളുടെ ഓർമ്മകൾക്ക് സാരവും പ്രദാനം ചെയ്യുന്നു. ഒരു ഓർമ്മയുടെ വ്യക്തതയിലും അതിനു സമയവുമായുള്ള ബന്ധത്തിലും മാറ്റം വരുത്തിക്കൊണ്ട് ആ ഓർമ്മയുടെ അർത്ഥത്തിൽ മാറ്റം വരുത്തുവാൻ സാധിക്കും.

സമയത്തിനു വിവിധ സംസ്കാരങ്ങളിൽ വിവിധലക്ഷ്യാർത്ഥങ്ങളാണുള്ളത്. ഒരു നിശ്ചിത സമയത്ത് ആളുകൾ ഫാക്ടറികളിൽ എത്തേണ്ടിയിരുന്നപ്പോഴുള്ള വ്യാവസായിക വിപ്ലവത്തിന്റെ ഫലമായുള്ളതാണ് യൂറോപ്യൻ സമയം. ഇതിനു ഒരു വരി വരിയായുള്ള മാതൃകയാണുള്ളത്. ഒരു സംഭവം അല്ലെങ്കിൽ ഇടപാട് മറ്റൊന്നിനെ പിന്തുടരുന്നു. വിവിധ സംസ്കാരങ്ങളുടെ ഒരു തരം സമ്മിശ്രമാണ് അമേരിക്കൻ സമയം.

ഏഷ്യാക്കാരുടേയും അറബികളുടേയും ചിന്താരീതി സംഭവങ്ങളെ അല്ലെങ്കിൽ വ്യക്തികളെ അടിസ്ഥാനമാക്കിയുള്ള ആത്മസംബന്ധമാണ്. ഇവിടെ നിലവിലുള്ള സംഗതി പൂർണമാകുമ്പോഴാണ് സമയം കടന്നു പോകുന്നത്. എന്നാൽ ഒരു യൂറോപ്യനെ സംബന്ധിച്ചിടത്തോളം, വ്യാവസായിക വിപ്ലവ കാലത്ത് വികസിതമായ സംസ്കാരത്തിൽ ഒരു കൺവേയർ ബെല്റ്റ് മാതൃകയിലുള്ള ചിന്താരീതിയാണുള്ളത്. ഇവിടെ ഒൻപതു മണി എന്നാൽ ഒൻപതു മണിയാണ്. ഒരു ഏഷ്യാക്കാരനു എട്ടുമണി അവസാനിക്കുമ്പോഴേ ഒൻപതു മണി ആരംഭിക്കുകയുള്ളൂ. തത്ഫലമായി എട്ടുമണിക്കുള്ള സംഗതി വലിച്ചുനീട്ടപ്പെട്ടാൽ ഒൻപതു മണി അതുപോലെ വീണ്ടും വൈകുന്നു. സമയ നിഷ്ഠ പാലിക്കുന്നതിൽ ഏഷ്യാക്കാർ എന്തുകൊണ്ട് ഉദാസീനരാകുന്നു എന്നുള്ളതും യൂറോപ്യന്മാർ ഇക്കാര്യത്തിൽ

എന്തുകൊണ്ടാണ് തിരക്കുകൂട്ടുന്നത് എന്ന് അവർക്ക് മനസ്സിലാക്കാൻ കഴിയാത്തതും എന്ന് ഇത് വ്യക്തമാക്കിത്തരുന്നു.

എങ്ങനെയാണ് ഓർമ്മകളെ ചിട്ടപ്പെടുത്തിയിരിക്കുന്നത്

നിങ്ങൾ സ്ഥിരമായി ചെയ്യാറുള്ള ഒരു കാര്യം ചിന്തിക്കുക. അതായത് നിങ്ങൾ ഇത് ഭൂതകാലത്തിൽ ചെയ്യുന്നതായും, വർത്ത മാനകാലത്തിൽ ചെയ്യുന്നതായും, ഭാവികാലത്തിൽ ചെയ്യുന്നതായും സങ്കല്പിക്കുക. ഈ ചിത്രങ്ങളുടെ വിവിധ സ്ഥാനങ്ങൾ നിങ്ങൾ ശ്രദ്ധിച്ചോ? ഒരു ഓർമ്മയെ നിരീക്ഷിക്കുന്നതിനുവേണ്ടി ഭൂതകാല ത്തിലേയ്ക്ക് സഞ്ചരിക്കുകയും, അതിനുശേഷം വർത്തമാനകാലത്തിൽ അല്പം നിർത്തലോടുകൂടി ഭാവി കാലത്തിലേയ്ക്ക് സഞ്ചരിക്കുകയും ചെയ്യുന്നതിൽ ഒരു സ്ഥാനത്തെ അടിസ്ഥാനമാക്കിയുള്ള സമയത്തി ന്റെ സഞ്ചാരം നിങ്ങൾക്ക് അനുഭവപ്പെട്ടിരിക്കാം. ഈ മൂന്നു ചിത്ര ങ്ങളുടേയും ഗുണങ്ങൾ നിങ്ങൾ ശ്രദ്ധിച്ചോ? അതായത് ഇവയുടെ സ്ഥാനം, പ്രകാശപൂരിതമായിരുന്നോ മങ്ങിയതായിരുന്നോ, ത്രിമാന ചിത്രങ്ങളായിരുന്നോ പരന്നതായിരുന്നോ, ചലച്ചിത്രങ്ങളായിരു ന്നോ നിശ്ചലമായിരുന്നോ, നിറങ്ങളുള്ളതായിരുന്നോ ബ്ലാക്ക് ആന്റ് വൈറ്റ് ആയിരുന്നോ?

ഇത്തരം സ്വഭാവങ്ങളെക്കുറിച്ച് ചിന്തിക്കുന്നതിൽ നിന്നും നമ്മുടെ ഓർമ്മകൾക്ക് ഒരു ഘടനയുണ്ട് എന്നുള്ളത് നമുക്ക് തിരിച്ചറിയുവാൻ സാധിക്കും. നമ്മുടെ സമയരേഖയിൽ എവിടെയാണ് ഒരു ചിത്രം കാണപ്പെടുന്നത് എന്നു പരിശോധിച്ചുകൊണ്ട് ഒരു ഓർമ്മ ഭൂതകാല ത്തിലുള്ളതാണോ അതോ നമ്മൾ ഭാവിയിലേയ്ക്ക് വേണ്ടി രൂപകല്പന ചെയ്യുന്നതാണോ എന്ന് ഇപ്പോൾ നമുക്ക് അറിയാം. ഓർമ്മകൾ ഒരു പ്രത്യേക ക്രമത്തിലാണ് അടുക്കിയിരിക്കുന്നത്. ഭൂതകാലത്തിലുള്ള ഒരു ഓർമ്മയിൽ നിന്നും വർത്തമാനകാലത്തിൽക്കൂടി ഭാവികാലത്തി ലേയ്ക്ക് ഒരു രേഖ വരയ്ക്കുകയാണെങ്കിൽ നിങ്ങൾ നിങ്ങളുടെ സ്വന്തം സമയരേഖ വരച്ചു കഴിഞ്ഞു. മനശാസ്ത്രത്തിന്റെ തലതൊട്ടപ്പന്മാരിൽ ഒരാളായ വില്യം ജെയിംസ് ഓർമ്മകളെ ഒരു മുത്തുമാലയുമായാണ് താരതമ്യം ചെയ്തിരിക്കുന്നത്. ഇവിടെ ഓരോ അനുബന്ധ ഓർമ്മകളും ഒന്നിനു ശേഷം മറ്റൊന്നായി ഒരു നാടയിൽ കോർത്തിരിക്കുന്നു.

ആളുകൾ എങ്ങനെയാണ് സമയമാറ്റത്തിനനുസരിച്ചുള്ള അവരുടെ അനുഭവങ്ങളെ വിലയിരുത്തുന്നത്? മനുഷ്യ ചരിത്രത്തിലുട നീളം സമയത്തിന്റെ സ്വാധീനം വ്യക്തമാണ്. 'കഴിഞ്ഞു പോയവ മറക്കു! ഭാവിയെപ്പറ്റി ചിന്തിക്കൂ!' എന്നീ പ്രയോഗങ്ങളിലൂടെയാണ് നാം സാധാരണ സമയത്തെപ്പറ്റി സംഭാഷണങ്ങളിൽ സൂചിപ്പിക്കാറുള്ളത്.

സംഭവങ്ങളെ കാലഗണനയ്ക്കനുസരിച്ച് ഒരു നേർരേഖയിൽ സങ്കല്പിക്കുവാൻ കഴിയുന്നുണ്ടെങ്കിൽ, നമുക്ക് ടൈംലൈനിംഗ് (സമയരേഖ) ഉണ്ടെന്ന് അനുമാനിക്കാം. വലംകൈയ്യൻമാർക്ക് സമയരേഖ ഇടത്തുനിന്ന് വലത്തേയ്ക്ക് വരുന്നതായി അനുഭവപ്പെട്ടു മ്പോൾ ഇടംകൈയ്യൻമാർക്ക് നേരെമറിച്ചായിരിക്കും അനുഭവപ്പെടുക.

സമയം ഒരു പ്രപഞ്ചസത്യമാണ്. സംഭവങ്ങളെ കോർത്തിണക്കി, അത് നമ്മിൽ യാഥാർത്ഥ്യബോധം നിറയ്ക്കുന്നു.

പ്രായോഗിക ജീവിതത്തിൽ നാം സമയത്തെ എങ്ങനെയാണ് പ്രതിനിധാനം ചെയ്യുന്നത്?

മുമ്പ് നടന്ന ഒരു സംഭവത്തെക്കുറിച്ച് ചിന്തിച്ചു നോക്കൂ! ആ കാഴ്ച നിങ്ങൾക്ക് എവിടെയാണ് ലഭ്യമായത്? കണ്ണുകൾക്ക് മുന്നിലോ അതോ പിന്നിലോ? അതോ വശങ്ങളിലെവിടെയെങ്കിലുമാണോ? ഇനി ഭാവിയിലെ ഒരു കാര്യം ചിന്തിച്ചു നോക്കൂ! അതേ സ്ഥാനത്തു തന്നെയാണോ ഈ കാഴ്ചയും ലഭ്യമായത്? തീർച്ചയായും വിപരീത ദിശകളിലായിരിക്കും. ഇങ്ങനെയാണ് നാം സംഭവങ്ങളെ സമയ വുമായി ബന്ധപ്പെടുത്തുന്നതും, അവയെ ചിട്ടയായി ഓർമ്മയിൽ സൂക്ഷിക്കുന്നതും.

ഭൂതകാലത്തിൽ ഓരോരോ മാസങ്ങളിൽ നടന്ന സംഭവങ്ങൾ ഒന്നൊന്നായി അവ സംഭവിച്ച ക്രമത്തിൽ ചിന്തിക്കുമ്പോൾ അല്ലെ ങ്കിൽ ഭൂതകാലത്തിൽ നടക്കാനിടയുള്ള സംഭവങ്ങൾ ചിന്തിക്കു മ്പോൾ നിങ്ങൾക്ക് ഇവയെല്ലാം തന്നെ റെയിൽവേ സ്റ്റേഷനുകളുടെ നിര പോലെ അല്ലെങ്കിൽ നിങ്ങളുടെ ഇരു വശങ്ങളിലുമുള്ള സൂചനാ ബോർഡുകൾ പോലെ കാണപ്പെട്ടേക്കാം. അതായത് ഇങ്ങനെയാണ് നിങ്ങൾ സമയത്തെ ക്രമപ്പെടുത്തിയിരിക്കുന്നത്, അതുകൊണ്ടുതന്നെ നിങ്ങളുടെ സമയരേഖ. ഇത്തരത്തിലുള്ള വിഭാവന രീതി നിങ്ങൾക്ക് ശീലമില്ലാത്തതുകൊണ്ടുതന്നെ തുടക്കത്തിൽ ഇതു പ്രവർത്തനക്ഷമമാ കണമെന്നില്ല, ക്ഷമയോടുകൂടിയുള്ള പരിശീലനത്തിലൂടെ ഒരു മാതൃക രൂപപ്പെടുകയും അതു സ്ഥിരപ്പെടുകയും ചെയ്യുന്നു.

പഴയകാലങ്ങളിലെ മോശം അനുഭവങ്ങൾ നമ്മുടെ സ്വഭാവത്തിൽ ബോധപൂർവ്വമല്ലാത്ത മാറ്റങ്ങൾ സൃഷ്ടിക്കുന്നു. നമ്മളിൽ പലരും പഴയകാല സംഭവങ്ങൾ സൃഷ്ടിച്ച അവസ്ഥകളിൽ നിന്നും മോചിത രാകാത്തവരാണ്. എൻ. എൽ. പിയിലെ സമയരേഖാപ്രക്രിയകൾ ഇവയിൽ നിന്നും മോചനം നേടുന്നതിന് നിങ്ങളെ സഹായിക്കുന്നു. സമയരേഖ പൂർണ്ണമായി മനസ്സിലെത്തുന്നതുവഴി, ഒരാൾക്ക് തന്റെ ഭൂത-ഭാവികാലങ്ങളെ കൃത്യമായി അപഗ്രഥിക്കുവാൻ സാധിക്കുന്നു.

ഇങ്ങനെ, തൃപ്തികരമല്ലാതിരുന്ന ഒരു മുൻകാല അനുഭവത്തിന് സമാനമായതെന്തെങ്കിലും ഭാവിയിൽ ഉണ്ടാകാൻ സാധ്യതയുണ്ടെങ്കിൽ, അതിനെ മറികടന്ന് മുന്നോട്ടു പോകുവാൻ ഇത് സഹായിക്കുന്നു.

ലംബസമയരേഖയും (In-Time) തിരശ്ചീന സമയരേഖയും (Through-Time)

(NLP യിൽ രണ്ടുതരം സമയരേഖകളാണുള്ളത്.)

കണ്ണുകൾക്ക് മുന്നിൽ ഇരുവശങ്ങളിലുമായി സംഭവങ്ങളെ കാണുവാൻ സാധിക്കുന്നതിനെ തിരശ്ചീന സമയരേഖയെന്നും, നമ്മുടെ മുന്നിലും പിന്നിലുമായി നമ്മളിലൂടെ കടന്നുപോകുന്ന രീതിയിൽ സംഭവങ്ങളെ കാണാൻ സാധിക്കുന്നതിനെ ലംബസമയരേഖയെന്നും പറയുന്നു.

തിരശ്ചീനരേഖയിലൂടെ ചിന്തിക്കുന്നവർക്ക്, അവരുടെ സമയക്രമം വ്യക്തമായതിനാൽ കാര്യങ്ങൾ സമയത്ത് ചെയ്തു തീർക്കാൻ കഴിയുന്നു. പക്ഷേ, ലംബരേഖയിലൂടെ ചിന്തിക്കുന്നവർ വർത്തമാനകാലത്തിൽ കൂടുതൽ മുഴുകിയിരിക്കുന്നതിനാൽ കാര്യങ്ങൾ കൃത്യസമയത്ത് തീർക്കുന്നതിൽ പിന്നിലായി പോകുന്നു.

തിരശ്ചീനരേഖയിലുള്ളവർ ഇന്നലെ എളുപ്പത്തിൽ മറക്കാൻ കഴിയുന്നവരാകയാൽ, ഓരോ പ്രഭാതവും ഒരു പുതിയ ദിനമായി ആരംഭിക്കുന്നു. ലംബരേഖയിലുള്ളവർ ഇന്നലെകളിലെ അനുഭവങ്ങളെ ഇന്നത്തെപ്പോലെ കരുതുന്നതിനാൽ, അവരുടെ ഓരോ പ്രവൃത്തിയും ഓർമ്മകളുമായി കെട്ടിപ്പിണഞ്ഞു കിടക്കുന്നു.

ഉപരിസമയരേഖയും (Up-Time) അധോസമയരേഖയും (Down-Time)

വർത്തമാനകാലവുമായും ഓർമ്മയിലുള്ള ഭൂതകാലവുമായും നമ്മുടെ ചിന്തകൾ എങ്ങനെ ബന്ധപ്പെട്ടിരിക്കുന്നുവെന്ന് നാം കണ്ടു കഴിഞ്ഞു. ഇത് മേൽകീഴായുള്ള ഒരു ചിന്താശ്രേണിയായി രൂപപ്പെടുന്നു. ഈ ശ്രേണിയുടെ ഒരറ്റത്ത് നാം വർത്തമാനകാലവുമായുള്ള ബന്ധം സൂക്ഷിക്കുകയും അതിനനുസരിച്ച് വളരെ ശ്രദ്ധയോടെ ചിന്തിക്കുകയും പ്രവർത്തിക്കുകയും ചെയ്യുന്നു. ഇതിന്റെ രണ്ടാം അറ്റത്ത്, നമ്മുടെ ഉള്ളിലുള്ള ചിന്തകളും, ദിവാസ്വപ്നങ്ങളും വിശ്വാസസത്യങ്ങളുമായി, ചിന്തയിലും പ്രവൃത്തിയിലും കാര്യമായ ശ്രദ്ധയില്ലാതെ കഴിയുന്നു. ആദ്യത്തെ അവസ്ഥയെ ഉപരിസമയരേഖയെന്നും രണ്ടാമത്തേതിനെ, അധോസമയരേഖയെന്നും വിളിക്കാം. വളരെ ശ്രദ്ധയോടെ മറ്റൊരാളുമായി സംസാരിക്കുന്നത് ഉപരിരേഖയെ

സൂചിപ്പിക്കുമ്പോൾ സ്വപ്നം കണ്ടുറങ്ങുന്ന അവസ്ഥ അധോസമയരേഖയിലാണ് നിലനിൽക്കുന്നത്.

നമ്മൾ ഈ ചിന്താശ്രേണിയിലൂടെ മുകളിലേക്കും താഴേക്കും സ്ഥിരമായി സഞ്ചരിച്ചുകൊണ്ടിരിക്കുന്നവരാണ്. ഒരു സമയത്ത് നാം വർത്തമാനകാലത്തിൽ മുഴുകി നമ്മുടെ ഭാവപ്രകടനത്തിൽ ശ്രദ്ധാലുക്കളായാണിരിക്കുന്നതെങ്കിൽ, മറ്റൊരിക്കൽ നാം എന്തെങ്കിലും ഓർമ്മയിൽ മുഴുകിയോ ഭാവിയെപ്പറ്റി സങ്കല്പിച്ചോ ഇരിക്കുകയാവും. ഇപ്പോൾ നമ്മുടെ ഭാവാദികളെപ്പറ്റി കാര്യമായ ശ്രദ്ധയില്ലാത്ത അധോരേഖാതലത്തിലേക്ക് നാം പോകുന്നു.

മുൻ അനുഭവങ്ങളെപ്പറ്റിയുള്ള മോശം ചിന്തകൾ ഒഴിവാക്കുന്നതിൽ സമയരേഖ എങ്ങനെ ഉപയോഗപ്പെടുത്തണമെന്ന് താഴെപ്പറയുന്ന ഉദാഹരണത്തിലൂടെ വ്യക്തമാകും. നിങ്ങളുടെ മോശമായ ഒരു മുൻ അനുഭവത്തെപ്പറ്റി ചിന്തിക്കുമ്പോൾ, അത് സമയരേഖയിലെ ഒരു ചിത്രമായി സങ്കല്പിക്കു. സമയരേഖയിലൂടെ ഒഴുകി ഒഴുകി അതിനടുത്തെത്തുക. ഇനി ആ ചിത്രത്തിലേക്ക് (അനുഭവത്തിലേക്ക്) ഇറങ്ങിച്ചെല്ലുവാൻ ശ്രമിക്കുക; അതേ അനുഭവം മുൻപ് അനുഭവിച്ച വ്യക്തിയായി ആകരുത് നാം അതിനെ കാണേണ്ടത്.

കുറേക്കൂടി അനുഭവപരിചയവും പക്വതയും സിദ്ധിച്ചയാളായാണ് അത് ചെയ്യേണ്ടത്. അപ്പോൾ, അതേ അനുഭവം ഇപ്പോഴുണ്ടായാൽ കൂടുതൽ ഫലപ്രദമായി കൈകാര്യം ചെയ്യുവാൻ നമുക്ക് സാധിക്കും

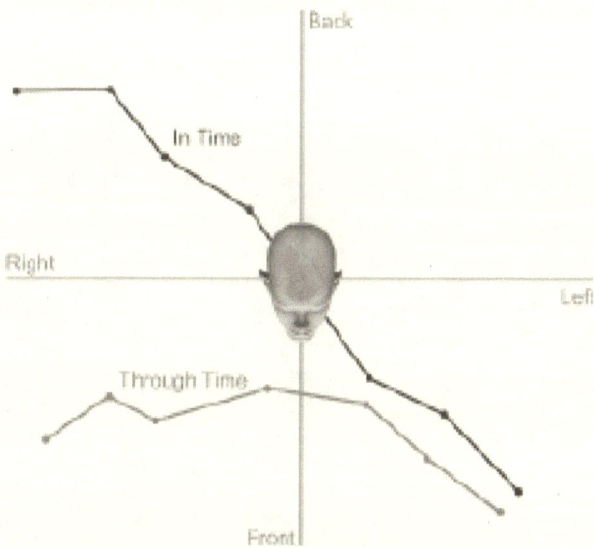

എന്ന ചിന്തയിലേയ്ക്ക് എത്തുവാൻ നമുക്കാവുന്നു. ഇനി നമ്മുടെ വർത്തമാനകാലത്തിലേയ്ക്ക് തിരിച്ചു വന്ന് തിരിഞ്ഞുനോക്കുമ്പോൾ, നേരത്തേയുണ്ടാക്കിയ അത്ര വിഷമം ആ ഓർമ്മ നമ്മിൽ സൃഷ്ടിക്കുന്നില്ല എന്ന് മനസ്സിലാക്കുവാൻ സാധിക്കുന്നു. ഇതേ പ്രക്രിയ തന്നെ, ഭാവിയിലെ ഏതെങ്കിലും കാര്യങ്ങൾ മുൻകൂട്ടി ആസൂത്രണം ചെയ്യുന്നതിനും ഉപയുക്തമാക്കാവുന്നതാണ്.

അഭ്യാസം

1. നിങ്ങൾ നിങ്ങൾക്കു ചുറ്റും സമയത്തെ ക്രമപ്പെടുത്തിയിരിക്കുന്ന രീതി തികച്ചും വ്യക്തമായി മനസ്സിലാകുന്നതുവരെ നിങ്ങളുടെ സ്വന്തം സമയരേഖ വരയ്ക്കുക.
2. കഴിയുന്നത്രയും തവണ നിങ്ങളുടെ സ്വപ്നങ്ങൾ പ്രവർത്തിച്ച് നോക്കുകയും, ഇതിനെ നന്നായി രൂപപ്പെടുത്തിയ ഫലത്തിന്റെ ഒൻപത് ഘട്ടങ്ങളിൽക്കൂടിയും, ബൗദ്ധിക തലങ്ങളിൽക്കൂടിയും കടത്തി വിടുക.

11

മാനസിക പ്രതിഭാസങ്ങളും കായിക മൽസരങ്ങളും

The mental side played the biggest park.
That was the difference between silver and gold

Sally Gunnel, OBE

കാലാകാലങ്ങളായി കായിക മൽസരങ്ങളെ ശാരീരിക പ്രവർത്തനമായി പരിഗണിക്കുകയും പ്രകടനങ്ങളെ ശാരീരിക ബലത്തെയും സാങ്കേതിക വൈദഗ്ദ്ധ്യത്തെയും ആസ്പദമാക്കി അളക്കുകയും ചെയ്തുപോന്നിരുന്നു. ഇവിടെ വളരെക്കാലം മനസിന്റെ പ്രവർത്തനങ്ങൾ ഏറെക്കുറെ അവഗണിക്കപ്പെട്ടിരിക്കുകയോ ഇതിന്റെ മഹിമ അറിയുവാൻ കൂട്ടാക്കാതിരിക്കുകയോ ആയിരുന്നു. എന്നാൽ ഇന്നു കായികമൽസരങ്ങളേയും മനസ്സിനേയും ബന്ധപ്പെടുത്തിയുള്ള പരിശീലനങ്ങളും പരിശീലകരും ദിനംപ്രതി വർദ്ധിച്ചുവരികയാണ്. ശാരീരിക വൈദഗ്ദ്ധ്യം കായിക മൽസരങ്ങളിൽ വളരെയധികം പ്രാധാന്യമർഹിക്കുന്നുണ്ടെങ്കിലും ശരീരങ്ങൾ പരസ്പരം മൽസരിക്കാറില്ല. വ്യക്തികൾ അവരുടെ ശരീരവും മാനസിക വികാരങ്ങളുംകൊണ്ടാണ് പൊരുതാറുള്ളത്.

നമ്മുടെ ചിന്തകൾ നമ്മൾ എങ്ങനെ ഓടുന്നു, ശ്വസിക്കുന്നു എന്നുള്ളതിനെ സ്വാധീനിക്കുകയും നമ്മൾ എങ്ങനെ അനുഭവവേദ്യമാക്കുന്നു എന്നുള്ളത് നമ്മുടെ പ്രതിബദ്ധത നിശ്ചയിക്കുകയും ചെയ്യുന്നു

മനസ്സിന്റെ സ്വാധീനം തെളിയിക്കുന്ന ചില ഘടകങ്ങളെക്കുറിച്ചും, കായികക്ഷമതയിൽ അവയുടെ പ്രവർത്തനത്തെക്കുറിച്ചും, NLP യ്ക്ക് എങ്ങനെ വ്യത്യസ്തത സൃഷ്ടിക്കുവാൻ കഴിയുന്നു എന്നതിനെക്കുറിച്ചും നമുക്ക് നോക്കി തിട്ടപ്പെടുത്താം.

മനസ്സും ശരീരവും തമ്മിലുള്ള സമ്പർക്കം

നിങ്ങൾ എങ്ങനെ ചിന്തിക്കുന്നു എന്നുള്ളത് നിങ്ങളുടെ നീക്കങ്ങളേയും നിങ്ങൾ ശ്വസിക്കുന്ന രീതിയേയും സ്വാധീനിക്കുന്നു. നിങ്ങൾ എങ്ങനെ ഗ്രഹിക്കുന്നു (അനുഭവിക്കുന്നു) എന്നുള്ളത് നിങ്ങൾ

എത്രമാത്രം പ്രതിജ്ഞാബദ്ധനാണ് എന്നുള്ളതിനേയും സ്വാധീനിക്കുന്നു. ഒരു അനുഭവത്തിനു വേണ്ടിയുള്ള രണ്ടു വ്യത്യസ്തപദങ്ങളാണ് മനസ്സും ശരീരവും. ഇവയുടെ പരസ്പര സ്വാധീനം മനസ്സിലാക്കിക്കഴിഞ്ഞാൽ പരിശ്രമത്തിലൂടെ മികച്ച പ്രതിഫലം നേടിയെടുക്കുവാൻ സാധിക്കും. മനസ്സും ശരീരവും തമ്മിൽ പൊരുത്തമുള്ളപ്പോൾ നമ്മുടെ ഉയർച്ചയ്ക്ക് അതിരുകളില്ല.

മനസ്സിന്റെ കളികൾ

പ്രവർത്തന രീതികൾ മാനസികവും ശാരീരികവും ആയതുകൊണ്ടുതന്നെ മാനസികവൈദഗ്ദ്ധ്യം ശാരീരിക വൈദഗ്ദ്ധ്യത്തെ പിന്തുണയ്ക്കുന്നു. നിങ്ങളുടെ മനസാന്നിധ്യത്താൽ നിങ്ങൾക്ക് ഒരു പന്ത് തട്ടുവാൻ സാധിക്കും എന്നാൽ മനസ്സു കൂടാതെ പന്ത് തട്ടുവാൻ സാധിക്കുകയില്ല.

ഒരു ചിന്ത (ഭൂപടം) ഒരു സങ്കല്പമാണ്, യഥാർത്ഥമല്ല (ഭൂപ്രദേശം). ചിന്തകൾ പൊതു ധാരണകളാണ് (മാതൃകകൾ) ഇതു നമ്മുടെ അവബോധത്തെയും അതുകൊണ്ടുതന്നെ പെരുമാറ്റത്തേയും സ്വാധീനിക്കുന്നു. നിങ്ങൾ ഒരു കളിയിൽ ഒരു മോശം പ്രകടനം കാഴ്ചവച്ചു എന്നു ചിന്തിക്കുക എന്നിട്ട് നിങ്ങൾ ഇത് എങ്ങനെ അനുഭവിച്ചു എന്നു സ്വയം ചോദിച്ചുനോക്കുക. ഒരു മോശമായ പ്രകടനത്തെക്കുറിച്ച് ചിന്തിക്കുമ്പോൾ അതു നമ്മളെ ബലഹീനരാക്കിത്തീർക്കുവാനുള്ള സാധ്യത കൂട്ടുന്നു.

നമ്മൾ മോശം ഷോട്ടുകൾ ആണോ അടിക്കുന്നത്? ഇവിടെ മോശം ഷോട്ടുകൾ ഇല്ല. ഇവിടെ നമ്മൾ ഒരു നല്ല ഷോട്ട് അടിച്ചു പക്ഷേ അതു ഉദ്ദേശിക്കാത്ത ഭാഗത്തേയ്ക്കാണ് പോയത്. അതായത് ഈ പ്രകടനത്തിൽ കുറച്ച് ക്രമീകരണങ്ങൾ നടത്തിയിരുന്നെങ്കിൽ അതു ഉദ്ദേശിച്ച സ്ഥാനത്തു എത്തിയേനെ.

നമ്മുടെ ചിന്തകൾ നമ്മൾ എങ്ങനെ ഓടുന്നു, ശ്വസിക്കുന്നു എന്നുള്ളതിനെ സ്വാധീനിക്കുകയും നമ്മൾ എങ്ങനെ അനുഭവവേദ്യമാക്കുന്നു എന്നുള്ളത് നമ്മുടെ പ്രതിബദ്ധത നിശ്ചയിക്കുകയും ചെയ്യുന്നു

മോശം ഷോട്ട് എന്നുള്ള അനുമാനം നിങ്ങളുടെ അടുത്ത ഷോട്ടിനെ മോശമായി സ്വാധീനിക്കുന്നു. മറിച്ച് ഇതിനെ ഒരു നല്ല ഷോട്ട് ആയുള്ള അനുമാനം നിങ്ങളെ ഈ കളിയിൽ പുരോഗതിയോടെ മുന്നേറുന്നതിനു സഹായിക്കുന്നു. ചുരുക്കത്തിൽ നിങ്ങൾ ചിന്തിക്കുന്ന രീതി കളിക്കുന്ന രീതിയെ സ്വാധീനിക്കുന്നു.

ചട്ടക്കൂട്ടുകൾ (Frames)

കണ്ണുകൾ നിങ്ങൾ കാണുന്നതിനെ പകർത്തിയെടുക്കുന്നു. നിങ്ങൾ എന്തു ഗ്രഹിക്കുന്നു എങ്ങനെ ഗ്രഹിക്കുന്നു എന്നുള്ളത് നിർണ്ണയിക്കുന്ന അച്ചുകളാണ് ചട്ടക്കൂട്ടുകൾ. ഇവയാണു നിങ്ങളുടെ അർത്ഥങ്ങൾക്ക് (അന്തർഗതങ്ങൾക്ക്) പിന്നിലുള്ള മാനദണ്ഡം. നമ്മൾ അർത്ഥങ്ങൾ മെനഞ്ഞെടുക്കുന്നവരാണ് എന്നുമാത്രമല്ല ചട്ടക്കൂട്ടുകൾ നമ്മുടെ അവബോധങ്ങൾക്ക് അർത്ഥം കൊടുക്കുകയും ചെയ്യുന്നു. പരിശീലനം, വിജയം, പരാജയം, അഭ്യസിപ്പിക്കൽ ആഹാരക്രമം എന്നിവയെക്കുറിച്ച് നമുക്കുള്ള ചട്ടക്കൂട്ടുകൾ എന്തൊക്കെയാണ്?

പരിശീലനത്തെക്കുറിച്ച് നമുക്കുള്ള ചട്ടക്കൂട്ടുകൾ

1. പരിശീലനത്തെ അംഗീകരിക്കുന്നു പക്ഷേ ഇതു യഥാർത്ഥത്തിൽ ഒരു കഴിവാണ്.
2. പരിശീലനം പ്രാവീണ്യമില്ലാത്ത വ്യക്തികൾക്കു വേണ്ടിയുള്ളതാണ്.
3. പരിശീലനം എന്നിലുള്ള മികവിനെ പുറത്തുകൊണ്ടുവരുന്നു.

നിഷേധാത്മകവും സ്വയം പരിമിതപ്പെടുത്തുന്നതുമായ ചട്ടക്കൂട്ടുകൾ പുനരാവിഷ്കരിക്കുക എന്നത് സ്വയം പ്രോൽസാഹനത്തിലേയ്ക്കും അതിലൂടെ വിജയത്തിലേയ്ക്കും ഉള്ള മാർഗ്ഗമാണ്.

വിജയവും പരാജയവും

ജയം എന്നതു ഒരു മഹത്തായ അനുഭവമാണ്. വിജയിക്കുവാനുള്ള ആഗ്രഹം പ്രോൽസാഹനം നല്കുന്നതും അതിനുവേണ്ടി കഠിനമായി പ്രയത്നിച്ച് ഏറ്റവും മികച്ച രീതിയിൽ കളിക്കുമ്പോൾ അത് സംതൃപ്തി നല്കുന്നതും ആണ്. വിജയം വളരെ പ്രാധാന്യമുള്ളതാണ് അതുകൊണ്ടുതന്നെ വിജയത്തിലേയ്ക്കുള്ള ലക്ഷ്യങ്ങൾ രൂപീകരിക്കുക എന്നതാണ് ഇതിന്റെ ഔചിത്യം. എന്നിരുന്നാലും ഇതിനു ഒരു ഇരുണ്ട വശം കൂടിയുണ്ട് എന്തുകൊണ്ടെന്നാൽ നിങ്ങൾ വിജയ പരാജങ്ങളെക്കുറിച്ച് മാത്രം ചിന്തിക്കുമ്പോൾ ഒന്നല്ലെങ്കിൽ മറ്റൊന്ന് ആകേണ്ടിവരുന്നു. നിങ്ങൾ വിജയിച്ചില്ലെങ്കിൽ അഥവാ മറ്റുള്ളവരാൽ നിങ്ങൾ പരാജിതനാകുകയാണെങ്കിൽ നിങ്ങൾ പരാജിതനാണ് എന്നുള്ള ചിന്തയാണ് അപകടം.

വിജയത്തെക്കുറിച്ചുള്ള ചിന്ത മൂലം നിങ്ങളുടെ മികച്ച കളിയിൽ ശ്രദ്ധപതറലുകൾക്ക് സാധ്യതയുണ്ട്. എന്തെന്നാൽ വിജയം

(മറ്റൊരാളെ പരാജയപ്പെടുത്തുക) എന്നതിനെ മുൻനിർത്തി നിങ്ങൾ നിങ്ങളുടെ മികച്ച പ്രകടനം കാഴ്ചവയ്ക്കുന്നതിനേക്കാൾ കൂടുതൽ മറ്റുള്ളവരെ പരാജയപ്പെടുത്തുന്നതിൽ ആണ് ശ്രദ്ധ ചെലുത്തുന്നത്. വിജയിക്കുക എന്നുള്ളത് പ്രാധാന്യമുള്ളതാണ് എന്നാൽ എന്തിനേക്കാളും പ്രാധാന്യമേറിയതല്ല. എങ്ങനെയെങ്കിലും വിജയിക്കുവാനുള്ള ആഗ്രഹം വിജയിക്കുവാനുള്ള ആഗ്രഹത്തിൽ നിന്നും വ്യത്യസ്തമാണ്. ആകയാൽ എല്ലാത്തരത്തിലും വിജയിക്കുവാൻ ആഗ്രഹിക്കുമ്പോൾ പരാജയം അസഹ്യമായിത്തീരുന്നു. എന്നിരുന്നാലും ഇതിനെ ഒരു പ്രതികരണം എന്ന നിലയിൽ ഗ്രഹിക്കുകയാണെങ്കിൽ ഇതു ഒരു പ്രോൽസാഹകം ആകുവാനിടയുണ്ട്. ഓർക്കുക ഇവിടെ പരാജയമില്ല, പ്രതികരണം മാത്രം.

എല്ലാം തന്നെ വിജയത്തെക്കുറിച്ചും പരാജയത്തെക്കുറിച്ചും നിങ്ങൾ എങ്ങനെ ചിന്തിക്കുന്നു എന്നുള്ളതിനെ ആശ്രയിച്ചിരിക്കും. നിങ്ങൾ വിജയം കൈവരിക്കുമ്പോൾ മുൻപില്ലാതിരുന്ന ഒരു കാര്യം നമ്മുടെ കഴിവിലൂടെ നേടിയെടുക്കുന്നു. കുറച്ച് നിങ്ങൾക്ക് ലഭ്യമാകുന്നില്ല. അതേസമയം പരാജയത്തിലൂടെ നിങ്ങൾക്ക് ഒന്നും തന്നെ നഷ്ടമാകുന്നുമില്ല എന്തെന്നാൽ ഇതു ആദ്യം നമുക്ക് ഉണ്ടായിരുന്നതല്ല.

നിങ്ങളിൽ പരാജയഭീതി ഉണ്ടെങ്കിൽ നിങ്ങൾ ഒരിക്കലും വിജയിക്കുവാൻ ധൈര്യപ്പെടുകയില്ല. ടിം ഗാൽവെ ഒരു രസകരമായ ടെന്നിസ് ടൂർണമെന്റിനെക്കുറിച്ചുള്ള ഉദാഹരണം നൽകുന്നു. ഇതിൽ വിജയിക്കുന്ന ഓരോ വ്യക്തിയും കളിയിൽനിന്നും പുറത്തുപോകുകയും പരാജയപ്പെടുന്നവർ അടുത്ത റൗണ്ടിലേയ്ക്ക് കടക്കുകയും ചെയ്യുന്നു. യഥാർത്ഥത്തിൽ സംഭവിച്ചത് ആ ടൂർണമെന്റിന്റെ സ്റ്റാൻഡേർഡ് വളരെയധികം മെച്ചപ്പെട്ടു എന്തെന്നാൽ അവർ ഓരോരുത്തർക്കും ജയവും തോൽവിയും അവരുടെ ലക്ഷ്യമായിരുന്നില്ല. അതായത് ജയിക്കുന്ന കളിക്കാർക്ക് ജയിച്ചാൽ പുറത്തുപോകും എന്നറിയാവുന്നതുകൊണ്ടും തോറ്റാലും അടുത്ത കളി കളിക്കാം എന്നു അറിയാവുന്നതുകൊണ്ടും അവർ ആസ്വദിച്ച് കളിച്ചു. ഇതു പരിഹാസാത്മകമാണോ അതോ ചിന്തിപ്പിക്കുന്നതോ?

നമ്മുടെ രണ്ട് പ്രതിയോഗികൾ

എല്ലാ കളികളിലും നമ്മൾക്കുള്ള രണ്ട് പ്രതിയോഗികൾ ആണ് വിജയം അല്ലെങ്കിൽ പരാജയം. ഒന്നാമത്തേതാണ് പുറമേ കാണുന്ന, നമ്മുടെ മനസ്സിലുള്ള പ്രതിയോഗി. നമ്മളിലുള്ള മികവിനെ പുറത്തു കോണ്ടുവരുന്ന ഒരു ഉത്തമനായ പ്രതിയോഗി.

രണ്ടാമത്തെ പ്രതിയോഗി നമ്മൾ തന്നെയാണ്. കൂടുതൽ വ്യക്തമായി പറഞ്ഞാൽ നമ്മൾ സ്വയം സൃഷ്ടിച്ചെടുത്ത പരിമിതികൾ ആണ്. നമ്മളിൽ എല്ലാ വിധത്തിലുള്ള തന്ത്രങ്ങളും പരിശോധിക്കുന്ന ഒരു സൂത്രശാലിയായതും കപട വിദ്യക്കാരനുമായ പ്രതിയോഗിയാണിത്.

എങ്ങനെയാണ് നമ്മളെ നശിപ്പിക്കാൻ കഴിയുന്നത് എന്നുള്ളത് ഇതിനു കൃത്യമായി അറിയാവുന്നതാണ്. നമ്മൾ ഒരു പക്ഷേ നമ്മുടെ പുറമേയുള്ള പ്രതിയോഗിയെ കണ്ടുമുട്ടുന്നതിനു മുൻപുതന്നെ പകുതി പരാജയപ്പെട്ടേക്കാം. എന്തുകൊണ്ടെന്നാൽ ആന്തരിക പ്രതിയോഗി നിങ്ങളുടെ കഴിവിന്റെ നല്ലൊരു ഭാഗം ഊറ്റിയെടുക്കുന്നു.

പുറമേയുള്ള കളിയിൽ വിജയിക്കണമെന്നുണ്ടെങ്കിൽ ആന്തരിക പ്രതിയോഗിയുമായുള്ള ആന്തരിക മനോകേളിയിൽ (inner mind game) വിജയിച്ചിരിക്കണം. നിങ്ങൾ എത്രയും കൂടുതൽ ശക്തമായി നിങ്ങളുടെ ആന്തരിക പ്രതിയോഗിയെ പരാജയപ്പെടുത്തുന്നുവെന്നാൽ നിങ്ങൾ അത്രയും കൂടുതൽ വിജയകരമായി നിങ്ങളുടെ പുറമേയുള്ള പ്രതിയോഗിയെ നേരിടുവാൻ സാധ്യതയുണ്ട്. ഇതെല്ലാം ആത്മാവബോധത്തെക്കുറിച്ചും, ആത്മവിശ്വാസത്തെക്കുറിച്ചും, ആന്തരിക കേളിയിൽ വിജയിക്കുന്നതിനെക്കുറിച്ചും ആണ് പരാമർശിക്കുന്നത്.

ഒരു ടെന്നിസ് കളിയിൽ എന്നതുപോലെ പന്തിനെ ഒരു ഭീഷണവസ്തുവായുള്ള കണക്കാക്കൽ നമ്മുടെ പെരുമാറ്റത്തിൽ ധാരാളം തെറ്റുകൾ വരുത്തുന്നു. എന്നാൽ കൃത്യമായ പരിശീലനത്തിലൂടെ എന്താണ് സംഭവിക്കുക. ഒരു ഭീഷണിയായിത്തീരേണ്ട പന്ത് (പ്രശ്നം) കേവലം ഒരു പന്ത് (വെല്ലുവിളി) ആയി മാറിയേക്കാം. ഇതിനു പുറമേ കളിക്കാർക്ക് അവരവരെക്കുറിച്ചും അവരുടെ പ്രകടനങ്ങളെക്കുറിച്ചും സ്വന്തമായുള്ള വിചാരണകൾക്കു പകരം വസ്തുതകളുടെ ഒരു വിചാരണ കൂടാതെയുള്ള നിരീക്ഷണം പുനസ്ഥാപിക്കുകയാണെങ്കിൽ എന്താവും സംഭവിക്കുക?(ആന്തരിക സംഭാഷണത്തെ അടർത്തി മാറ്റി മൗനമാക്കുവാനുള്ള കഴിവിൽ)

പരിണിതഫലങ്ങൾ

പരിശീലനത്തിൽ നിങ്ങൾക്ക് പന്ത് ലഭിക്കുമ്പോൾ നിങ്ങൾ നേടുവാൻ ആഗ്രഹിക്കുന്നതും യഥാർത്ഥ കളിയിൽ നിങ്ങൾ നേടുവാൻ ആഗ്രഹിക്കുന്നതും തമ്മിൽ എന്തെങ്കിലും വ്യത്യാസമുണ്ടോ അതോ തുല്യമാണോ?

എന്തൊക്കെയാണ് നിങ്ങളുടെ ഉദ്ദേശത്തിനു പിന്നിലുള്ള ചിന്തകൾ? ആ പന്ത് സ്വീകരിക്കുമ്പോൾ നിങ്ങളുടെ ശരിക്കുള്ള ഉദ്ദേശ്യം എന്ത് ആവാം? നിങ്ങൾ ഇവിടെ നിന്നും എവിടെ പോകുന്നു എന്നുള്ളത് നിശ്ചയിക്കുന്നത് നമ്മുടെ പ്രതികരണത്തിന്റെ ഉൾവിസ്താരം നിർണയിക്കുമ്പോൾ നമ്മുടെ ശബ്ദത്തിൽ/ശരീരത്തിൽ ഉള്ള അത്യാസക്തിയാണ്.

വ്യക്തമായ ലക്ഷ്യങ്ങൾ വികസിപ്പിച്ചെടുക്കുക

കാലാകാലങ്ങളായി കായിക അഭ്യാസശേഷി വർദ്ധിപ്പിക്കുന്നതിൽ നിർണായക വശങ്ങളായി അംഗീകരിക്കപ്പെട്ടുവരുന്നത് ലക്ഷ്യ സ്ഥാപനവും ഉന്നം വയ്ക്കലും ആണ്. അവ സ്ഥാപിക്കുന്നതിനും നേടുന്നതിനും വേണ്ടി NLP വളരെ ലളിതമായതും എന്നാൽ സുശക്തമായതുമായ ഒരു മാതൃക വികസിപ്പിച്ചെടുത്തിട്ടുണ്ട്. കൃത്യമായി സംഘാടനം ചെയ്യപ്പെട്ട പരിണിതഫലം.

സൈമൺ ബർൺസിന്റെ ദി റ്റൈംസ് എന്ന പത്രത്തിൽ ഇങ്ങനെ പ്രതിപാദിച്ചിരിക്കുന്നു 'മൽസരത്തിൽ പങ്കെടുക്കുന്നവരേയും പ്രാഗല്ഭ്യമുള്ളവരേയും വേർതിരിച്ചെടുക്കുന്നത് ഉത്തമമായ കഴിവല്ല ശ്രേഷ്ഠമായ നെഞ്ചുറപ്പാണ്. ഇതു നിങ്ങളുടെ മികവുറ്റ കളിയിലൂടെ ഒരു രൂക്ഷമായ സന്ദർഭത്തിൽ സമുചിതമായി പ്രതികരിക്കുവാനുള്ള കഴിവാണ്.'

നമ്മുടെ വിശ്വാസങ്ങൾ, നമ്മുടെ പെരുമാറ്റത്തിനു വേണ്ടിയുള്ള വിശാലമായ മാനസിക ചട്ടക്കൂടുകളിൽ ഒന്നിനെ പ്രതിനിധീകരിക്കുന്നു. ഇതിനു ആകസ്മികമായ ഉദാഹരണങ്ങളിൽ ഒന്നാണ് നാല് മിനിറ്റിനുള്ളിൽ ഒരു മൈൽ ഓടുക എന്നത് അസാധ്യമായിരുന്നു എന്നുള്ള വിശ്വാസം. നൂറുകണക്കിനാളുകൾ പരിശോധിച്ച് പരാജയപ്പെട്ടതു വഴി പ്രതിബിംബിച്ചതാണിത്. എന്നിട്ടും ഈ നിരുൽസാഹപ്പെടുത്തുന്ന പ്രതിബന്ധത്തെ അതിക്രമിക്കുവാൻ റോജർ ബാനിസ്റ്റർ തീരുമാനിച്ചു. അദ്ദേഹത്തിന്റെ ചരിത്രപ്രസിദ്ധമായ, സർവശക്തിയും പ്രയോഗിച്ചുള്ള പ്രകടനത്തിലൂടെ അദ്ദേഹം ഈ റെക്കോർഡ് തകർത്തതിനുശേഷം ആളുകൾ ഇത് സാധ്യമാണ് എന്നുള്ളത് വിശ്വസിക്കുകയും തുടർന്ന് ധാരാളം പേർ ഈ പ്രതിബന്ധത്തെ മറികടക്കുകയും ചെയ്തു.

ഉപരിപ്രവർത്തനങ്ങളും (Meta Programmes) കായിക മൽസരങ്ങളും

ചില കായിക താരങ്ങളെ പ്രകോപിപ്പിക്കുന്നത് എന്താണെന്നും, അവർ ചെയ്യുന്ന കാര്യങ്ങൾ എന്തുകൊണ്ടാണ് ചെയ്യുന്നതെന്നും അല്ലെങ്കിൽ എന്താണ് ചില കായിക താരങ്ങളെ വ്യത്യസ്തരാക്കുന്നതെന്നും ഉള്ളത് എട്ടാമത്തെ അദ്ധ്യായത്തിൽ പ്രതിപാദിച്ചിട്ടുണ്ട്.

കായിക മൽസരങ്ങളിൽ ജീവിതത്തിലെ എല്ലാ ചുവടുകളേയും പോലെ മസ്തിഷകത്തിനു ശ്രദ്ധപതിപ്പിച്ച് ബുദ്ധിപ്രയോഗിക്കേണ്ടുന്ന വിവരങ്ങളുടെ തോത് വളരെ കൂടുതലാണ്. കൂടുതൽ വിവരങ്ങളും ആവാഹിക്കപ്പെടുന്നത് ഉപബോധ മനസ്സിലാണ്. ഉദാഹരണമായി ഒരു ഫുഡ്ബോൾ കളിക്കാരനെ സംബന്ധിച്ചിടത്തോളം അയാളുടെ സ്വന്തം മനശാസ്ത്രം, മാനസികാവസ്ഥ, കളിസ്ഥലം, എതിർ ടീം തുടങ്ങിയ എല്ലാ വിവരങ്ങളും ശ്രദ്ധിക്കുക എന്നുള്ളത് എളുപ്പത്തിൽ സാധ്യമല്ല.

മറ്റ് എല്ലാ മെറ്റാപ്രോഗ്രാമുകളും പോലെ ഓരോ കായികതാരങ്ങളുടെ പെരുമാറ്റത്തിനും ഇവിടെയും ഒരു മാതൃക ചിട്ടപ്പെടുത്തുവാൻ സാധിക്കും. ഈ മാതൃകകളിൽ നല്ലൊരു ഭാഗവും ഭാഷാശാസ്ത്രപരമായതും മറ്റുള്ളവരുമായുള്ള ആശയവിനിമയത്തിനിടയിലും സ്വയമേയുള്ള ആന്തരിക സംഭാഷണത്തിലും കേട്ടിരിക്കുവാനിടയുള്ളതുമാണ്. യഥാർത്ഥത്തിൽ നിങ്ങൾ ഒരു നിശ്ചിത സന്ദർഭത്തിൽ ആകമാനം ഒരേ തരത്തിൽപ്പെട്ട വ്യക്തി ആയിരിക്കണമെന്നില്ല എന്നതു മാത്രമല്ല ചിലയിടങ്ങളിൽ ഇതിനിടയിൽ എവിടെയെങ്കിലും ആകുവാനും ഇടയുണ്ട്.

ബൗദ്ധിക തലങ്ങളും കായിക മൽസരങ്ങളും

നമ്മുടെ മനസ്സ് അനുഭവങ്ങളെ ചിട്ടപ്പെടുത്തി വിശകലനം ചെയ്യുന്നത് ചിന്തയുടെ വിവിധ തലങ്ങളിൽ വച്ചാണ് എന്നുള്ളതു നമുക്കറിയാം.

അടിസ്ഥാന ബൗദ്ധിക തലം ആണ് ചുറ്റുപാട്. ചുറ്റുപാട് എന്നാൽ എവിടെ, എപ്പോൾ, വ്യക്തികൾ, വസ്തുക്കൾ എന്നിവ ഉൾപ്പെടുന്നു. കായിക മൽസരങ്ങളിൽ ഈ ഘട്ടത്തിൽ നേരിട്ടേക്കാവുന്ന വെല്ലുവിളികൾ ആണ്. ശരിയായ സജ്ജീകരണങ്ങൾ ഇല്ലാതിരിക്കുക, ശരിയായ പരിശീലകൻ അല്ലെങ്കിൽ തന്നെ പിന്തുണയ്ക്കുവാൻ ശരിയായ വ്യക്തികളുടെ അഭാവം എന്നിവ.

നിങ്ങൾ എന്തുചെയ്യുന്നു എന്നുള്ളതാണ് രണ്ടാമത്തെ തലം: നിങ്ങളുടെ പെരുമാറ്റവും കഴിവുകളും. അനുയോജ്യമായി കായിക നൈപുണ്യം അല്ലെങ്കിൽ ശരിയായ ചിന്താരീതികൾ (ചിന്തിക്കുന്നതും ഒരു കഴിവാണ്) ഇല്ലാതിരിക്കുക ഈ ഘട്ടത്തിലെ പരാതികൾ ആയേക്കാം.

മൂല്യങ്ങളും വിശ്വാസങ്ങളും ആണ് മൂന്നാമത്തെ തലം: ചെലവാക്കുന്ന സമയവും പരിശ്രമവും മൂലം അസ്വസ്ഥതപ്പെടുവാൻ തക്കവണ്ണം നിങ്ങൾക്ക് അത്രത്തോളം പ്രാധാന്യമുള്ളതല്ല ഒരു ലക്ഷ്യം എന്നുള്ളത് ഇവിടെ ഒരു തടസ്സം ആയേക്കാം.

നാലാമത്തെ തലമാണ് വ്യക്തിത്വം: ഇത് നിങ്ങൾക്ക് നിങ്ങളെക്കുറിച്ചുള്ള അവബോധമാണ്. ഞാൻ അതു ചെയ്യുവാൻ തരത്തിലുള്ള വ്യക്തിയല്ല എന്നുള്ളത് ഇവിടെ ഒരു തടസ്സം ആയേക്കാവുന്നതാണ്. ഇത് തികച്ചും വിവേകപൂർവ്വമായ ഒരു തടസ്സം ആയതുകൊണ്ടു തന്നെ നിങ്ങൾ ഈ രീതിയിൽ ഗ്രഹിക്കുകയാണെങ്കിൽ ആ ലക്ഷ്യം ഉപേക്ഷിക്കുന്നതാണുചിതം.

മാനസികാവിഷ്കാരവും വിഭാവനയും (Visualization and Imagery)

വിഭാവന: അനുമാനിക്കുവാനുള്ള കഴിവ്

കായിക മൽസരങ്ങളിൽ നിങ്ങളുടെ മനസ്സും ശരീരവും ഉൾപ്പെട്ടിരിക്കുന്നു. അതുകൊണ്ടു തന്നെ ഒരു കായിക മൽസരത്തിനു വേണ്ടിയുള്ള മാനസിക തയ്യാറെടുപ്പിൽ എല്ലാ ആന്തരിക ചിന്തകളും ഉൾപ്പെടുന്നു.

നിങ്ങൾ എത്ര കൂടുതൽ പ്രബലമായി നിങ്ങളുടെ ഗ്രഹണ വ്യവസ്ഥിതികൾ ഉപയോഗിക്കുന്നുവോ അത്രയും ശക്തിയായി ഇത് നിങ്ങളുടെ മനസ്സിൽ പതിയുന്നു. അങ്ങനെ നിങ്ങളുടെ മാനസികമായുള്ള പരിശീലനം കൂടുതൽ വ്യക്തവും ഫലപ്രദവും ആയിത്തീരുന്നു. ഏതെങ്കിലും ഒരു ഗ്രഹണ വ്യവസ്ഥിതി ഉപയോഗിച്ച് മാനസിക ദൃശ്യങ്ങൾ വീക്ഷിക്കുന്നതാണ് മാനസികാവിഷ്കാരം അഥവാ വിഭാവന പരാമർശിക്കുന്നത്. അതായത് വ്യക്തമായ ചിത്രങ്ങൾ, ശബ്ദങ്ങൾ, വൈകാരികാനുഭവങ്ങൾ, ഒരു പക്ഷേ അവയുടെ ഗന്ധം, രുചി, എന്നിവയെക്കുറിച്ചുള്ള സങ്കല്പിക്കൽ.

ഒരു കായികാഭ്യാസിക്ക് ഉപയോഗിക്കാവുന്ന ഏറ്റവും ശക്തവും ബഹുലപ്രവീണവുമായ ഒരു ആയുധമാണിത്. സാങ്കേതികമായ കഴിവുകളുടെ മാനസികപരിശീലനത്തിനും, മൽസരക്കളിക്ക് മുൻപ് നാഡികളെ നിയന്ത്രിക്കുന്നതിനും, കളിക്ക് ശേഷം പിരിമുറുക്കം കുറയ്ക്കുന്നതിനും നിങ്ങൾക്ക് ഇത് ഉപയോഗിക്കാവുന്നതാണ്. നിങ്ങളെ

ഒരു കളിയിൽ ശ്രദ്ധ കേന്ദ്രീകരിച്ച് തുടർന്നു പോകുന്നതിന് സമ്മർദ്ദം ചെലുത്തുന്നതിനായുള്ള സ്വയം തയ്യാറെടുപ്പിനു വേണ്ടി നിങ്ങൾക്ക് വിഭാവന ഉപയോഗിക്കാവുന്നതാണ്.

എങ്ങനെയാണ് വിഭാവന ഫലിക്കുന്നത്

എന്തെങ്കിലും ഒരു കാര്യം ചിന്തിക്കുന്നതും പ്രവർത്തിക്കുന്നതും തമ്മിൽ വളരെ വലിയ അന്തരമുള്ളതായി കാണപ്പെടുന്നു.

എല്ലാ പ്രവൃത്തികളും ആരംഭിക്കുന്നത് ഒരു ചിന്തയായാണ് മാത്രമല്ല നമുക്ക് ഒന്നു ചിന്തിക്കുന്നതു വഴി പൂർണമായ ഭൗതികവ്യത്യാസങ്ങൾ സൃഷ്ടിക്കുവാൻ സാധിക്കും എന്തുകൊണ്ടെന്നാൽ നമ്മുടെ ചിന്തകൾക്കനുസൃതമായി ശരീരം പ്രതികരിക്കുന്നു. നമ്മുടെ മനസ്സ് ഒരു ഭാവനാത്മകമായ യന്ത്രം പോലെയാണ്. നമ്മൾ യാഥാർത്ഥ്യത്തെ എന്തായാണോ ചിന്തിക്കുന്നത് അത് യാഥാർത്ഥ്യമായി അനുഭവപ്പെടുന്നു. നമ്മൾ ഉറങ്ങുമ്പോൾ നമ്മുടെ മനസ്സിന്റെ സൃഷ്ടികൾ സ്വപ്നങ്ങളായി മാറുകയും അവ യാഥാർത്ഥ്യത്തിന്റെ ഉത്തരവാദിത്വം ഏറ്റെടുക്കുകയും ചെയ്യുന്നു. ഇവ നമ്മളെ നിർബന്ധിക്കുന്നതായി കാണപ്പെടുന്നു കാരണം നമ്മുടെ പുറംലോകവുമായുള്ള ബന്ധം, നമ്മുടെ വിവേചന ബുദ്ധിയുടെ പാലകൻ, നമ്മുടെ ബോധമനസ്സ് പ്രവർത്തന രഹിതമാണ്.

ഇതാണ് മനസ്സിൽ നിന്നും ശരീരത്തിലേയ്ക്ക് എന്ന തത്വം

നിങ്ങളുടെ ചിന്തകൾ നിങ്ങളുടെ പേശികളെ നേരിട്ട് സ്വാധീനിക്കുന്നു. ഒരു കളിയ്ക്കിടയിൽ വച്ച് നിങ്ങൾ പരാജയപ്പെടുവാൻ പോകുന്നു എന്നു ചിന്തിച്ചുതുടങ്ങുമ്പോഴുണ്ടാകാവുന്ന പരിണിതഫലങ്ങൾ ഒന്നു സങ്കല്പിച്ചു നോക്കൂ. ഈ ചിന്ത നിങ്ങളുടെ പേശികളെ ബാധിക്കുന്നു എന്നു മാത്രമല്ല ഈ ചിന്ത മാറ്റിയില്ലെങ്കിൽ അതു സത്യമാകുവാനുള്ള സാധ്യത കൂടുകയും ചെയ്യുന്നു. മാനസിക പരിശീലനങ്ങൾ ഫലിക്കുന്നത് എന്തുകൊണ്ടെന്നാൽ നമ്മുടെ ചിന്തകളിലൂടെ പേശികളെ കാര്യക്രമം ചെയ്യുവാൻ സാധിക്കുന്നതുകൊണ്ടാണ്. മാനസിക വിഭാവന നമ്മുടെ യഥാർത്ഥ ശാരീരിക പരിശീലനത്തെ അനുകരിക്കുന്നു. ഇതു വിജയത്തിനു വേണ്ടിയുള്ള ഒരു രൂപരേഖയും ആത്മവിശ്വാസവും പ്രദാനം ചെയ്യുന്നു. നിങ്ങൾ എന്തെങ്കിലും നിങ്ങളുടെ മനസ്സിൽ പലപ്രാവശ്യം ചെയ്തുകൊണ്ടിരിക്കുമ്പോൾ ഇതു നിങ്ങൾക്ക് വളരെ പുതുമയുള്ളതും അപരിചിതവുമായി തോന്നുന്നതിനു പകരം സുപരിചിതമായി അനുഭവപ്പെടുന്നു. നമ്മൾ ഒരു പ്രവൃത്തിയെക്കുറിച്ച് സങ്കല്പിക്കുമ്പോൾ സൂക്ഷ്മ പേശീ ചലനങ്ങൾ, നമ്മൾ യഥാർത്ഥത്തിൽ ആ പ്രവർത്തി ചെയ്യുമ്പോൾ സംഭവിച്ചേക്കാവുന്ന പേശീപ്രവർത്തനങ്ങളെ അനുകരിക്കുന്നു.

നിങ്ങൾക്ക് എന്നും മുൻകൂട്ടി പരിശീലിക്കുവാൻ സാധിക്കും. എന്നിരുന്നാലും ക്ഷീണം കൂടാതെ എത്രത്തോളം യഥാർത്ഥ പരിശീലനം ചെയ്യുവാൻ സാധിക്കും എന്നുള്ളതിനു ഒരു പരിധിയുണ്ട്. നേരേമറിച്ച് നിങ്ങൾ ആഗ്രഹിക്കുന്ന അല്ലെങ്കിൽ നിങ്ങൾക്ക് ആവശ്യമുള്ള അത്രത്തോളം ക്ഷീണം കൂടാതെ, മാനസികമായി പരിശീലിക്കുവാൻ സാധിക്കും.

മാനസികാവിഷ്കാരവും വ്യക്തമായ വിഭാവനയും (Visualization and Positive Imagery)

കായികസിദ്ധി കൂട്ടുവാൻ വേണ്ടി കേവലം ഒരു ദൃശ്യം മനസ്സിൽ ചിന്തിക്കുക എന്നത് വ്യക്തമായ മാനസിക സങ്കല്പങ്ങളിൽ വ്യാപൃതനാവുക എന്നതിൽ നിന്നും വളരെയധികം വ്യത്യസ്തമാണ്. മാനസികാവിഷ്കാരത്തിനു ശരീരത്തിനുമേൽ ഒരു മനശാസ്ത്രപരമായ സ്വാധീനമുണ്ട്. സങ്കല്പിക്കപ്പെട്ട പ്രവൃത്തിക്ക് അനുസൃതമായി ശരീരത്തിലെ പേശികളിൽ യഥാർത്ഥത്തിൽ ഒരു ശാരീരികമായ, അളക്കുവാൻ സാധിക്കുന്ന പ്രതികരണമാണുള്ളത്. കായിക പരിശീലനത്തിൽ മാനസികാവിഷ്കാരം വളരെ പ്രധാനമാണ്. ഇവിടെ ഇത് നിങ്ങളെ തെറ്റുകൾ കൂടാതെ പരിശീലിക്കുന്നതിനു സഹായിക്കുന്നു.

നിങ്ങൾക്കു മികച്ച രീതിയിൽ പരിശീലിക്കുവാൻ സാധിക്കുന്ന ഒരേഒരു മാർഗം നിങ്ങളുടെ മനസ്സാലുള്ള വ്യക്തമായ മാനസിക വിഭാവനയാണ് (positive mental imagery) അതിനാൽ നിങ്ങളുടെ മനസ്സിൽ നിങ്ങൾക്ക് നൂറിൽ നൂറ് പന്തും അടിക്കുവാൻ സാധിക്കും. എന്നാൽ യഥാർത്ഥ പരിശീലനത്തിൽ നിങ്ങൾക്ക് ഇത്തരത്തിൽ ഒരു ഉയർന്ന നിലവാരമുള്ള പ്രകടനം സാധ്യമാക്കുവാൻ ബുദ്ധിമുട്ടാണ്. അതുകൊണ്ടു തന്നെ ഉചിതമായ നാഡീശാസ്ത്രപരമായ ഊടുവഴികൾ അല്ലെങ്കിൽ വിജയം പ്രയോജനം കുറഞ്ഞ ഒന്നിനാൽ ആശയക്കുഴപ്പത്തിലാകുന്നു.

ഒരു അമേരിക്കൻ ബാസ്കറ്റ് ബാൾ പരിശീലകൻ ഏതെങ്കിലും വിധത്തിൽ അദ്ദേഹത്തിന്റെ ടീമിന്റെ കഴിവു വർദ്ധിപ്പിക്കുവാൻ വേണ്ടി ഒരു ഹിപ്നോട്ടിസ്റ്റിനെ സന്ദർശിച്ചു. ഹിപ്നോട്ടിസ്റ്റ് ആ ടീമിലെ പകുതിപ്പേരോട് ബാസ്കറ്റിലേയ്ക്ക് വിജയകരമായ ഷോട്ടുകൾ എറിയുന്നതായി മനസ്സിൽ കാണുവാൻ നിർദ്ദേശിച്ചു. ഇതിനിടയിൽ മറ്റു പകുതിപ്പേർ യഥാർത്ഥത്തിൽ പരിശീലിക്കുകയായിരുന്നു. കുറച്ചു ദിവസം അവർ ഈ പ്രക്രിയ പല തവണ

പരിശീലിച്ച ശേഷം സങ്കല്പിക്കുവാൻ നിർദ്ദേശിക്കപ്പെട്ട ടീം 50% ത്തോളം മെച്ചപ്പെടുകയും യഥാർത്ഥത്തിൽ പരിശീലിച്ച ടീമിൽ വളരെ ലളിതമായ പുരോഗതിയുമാണുണ്ടായത്.

ആചാരങ്ങളും ശീലങ്ങളും (Rituals and Habits)

എല്ലാ കായിക താരങ്ങളും ഏതാനും ആചാരങ്ങളും ശീലങ്ങളും വികസിപ്പിച്ചെടുക്കുകയും ചിലർ അവയെ കുറച്ചുകൂടി വിപുലപ്പെടുത്തി അന്ധവിശ്വാസങ്ങളാക്കുകയും ചെയ്തിട്ടുണ്ട്. ആചാരങ്ങളും അന്ധവിശ്വാസങ്ങളും ഒരേ സംഗതിയല്ല. പേടികൾക്ക് മുകളിൽ അല്ലെങ്കിൽ കഴിഞ്ഞ ഒരു നല്ല പ്രകടനത്തിനുമേൽ പണിതെടുത്ത തൂണുകൾ ആണ് അന്ധവിശ്വാസങ്ങൾ. ഉദാ: ഭാഗ്യ ഷർട്ട്, ഒരു ഭാഗ്യ ഉപകരണ ശകലം.

ആചാരങ്ങളും ശീലങ്ങളും അവതാരകരെപ്പോലെയാണ്. ശ്രദ്ധ വീണ്ടെടുക്കുന്നതിനു വേണ്ടിയോ, ഒരു നിശ്ചിത സമയത്ത് മൂർദ്ധന്യാവസ്ഥയിൽ എത്തിക്കുന്നതിന് അല്ലെങ്കിൽ ശാന്തമാക്കുന്നതിനു വേണ്ടിയോ ഉപയോഗിക്കാവുന്നതാണ്. അവ മസ്തിഷ്കത്തിലേയ്ക്ക് ഒരു നിശ്ചിത പ്രതികരണം ആവശ്യമാണ് എന്നുള്ള ഒരു മുന്നറിയിപ്പ് നല്കുന്നു.

കൃത്യ സമയത്ത് ശ്രദ്ധ കേന്ദ്രീകരണം സങ്കുചിതമാക്കി, ഏകാഗ്രത വർദ്ധിപ്പിച്ച് നമ്മെ സന്നദ്ധരാക്കുക എന്നതാണ് ആചാരങ്ങളുടെയും ശീലങ്ങളുടെയും മൂലതത്വങ്ങൾ. ഇവ പതറലുകളെയും, തടസപ്പെടുത്തുന്ന ഘടകങ്ങളെയും കടത്തി വിടാതിരിക്കുവാൻ സഹായിക്കുന്നു. ഒരു കൂട്ടം വിദഗ്ധരായ ഗോൾഫ് കളിക്കാരുടെ ശ്രദ്ധേയമായ സ്ട്രോക്ക് (ഗോൾഫ് കളിയിൽ പന്ത് ഉരുട്ടി കുഴിയിലിടുക) നോക്കൂ.

ഒടുവിൽ എല്ലാ കായികമൽസരങ്ങളിലും പൂർണമായും കായിക ഉദ്യമങ്ങൾ അല്ലെങ്കിൽ പോലും അമ്പെയ്ത്തൽ, സ്നൂക്കർ, പന്തുകളി എന്നിവയിലും മാനസിക ഘടകങ്ങളായ തന്ത്ര വൈദഗ്ധ്യവും ഏകാഗ്രതയും ആവശ്യമാണ്. ഇവയിൽ സ്വാഭാവികമായും മനസ്സ് ഉൾപ്പെട്ടിരിക്കുന്നു. നമ്മൾ സ്വയം നിയന്ത്രണത്തിൽ ആണ് എന്നും സ്വന്തം ഉത്തരവാദിത്വത്തിൽ ആണ് എന്നും ഉള്ള ധാരണയാണ് സുശക്തം. സ്വന്തം ശക്തിയിൽ വിശ്വസിക്കുക.

അഭ്യാസം

1. നമുക്ക് പരിശീലനം, വിജയം, പരാജയം, അഭ്യാസം, ആഹാര ക്രമം, അനുഷ്ഠാനം എന്നിവയെ സംബന്ധിച്ച് നമുക്കുള്ള ചട്ടക്കൂടുകളെക്കുറിച്ച് ചിന്തിച്ച് നോക്കുക.
2. നിങ്ങൾക്കു ചുറ്റും സമയത്തെ നിങ്ങൾ ചിട്ടപ്പെടുത്തിയിരിക്കുന്ന രീതി തികച്ചും വ്യക്തമായി മനസ്സിലാക്കുന്നതു വരെ ഓരോ മാസത്തേയും നിങ്ങളുടെ സ്വന്തം സമയ രേഖ വരയ്ക്കുക.
3. കഴിയുന്ന അത്രയും തവണ നിങ്ങളുടെ സ്വപ്നത്തെക്കുറിച്ചുള്ള റോൾ പ്ലേ നടത്തി വ്യക്തമായി ചിട്ടപ്പെടുത്തിയ പരിണിത ഫലത്തിന്റെ ഒൻപത് തലങ്ങളിൽക്കൂടിയും യുക്തിശാസ്ത്ര തലങ്ങളിൽക്കൂടിയും കടത്തി വിടുക.

12

മാനസിക പ്രതിഭാസങ്ങളും പഠന കലയും

The whole art of teaching is
the art of awakening the natural curiosity of young minds
for the purpose of satisfying it afterwards

Anatole France

നമ്മൾ എങ്ങനെ ചിന്തിക്കുന്നു, പഠിക്കുന്നു എന്നിവയുടെ മനസ്സിലാക്കൽ, വിദ്യാർത്ഥികൾക്കും അദ്ധ്യാപകർക്കും വേണ്ടിയുള്ള തന്ത്രങ്ങൾ വികസിപ്പിച്ചെടുക്കൽ, നമ്മുടെ പഞ്ചേന്ദ്രിയങ്ങളെ പഠനത്തിൽ ഉപയോഗിക്കൽ, പഠനത്തെ ദ്രുതഗതിയിലാക്കുവാനുള്ള തന്ത്രങ്ങൾ പ്രയോഗത്തിൽ വരുത്തൽ എന്നിവ NLP യുടെ പ്രാവർത്തിക ഉപയോഗങ്ങളിൽപെടുന്നു.

NLP യിലൂടെ അദ്ധ്യാപകർക്കും, പരിശീലകർക്കും, രക്ഷിതാക്കൾക്കും വിദ്യാർത്ഥികളെ നന്നായി പഠിക്കുവാൻ സഹായിക്കുന്നതിനു വേണ്ടുന്ന തന്ത്രങ്ങൾ മനസ്സിലാക്കിയെടുക്കുവാൻ സാധിക്കും.

വിദ്യാർത്ഥികൾക്ക് അവരുടെ പഠനത്തിലുള്ള കഴിവുകളെക്കുറിച്ചും സാമർത്ഥ്യങ്ങളെക്കുറിച്ചും ബോധവാന്മാർ ആകുവാൻ സഹായിച്ചുകൊണ്ട് NLP അവർ എങ്ങനെയാണ് പഠിക്കേണ്ടത് എന്ന് മനസ്സിലാക്കുവാൻ വിദ്യാർത്ഥികളെ പ്രാപ്തരാക്കുന്നു.

NLP യിലെ വൈദഗ്ദ്ധ്യം വിശിഷ്ടമായ പഠന കഴിവുകളും, രീതികളും ലഭ്യമാക്കുകയും നിങ്ങളുടെ പ്രകടനതലങ്ങളുടെ ഉന്നമനത്തിനും, പഠനത്തിലും പരീക്ഷാ വേളകളിലും അത്യുത്തമമായ മാനസികാവസ്ഥയിൽ എത്തിച്ചേരുന്നതിനും, പരിമിതികളെ തരണം ചെയ്യുന്നതിനും നമ്മെ സഹായിക്കുന്നു.

നമ്മൾ വിദ്യാർത്ഥികൾക്കു വേണ്ടി സജ്ജീകരിച്ചിട്ടുള്ള അദ്ധ്യയന പാഠങ്ങൾ എങ്ങനെയാണ് വായിക്കേണ്ടതെന്നും, അവ ക്ലാസിൽ എങ്ങനെയാണ് പഠിക്കേണ്ടതെന്നും അവർക്കറിയാം എന്നുള്ളതാണ് നമ്മുടെ ധാരണ. എന്നാൽ പലപ്പോഴും അങ്ങനെയല്ല, ധാരാളം കുട്ടികളും സ്കൂളുകളിൽ വിജയിക്കുവാൻ കഴിയാതെ ബുദ്ധിമുട്ടുന്നതാണ് പതിവ്.

ഒരു പുതിയ കഴിവിനെക്കുറിച്ച് (ഇതിന്റെ സ്ഥിതി, സ്വഭാവം, പ്രസക്തി, ന്യൂനത, ഇത് കൈവശപ്പെടുത്തുന്നതുകൊണ്ട് ഉണ്ടാകുന്ന നേട്ടം തുടങ്ങിയവയെക്കുറിച്ച്) വിദ്യാർത്ഥി ബോധവാനാണ് എന്നുള്ളതാണ് പരിശീലകരുടെ/ അദ്ധ്യാപകരുടെ മുൻധാരണ. എന്നാൽ യഥാർത്ഥത്തിൽ വിദ്യാർത്ഥികൾ പഠനത്തിന്റെ പടിപടിയായുള്ള ഘട്ടങ്ങളിൽ

(Learning Ladder നോക്കുക. Page Number 23)

ഒന്നാം ഘട്ടത്തിൽ (എന്താണ് അറിയാത്തത് എന്നു പോലും അറിയാത്ത ഘട്ടം) ആണ് ഉണ്ടാവുക. ഈ കാര്യങ്ങൾ ഒന്നും തന്നെ അറിയാതെ, അവർ അവരുടെ അറിവില്ലായ്മയെക്കുറിച്ച് ബോധവാന്മാർ ആകുന്നതുവരെ പുതിയ അറിവിനെക്കുറിച്ചുള്ള ബോധം കൈവരിച്ചു തുടങ്ങുവാൻ സാധിക്കുകയില്ല. ഇതാണ് കൂടുതൽ പരിശീലനങ്ങളുടേയും അദ്ധ്യാപനത്തിന്റേയും പരാജയത്തിനുള്ള അടിസ്ഥാന കാരണം.

കഴിവിനെക്കുറിച്ചും ഇതിന്റെ അപര്യാപ്തതയെക്കുറിച്ചും ഉള്ള ബോധം കുറവായിരിക്കുകയോ ഇല്ലാതിരിക്കുകയോ ആകുമ്പോൾ വിദ്യാർത്ഥി ഈ പഠനത്തിന്റെ ആവശ്യകത മനസ്സിലാക്കുന്നില്ല. പരിശീലനത്തിനു മുൻപ് രണ്ടാം ഘട്ടത്തിൽ നിന്നും മൂന്നാം ഘട്ടത്തിലേയ്ക്ക് കടക്കുന്നതിന് ആവശ്യമായ കഴിവുകൾ പകർന്നുകൊടുക്കുവാൻ ശ്രമിക്കുന്നതിനു മുൻപ് ഒരു കഴിവിന്റെ അപര്യാപ്തതയെക്കുറിച്ച് അല്ലെങ്കിൽ പരിശീലനത്തിന്റെ ആവശ്യകതയെക്കുറിച്ച് (അറിയാത്തവ മനസ്സിലാക്കൽ) ഉള്ള ബോധം ഉണ്ടാക്കിയെടുക്കേണ്ടത് അത്യാവശ്യമാണ്.

വ്യക്തികൾ ഈ പരിശീലനത്തിന്റെ അവരവരുടേതായ ആവശ്യകതയെക്കുറിച്ചും, ഇത് നേടുന്നതിലൂടെ അവർക്ക് ലഭിക്കുവാൻ പോകുന്ന വ്യക്തിപരമായ നേട്ടത്തെക്കുറിച്ചും ബോധവാന്മാർ ആകുമ്പോൾ മാത്രമേ പരിശീലനത്തോട് സമുചിതമായി പ്രതികരിക്കുകയുള്ളൂ.

NLP യും ഇതിന്റെ പ്രായോഗികതയും, വിദ്യാർത്ഥികളുടേയും അദ്ധ്യാപകരുടേയും കാര്യ നിർവ്വാഹകരുടേയും സമൂഹത്തിന്റേയും വിദ്യാഭ്യാസ ഭാവിയുടെ ഉന്നമനത്തിനു വേണ്ടി ഫലപ്രദമായി പ്രയോഗിക്കാവുന്നതാണ്.

കുട്ടികളെ അവരുടെ സ്വപ്നങ്ങൾ വിഭാവന ചെയ്യുവാനും അതിൽ വിശ്വസിക്കുവാനും എൻ.എൽ.പി സഹായിക്കുന്നു. ഇത് സാക്ഷാത്കരിക്കേണ്ടതിന്റെ വ്യഗ്രത കുട്ടികളിൽ ജനിപ്പിക്കുകയും, മനസ്സിലെ റെക്ടിക്കുലാർ ആക്ടിവേറ്റിങ്ങ് സിസ്റ്റം (RAS System)

എന്നു പറയപ്പെടുന്ന ഒരു ഘടകത്തെ ഉത്തേജിപ്പിക്കുകയും ചെയ്യുന്നു. ഈ സ്വപ്ന സാക്ഷാത്കാരത്തിലേയ്ക്ക് അദ്ധ്യാപകരെ ബന്ധപ്പെടുത്തുമ്പോൾ വിദ്യാർത്ഥികൾ പഠിക്കുവാൻ സ്വയം പ്രചോദിതരാകുകയും അദ്ധ്യാപകനേയും അദ്ധ്യാപന പ്രക്രിയയേയും അവരുടെ സ്വപ്നം നിറവേറ്റുവാനുള്ള കരുക്കളായി പരിഗണിക്കുകയും ചെയ്യുന്നു. RAS എന്നത് ബോധതലത്തിനും (ലക്ഷ്യ സംയോജകൻ) ഉപബോധമനസ്സിനും (ലക്ഷ്യം നേടുന്നവൻ) ഇടയിലുള്ള പ്രവേശന കവാടമാണ്. ഇത് ഫലപ്രദമാകുന്നതിനു വ്യക്തമായ ലക്ഷ്യം ആവശ്യമാണ്.

വിദ്യാർത്ഥികൾക്ക് അവരുടെ പഠന കഴിവുകളും സാമർത്ഥ്യങ്ങളും മനസ്സിലാക്കുന്നതിനു NLP സഹായകമാകുന്നു. എല്ലാവരുടേയും പഠനശൈലി ചൂണ്ടിക്കാട്ടുന്ന സൂചനകൾ അവരുടെ വ്യക്തിത്വത്തിലും പെരുമാറ്റരീതികളിലും ഉണ്ട്. ഒരു പഠനശൈലി എന്നാൽ ഒരു വ്യക്തിക്ക് ഏറ്റവും എളുപ്പത്തിൽ അംഗീകരിക്കുവാനും, ഗ്രഹിക്കുവാനും, വിവരങ്ങൾ പ്രതിപ്രവർത്തനം ചെയ്യുവാനും കഴിയുന്ന രീതിയാണ്. നിങ്ങളുടെ പഠനശൈലി മനസ്സിലാക്കുന്നത് നിങ്ങളുടെ വിദ്യാഭ്യാസ ലക്ഷ്യങ്ങൾ നേടിയെടുക്കുവാൻ നിങ്ങളെ സഹായിക്കും.

അദ്ധ്യാപകർ എന്ന നിലയിൽ, ഒരിക്കൽ വ്യക്തികളുടെ പഠന ശൈലികളിലേയ്ക്കുള്ള സൂചനകൾ മനസ്സിലാക്കിയാൽ, വിദ്യാർത്ഥികളിൽ അവ എളുപ്പത്തിൽ തിരിച്ചറിയുവാൻ സാധിക്കും. നിങ്ങൾക്ക് അങ്ങനെ വിദ്യാർത്ഥികളുടെ ലക്ഷ്യങ്ങൾ നേടിയെടുക്കുന്നതിന് അവരെ സഹായിക്കുവാൻ സാധിക്കും.

പഠന അവസ്ഥകൾ (Learning States)

പഠനം ഒരു വിനോദമായും, സൂക്ഷ്മ നിരീക്ഷണമായും ചട്ടം കൂട്ടപ്പെട്ട ഒരു അന്തരീക്ഷത്തിൽ വച്ചാകുമ്പോൾ വൈവിധ്യം, ആശ്ചര്യം, ഭാവന, വെല്ലുവിളികൾ എന്നീ കാരണങ്ങളാൽ വളരെ എളുപ്പത്തിലും വേഗത്തിലും അഭിവൃദ്ധിപ്പെടുന്നു.

ഉത്തരേന്ത്യയിലെ ഒരു ഗ്രാമത്തിൽ ഒരു സ്കൂളദ്ധ്യാപകൻ 6 മാസം കൊണ്ട് ചെറിയ കുട്ടികളെ ഇംഗ്ലീഷ് ഭാഷ സംസാരിക്കുവാൻ പഠിപ്പിക്കുവാനുള്ള തന്റെ കഴിവിൽ ദേശീയ പുരസ്കാരം നേടുകയുണ്ടായി. അദ്ദേഹം ചെയ്തത് എന്തെന്നാൽ ഓരോ ദിവസവും പുതിയ വാക്കുകൾ പരിചയപ്പെടുത്തുന്നതിനു വേണ്ടി അദ്ദേഹത്തെ ഹാസ്യാനുകരണം നടത്തി രസിക്കുന്നതിൽ വിദ്യാർത്ഥികളെ പ്രോൽസാഹിപ്പിച്ചു. വിദ്യാർത്ഥികൾക്ക് ഈ സ്വാതന്ത്ര്യം വളരെയധികം വിനോദകരമാവുകയും അതേസമയം അവർ അറിയാതെ തന്നെ ഭാഷാ പാടവം ആർജ്ജിക്കുകയും ചെയ്തു.

ആല്ഫാവസ്ഥയാണ് (ഓരോ സെക്കന്റിലും 812 ആവൃത്തി) പഠനത്തെ ഉന്മേഷപ്പെടുത്തുന്നതിനുള്ള ഉചിതമായ അവസ്ഥയായി കണക്കാക്കപ്പെടുന്നത്. ക്ലാസ് റൂമുകളിൽ 60Hz മ്യൂസിക്കിന്റെ ഉപയോഗം മാനസികാവസ്ഥയിലും സ്വീകരണ സന്നദ്ധതയിലും ഒരു പരിധിവരെ മാറ്റം വരുത്തുന്നതായി കണ്ടെത്തിയിട്ടുണ്ട്. ഈ പശ്ചാത്തല സംഗീതത്തിന്റെ ഉപയോഗം ഇന്നു മോസാർട്ട് എഫക്ട് ആയി അറിയപ്പെടുന്നു.

ബറോഖ് മ്യൂസിക്കിന്റെ ഓരോ നിമിഷത്തെയും താളക്രമത്തിലുള്ള 60 മുതൽ 70 വരെയുള്ള ബീറ്റുകൾ കൊണ്ടുതന്നെ ഇതിനു ഭാഗികമായി ആല്ഫാവസ്ഥയെ പ്രോൽസാഹിപ്പിക്കുവാൻ കഴിയുന്നതായി ഗവേഷകമാർ കണ്ടെത്തിയിട്ടുണ്ട്. ഇത് ആൽഫാ താളക്രമത്തിനു തുല്യവും പഠനത്തിനിടയിൽ മനസ്സ് സ്വസ്ഥമാക്കുകയും ശാന്തത വർദ്ധിപ്പിക്കുകയും ചെയ്യുന്നു. ഇതിൽനിന്നും മനസ്സിലാക്കാൻ കഴിയുന്നത് എന്തെന്നാൽ മസ്തിഷ്കം പൂർണമായും പഠനപ്രക്രിയയിൽ ഉൾപ്പെടുമ്പോഴാണ് ഫലപ്രദമായ പഠനം സാധ്യമാകുന്നത്. മൈന്റ് മാപ്പിന്റെ ഉപയോഗത്തിൽ വ്യക്തമാക്കിയതു പോലെ ഇടതു മസ്തിഷ്കവും വലതു മസ്തിഷ്കവും ഉൾക്കൊള്ളിക്കുമ്പോൾ. ഈ ഇടതു, വലതു എന്നുള്ള മസ്തിഷ്ക വിഭജനം മനസ്സിലാക്കുവാനുള്ള എളുപ്പത്തിനു വേണ്ടിയുള്ള ഒരു വിദ്യ മാത്രമാണ്, സാധാരണ എല്ലാ പ്രവർത്തനങ്ങളിലും നമ്മൾ ഇരു മസ്തിഷ്കാർദ്ധഗോളങ്ങളും ഉപയോഗിക്കുന്നുണ്ട്.

മസ്തിഷ്ക വ്യായാമം (Brain Gym)

മസ്തിഷ്ക വ്യായാമ മുറകൾ വിദ്യാർത്ഥികളിൽ മസ്തിഷ്ക അർത്ഥ ഗോളങ്ങൾ തമ്മിലുള്ള മികച്ച ഏകോപനത്തിനും, ഏകാഗ്രതയ്ക്കും, ഓർമ്മ ശക്തിയ്ക്കും വളരെയധികം സഹായകമാകുന്നു.

ഇവിടെ തെളിയിക്കപ്പെട്ടിട്ടുള്ളത് എന്തെന്നാൽ നല്ല അദ്ധ്യാപകന്റെ ഗുണങ്ങളായി കണക്കാക്കുവാൻ കഴിയുന്നത് അദ്ദേഹത്തിന്റെ വ്യക്തിത്വ വൈശിഷ്ട്യവും വൈകാരികമായ പശ്ചാത്തലവുമാണ്. നല്ല രീതിയിലുള്ള പഠനം സാധ്യമാക്കുന്നതിനു അദ്ധ്യാപകന്റെ വിഷയത്തിലുള്ള പാണ്ഡിത്യത്തേക്കാൾ പ്രാധാന്യം ഇവയ്ക്കാണ്. അദ്ധ്യാപകർ കൂടുതൽ താല്പര്യമുള്ളവരും, വ്യാപൃതരും, പിന്തുണ നല്കുന്നവരും ആയിരിക്കുമ്പോൾ അദ്ധ്യായം പഠിപ്പിച്ചപ്പോഴുള്ള കാര്യങ്ങൾ വിദ്യാർത്ഥികളുടെ മനസ്സ് കൂടുതൽ സൂക്ഷ്മതയോടെ ഓർത്തെടുക്കുന്നു.

പഠനത്തെ ത്വരിതപ്പെടുത്തുവാനുള്ള എല്ലാവിധ പ്രവർത്തന രീതികളും ഫലിക്കുന്നത് വിദ്യാർത്ഥികളുടെ താല്പര്യം വർദ്ധിപ്പിച്ച്, ഒരു വ്യക്തിക്ക് മടുപ്പ് അനുഭവപ്പെടുമ്പോൾ പലപ്പോഴും സ്വിച്ച് ഓഫ് ആയിപ്പോകാറുള്ള മനസ്സിന്റെ, വ്യത്യസ്ത ഭാഗങ്ങളെ വ്യാപൃതമാക്കുന്നതിനു വേണ്ടിയുള്ള വിവിധ മാർഗ്ഗങ്ങൾ വഴിയാണ്. ഇത് ഒരു വിദ്യാർത്ഥിക്ക് ആസ്വദിക്കാൻ സാധിക്കുന്നു എന്ന് വ്യക്തമാക്കുന്ന തരത്തിലുള്ള പ്രതികരണം പ്രദാനം ചെയ്യുകയും ചെയ്യുന്നു. ഒരു മുറിയിലുള്ള മുഴുവൻ വ്യക്തികളുടേയും വൈകാരിക അവസ്ഥ (emotional tone) ചിട്ടപ്പെടുത്തുവാനും അവരുടെ സ്വന്തം വൈകാരിക അവസ്ഥയിൽ മാറ്റം വരുത്തുവാനും ഉള്ള കഴിവാണ് NLP യെ വിശിഷ്ടമാക്കുന്നത്.

വാക് രൂപത്തിൽ വിതരണം ചെയ്യപ്പെടുന്ന വിവരങ്ങൾ 2% ഫലപ്രദമാണ്, അതുകൊണ്ടാണ് ഒരു നീണ്ട അദ്ധ്യാപനത്തിന്റെ ഭൂരിഭാഗവും വിദ്യാർത്ഥികൾ ക്ലാസ് മുറിയിൽ നിന്നും പുറത്തേയ്ക്ക് ഇറങ്ങുമ്പോൾ തന്നെ പുറം തള്ളപ്പെടുന്നതും. NLP നിർദ്ദേശിക്കുന്ന മാർഗ്ഗങ്ങളിൽ സംഗീതതിന്റെ ഉപയോഗത്തിലൂടെ ഒരു നിശ്ചിത മാനസികാവസ്ഥ അനുഭവിച്ചറിയുന്നു. ഒരു ശ്രോതാവിനു ഇഷ്ടാനുസരണം ആ മാനസികാവസ്ഥയിലേയ്ക്ക് എത്തിച്ചേരുവാനും വേഗത്തിൽ പഠിക്കുവാനും സാധിക്കുന്നു. മൊസാർട്ട് അദ്ദേഹത്തിന്റെ മഹത്തായ സംഗീത രചനയുടെ ജോലി ആരംഭിക്കുന്നതിനു മുൻപ് നടക്കുവാൻ പോകുന്ന പതിവുണ്ടായിരുന്നു.

പ്രകടനത്തിൽ മോശമായുള്ള കുറെ വിദ്യാർത്ഥികൾ ഒരു ദിവസത്തിന്റെ ധാരാളം സമയം യാതൊരു ശാരീരികമായുള്ള പ്രവർത്തനങ്ങളിലും വ്യാപൃതരാകാതെ നിശ്ചലരായിരിക്കുന്നത് അതിശയകരമല്ലേ? എയ്റോബിക് എക്സർസൈസുകളായ ജോഗ്ഗിങ്ങും (ഓട്ടം), റോവിങ്ങും (ഇഴയുക) ചെയ്യുന്ന വ്യക്തികളുടെ ധാരാളം അനുഭവങ്ങൾ ഇവിടെ തെളിവുകളായുണ്ട്. അവർ ഈ പ്രവൃത്തികൾക്ക് വേണ്ടി ചെലവിടുന്ന സമയം അവരെ മറ്റുള്ള സമയങ്ങളിൽ ഇല്ലാത്ത പുതിയ അവബോധങ്ങളിലേയ്ക്കും ഉൾക്കാഴ്ചകളിലേയ്ക്കും നയിക്കുന്നതായി കണ്ടെത്തിയിട്ടുണ്ട്.

ശബ്ദരൂപത്തിലുള്ള ചിത്രാത്മകവുമായ വിവരങ്ങൾ എങ്ങനെയാണ് അനുഭവ സംബന്ധിയായ രീതിയിലേയ്ക്ക് രൂപാന്തരപ്പെടുത്തുക എന്നുള്ളത് അനുഭവ സംബന്ധിയായ വിദ്യാർത്ഥികൾക്ക് കാണിച്ച് കൊടുക്കുക എന്നത് വളരെ അത്യാവശ്യമായ കാര്യമാണ്. ഉദാഹരണം ഒരു നൃത്തത്തിനെ ചുവടുകളും ക്രമീകരിക്കുക വഴി: നാടക രൂപം.

മാനസിക ശാരീരിക വ്യവഹാരം (mind body interaction) മനസ്സിനു ശരീരത്തിൻ മേലും ശരീരത്തിനു മനസ്സിൻ മേലും ഉള്ള ചാക്രീയമായ പ്രഭാവം വിവേചിച്ചറിയുവാൻ എല്ലാവരേയും പഠിപ്പിക്കുന്നത് ക്ലാസിനുള്ളിൽ ശാന്തതയും, ഊർജ്ജസ്വലതയും, ആനന്ദവും വർദ്ധിപ്പിക്കുന്നതിനു വേണ്ടിയുള്ള ലളിതമായ ശാരീരിക വ്യായാമങ്ങളുടെ പ്രാധാന്യം സ്പഷ്ടമാക്കുന്നതിനു സഹായിക്കുന്നു.

ചുവടുവയ്പ്പ് (Pacing)

താളാത്മകമായ വ്യായാമത്തിലൂടെ ഒരു സംഘത്തിലെ എല്ലാപേരും സംഘത്തിന്റെ പരസ്പര സംബന്ധവും ഉദ്ദേശ്യവും പ്രോൽസാഹിപ്പിക്കുന്നതിനു വേണ്ടി ഒരുമിച്ച് നീങ്ങുന്നു.

മുഖ്യമായും മാനസികമായതോ പ്രവർത്തന സംബന്ധിയായതോ ആയ ഒരു പുതിയ കഴിവ് സമ്പാദിക്കുന്ന ഒരു വ്യക്തിയുടെ യുക്തിചിന്തയുടെ ഫലമാണ് നല്ല രീതിയിലുള്ള പഠനം. മാനസികമോ പ്രവർത്തന സംബന്ധിയോ ആയ ഒരു പുതിയ കഴിവ് സമ്പാദിക്കുന്നതിനു വേണ്ടി ഒരു വ്യക്തി ഉപയോഗിക്കുന്ന ഗ്രഹണ വ്യവസ്ഥിതി തിരിച്ചറിയുക എന്നത് ഒരു പഠന തന്ത്രത്തിൽ ഉൾപ്പെട്ടിരിക്കുന്നു, വിശേഷിച്ച് ഒരു നിശ്ചിത കഴിവോ, നൈപുണ്യമോ ആർജ്ജിക്കുമ്പോൾ ഒരു വ്യക്തി ഉപയോഗിക്കുന്ന ഇന്ദ്രിയങ്ങൾ (ദാർശനിക സ്വഭാവം, ശ്രവണ സംബന്ധി, സ്പർശ സംബന്ധി) വിവരിക്കുന്നതിലൂടെ. ഇന്ദ്രിയങ്ങളെ അറിവുകളെ കാര്യക്രമം ചെയ്യാനുള്ള ആണിക്കല്ലുകളായും, മനസ്സും ശരീരവും പരസ്പരം സ്വാധീനം ചെലുത്തുന്നതായും കണക്കാക്കുന്നു.

'അത് കണ്ടിട്ട് എനിക്ക് യോജിച്ചതായി തോന്നുന്നു.' അല്ലെങ്കിൽ 'എനിക്ക് ആ ചിത്രം മനസ്സിലായി', 'അത് കേട്ടിട്ട് ശരിയാണെന്ന് തോന്നുന്നു', 'എനിക്ക് ആ അനുഭവം വളരെ ഇഷ്ടമാണ്', 'എനിക്ക് ഇപ്പോൾ അത് പിടി കിട്ടുന്നു' ഇങ്ങനെയൊക്കെ വിദ്യാർത്ഥികൾ പറയുന്നത് നമ്മൾ കേൾക്കാറുണ്ട്. ഇത്തരത്തിലുള്ള വിദ്യാർത്ഥികളുടെ പദപ്രയോഗങ്ങൾ അവരുടെ ഇഷ്ടപ്പെട്ട ഗ്രഹണ വ്യവസ്ഥിതിയുടെ അല്ലെങ്കിൽ നമ്മുടെ ലോകത്തെ മനസ്സിലാക്കിയെടുക്കുന്നതിനു വേണ്ടി അവർ തിരഞ്ഞെടുത്തിട്ടുള്ള മാർഗ്ഗത്തിന്റെ സൂചനകൾ ആയേക്കാം എന്നുള്ളത് അദ്ധ്യാപകർക്ക് ഇപ്പോൾ മനസ്സിലാക്കുവാൻ സാധിക്കും.

കൂടുതൽ വിദ്യാർത്ഥികളും പഠിക്കുന്നത് പല തരത്തിലാണ് എന്നിരുന്നാലും സാധാരണയായി ഒരു ഗ്രഹണ വ്യവസ്ഥിതിയാ യിരിക്കും മറ്റുള്ളവയേക്കാൾ കൂടുതലായി അവർ ഇഷ്ടപ്പെടുന്നത്. അവർ ഒരു

മാർഗ്ഗമാണ് ഇഷ്ടപ്പെടുന്നത് എന്നുള്ളത് അവരും മറ്റുള്ളവരും തിരിച്ചറിയുകയില്ല കാരണം മറ്റുള്ളവരിൽ നിന്നും അവരെ വ്യത്യസ്തരാക്കുന്ന ഈ സൂചനകൾ സാധാരണ ആളുകൾ ശ്രദ്ധിക്കാറില്ല.

ഇത്തരത്തിൽ വ്യത്യാസങ്ങൾ ഉണ്ട് എന്ന് മനസ്സിലാക്കുന്നതിലൂടെ എന്തുകൊണ്ടാണ് നമ്മൾക്ക് ചില വ്യക്തികളോടുള്ള ആശയവിനിമയം എളുപ്പത്തിലാകുന്നതും മറ്റുചിലരോട് ബുദ്ധിമുട്ട് അനുഭവപ്പെടുന്നത് എന്നതിനെക്കുറിച്ചും എന്തുകൊണ്ടാണ് മറ്റുള്ളവരേക്കാൾ അനായാസമായി നമ്മൾക്ക് ചില സാഹചര്യങ്ങൾ കൈകാര്യം ചെയ്യുവാൻ സാധിക്കുന്നത് എന്നതിനെ കുറിച്ചും ഉള്ള വ്യക്തത നല്കുന്നു.

വിഭിന്നശേഷിയുള്ളവരുമാ ഘടകങ്ങൾ

പലപ്പോഴും ആളുകൾക്ക് പഠനത്തിൽ ബുദ്ധിമുട്ട് അനുഭവപ്പെട്ടുമ്പോൾ ഒന്നുകിൽ ഇത് വ്യക്തിഗതമായ ഗ്രഹണ വ്യവസ്ഥിതിയുടെ വളർച്ചയില്ലുള്ള അപര്യാപ്തത (സാധാരണയായി ദർശനിക സ്വഭാവമുള്ളവരിലും, ശ്രവണ സംബന്ധിയായ വ്യക്തികളിലും), അയുക്തമായ അല്ലെങ്കിൽ നിഷ്ഫലമായ പഠന തന്ത്രങ്ങൾ, പഠനവുമായി ബന്ധപ്പെട്ട പരിമിതപ്പെടുത്തുന്ന വിശ്വാസങ്ങൾ അല്ലെങ്കിൽ പ്രതീക്ഷകൾ, ക്ലാസിലെ വിഷയങ്ങൾക്ക് അല്ലെങ്കിൽ സന്ദർഭങ്ങൾക്ക് പ്രേരണയാകുന്ന ഒരു അശുഭകരമായ പഠനാവസ്ഥ (Learning States) എന്നിവ മൂലമോ അല്ലെങ്കിൽ വിദ്യാർത്ഥിയുടെ പഠന തന്ത്രവും അദ്ധ്യാപകന്റെ അദ്ധ്യാപന ശൈലിയും തമ്മിലുള്ള ഒരു പൊരുത്തക്കേട് മൂലമോ ആയിരിക്കും.

NLP യുടെ പോസിറ്റീവും പ്രാവർത്തികവുമായ വീക്ഷണം വിദ്യാഭ്യാസ പ്രക്രിയകളെ സമീപിക്കുന്നതിന് അഭികാമ്യമായ ഒരു ചട്ടക്കൂട് സൃഷ്ടിക്കുന്നു. ദാർശനിക, ശ്രവണ, സ്പർശ സംബന്ധമായ പഠന ശൈലികൾ തുടങ്ങിയ അടിസ്ഥാന തത്വങ്ങളെക്കുറിച്ചുള്ള അറിവ് ഇത് ഉറപ്പു വരുത്തുന്നു. മോഡലിങ്ങ് (മാതൃക ഉണ്ടാക്കൽ) എന്നറിയപ്പെടുന്ന പദ്ധതി ശാസ്ത്രമാണ് NLP യുടെ അടിസ്ഥാനം. ഇതിൽ അത്യന്താപേക്ഷിതമായ 3 ഘടകങ്ങൾ ഉൾപ്പെട്ടിരിക്കുന്നു.

കുട്ടികൾ ഒരു വിനോദം പോലെ അവരുടെ രക്ഷിതാക്കളെ അല്ലെങ്കിൽ അവരെ പ്രോൽസാഹിപ്പിക്കുന്ന മുതിർന്നവരെ മാതൃകയാക്കുന്നതിലൂടെ പഠിക്കുന്നു. അവർക്ക് പരാജയ ഭീതി എന്ന ഒന്ന് അവരുടെ മനസ്സിൽ ഇല്ലാത്തതുകൊണ്ട് തന്നെ അവർ അതിനെ ഒരു തമാശയായി എടുക്കുകയും തന്മൂലം അവർ പഠിക്കുകയും ചെയ്യുന്നു. അവർ ഒരു പ്രവൃത്തി ചെയ്യുകയും അത് കാണുകയോ, കേൾക്കുകയോ,

അനുഭവിക്കുകയോ, ചെയ്യുകയും അത് ഫലപ്രദമാകുന്നില്ലെങ്കിൽ അവർ ഉദ്ദേശിച്ച അനന്തരഫലം ലഭിക്കുന്നതുവരേയ്ക്കും ആ പ്രവൃത്തി യിൽ മാറ്റങ്ങൾ വരുത്തിക്കൊണ്ടിരിക്കുകയും ചെയ്യും.

പഠനത്തിനു ഏറ്റവും ഉചിതമായ വൈകാരികാവസ്ഥയിൽ ആയിരിക്കുന്നതുകൊണ്ടുതന്നെ അവരുടെ ലോകത്തിന്റെ ഭൂപടം വിസ്തൃതമാക്കുന്നതിനായി അത്യന്തം ജിജ്ഞാസയോടു കൂടി അവർ പഠിക്കുന്നു. ചോദ്യം ചോദിക്കൽ, അന്വേഷിക്കൽ, പ്രവർത്തിക്കൽ, എന്നീ കലകളിൽ കുട്ടികൾ ഉത്തമരാണ്. കുട്ടികളെ സംബന്ധിച്ചിട

ത്തോളം അഹംഭാവം എന്ന ഒന്നില്ല. വിദ്യാഭ്യാസം എന്നത് കുട്ടികളിൽ അറിവിനെ അടിച്ചേല്പിക്കുന്നതിനു പകരം അവരിലുള്ള കഴിവിനെ പുറത്തുകൊണ്ടുവരുന്നതിനെ സംബന്ധിച്ചുള്ളതാകണം. ഇത് പഠിപ്പിക്കലിനെ സംബന്ധിച്ചുള്ളതല്ല പകരം അവരെ പഠി ക്കുവാൻ പ്രാപ്തരാക്കുന്നതിനെക്കുറിച്ചുള്ളതാണ്. അതായത് ഓരോ വിദ്യാർത്ഥിയുടേയും പഠന ശൈലിയുടെ ഉൾവിസ്താരം മനസ്സിലാക്കി അവർ ഓരോരുത്തരിലുമുള്ള മികവിനെ പുറത്തുകൊണ്ടുവരുന്നതിനു സഹായിക്കുവാൻ ഇത് ഉപയോഗപ്പെടുത്തുക. ഇത് പെരുമാറ്റവും, വ്യക്തിത്വവും തമ്മിലുള്ള ചിന്താക്കുഴപ്പം ഇല്ലാതാക്കുന്നതിനെക്കു റിച്ചുള്ളതാണ്.

വിദ്യാഭ്യാസം എന്നത് കുട്ടികൾക്ക് പഠനപ്രക്രിയയ്ക്ക് ആവശ്യമായ കരുക്കൾ പ്രദാനം ചെയ്യുന്നതിനെക്കുറിച്ചും പഠനത്തെ രസകരമായ അനുഭവമാക്കി മാറ്റുന്നതിനെക്കുറിച്ചും, ആലങ്കാരികമായും യഥാർത്ഥ മായും അവർക്കനുസൃതമാക്കി മാറ്റുന്നതിനെക്കുറിച്ചുള്ളതാണ്.

മുൻപു പ്രതിപാദിച്ചിട്ടുള്ളതു പോലെ ഇഷ്ടപ്പെട്ട ഗ്രഹണ ഇന്ദ്രിയം അല്ലെങ്കിൽ വിവരങ്ങൾ ശേഖരിക്കുന്ന ഗ്രഹണ വ്യവസ്ഥിതി ഇവിടെയും പ്രാവർത്തികമാണ്. ഇതിനു പഠന പ്രക്രിയയിലും അതേ നിർണായക വേഷമാണുള്ളത്.

അഭിരുചികളും പഠനപ്രക്രിയയിലുള്ള അവയുടെ സ്വാധീനവും

ദൃശ്യാഭിരുചിയോടു കൂടിയ വിദ്യാർത്ഥികൾ

1. ഇവർ അക്ഷരാനുസൃതമായി എഴുതുന്നവരും വാക്കുകൾ മനസ്സിൽ കാണുന്ന പ്രവണതയുള്ളവരും ആയിരിക്കും.
2. ദൃശ്യ സമ്മേളനങ്ങൾ (അനുഭവങ്ങൾ) ഹൃദിസ്ഥമാക്കുവാൻ കഴി വുള്ളവർ ആയിരിക്കും.
3. എഴുതിയെടുക്കാതിരുന്നാൽ വായ്മൊഴിയായുള്ള നിർദ്ദേശങ്ങൾ മറന്നുപോകുവാനിടയുണ്ട്.

4. മറ്റൊരാൾ വായിച്ച കേൾക്കുന്നതിനേക്കാൾ അവർക്കിഷ്ടം വായിക്കുവാനാണ്.

ശ്രുവണാഭിരുചിയുള്ള വിദ്യാർത്ഥികൾ

1. ശ്രുവിക്കുന്നതിലൂടെ പഠിക്കുന്നു, ദൃശ്യം അല്ലെങ്കിൽ ചെയ്ത കാര്യം ഓർക്കുന്നതിനേക്കാൾ ചർച്ച ചെയ്യപ്പെട്ടത് ഓർക്കുന്നു.
2. പ്രവൃത്തി ചെയ്യുമ്പോൾ സ്വയം സംസാരിക്കുന്നു.
3. ശബ്ദം മൂലം എളുപ്പത്തിൽ ശ്രദ്ധ വ്യതിചലിക്കുന്നു.
4. അവർ വായിക്കുന്നതുപോലെ ചുണ്ടുകൾ ചലിപ്പിക്കുകയും ഉച്ചരിക്കുകയും ചെയ്യുന്നു.
5. ഉച്ചത്തിലുള്ള വായനയും കേൾവിയും ആസ്വദിക്കുന്നു.
6. സ്പെല്ലിങ്ങ് പറയുവാനാണ് അവർ എഴുതുന്നതിനേക്കാൾ ഇഷ്ടപ്പെടുന്നത്.

സ്പർശാഭിരുചിയുള്ള വിദ്യാർത്ഥികൾ

1. കൈകാര്യം ചെയ്യുന്നതിലൂടെയും പ്രവർത്തിക്കുന്നതിലൂടെയും പഠിക്കുന്നു.
2. സാവധാനത്തിൽ സംസാരിക്കുകയോ പ്രതികരിക്കുകയോ ചെയ്യുന്നു.
3. ആളുകളുടെ ശ്രദ്ധ നേടുന്നതിനു അവരെ സ്പർശിക്കുന്നു.
4. ദീഘനേരം അനങ്ങാതിരിക്കുവാൻ തല്പരരല്ല.
5. ഭൂമിശാസ്ത്രം പഠിക്കുന്നതിനു അവർ ആ സ്ഥലം കണ്ട് അനുഭവിക്കുവാൻ ഇഷ്ടപ്പെടുന്നു.
6. ഇതിവൃത്തങ്ങളായി ക്രമപ്പെടുത്തിയ പുസ്തകങ്ങൾ പോലെ ശാരീരിക ചലനങ്ങളാൽ പ്രവൃത്തി പ്രതിഫലിപ്പിക്കുന്നു. അടുക്കും ചിട്ടയുമില്ലാത്ത കൈയക്ഷരം ആയിരിക്കും ഇവരുടേത്.
7. കളികളിൽ പങ്കുചേരുവാൻ ഇഷ്ടപ്പെടുന്നു.

ദൃശ്യാഭിരുചിക്കാരായ വിദ്യാർത്ഥികൾ ഒരു പേജിലോ ഒരു ബ്ലാക്ക് ബോർഡിലോ വസ്തുക്കളെ കാണുമ്പോൾ അല്ലെങ്കിൽ പ്രദർശനങ്ങൾ കാണുമ്പോൾ നല്ല രീതിയിൽ പഠിക്കുന്നു. ശ്രുവണാഭിരുചിയുള്ള വിദ്യാർത്ഥികൾ പഠന സംബന്ധമായ ചർച്ചകളിലൂടെ അല്ലെങ്കിൽ ഒരു ടേപ്പിലൂടെയോ മറ്റോ ഇതിന്റെ ശബ്ദാവിഷ്കാരം കേൾക്കുന്നതിലൂടെയോ നല്ല രീതിയിൽ പഠിക്കുന്നു. സ്പർശനാഭിരുചിക്കാരായ വിദ്യാർത്ഥികൾക്ക് സജീവ പ്രവർത്തനങ്ങളിൽ ഏർപ്പെടേണ്ടതും പ്രോജക്ടുകളും മറ്റും ചെയ്യേണ്ടതും ആവശ്യമാണ്.

അങ്ങനെയാകുമ്പോൾ ഒരു നിശ്ചിത വിദ്യാർത്ഥിക്ക് എത്രമാത്രം വകഭേദങ്ങളും എത്രമാത്രം ആവൃത്തിയും ആവശ്യമാണ് എന്നുള്ളത് നിർണയിക്കുന്നത് ആ വിദ്യാർത്ഥിയുടെ ചിന്താ ശൈലികൾ (മെറ്റാ പ്രോഗാമുകൾ) ആണ്.

വസ്തുക്കൾ എങ്ങനെയാണ് സാമ്യത പുലർത്തുന്നത് അല്ലെങ്കിൽ എങ്ങനെയാണ് വ്യത്യസ്തത പുലർത്തുന്നത് എന്നുള്ളത് കാണുവാനുള്ള പ്രവണത വിദ്യാർത്ഥി ചെലുത്തുന്നുണ്ടോ? വിദ്യാർത്ഥി ഒരു സമഗ്ര പഠനം ഇഷ്ടപ്പെടുന്ന (വിപുലമായ ചിത്രം, പ്രവണത, ഘടന, കാരണ പ്രഭാവങ്ങൾ, എന്നിവ പ്രതീക്ഷിക്കുന്ന) വ്യക്തി ആണോ? അതോ ഒരു നിർദ്ദിഷ്ടമായ പഠനം ഇഷ്ടപ്പെടുന്ന (വിശദാംശങ്ങൾ, വസ്തുതകൾ, കൃത്യമായ വിവരം, പ്രധാന ആശയം എന്നിവ ഇഷ്ടപ്പെടുന്ന) വ്യക്തി ആണോ?

അദ്ധ്യാപനത്തിന്റെ എല്ലാ വീക്ഷണങ്ങളിലും ഒരു പ്രബലമായ വ്യത്യസ്തത സൃഷ്ടിക്കുവാൻ NLP ക്ക് സാധിക്കുന്നു.

1. കുട്ടികളുടെ തിരഞ്ഞെടുക്കപ്പെട്ട പഠന ശൈലികൾ കണ്ടെത്തുന്നതിനും അവരെ വ്യത്യസ്തരാകുവാൻ സഹായിക്കുന്നതിനും.
2. മസ്തിഷ്കത്തെ ശാന്തമാക്കുന്നതിനും, ഉത്തേജിപ്പിക്കുന്നതിനും ഏകാഗ്രത വർദ്ധിപ്പിക്കുന്നതിനും വേണ്ടി ഇടതു മസ്തിഷ്കത്തേയും വലതു മസ്തിഷ്കത്തേയും ഏകോപിപ്പിക്കുന്നതിനും മസ്തിഷ്ക വ്യായാമത്തെ ഉപയോഗപ്പെടുത്തുന്നതിനും.

ഇത് അദ്ധ്യാപകരെ പ്രാപ്തരാക്കുന്നത്

1. വിദ്യാർത്ഥികൾക്കും രക്ഷിതാക്കൾക്കും ഒപ്പം ചുവടുകൾ വച്ച് മുന്നോട്ട് നയിക്കുന്നതിലൂടെ അവർ തമ്മിലുള്ള മാനസികൈക്യം വേഗത്തിൽ ശക്തിപ്പെടുന്നതിന്.
2. സമുചിതമായ ഇന്ദ്രിയങ്ങളിലൂടെ വിവരങ്ങൾ എത്തിച്ചു കൊടുക്കുന്നതിന്.
3. വ്യത്യസ്തങ്ങളായ ആശയങ്ങൾ പകർന്നു കൊടുക്കുന്നതിനു ക്ലാസ്സ് മുറിയിലെ വ്യത്യസ്ത സ്ഥാനങ്ങൾ ഉപയോഗപ്പെടുത്തുന്നതിന്
4. ഏതൊരു പെരുമാറ്റത്തിനു പിന്നിലും ഒരു വ്യക്തമായ ഉദ്ദേശ്യം ഉണ്ടായിരിക്കും എന്നത് അംഗീകരിക്കുന്നതിന്.
5. പാഠങ്ങൾ പകർന്നു കൊടുക്കുന്നതിനു ഉചിതമായ അവസ്ഥയിൽ നിലകൊള്ളുന്നതിന്
6. അദ്ധ്യാപകന്റേയും വിദ്യാർത്ഥിയുടേയും അദ്ധ്യയനത്തിന്റേയും പ്രതിഫലം വ്യക്തമാക്കുന്നതിന്.

ദ്രുതഗതിയിലുള്ള പഠനം (Accelerated Learning)

NLP യിലെ പഠന മാതൃക ഉപബോധ മനസ്സിൽ നിന്നുള്ള വിപുലമായ പാടവ വൈചക്ഷണ്യങ്ങളെ അനുഭവവേദ്യമായി പുറത്തേയ്ക്കു കൊണ്ടുവന്ന് അൺകോൺഷ്യസ് ഇൻകൊംപീറ്റൻസ് (അറിവില്ലായ്മയെക്കുറിച്ചുള്ള അറിവില്ല) ൽ നിന്നും അൺകോൺഷ്യസ് കൊംപീറ്റൻസ് (അറിവിനെക്കുറിച്ചുള്ള അറിവില്ലായ്മ) ലേയ്ക്ക് വേഗത്തിൽ എത്തിക്കുന്നു.

മാതൃക ഉണ്ടാക്കൽ (Modelling)

ദ്രുതഗതിയിലുള്ള പഠനത്തിനുള്ള ഒരു മാർഗ്ഗമാണിത്. അതുകൊണ്ട് പഠന പ്രക്രിയ കടന്നു പോകുന്ന, നടുക്കുള്ള രണ്ടു തലങ്ങളിൽക്കൂടി (കോൺഷ്യസ് ഇൻകോമ്പീറ്റൻസും കോൺഷ്യസൽ കോമ്പീറ്റൻസും) വളരെ വേഗത്തിൽ കടന്നു പോകുകയും ബോധപൂർവ്വമുള്ള പഠനം ഒഴിവാക്കിക്കൊണ്ട് അൺകോൺഷ്യസ് കൊമ്പീറ്റൻസിൽ എത്തിച്ചേരുകയും ചെയ്യുന്നു.

ഇവിടെ തിരിച്ചറിയപ്പെട്ടിരിക്കുന്നത് എന്തെന്നാൽ നമ്മുടെ മസ്തിഷ്കം ആകമാനം പഠന പ്രക്രിയയിൽ പങ്കുചേരുമ്പോഴാണ് ഫലപ്രദമായ പഠനം സാധ്യമാകുന്നത് ഇടതു മസ്തിഷ്കവും, വലതു മസ്തിഷ്കവും വ്യാപൃതമാകുമ്പോൾ.

നമ്മുടെ മാനസിക പ്രവർത്തനങ്ങളായ യുക്തിപരമായ, വരി വരിയായുള്ള ചിന്തകൾ, ബുദ്ധിപരമായ വിശകലനങ്ങൾ, പടിപടിയായുള്ള പ്രവർത്തനങ്ങൾ, ഭാഷ, ഭാഷണം, എന്നിവ നിയന്ത്രിക്കുന്നത് നമ്മുടെ ഇടതു മസ്തിഷ്കമാണ്. ഇതിനെതിരായുള്ള മാനസിക പ്രവർത്തനങ്ങളായ മൊത്തത്തിലുള്ള അവസ്ഥകളും ഘടകങ്ങളും തിരിച്ചറിയൽ, ദൃശ്യങ്ങൾ വിഭാവന ചെയ്യൽ, സംഗീതാത്മകമായ താളക്രമങ്ങളും സ്വരമാധുര്യവും, വിഭാവനയും സർഗ്ഗശക്തിയും തുടങ്ങിയവ വലതു മസ്തിഷ്കത്തിന്റെ ചുമതലകളാണ്. ഈ വിഭജനം വളരെ കൃത്യതയുള്ളതല്ല. ഏതൊരു പ്രവർത്തനത്തിലും രണ്ടു വശവും ഉപയോഗപ്പെടുത്തുന്നുണ്ട് എന്നുള്ളത് ഓർക്കുക.

നമ്മളെക്കുറിച്ചും നമ്മുടെ പഠന കഴിവുകളെക്കുറിച്ചും ഉള്ള നമ്മുടെ വിശ്വാസങ്ങൾ വളരെ പ്രാധാന്യമർഹിക്കുന്നതാണ്. എന്തുകൊണ്ടെന്നാൽ നമ്മൾ നമ്മളെക്കുറിച്ച് വിശ്വസിക്കുന്നതും പറയുന്നതും, യഥാർത്ഥത്തിൽ നമ്മൾ വിശ്വസിക്കുന്നതാക്കി മാറ്റുന്നു. നമ്മൾക്ക് എന്ത് സാധിക്കും, എന്ത് സാധിക്കില്ല തുടങ്ങിയ പരിമിതികൾ കല്പിക്കുന്നത് നമ്മളെക്കുറിച്ചുള്ള നമ്മുടെ വിശ്വാസങ്ങളാണ്. അതിനാൽ നമ്മളെക്കുറിച്ചുള്ള ഈ തെറ്റായ വിശ്വാസങ്ങളെ ചോദ്യം ചെയ്യാൻ

ആരംഭിക്കുകയാണ് പഠനത്തെ ത്വരിതപ്പെടുത്തുവാനുള്ള നില പാടുകളിൽ ഏറ്റവും പ്രധാനമായതും അടിസ്ഥാനപരവുമായ ഒരു കാര്യം. നമ്മുടെ വിശ്വാസങ്ങളെ വെല്ലു വിളിക്കുക. എന്തുകൊണ്ട് ഇല്ല? എനിക്ക് സാധിക്കുകയാണെങ്കിൽ എന്ത്? എന്നീ ചോദ്യങ്ങൾ ചോദിക്കുക. കൂടാതെ നമ്മൾക്ക് അത് സാധിച്ചാൽ എങ്ങനെയായി രിക്കും എന്നു സങ്കല്പിക്കുക.

ധാരാളം ആളുകളും അവരുടെ മുഴുവൻ പഠന സാമർത്ഥ്യവും വിനിയോഗിക്കാത്തതിന്റെ മറ്റൊരു കാരണം ഉചിതമായ രീതിയിൽ എങ്ങനെയാണ് പഠിക്കേണ്ടത് എന്നുള്ളത് നമ്മൾ ഇതുവരേയും പഠിപ്പിച്ചിട്ടില്ല എന്നതാണ്.

വിദ്യാഭ്യാസം കായിക മേഖലയിലും അക്കാഡമിക് തലത്തിലും പണ്ടുമുതല്ക്കേ എങ്ങനെയാണ് പഠിക്കേണ്ടതെന്നും, എങ്ങനെ യാണ് വ്യക്തികളുടെ സമർത്ഥമായ കഴിവുകളെ പുറത്തേയ്ക്ക് കൊണ്ടു വരേണ്ടതെന്നും പഠിപ്പിക്കുന്നതിനു പകരം സ്ഥാനങ്ങളായി തിരിച്ചും (grading) താരതമ്യം ചെയ്തുകൊണ്ടും ഉള്ള മൂല്യ നിർണയത്തിലാണ് വിദ്യാഭ്യാസത്തെ വ്യാപൃതമാക്കിയിരിക്കുന്നത്. മിക്ക വ്യക്തികളിലും പഠനം പരീക്ഷകളുമായും, മാർക്കിനു വേണ്ടിയുള്ള മൽസരവുമായും ആണ് ബന്ധപ്പെട്ടിരിക്കുന്നത്. ഇവിടെ പഠിക്കുവാനുള്ള ഒരു സമ്മർ ദ്ദമാണ് ഇല്ലെങ്കിൽ നിങ്ങൾ പരാജയപ്പെടും, അതുകൊണ്ടുതന്നെ പഠനം എന്നത് വളരെ ബുദ്ധിമുട്ടുള്ളതും പിരിമുറുക്കം നിറഞ്ഞതുമായ ഒരു അനുഭവമായിത്തീരുന്നു. ഇത്തരത്തിൽ പിരിമുറുക്കം നിറഞ്ഞ അന്തരീക്ഷം പഠനത്തിനു അനുയോജ്യമല്ല എന്നുള്ളത് ഇപ്പോൾ നമ്മൾ മനസ്സിലാക്കുന്നു.

തെറ്റു സംഭവിക്കുക എന്നുള്ളത് സ്വാഭാവികമായ ഒരു കാര്യമാണ്, നിങ്ങൾ പരീക്ഷയിൽ പരാജയപ്പെടുകയാണെങ്കിൽ പോലും. എന്തെ ന്നാൽ പലപ്പോഴും പരാജയപ്പെടുന്നതിലൂടെ അല്ലെങ്കിൽ നിങ്ങൾക്ക് ഒരു ചോദ്യം തെറ്റാണെന്ന് മനസ്സിലാക്കുന്നതിലൂടെ, നിങ്ങൾക്ക് അറിയാം എന്ന് നിങ്ങൾ ധരിച്ചിരുന്ന എന്നാൽ നിങ്ങൾക്ക് അറി യാത്തതായ കാര്യത്തെക്കുറിച്ച് ബോധവാനാകുന്നു.

തത്ഫലമായി തെറ്റുകൾ വരുത്തുന്നതിനെക്കുറിച്ച് നമുക്കുണ്ടായി രുന്ന എല്ലാവിധ വൈകാരികമായ ആരോപണങ്ങളെയും കണക്കാ ക്കലുകളെയും മോചിപ്പിക്കുവാൻ നമ്മൾ പഠിക്കുന്നു. ഏതൊരു വിഷയവും അല്ലെങ്കിൽ ഏതൊരു കർമ്മവും വിജയകരമായി പഠിക്കുന്നതിനു ഇപ്പോൾ അംഗീകരിക്കപ്പെട്ടിട്ടുള്ള അത്യന്താപേ ക്ഷിതമായ മനോഭാവം ആണ് ഇത് സാധ്യമാക്കുന്നത്. വിജയവും പരാജയവും പഠനത്തിന്റെ ഭാഗമാണ്; ഒരു നാണയത്തിന്റെ ഇരു

വശങ്ങൾ എന്നുള്ളത് അംഗീകരിക്കുക എന്നത് വളരെ പ്രധാനമായ കാര്യമാണ്. നിർഭാഗ്യ വശാൽ നമ്മുടെ വിദ്യാഭ്യാസ സമ്പ്രദായ ത്തിൽ പണ്ടുമുതല്ക്കേ തെറ്റുകൾക്ക് ശിക്ഷ നല്കുന്ന രീതിയാണ് കണ്ടുവരുന്നത്. അതുകൊണ്ടുതന്നെ നമ്മൾ വിജയകരമായ പഠന ത്തിൽ തെറ്റുകളുടെ മൂല്യം അംഗീകരിക്കുന്നതിനു പകരം പരാജയ ഭീതിയോടുകൂടിയാണ് വളർന്നു വന്നിരിക്കുന്നത്.

ക്ലാസ് മുറികളിലെ പഠനം ഒരു നൈസർഗ്ഗികമായ പ്രതിഭാസമ ല്ല. അതുപോലെ ഒരു പുസ്തകം പഠിക്കുക എന്നതും ജനിതകമായതോ നൈസർഗ്ഗികമായതോ ആയ പ്രവൃത്തിയുമല്ല.

പ്രവർത്തന ഘട്ടത്തിൽ എങ്ങനെ പഠിക്കണം എന്നുള്ളതും എങ്ങനെ പഠിപ്പിക്കണം എന്നതും NLP നമുക്ക് കാട്ടിത്തരുന്നു. അതുകൊണ്ടുതന്നെ ഇത് ഇരുകൂട്ടർക്കും വിനോദകരവും, രസകരവും, വിജയ പൂർണവും ആക്കിത്തീർക്കുവാൻ സാധിക്കും.

13

മാനസിക പ്രതിഭാസങ്ങളും ആരോഗ്യവും

The art of medicine consists of
amusing the patient while nature cures the disease

Voltaire

ആത്മനിഷ്ഠമായ അനുഭവങ്ങളുടെ ഘടനയെക്കുറിച്ചുള്ള പഠനമാണ് NLP. ആരോഗ്യവും അസുഖവും ആത്മനിഷ്ഠമായ അനുഭവങ്ങൾ ആയതുകൊണ്ടു തന്നെ നമ്മുടെ ആരോഗ്യത്തെക്കുറിച്ച് മനസ്സിലാക്കുവാനും കൈകാര്യം ചെയ്യുവാനും തികച്ചും യുക്തമായ പദ്ധതി ശാസ്ത്രമാണ് NLP.

നമ്മൾ പലപ്പോഴും അസുഖങ്ങളെ സുഖപ്പെടുത്തേണ്ടതായ രോഗ സംബന്ധമായ അവസ്ഥയായാണ്പരാമർശിക്കുക. അതുമാത്രമല്ല രോഗിയുടെ ആത്മനിഷ്ഠമായ അനുഭവങ്ങളിൽ ശ്രദ്ധ കൊടുക്കാറുമില്ല. വൈദ്യശാസ്ത്രവിദഗ്ധന്മാരാകട്ടെ കൂടുതൽ ശ്രദ്ധ കൊടുക്കാറുള്ളത് രോഗ നിർണയത്തിലും ചികിൽസയിലും. എന്നാൽ രോഗികളുമായി സമ്പർക്കം പുലർത്തുമ്പോൾ അവരുടെ ലോകത്തിലേയ്ക്കോ അവരുടെ ധാരണകളിലേയ്ക്കോ യതൊരു ശ്രദ്ധയും നൽകാറില്ല. അസുഖം എന്നത് വസ്തുനിഷ്ഠമായ കാര്യമാണ്. ഇവിടെ രോഗിക്ക് ശുഭകരമല്ലാത്ത ഒരു അനുഭവമാണുണ്ടാകുന്നത്. ഒരു അസുഖം എന്നത് രോഗ നിർണ്ണയത്തിനും ചികിൽസയ്ക്കും പ്രത്യേകപ്രാധാന്യം നല്കിക്കൊണ്ടുള്ള ഒരു വസ്തുനിഷ്ഠമായ കാര്യമാണ്. ഇന്നേവരെയും കൂടുതൽ പ്രാധാന്യം നൽകിപോന്നിരുന്നത് വസ്തുനിഷ്ഠ വശമായ ആരോഗ്യത്തിനാണ്. ഇപ്പോൾ നിലവിലുള്ള അസുഖത്തിനു പ്രാധാന്യം നല്കുന്നതിൽ നിന്നും (വസ്തുനിഷ്ഠം) വ്യക്തിക്ക് പ്രാധാന്യം നല്കുന്ന (ആത്മനിഷ്ഠം) രീതിയിലേയ്ക്ക് വ്യതിചലിക്കുന്നതിനെക്കുറിച്ചാണ് പ്രതിപാദിക്കുന്നത്.

NLP ഉപയോഗപ്രദമായ മാതൃകകൾ അഭ്യസിക്കുകയും ആ കഴിവുകൾ മറ്റുള്ളവരിലേയ്ക്ക് പകരുന്നതിനു സഹായകമാകുകയും ചെയ്യുന്നു. മാതൃകയാക്കലിന്റെ ഏറ്റവും ഔചിത്യപൂർവമായ ഉപയോഗം എന്തെന്നാൽ ഇതിനു രോഗ ബാധിതരെക്കുറിച്ചും നല്ല

രീതിയിൽ സുഖം പ്രാപിച്ചവരെക്കുറിച്ചും പഠിക്കുവാനും അവരുടെ മാനസികാവസ്ഥ പകർന്നെടുക്കുവാനും സാധിച്ചേക്കാം. ആരോഗ്യ ക്കുറവ് അനുഭവപ്പെടുന്ന രോഗികൾക്ക് പകരം നല്ല ആരോഗ്യമുള്ള രോഗികളുടെ മാനസിക നിലയിലുള്ള വ്യത്യാസം ശ്രദ്ധിക്കുക.

NLP പ്രവർത്തനാതിഷ്ഠിതമാണ്. ഇത് എന്തുകൊണ്ട് എന്നുള്ള ചോദ്യത്തിനേക്കാൾ കൂടുതൽ തവണ ചോദിക്കുന്നത് എങ്ങനെ എന്നുള്ള ചോദ്യമാണ്. മാത്രമല്ല ആളുകൾക്ക് അവരവർ ചെയ്യുന്ന രീതിയിൽ എങ്ങനെയാണ് കാര്യങ്ങൾ ചെയ്യുവാൻ സാധിക്കുന്നത് എന്നുള്ളത് മനസ്സിലാക്കുവാൻ വേണ്ടിയുള്ള സവിശേഷ ശ്രമം നടത്തുകയും ചെയ്യുന്നു. NLP രോഗികളിൽ പ്രയോഗിക്കുവാനുള്ള യാതൊരുവിധ തന്ത്രങ്ങളും പ്രദാനം ചെയ്യുന്നില്ല. എന്നാൽ പകരം അവർക്ക് പ്രാവർത്തികമാകുന്ന തന്ത്രങ്ങൾക്കു വേണ്ടിയുള്ള മാന സികാവസ്ഥയുമായി ബന്ധപ്പെട്ട പാരിതോഷികങ്ങളും സഹാ യങ്ങളും പ്രദാനം ചെയ്യുന്നു. രോഗിയുടെ മനസ്സിലെ ചിന്തകളുടെ രീതിക്രിയ മനസ്സിലാക്കുന്നതിലൂടെ, ഡോക്ടർക്ക് രോഗിയുടെ ധാരണാ ഭൂപടത്തെ കൂടുതൽ വ്യക്തതയോടു കൂടി മനസ്സിലാക്കിത്തു ടങ്ങുവാനും പരിഗണിച്ചു തുടങ്ങുവാനും സാധിക്കുന്നു. അങ്ങനെ ആ അറിവിനെ പ്രബോധനത്തിനും (counselling) രോഗചികിൽസയ്ക്കും ഉള്ള പ്രവേശന സ്ഥാനം കണ്ടെത്തുന്നതിനുള്ള അടിസ്ഥാനമായി ഉപയോഗിക്കാവുന്നതാണ്.

NLP ഭാഷാശാസ്ത്ര സംബന്ധിയാണ്. ഒരു രോഗിയിലുള്ള ഭാഷാശാ സ്ത്ര മാതൃകകൾ NLP വളരെ സൂക്ഷ്മതയോടെ ശ്രദ്ധിക്കുന്നു. എങ്ങനെ യാണ് ഒരു രോഗി തന്റെ ചിന്താരീതികൾ കൈകാര്യം ചെയ്യുന്നത് എന്നുള്ളത് ഇവയിൽ ചിലവ നമുക്ക് വ്യക്തമാക്കിത്തരുന്നു. NLP യിലെ ഭാഷാശാസ്ത്ര സംബന്ധിയായ ഘടകം രോഗിയുടെ അന്ത: സത്തയെക്കുറിച്ചുള്ള വിവരങ്ങൾ മനസ്സിലാക്കിയെടുക്കുന്നതിനു ഉതകുന്നു. അതിനാൽ രോഗി ആഗ്രഹിക്കുന്ന രീതിയിൽ ഉള്ള സ്ഥിതിഭേദത്തിനു സഹായകമാകുന്ന തരത്തിൽ ഏതൊരുവിധ ചികിൽസാ വ്യത്യാസവും പ്രാവർത്തികമാക്കുവാൻ സാധിക്കും.

മെഡിക്കൽ കോളേജുകളിൽ നമ്മൾ പഠിക്കുന്നത് അസുഖ ത്തിന്റെ കാരണത്തെ കൈകാര്യം ചെയ്യുന്നതാണ് ചികിത്സയുടെ പ്രധാനഭാഗം എന്നാണ് . ആന്തരിക അവസ്ഥകളും ബഹ്യഘടക ങ്ങളും തമ്മിലുള്ള സൂക്ഷ്മവ്യവഹാരം ഒരു പ്രതിപാദ്യവിഷയം എന്ന നിലയിൽ വേണ്ടത്ര വികസിക്കപ്പെട്ടിട്ടില്ല.

ഡോക്ടർമാരുടെ ഇപ്പോഴുള്ള കണ്ടെത്തലിൽ അവർ കൈകാര്യം ചെയ്യുന്നത് രണ്ടുകാര്യങ്ങളാണ്: അസുഖവും രോഗിയുടെ അസുഖത്തെ

കുറിച്ചുള്ള വിശ്വാസങ്ങൾ, ഭയങ്ങൾ പ്രതീക്ഷകൾ എന്നിവയാൽ രൂപപ്പെട്ട അയാളുടെ പ്രശ്നത്തിന്റെ ഭൂപടവും. ലളിതമായി പറയുകയാണെങ്കിൽ അസുഖത്തെ ക്കുറിച്ചുള്ള രോഗിയുടെ ഭയം അഥവാ ചിന്തകൾ ചിലപ്പോൾ യഥാർത്ഥ അസുഖത്തേക്കാൾ ഗൗരവമായ അസുഖമാകാറുണ്ട്.

ധാരാളം രോഗികളും ഭൂപ്രദേശത്തിന്റെ (രോഗങ്ങൾ) വളച്ചൊടിക്കപ്പെട്ട വാസ്തവമല്ലാത്ത ഭൂപട(ചിന്തകൾ)ത്തിൽക്കൂടിയാണ് സഞ്ചരിക്കുന്നത് കൂടാതെ ഇതിനു അവരുടെ ലോകത്തിൽ അവയിൽ സ്വാധീനവും ഉണ്ട്. അവർ വ്യത്യസ്തങ്ങളായ സാഹചര്യങ്ങളിൽ നിന്നും വികസിപ്പിച്ചെടുത്ത വിശ്വാസങ്ങൾ, അവ ചിലസന്ദർഭങ്ങളിൽ അപകടകാരികൾ ആകാറുണ്ട്, അങ്ങനെയല്ലാത്തപ്പോൾ പോലും എന്നതുമാത്രമല്ല അവർക്കു തികച്ചും അപകടകാരികളായാതിനേക്കുറിച്ച് അവർ വ്യാകുലരാകാറുമില്ല

അരോഗ്യമേഖലക്ക് തികച്ചും ഉപയോഗപ്രദമായ, നിയന്ത്രണത്തിന്റെയും സ്വാധീനത്തിന്റെയും വിവിധ തലങ്ങളെക്കുറിച്ചുള്ള ഒരു ചിന്താരീതി NLP വികസിപ്പിച്ചെടുത്തിട്ടുണ്ട്. ഇവയാണ് മുൻപ് പ്രതിപാദിച്ചിട്ടുള്ള നാഡിവ്യൂഹയുക്തിശാസ്ത്രതലങ്ങൾ അഥവാ ബൗദ്ധിക തലങ്ങൾ. ആരോഗ്യപ്രശ്നങ്ങൾ എതൊരുഘട്ടത്തിലും ഉണ്ടാകാവുന്നതാണ് ആയതിനാൽ അനുഗുണമായഘട്ടത്തിൽ വെച്ചുതന്നെ തിരിച്ചറിയേണ്ടതുണ്ട്.

ആദ്യത്തെ തലമാണ് ചുറ്റുപാട്. നമ്മുടെ പരിതസ്ഥിതി, നമ്മളും നമുക്ക് ചുറ്റുമുള്ളവയും ഉൾപ്പെടുന്നു. നമ്മുടെ ഭൗതിക ശാരീരിക ചുറ്റുപാട് ആരോഗ്യദായകമല്ലെങ്കിൽ ഇതിൽ മാറ്റം വരുത്തിക്കൊണ്ട് നമുക്ക് തുടങ്ങാം. അല്ലെങ്കിൽ നമുക്ക് ഇതിനു മുകളിലുള്ള അടുത്ത തലത്തിലേക്ക് കടക്കാം. നമ്മൾ അനുഭവിക്കുന്ന രീതിയിൽ മാറ്റം വരുത്തുക അതുവഴി ഇത് നമ്മളിൽ എത്രമാത്രം സ്വാധീനം ചെലുത്തുന്നുണ്ടോ അത്രത്തോളം തന്നെ കൂടുതൽ ഫലപ്രദമായതും പരോക്ഷമായതുമായ മാറ്റം ചുറ്റുപാടിൽ വരുത്തുന്നു. ക്യാൻസർ രോഗികളുടെ പെരുമാറ്റത്തിലും വിശ്വാസത്തിലും വരുത്തുന്ന മാറ്റം ആ ചുറ്റുപാടിനെ ഗുണകരമായി ബാധിക്കുന്നു.

ഈ ഉയർന്ന തലമാണ് പെരുമാറ്റം. നമ്മൾ ചെയ്യുന്നതാണ് പെരുമാറ്റം. അനാരോഗ്യകരമായ ശീലങ്ങൾ ഒഴിവാക്കി ആരോഗ്യകരമായ പ്രയോജനങ്ങൾ സ്പഷ്ടവും മനോരാജ്യത്തിൽ അനുഭവിച്ചതും ആകുമ്പോൾ ശീലങ്ങൾ മാറ്റുക അനായാസമാകും. ഒരു വ്യക്തിയുടെ പെരുമാറ്റത്തിനു പിന്നിൽ എല്ലായ്പ്പോഴും ഒരു വ്യക്തമായ ഉദ്ദേശം ഉണ്ടായിരിക്കും എന്നാൽ ഈ പെരുമാറ്റം

മികച്ചതായിരിക്കണമെന്നില്ല. അയ്യാളുടെ കഴിവിന്റെ പരിമിതികൾ കൊണ്ട് ഇതു നിയന്ത്രിക്കപ്പെട്ടിരിക്കുന്നു ഇതു നമ്മളെ മൂന്നാമത്തെ തലമായ സാമർത്ഥ്യഘട്ടത്തിൽ എത്തിക്കുന്നു. മൂന്നാമത്തെ തലമായ സാമർത്ഥ്യം, പുകവലി, ആഹാര ക്രമീകരണം എന്നിവ പോലുള്ള സ്ഥിരമായ പ്രവർത്തനങ്ങളെക്കുറിച്ചും ആവർത്തിച്ച് പറയുന്നു.

ഞാൻ എങ്ങനെയാണ് ഇതു ചെയ്യുന്നത്? എല്ലാ ശീലങ്ങൾക്കു പിന്നിലും ഒരു വ്യക്തമായ ഉദ്ദേശം ഉള്ളതുകൊണ്ട് ആ ശീലത്തിനു പിന്നിലുള്ള ലക്ഷ്യത്തെ കണ്ടെത്തി ആ ശുഭകരമായ ഉദ്ദേശത്തിനു വേണ്ടി പ്രവർത്തിക്കുന്നത്, ആ ശീലം ഒഴിവാക്കുവാൻ ഇച്ഛാശക്തി ഉപയോഗിക്കുന്നതിനേക്കാൾ ആരോഗ്യകരവും ഭദ്രവും ആയ മാർഗമാണ്.

നാലാമത്തെ തലത്തിൽ ഉൾപ്പെട്ടിരിക്കുന്നത് മൂല്യങ്ങളും വിശ്വാസങ്ങളും ആണ്. എന്തുകൊണ്ടാണ് ഞാൻ ഇതു ചെയ്യുന്നത്? നമ്മുടെ പ്രവർത്തനങ്ങളെ നയിക്കുന്ന തത്വങ്ങൾ ആണ് വിശ്വാസങ്ങൾ. നമ്മൾ നമ്മളെയും രോഗികളെയും രോഗങ്ങളെയും എങ്ങനെ കാണുന്നു എന്നുള്ളതും, നമ്മൾ അവയോട് എങ്ങനെ പ്രതികരിക്കുന്നു എന്നുള്ളതും നമ്മൾ നമ്മളുടെ അനുഭവങ്ങൾക്ക് എന്തർത്ഥമാണ് നൽകിയിരിക്കുന്നത് എന്നുള്ളതും നിശ്ചയിച്ചിരിക്കുന്നത് ഈ വിശ്വാസങ്ങൾ ആണ്. നമ്മുടെ മാർഗദർശിയായ തത്വങ്ങൾ ആണ് ഇവ. നമ്മൾക്ക് വിരുദ്ധമായുള്ളതിനു എതിരായുള്ള യഥാർത്ഥ തെളിവുകളായി നമ്മൾ മുറുകെപ്പിടിക്കുന്ന വസ്തുതകളാണ് വിശ്വാസങ്ങൾ. ഇവ സത്യം ആണെങ്കിലും അല്ലെങ്കിലും ഇവ സത്യമാണ് എന്നതുപോലെ നമ്മൾ പ്രവർത്തിക്കുന്നു.

നമുക്ക് സുപ്രധാനമായവയാണ് മൂല്യങ്ങൾ. നമ്മൾ പിന്നാലെ പോകുന്ന വസ്തുതകൾ : ആരോഗ്യം, ധനം, സന്തോഷം, സുരക്ഷിതത്വം, സ്നേഹം എന്നിവ. ഒരു കാര്യം ചെയ്യുന്നതിന് ഒരു കാരണമുണ്ട് എന്നും ഇതിലൂടെ അവർക്ക് സുപ്രധാനമായ ഒരു കാര്യം നേടുവാൻ സാധിക്കും എന്നോ അല്ലെങ്കിൽ അവർ ഒഴിവാക്കുവാൻ ആഗ്രഹിക്കുന്ന എന്തെങ്കിലും ഒരു കാര്യം അകന്നുമാറും എന്നോ ഉള്ള വിശ്വാസം ഇല്ലെങ്കിൽ ആളുകളിൽ മാറ്റം സംഭവ്യമല്ല. അതുകൊണ്ട് തന്നെ ഇതു നമ്മുടെ പ്രവർത്തനങ്ങളുടെ മൂല്യങ്ങൾ രോഗികൾക്ക് വിശദീകരിച്ചുകൊടുക്കുന്നതിനു സഹായിക്കുന്നു. മൂല്യങ്ങളും വിശ്വാസങ്ങളും തികച്ചും യുക്തിപരമല്ല (not necessarily logical) പക്ഷെ അതിനാണ് ശക്തി കൂടുതൽ.

വിശ്വാസങ്ങൾക്ക് ഇതിലുപരിയായി ഒരു വ്യാപകമായ സ്വാധീനം കൂടിയുണ്ട്. ഉദാഹരണമായി ഏതൊരുരോഗത്തിനും ഒരു മരുന്നുണ്ട്

എന്ന് നമ്മൾ വിശ്വസിക്കുകയാണെങ്കിൽ നമ്മുടെ പെരുമാറ്റം, ആരോഗ്യം പാരമ്പര്യമായി മുൻകൂട്ടി നിശ്ചയിക്കപ്പെട്ടതാണ് എന്നു വിശ്വസിക്കുന്ന ഒരാളിൽ നിന്നും തികച്ചും വ്യത്യസ്തമായിരിക്കും. മൂല്യങ്ങളും വിശ്വാസങ്ങളും ശക്തമായ അരിപ്പകളിൽ ചിലവയാണ്. ഡോക്ടറുടെ നിർദ്ദേശങ്ങൾ കൊണ്ട് നമ്മൾ എന്ത് ചെയ്യുന്നു എന്നുള്ളത് നിശ്ചയിക്കുന്നത് വിശ്വാസങ്ങൾ ആണ്. ധാരാളം കുറിപ്പുകളും രോഗികൾ തൊട്ടുനോക്കാറുപോലുമില്ല കാരണം ധാരാളം രോഗികളും ഡോക്ടറെ സന്ദർശിക്കുന്നതിലാണ് വിശ്വാസം അർപ്പിച്ചിരിക്കുന്നത്. ഇതിനു ഉത്തമ ഉദാഹരണമാണ് മരുന്നെന്നപേരിൽ നൽകുന്ന മരുന്നല്ലാത്ത ആ വസ്തു ചെലുത്തുന്ന പ്രഭാവം. (placebo effect)

പ്ലസിബോ എഫക്ട് എന്നകാരണത്താൽ വൈദ്യശാസ്ത്രം വിശ്വാസങ്ങളുടെ ഈ ഉഗ്രമായ ശക്തി ഉപയോഗപ്പെടുത്തുന്നു. ഈ രൂപത്തിൽ ഡോകടർമാർ വിശ്വാസങ്ങൾ നിർദ്ദേശിച്ചുകൊടുക്കാറുണ്ട്.

രോഗികളുടെ പ്രതീക്ഷകളുടെ ബലത്തിന്മേൽ പ്രയോജനം ചെലുത്താൻ സാധിക്കുന്നതും എന്നാൽ യഥാർത്ഥ അവസ്ഥയുടെ മേൽ നിർദ്ദേശിക്കപ്പെട്ടിരിക്കുന്ന യാതൊരു പ്രയോജനവും ഇല്ലാത്തതുമായ ഒരു പ്രവർത്തനശക്തിയില്ലാത്ത വസ്തുവിനെയാണ് ഒരു പ്ലസിബോ ആയി നിർവ്വചിക്കപ്പെട്ടിരിക്കുന്നത്. ഇവിടെ വളരെ അനിവാര്യമായത് രോഗിയുടെ വിശ്വാസങ്ങളിലും അതുവഴി പ്രതിരോധ വ്യവസ്ഥയിലും മാറ്റം വരുത്തുക എന്നതാണ്.

എല്ലാ വിധ ചികിത്സകളിലും, രോഗനിർണയ പ്രവർത്തനങ്ങളിൽ പോലും പ്ലാസിബോ പ്രഭാവം കൊണ്ടുവരാവുന്നതാണ്. ഫലപ്രദമായി തെളിയിക്കപ്പെട്ട ശാസ്ത്ര ക്രിയകളിൽ പോലും ഒരു നല്ല അനന്തരഫലം സർജ്ജന്റെ പ്രാഗത്ഭ്യം കൊണ്ടു മാത്രം ലഭിക്കണമെന്നില്ല. അനസ്തേഷ്യാ വിദഗ്ധൻ തലേ ദിവസം രാത്രി സന്ദർശിച്ച് കാര്യങ്ങൾ വിശദീകരിച്ച് നൽകുന്ന രോഗികൾക്ക് പലപ്പോഴും പിറ്റേ ദിവസം വളരെക്കുറച്ചു അനസ്തേഷ്യയുടെ ആവശ്യമേ ഉണ്ടാകുന്നുള്ളൂ. അവരുടെ ശസ്ത്രക്രിയ കൂടുതൽ ഫലപ്രദമാവുകയും അതിനുശേഷമുള്ള പ്രശ്നങ്ങൾ കുറയുന്നതായും കാണപ്പെടാറുണ്ട്.

പ്ലസിബോ പ്രഭാവം ചെറിയരീതിയിലുള്ള അസുഖങ്ങളിൽ മാത്രം ഒതുങ്ങി നില്ക്കുന്നില്ല. കാൻസർ പോലുള്ള ജീവഹാനി വരുത്താവുന്ന അസുഖങ്ങളിലും ഇതിനു പ്രവർത്തിക്കുവാൻ സാധിക്കും. ഇവിടെ വ്യത്യാസം വരുത്തുന്നത് വസ്തുനിഷ്ഠമായ ഔഷധമോ ചികിൽസാരീതിയോ അല്ല, മറിച്ച് ആത്മനിഷ്ഠമായ രോഗിയുടെ വിശ്വാസമാണ്, ഭേദമാകുമെന്ന് ഉറപ്പുള്ള രോഗികളിൽ പോലും പുതിയ മരുന്നുകൾ പരീക്ഷിക്കുവാൻ ഡോക്ടർമാർ ശ്രമിക്കാറുണ്ട്. (പുതിയ ഉല്പന്നങ്ങളുടെ

വിപണന തന്ത്രങ്ങളിൽ മയങ്ങിയാണിത് സംഭവിക്കുന്നത്) ഉദ്ദേശിച്ച ഫലം കിട്ടാതാകുമ്പോഴാണ് ഈ പ്രവണതയ്ക്ക് പിന്നീട് മാറ്റം സംഭവിക്കുന്നത്.

ഡോക്ടറാണ് ഈ ചികിൽസയുടെ പ്രധാന ഭാഗം. ഇവിടെ പ്രധാനമായവ ഡോക്ടറുടെ അനുയോജ്യതയും നിർദ്ദേശിക്കപ്പെട്ടിരിക്കുന്ന ചികിൽസാരീതിയുടെ ഭാഗമാകലും ആണ്. ഡോക്ടറും രോഗിയും ചികിൽസ ഫലപ്രദമാകുവാൻ സാധ്യതയുള്ളതായി വിശ്വസിക്കുമ്പോൾ ചികിൽസ പ്ലാസിബോ ആയിരിക്കുമ്പോൾ പോലും രോഗിയിൽ കാര്യമായ മെച്ചം പ്രകടമാകുന്നു.

പ്ലാസിബോ പ്രഭാവത്തിലെ സർവ പ്രധാനമായ ഭാഗമാണ് ഡോക്ടറിലുള്ള വിശ്വാസ്യത. ഗുളികകളോ, മരുന്നുകളോ ശസ്ത്രക്രിയയോ ഒക്കെ പ്ലാസിബോ ആയി പ്രവർത്തിക്കുന്നു എന്നാൽ എവിടെ നിന്നുമാണ് നമുക്ക് അതിനുള്ള ശക്തി ലഭിക്കുന്നത് ? ഡോക്ടറിൽ ഉള്ള വിശ്വാസത്തിൽ നിന്നും (കൈപ്പുണ്ണ്യം)

നമ്മൾ ചികിത്സാരീതിയിൽ വിശ്വസിക്കുന്നത് എന്തുകൊണ്ടെന്നാൽ പ്രധാനമായും അതു നല്കുന്ന വ്യക്തിയെ നമ്മൾ വിശ്വസിക്കുന്നത് കൊണ്ടാണ്.അതുകൊണ്ട് തന്നെ ഡോക്ടറുടെ ബാഹ്യരൂപം, ചികിത്സാമുറി, അദ്ദേഹത്തിന്റെ ജീവനക്കാരുടെ പെരുമാറ്റം ഇവയ്ക്കെല്ലാം തന്നെ പ്രബലമായ സ്വാധീനമുണ്ട്. ധാരാളം വ്യക്തികൾ ഡോക്ടറെ സമീപിക്കുന്നത് അവരോട് ഒന്ന് സംസാരിക്കുന്നതിനും അവരെ വിശ്വസിക്കുക എന്ന ആവശ്യവും ആഗ്രഹവും നിറവേറ്റുന്നതിനും വേണ്ടിയാണ്. നമുക്ക് ഒരു മരുന്ന് ലഭിക്കുമ്പോൾ യഥാർത്ഥത്തിൽ ഔഷധത്താൽ ആവരണം ചെയ്യപ്പെട്ട ഒരു വിശ്വാസമാണ്.അഞ്ചാമത്തെ തലമാണ് വ്യക്തിത്വം. ഒരു വ്യക്തിക്ക് ദീർഘകാലമായുള്ള ഒരു അസുഖം ഉള്ളപ്പോൾ അയാൾ ഒരു രോഗിയുടെ വ്യക്തിത്വം കൈക്കൊള്ളുന്നു. ഒരു രോഗി എന്നാൽ അസുഖമുള്ള ഒരു വ്യക്തിയാണ്. ഒരു വ്യക്തി എന്നാൽ അയാളുടെ അസുഖമോ അയാളുടെ വേദനയോ അല്ല, എന്നിരുന്നാലും ഈ രണ്ടു ഘടകങ്ങളും നമ്മെ ചില സമയങ്ങളിൽ പൂർണമായും പരാജയപ്പെടുത്തുന്നതിനിടയുണ്ട്. മറുഭാഗത്ത് ഞാൻ ഒരു ആരോഗ്യവാനായ വ്യക്തിയാണ് എന്നുള്ള വ്യക്തിത്വ പ്രസ്താവനയ്ക്ക് നമ്മുടെ ആരോഗ്യത്തിൽ അതി ശക്തമായ പ്രഭാവം ചെലുത്തുവാൻ സാധിക്കും.

നാഡീവ്യൂഹ യുക്തിശാസ്ത്ര തലങ്ങൾ ഒരു അധികാര ശ്രേണിയല്ല. അതിനുപരിയായി ഒരു ചക്രമോ ഹോളോഗ്രാമോ ഒക്കെയാണ്. ഓളങ്ങളുടെ പ്രഭാവം പോലെ ഓരോ തലവും മറ്റുള്ളവയെ സ്വാധീനിക്കുന്നു മാത്രമല്ല എല്ലാം തന്നെ ആരോഗ്യത്തിന് തുല്യ

പ്രാധാന്യമുള്ളവയുമാണ്. നല്ല സുഹൃത്തുക്കളോടുകൂടിയ ഒരു നല്ല ചുറ്റുപാട് വളരെ പ്രാധാന്യമുള്ളതാണ്. എന്നാൽ നിങ്ങൾ ആരോഗ്യവാനല്ല എന്നുള്ള വിശ്വാസം നിങ്ങൾക്കുണ്ടെങ്കിൽ ഇത് തികച്ചും പര്യാപ്തവുമല്ല. മാത്രമല്ല ഇങ്ങനെയുള്ള വിശ്വാസത്തോടുകൂടിയ ഒരു വ്യക്തി ആരോഗ്യകരമായ ഒരു ചുറ്റുപാട് സൃഷ്ടിക്കുവാൻ ശ്രമിക്കാറുമില്ല.

നമ്മുടെ ചുറ്റുപാടിൽ വരുത്തുന്ന മാറ്റത്തോടൊപ്പം നമ്മുടെ വിശ്വാസങ്ങളിലും മാറ്റങ്ങൾ വരുത്തിയാൽ മാത്രമേ നമുക്ക് നമ്മുടെ ആരോഗ്യത്തിൽ സ്വാധീനിക്കുവാൻ സാധിക്കുകയുള്ളു.

രോഗം ഭേദപ്പെടുത്തുന്നതിൽ പൊരുത്തത്തിനുള്ള പ്രാധാന്യം

ഏറ്റവും വിജയകരമായ ചികിത്സയിൽ നാല് കാര്യങ്ങൾ അടങ്ങിയിരിക്കുന്നു.

1. ഡോക്ടറുടെ പൊരുത്തം.
2. രോഗിയുടെ വിശ്വാസങ്ങൾക്ക് ചികിത്സയുമായുള്ള പൊരുത്തം
3. ഡോക്ടറും രോഗിയും തമ്മിലുള്ള മാനസികൈക്യം
4. ചികിത്സ രോഗിയിൽ നേരിട്ടുളവാക്കുന്ന ശാരീരിക ഫലം

മേൽപ്പറഞ്ഞവയിൽ അവസാനം സൂചിപ്പിച്ചതുകൊണ്ടുമാത്രം ചികിത്സ പരിപൂർണ വിജയമാകണമെന്നില്ല.

ആരോഗ്യവുമായി ബന്ധപ്പെട്ടുള്ള NLP യുടെ നാല് സ്തൂപങ്ങൾ

മികവുറ്റ ആശയവിനിമയത്തിനുള്ള കഴിവിനെ രൂപപ്പെടുത്തിക്കൊണ്ടാണ് NLP ആരംഭിച്ചിരിക്കുന്നത്. ആശയ വിനിമയ പാടവം എന്നതുകൊണ്ട് സാധാരണയായി ഉദ്ദേശിക്കുന്നത് മറ്റുള്ളവരുടെ ആശയവിനിമയം ഗ്രഹിക്കുക എന്നതാണ്. എന്നാൽ ആരോഗ്യമേഖലയിൽ നിങ്ങൾ എങ്ങനെ ആശയ വിനിമയം നടത്തുന്നു എന്നുള്ളതും തുല്യ പ്രാധാന്യമുള്ളതാണ്. നമ്മുടെ ബന്ധത്തിന്റെ സവിശേഷതയും നമ്മുടെ ആശയ വിനിമയത്തിന്റെ പ്രയോജനവും ആശ്രയിച്ചിരിക്കുന്നത് ഈ നാല് നെടും തൂണുകളുടെ അടിസ്ഥാനത്തിലാണ്.

1. അനന്തരഫലങ്ങൾ

ഇത് പൂർണമായും നിങ്ങൾ എന്താണ് ആഗ്രഹിക്കുന്നത് എന്നുള്ള ചോദ്യമാണ്. നിങ്ങൾ ആശുപത്രിയിലേയ്ക്ക് പോകുന്നത് ആരോഗ്യവനാകുവാൻ വേണ്ടിയാണോ അതോ നിങ്ങളുടെ അസുഖം ശമിപ്പിക്കുവാൻ വേണ്ടിയാണോ ?

ആരോഗ്യവാനാകുന്നതിനെക്കുറിച്ച് സങ്കൽപ്പിക്കുവാനും ആ മാനസികാവസ്ഥയിലേക്ക് എത്തിച്ചേരുന്നതിനും രോഗികളെ പ്രോത്സാഹിപ്പിക്കുവാൻ നമുക്ക് സാധിക്കുകയാണെങ്കിൽ അവരുടെ രോഗപ്രതിരോധശേഷി മെച്ചപ്പെടുകയും അതുകൊണ്ടു തന്നെ സുഖപ്പെടുവാനുള്ള സാധ്യത വർദ്ധിക്കുകയും ചെയ്യുന്നു.

NLP രണ്ടു രീതിയിൽ ശുഭകരമായ ആരോഗ്യത്തെ അഭിമുഖീകരിക്കുന്നു ഒന്ന് പരിപോഷിപ്പിക്കപ്പെടേണ്ട ശുഭകരമായ അവസ്ഥ എന്ന നിലയിൽ ആരോഗ്യത്തെ അവലോകനം ചെയ്യുന്ന രീതി (മാതൃകയുണ്ടാക്കൽ). രണ്ട് നമ്മൾക്ക് വളരെ പ്രധാനപ്പെട്ടതും നമ്മൾ നേടിയെടുക്കുവാൻ വേണ്ടി പ്രയത്നിക്കുന്നതുമായ ഭാവിയിലെ അനന്തരഫലങ്ങൾ രൂപകൽപന ചെയ്യുന്നതിന് സഹായിക്കുക. ഇവിടെ നമ്മുടെ അനന്തരഫലത്തെ കൂടുതൽ ആകർഷകമാക്കുവാൻ നമ്മുടെ സർഗ്ഗശക്തി ഉപയോഗപ്പെടുത്താവുന്നതാണ്. ഉദാഹരണമായി പഥ്യമുറയനുസരിച്ച ഭക്ഷണം കഴിക്കുന്ന സന്ദർഭങ്ങളിൽ ആകർഷകവും, സ്വാദേറിയതുമായ പച്ചക്കറി വിഭവങ്ങൾ വിഭാവനം ചെയ്യുന്നതു വഴി നമ്മളിൽ പ്രചോദനം ജനിപ്പിക്കാവുന്നതാണ്. ആരോഗ്യവാനും ഊർജ്ജസ്വലനുമായ നിങ്ങളുടെ ഒരു ചിത്രം കൂടിക്കൂട്ടിച്ചേർക്കുകയാണെങ്കിൽ തീർച്ചയായും നിങ്ങളെ പ്രചോദിതനാക്കുവാൻ സാധിക്കും.

2. ഇന്ദ്രിയ സംബന്ധമായ കൂർമ്മത ബഹ്യമായും അന്തരികമായും നിങ്ങളുടെ ഇന്ദ്രിയങ്ങളെ ഉപയോഗിക്കൽ

NLP യുടെ രണ്ടാമത്തെ നെടുംതൂണാണ് ഇന്ദ്രീയസംബന്ധമായകൂർമ്മത. നമ്മുടെ ശരീരം നൽകുന്ന സൂചനകളിൽ ജാഗരൂകനാകുന്നതിനു നമ്മുടെ ഇന്ദ്രിയങ്ങളെ ഉപയോഗപ്പെടുത്തൽ. ശ്രദ്ധിക്കേണ്ടതായി എന്തോ ഉണ്ട് എന്നുള്ളതു ചൂണ്ടിക്കാട്ടുന്നതിനായി ആദ്യമുള്ള സൂചനകൾ എപ്പോഴും പ്രാധാന്യമുള്ളവയാണ്. ആന്തരികമായി നമ്മുടെ ഇന്ദ്രിയങ്ങളെ നമ്മൾ എങ്ങനെയാണ് ഉപയോഗപ്പെടുത്തുന്നത് എന്നതിൽ മാറ്റം വരുത്തിക്കൊണ്ട് നമുക്ക് നമ്മുടെ അനുഭവത്തിലും മാറ്റം വരുത്തുവാൻ സാധിക്കും. ആരോഗ്യ സംരക്ഷണത്തിനായി അതി ഗംഭീരമായ അനുമാനങ്ങളാണ് ഇതിനുള്ളത്. മറ്റുള്ള വ്യക്തികൾ രോഗിയായി തീരുന്ന സന്ദർഭങ്ങളിൽ പോലും ചില വ്യക്തികൾ അവരുടെ ബുദ്ധിമുട്ടുകളെ എങ്ങനെയാണ് കൈകാര്യം ചെയ്യുന്നത് എന്നുള്ളത് ഇത് സ്പഷടമാക്കുന്നു.

3. മനസിക്കൈക്യം: തന്മയീഭാവം മറ്റൊരുവന്റെ വ്യക്തിത്വവുമായി താദാത്മ്യം നേടാനുള്ള കഴിവിന്റെ ഭൂപടം

ഡോക്ടർ രോഗിയുമായി ഉണ്ടാക്കിയെടുക്കുന്ന ഐക്യതാമനോഭാവമാണ് ഇത്. മനസിനൈക്യമുള്ള ആളുകളുമായുള്ള

പ്രവർത്തനത്തിൽ ഡോക്ടർമാർ തങ്ങളുടെ ജോലി നല്ല രീതിയിൽ നിറവേറ്റുന്നതായി അനുഭവപ്പെടുന്നു. അതുകൊണ്ടുതന്നെ ഇതു ഒരു രോഗം ശമിപ്പിക്കുന്നതിനുതകുന്ന സഹകരണം ഉറപ്പുവരുത്തുന്നു. ഇത് ഡോക്ടർമാരുടെ ഉദ്യോഗ സംബന്ധമായ സംതൃപ്തി വർധിപ്പിക്കുന്നു.

ഇതുപോലുള്ള പ്രശസ്തരായ, ധാരാളം രോഗികളുള്ള ഡോക്ടർമാരുടെ ചികിത്സയിൽ കഴിയുന്നവർ വളരെ ചുരുക്കം സങ്കീർണതകളോടുകൂടി വളരെ വേഗത്തിൽ സുഖം പ്രാപിക്കുന്നതായി കാണപ്പെടാറുണ്ട്. ധാരാളം ആളുകൾക്ക് ഡോക്ടറെ സമീപിക്കുമ്പോൾ തന്നെ അസുഖം സുഖപ്പെട്ടതായി അനുഭവപ്പെടുന്നു. അവർ വിശ്വസിച്ചിരിക്കുന്ന തരത്തിൽ അവരുടെ അസുഖത്തിന്റേതായ ഒരു വിശദീകരണം അവർക്ക് ലഭിക്കും, മാത്രമല്ല അവർ സുഖപ്പെടും എന്നുള്ള ഒരു പ്രതീക്ഷയും അവർക്ക് ലഭിക്കുന്നു.

ചില ആളുകൾ അവരുടെ മരുന്നുകുറിപ്പുകൾ കൈപ്പറ്റുവാൻ പോലും മെനക്കെടാറില്ല. രോഗിയെ ചികിൽസിക്കുന്നതുപോലെ രോഗലക്ഷണങ്ങളേയും ചികിത്സിക്കുന്ന വ്യക്തിയാണ് ഒരു നല്ല ഡോക്ടർ.

ആരോഗ്യ സംബന്ധമായ സന്ദർഭങ്ങളിൽ ആശയവിനിമയത്തിലുള്ള വ്യക്തതയ്ക്കും സർവശ്രേഷ്ഠമായ പ്രാധാന്യമാണുള്ളത്. ഇത് കൈവരിക്കുന്നതിൽ ഡോക്ടറും രോഗിയും തമ്മിലുള്ള മാനസികൈക്യം ദീർഘദൂരം സഞ്ചരിക്കുന്നു. രോഗി യഥാർത്ഥത്തിൽ അനുഭവിക്കുന്നതിനെക്കുറിച്ചും പറയാൻ, ശ്രമിക്കുന്നതിനെക്കുറിച്ചുമുള്ള വിലയേറിയ സൂചനകൾ അയാളുടെ സംസാര ഭാഷയെക്കുറിച്ചും ശരീര ഭാഷയെക്കുറിച്ചും ഉള്ള അവബോധത്തിലൂടെ ലഭിക്കുന്നു. ഒരു വ്യക്തിക്ക് യോജിച്ചുള്ള ചുവടുവയ്പ്പിലൂടെ മാനസികൈക്യം നേടിയെടുക്കുവാൻ സാധിക്കുന്നത് ഇരു കൂട്ടർക്കും ആശ്വാസപ്രദമായി മാറുകയും ഇത് ആശയവിനിമയ പ്രക്രിയ വർധിപ്പിക്കുകയും ചെയ്യുന്നു.

4. പെരുമാറ്റത്തിലുള്ള വഴക്കം

നമ്മൾ ആഗ്രഹിക്കുന്നതല്ല നമ്മൾ നേടിക്കൊണ്ടിരിക്കുന്നത് എന്നുള്ള പ്രതികരണം നമ്മുടെ ഇന്ദ്രിയങ്ങളിൽ നിന്നും ലഭിക്കുമ്പോൾ അത് നമ്മുടെ പെരുമാറ്റത്തിൽ മാറ്റം വരുത്തുവാവാനുള്ള സൂചനയാണ്. ഒരു പക്ഷെ നമ്മൾ ഇന്നോളം മാറ്റം വരുത്തുവാൻ ബുദ്ധിമുട്ട് അനുഭവപ്പെട്ടിട്ടുള്ള ഒരു അനാരോഗ്യകരമായ ശീലത്തെക്കുറിച്ച് ബോധവാനായിരിക്കാം. പെരുമാറ്റം, ശീലങ്ങൾ, വിശ്വാസങ്ങൾ, മൂല്യങ്ങൾ ഇവയെല്ലാം തന്നെ ഒരു സങ്കീർണമായ

ഘടനയിൽ ഉറപ്പിച്ചിരിക്കുന്നു. ഓരോന്നും മറ്റുള്ളവയെ സ്വാധീനിക്കുന്നു. നമുക്ക് ഇതിൽ ഒരു കഷണത്തെ അതിന്റെ സ്ഥാനത്ത് മറ്റൊന്നു വയ്ക്കാതെ അനായാസം പൂട്ടുതുറന്നെടുക്കുവാൻ സാധിക്കുകയില്ല. ഇതു കൊണ്ടാണ് ആന്തരിക രീതിയിൽപ്പെട്ട വ്യക്തികളുടെ നേർ വിപരീതമാണ് ബാഹ്യരീതിയിൽപ്പെട്ട വ്യക്തികൾ. ഇത്തരക്കാർ നിങ്ങളുടെ നിർദ്ദേശങ്ങൾ ആരായുകയും നിങ്ങൾ ചെയ്യാൻ നിർദ്ദേശിക്കുന്നത് മാത്രം ചെയ്യുകയും ചെയ്യുന്നു.

ചിന്താരീതികളും ആരോഗ്യവും

ചിന്താരീതികളെ തരം തിരിക്കുന്ന മസ്തിഷ്കത്തിന്റെ കാഴ്ചപ്പാടുകളാണ് മെറ്റാപ്രോഗ്രാം. ഇതുമായി നേരിട്ട് ബന്ധപ്പെട്ട ചിന്താരീതികളെ ആന്തരികം (ആന്തരിക വിവരണം നൽകുന്നവ), ബാഹ്യം (ബാഹ്യ വിവരണംനൽകുന്നവ), അടുപ്പിക്കുന്നവ (നമുക്കാവശ്യമായ രീതിയിലേയ്ക്ക് നയിക്കുന്നവ), അകറ്റുന്നവ (പ്രശ്നങ്ങൾ ഒഴിവാക്കുന്നവ) എന്നിങ്ങനെ തരം തിരിക്കാം.

ശാരീരിക പ്രശ്നങ്ങളെ സംബന്ധിച്ച് ആന്തരികവും അകറ്റി നിർത്തുന്നതുമായ രീതികളുള്ള അനേകമാളുകൾ ഉണ്ട്. നാം ഒരു ഡോക്ടറെ കാണുന്നത് സ്വയം സുഖമില്ല എന്ന് തോന്നുമ്പോഴാണ്. അല്ലാതെ മറ്റുള്ളവരുടെ പ്രേരണമൂലമല്ല. തങ്ങളുടെ നിർദ്ദേശങ്ങൾ അനുസരിക്കുവാൻ രോഗികളെ ചികിത്സകർ പ്രേരിപ്പിക്കേണ്ടത് അതിനാൽ ആവശ്യമാണ്. നിങ്ങൾക്ക് ഈ രോഗത്തിൽ നിന്ന് മോചിതരാകണമോ എന്ന് നിങ്ങൾ തീരുമാനിക്കണം. അങ്ങനെയെങ്കിൽ നിർദ്ദേശങ്ങൾക്കനുസരിച്ചുള്ള മരുന്ന് നിങ്ങൾ കഴിക്കേണ്ടതുണ്ട് (ആന്തരികവും അകറ്റി നിർത്തുന്നതും). ചികിത്സകരെപ്പോലുള്ള ആധികാരികമായ വ്യക്തിത്വമുള്ളവരോട് ബാഹ്യമായ രീതിയിലാണ് പല ആളുകളും ഇടപെടുന്നതെങ്കിലും വീട്ടിലെത്തുന്ന നിമിഷം അവർ ആന്തരികരീതിയിലേയ്ക്ക് തിരിച്ചുപോകുന്നു. വീട്ടിൽ തിരിച്ചെത്തുമ്പോഴേയ്ക്കും നമുക്ക് ഇതിനെക്കാൾ നന്നായി അറിയാമെന്ന് കരുതി ചികിത്സ വേണ്ടെന്നു വയ്ക്കുന്ന എത്രയോപേർ നമുക്കിടയിലുണ്ട്.

തങ്ങളുടെ രോഗികളുടെ പ്രശ്നങ്ങൾ എന്താണെന്ന് ചികിത്സകർ ശ്രദ്ധിക്കാറുണ്ട്. അവർ രോഗത്തിൽ നിന്നും മരണത്തിൽ നിന്നും അകന്നു നിൽക്കാൻ ശ്രദ്ധിക്കുന്നു. സംസ്ക്കാരത്തിന്റെ ഭാഗമായി അകന്നു നിൽക്കാനുള്ള ഈ പ്രവണത ചികിത്സകരിലും വന്നിട്ടുള്ളതിനാൽ, ഹോളിസ്റ്റിക് ചികിത്സപോലുള്ള കാര്യങ്ങൾ ചർച്ചയ്ക്കെടുക്കേണ്ടതാണ് എന്ന ആശയം മുന്നോട്ടുവന്നപ്പോൾ, അവർ അതിനെ

കരുതൽ ചികിത്സാശാഖ' എന്നു വിളിച്ചു. അകന്നു നിൽക്കുന്ന രീതി, രോഗങ്ങൾ ചികിത്സിച്ചു ഭേദമാക്കുന്നതിന് ഉപകാരപ്രദമാണെങ്കിലും, അടുപ്പിക്കുന്ന രീതി പരിപൂർണആരോഗ്യം കൈവരിക്കുന്നതിൽ അതിലും മുന്നിലാണ്.

കാഴ്ചപാടിന്റെ തലങ്ങളും ആരോഗ്യവും

മറ്റൊരാളിന്റെ കാഴ്ചപ്പാടിൽ നിന്നുകൊണ്ട് കാര്യങ്ങൾ മനസ്സിലാക്കുക (വ്യത്യസ്ത കാഴ്ചപ്പാടുകൾ സ്വീകരിക്കുക) എന്നതാണ് എൻ.എൽ.പി തത്വങ്ങളിൽ പ്രധാനപ്പെട്ട മറ്റൊരു ഘടകം. കാഴ്ചപ്പാടുകൾ എത്രത്തോളം വ്യത്യാസപ്പെടുന്നുവോ അത്രയും തന്നെ ഫലവും വിലപിടിപ്പുള്ളതാകുന്നു. വ്യത്യസ്തതകളെ വിലയിരുത്തുന്നതിലൂടെയാണ് നമ്മൾ കാര്യങ്ങൾ പഠിക്കുന്നത്. NLP യിൽ പ്രധാനമായും മൂന്ന് കാഴ്ചപ്പാടുകളാണുള്ളത്.

നിങ്ങളുടെ തന്നെ യാഥാർത്ഥ്യത്തിനാണ് അദ്യസ്ഥാനം. നമ്മൾ നമ്മുടെ ചിന്തകളെയും വികാരങ്ങളെയും കുറിച്ച് വളരെയധികം ബോധവാനായിരിക്കുന്നതുകൊണ്ട് നമ്മൾ ഒന്നാംസ്ഥാനത്ത് എത്തുന്നു. രോഗാവസ്ഥ നമ്മളെ ഒരു തരം ആദ്യസ്ഥാനത്തേയ്ക്ക് ബലമായി എത്തിക്കുന്നു എന്നും പറയാം.

മറ്റൊരാളിന്റെ കാഴ്ചപ്പാട് സ്വീകരിക്കുന്നതാണ് രണ്ടാം സ്ഥാനം. അത് അവർക്ക് എങ്ങനെയായിരിക്കുമെന്ന് നമ്മൾ സങ്കല്പിക്കുന്നു. മറ്റൊരാളുമായി ചേർന്നുപോകുകയും അവരുടെ കാഴ്ചപ്പാടുകളെ മാനിക്കുകയും ചെയ്യുന്നതാണിത്.

വേറിട്ട നിഷ്പക്ഷമായ ഒരു കാഴ്ചപ്പാട് സ്വീകരിക്കുന്നതാണ് മൂന്നാമത്. നമ്മൾ ഇവിടെ സാധ്യമായിടത്തോളം വസ്തു നിഷ്ഠമായി ചിന്തിക്കുന്നു. നമ്മുടേതായ ഒരു കാഴ്ചപ്പാടിൽ നിൽക്കുന്നതിനേക്കാളും (ഒന്നാം സ്ഥാനം) മറ്റൊരാളുടെ കാഴ്ചപ്പാടിനോട് യോജിച്ച് പോകുന്നതിനേക്കാളും (രണ്ടാം സ്ഥാനം) ഭംഗിയായി ഇവിടെ നിന്ന്കൊണ്ട് നമുക്ക് മറ്റുള്ളവരുമായുള്ള ബന്ധങ്ങളെ വിലയിരുത്താം. ഈ മൂന്നു കാഴ്ചപ്പാടുകളും ഒരേ അവസ്ഥയിൽ കൈവരിക്കുന്നതാണ്, 'ട്രിപ്പിൾഡിസ്ക്രിപ്ഷൻ' എന്നു പറയുന്നത്. ഈ കാഴ്ചപ്പാടുകൾ വളരെ പ്രധാനപ്പെട്ടതാകയാൽ സമർത്ഥമായി ആശയവിനിമയം നടത്തുന്നവർക്ക് ഇവ മൂന്നിലൂടെയും കടന്നുപോകേണ്ടതുണ്ട് . ആരോഗ്യ രംഗത്ത് പ്രവർത്തിക്കുന്നവർക്ക് ഇവ മൂന്നും അത്യാവശ്യമാണ്. തങ്ങൾ നൽകാൻ പോകുന്ന ചികിത്സയും അത് രോഗിയിലുളവാക്കുന്ന സ്വാധീനവും തമ്മിലുള്ള പൊരുത്തത്തെപ്പറ്റിയുള്ള

വ്യക്തതയുണ്ടാകേണ്ടത്, ശരിയായ തീരുമാനമെടുക്കുന്നതിന് ഇവർക്ക് ആവശ്യമാണ്.

അവരുടെ പ്രവർത്തനങ്ങൾ വസ്തു നിഷ്ഠമായി വിലയിരുത്തുവാനുള്ള കഴിവ് അവർക്ക് ആവശ്യമാണ്. ഇവയിൽ മൂന്നാമത്തെ കാഴ്ചപ്പാടിന് അമിത ശ്രദ്ധ കൊടുക്കുന്നതിലൂടെ വൈദ്യശാസ്ത്രം അതുമായി ഇടപെടുന്ന യഥാർത്ഥ വ്യക്തികളുടെയും രോഗികളുടെയും വികാരങ്ങൾ കാണാതെ പോകുന്നു.

'ഞാൻ രോഗികളോട് ചെയ്യുന്നതോ പറയുന്നതോ ആയ എല്ലാ കാര്യങ്ങളും എനിക്ക് അംഗീകരിക്കാൻ കഴിയുമോ?' എന്ന് രോഗിയുടെ സ്ഥാനത്തിരുന്ന് ചിന്തിക്കുവാൻ കഴിയുന്നവരാണ് ഏറ്റവും നല്ല ഡോക്ടറും നേഴ്സും.

പ്രേരണകളും ആരോഗ്യവും

ഒരു NLP വിദഗ്ധന് പ്രേരകം ഉപയോഗിച്ച് ഒരു വ്യക്തിയിൽ നെഗറ്റീവ് ചിന്തകളെ മാറ്റി പകരം പോസിറ്റീവ് ചിന്തകൾ ഉണ്ടാക്കാൻ കഴിയും. മൂന്നുതരത്തിലുള്ള (വിഷ്വൽ, ആഡിറ്ററി, കീനസ്തെറ്റിക്) ആൾക്കാരിലും ഇത് യോജിച്ച രീതിയിൽ ഉപയോഗപ്പെടുത്താവുന്നതാണ്.

നമ്മുടെ ആരോഗ്യത്തെ മാനസികാവസ്ഥകളും, മാനസികാവസ്ഥകളെ പ്രേരകങ്ങളും സ്വാധീനിക്കുന്നു. ഇവ നമ്മെ മാനസികാവസ്ഥ മാറ്റാൻ പര്യാപ്തരാക്കുന്നു. മാനസികാവസ്ഥകൾ ആരോഗ്യവുമായി വളരെയേറെ ബന്ധപ്പെട്ടവയാകയാൽ, ഇത് നമ്മെ ആരോഗ്യവാൻമാരായിരിക്കാൻ വളരെയേറെ സഹായിക്കുന്നു.

നാം നമുക്കനുയോജ്യമായ പ്രേരകങ്ങൾ സൃഷ്ടിക്കുകയോ സമൂഹത്തിൽ നിന്ന് പഠിക്കുകയോ ചെയ്യുന്നു. ഇവ ക്രമീകൃതമല്ലാത്തവയാണ്. അവ വളരെ സാധാരണമായി സൃഷ്ടിക്കപ്പെടുന്നവയാണ്. ചില സമയങ്ങളിൽ ചില പ്രേരകങ്ങൾ പെട്ടെന്ന് രൂപപ്പെട്ടതാവാം. ഉദാഹരണമായി എന്തിനോടെങ്കിലുമുള്ള ഭയം.

ഒരിക്കൽ രൂപപ്പെട്ടാൽ അവ സ്വയം പ്രവർത്തനക്ഷമമാകുന്നു. ഇതുതന്നെയാണ് അതിന്റെ ഗുണവും ദോഷവും. നല്ല കാര്യത്തിനാണ് ഉപയോഗിക്കുന്നതെങ്കിൽ ഗുണവും, മോശമായ കാര്യങ്ങൾക്കാണ് ഉപയോഗിക്കുന്നതെങ്കിൽ ദോഷവുമാണ് ഇതിന്റെ ഫലം. എവിടെ നിന്നു രൂപപ്പെടുന്നതായാലും ഇതിനോട് മസ്തിഷ്കം പ്രതികരിക്കുന്നു. നമ്മുടെ ശരീരവും മനസ്സും യഥാർത്ഥമെന്ന് മനസ്സിലാക്കുന്നത് സ്വീകരിക്കുന്നു. മാത്രവുമല്ല പ്രേരകങ്ങൾ എല്ലാ ബൗദ്ധികതലത്തിലും പ്രവർത്തിക്കുന്നു.

പ്രതിരോധ വ്യവസ്ഥയും പ്രേരകങ്ങളും

പ്രേരകങ്ങൾ നമ്മുടെ പ്രതിരോധ വ്യവസ്ഥയെ പ്രത്യക്ഷമായി തന്നെ ബാധിക്കുന്നുവെന്നതിന് തെളിവുകൾ ലഭിച്ചിട്ടുണ്ട്. സൈകോ ന്യൂറോ ഇമ്യൂണോളജി (PNI മാനസിക നാഡീപ്രതിരോധം) എന്ന ഒരു പുതിയ വൈദ്യശാസ്ത്രശാഖയുടെ ഉദയത്തിന് ഈ കണ്ടുപിടിത്തം തുടക്കം കുറിച്ചിട്ടുണ്ട്. നമ്മുടെ വിശ്വാസങ്ങൾ, പെരുമാറ്റം, ചുറ്റുപാടുകൾ എന്നിവ പ്രതിരോധ വ്യവസ്ഥയെ എങ്ങനെ സ്വാധീനിക്കുന്നു എന്ന പഠനമാണിത്. NLP യുടെ രീതിയിൽ വിശദീകരിക്കുമ്പോൾ പി.എൻ.ഐ എന്നത് ബൗദ്ധികതലങ്ങളും പ്രതിരോധ വ്യവസ്ഥയും തമ്മിലുള്ള ബന്ധമാണ്. ആന്റിജനുകൾ, ബാക്ടീരിയകൾ, വൈറസുകൾ, കാൻസർകോശങ്ങൾ എന്നിവയെ നശിപ്പിച്ച് നമ്മെ സംരക്ഷിക്കുന്ന ശാരീരിക സംവിധാനമാണ് നമ്മുടെ പ്രതിരോധ വ്യവസ്ഥ.

നെഗറ്റീവ് ആങ്കറുകൾ (പ്രതിലോമ പ്രേരകങ്ങൾ) നിങ്ങളുടെ പ്രതിരോധ വ്യവസ്ഥയെ നശിപ്പിക്കുകയും രോഗസാധ്യത വർദ്ധിപ്പിക്കുകയും ചെയ്യുന്നു. എന്നാൽ ശുഭകരമായ മറ്റൊരു വാർത്ത നോക്കൂ; പോസിറ്റീവ് ആങ്കറുകൾക്ക് (അനുലോമ പ്രേരകങ്ങൾ) പ്രതിരോധ വ്യവസ്ഥയെ ശക്തിപ്പെടുത്താനും അതുവഴി നല്ല ആരോഗ്യം വളർത്തിയെടുക്കാനും സാധിക്കും.

അലർജികൾ : പ്രതിരോധ വ്യവസ്ഥയുടെ ഭയങ്ങൾ

ചിലന്തിയെ പേടിയുള്ള ഒരു വ്യക്തിക്ക് ചിലന്തിയെ കാണുമ്പോൾ അല്ലെങ്കിൽ അതിനെകുറിച്ച് ചിന്തിക്കുമ്പോൾ തന്നെ തീവ്രവും യുക്തിബോധമില്ലാത്തതുമായ പ്രതികരണങ്ങൾ ഉണ്ടാകുന്നു. യുക്തിചിന്ത ആ സമയത്ത് സഹായകമാകുന്നില്ല. ചിലന്തി ഒരു ഭീഷണിയല്ലെന്ന് അയാൾക്ക് അറിയാം. എന്നിരുന്നാലും അതിന്റെ സ്പർശനം അസഹനീയമാണ്.

വളർത്തു മൃഗങ്ങൾ, പൊടിപടലങ്ങൾ, പൂമ്പൊടി എന്നിവയോടുള്ള നമ്മുടെ പ്രതിരോധ വ്യവസ്ഥയുടെ പ്രതികരണമാണ് അലർജി. അവയൊന്നും ഭീഷണിയല്ല; പ്രതിരോധ വ്യവസ്ഥയ്ക്ക് പറ്റുന്ന തെറ്റുകളാണവ. ജീവിതത്തിൽ എപ്പോഴെങ്കിലുമുണ്ടായ ഒരു ദുരനുഭവത്തിന്റെ ഓർമ്മയാണ് ഭയമായി പരിണമിക്കുന്നത്. ഇതുപോലെ തന്നെയാണ് അലർജിയും. എപ്പോഴെങ്കിലും അസ്വീകാര്യമായ ഒരു വസ്തുവിനോട് പ്രതിരോധ വ്യവസ്ഥയ്ക്കുണ്ടാകുന്ന പ്രതികരണമാണ് അലർജിയായി പിന്നീട് നിലനിൽക്കുന്നത് . ഇത് ജീവിതകാലം മുഴുവൻ ആ വ്യക്തിയെ പിൻതുടരുകയും ചെയ്യുന്നു.

അലർജിയുളവാക്കുന്ന വസ്തുവിന്റെ സാമീപ്യം മാത്രമല്ല, അതിനെ കുറിച്ച് ചിന്തിക്കുമ്പോൾ പോലും അലർജിയുടെ പ്രതികരണങ്ങൾ ഉളവാകുന്നു. അലർജി ഉളവാക്കുന്ന വസ്തുവിന്റെ സാമീപ്യമില്ലാതെ തന്നെ പ്രതിരോധ വ്യവസ്ഥയെ സ്വാധീനിച്ച് അലർജിയുടെ ലക്ഷണങ്ങൾ കാണിക്കുവാൻ നമുക്ക് കഴിയുന്നുണ്ടെങ്കിൽ, നേരെ തിരിച്ചുള്ള സ്വാധീനം ചെലുത്തി ആ അലർജി ഭേദമാക്കുവാനും നമുക്ക് സാധിക്കണം.

അലർജിമൂലം ബുദ്ധിമുട്ടനുഭവിക്കുന്ന ആളുകൾ ഉറക്കത്തിലേയ്ക്ക് വഴുതി വീഴുമ്പോഴോ, അല്ലെങ്കിൽ മനോവ്യഥയിൽ ആയിരിക്കുമ്പോഴോപോലും അലർജിയുടെ സൂചനകൾ നൽകാറുണ്ട്.ഇത് സൂചിപ്പിക്കുന്നത് ശാരീരികതലത്തിലേതുപോലെ തന്നെ നാഡീബൗദ്ധികതലത്തിലും എന്തോ ഒന്ന് പ്രവർത്തിക്കുന്നു എന്നാണ്. ആളുകളെ അലർജിയുണ്ടാക്കുന്ന വസ്തുക്കളോട് പ്രതികരണമില്ലാത്തവരായോ അലർജികളെ അതിജീവിക്കാൻ കഴിവുള്ളവരായോ മാറ്റിയെടുക്കാൻ കഴിയും എന്നത് പരക്കെ അറിയാവുന്ന ഒരു വസ്തുതയാണ്. അലർജിയെപ്പറ്റിയുള്ള ചിന്ത പ്രതിരോധ വ്യവസ്ഥയിൽ ഒരു ഭയമെന്നതുപോലെ പ്രവർത്തിക്കുന്നു. ഇത് 'രൂപകം' പോലെ മുന്നോട്ടുള്ള പ്രതികരണങ്ങൾക്ക് കാരണമാകുകയും ചെയ്യുന്നു.

കൃത്രിമമായുള്ള പൂക്കളിൽ നിന്നുപോലും ആളുകൾക്ക് അലർജി ഉണ്ടാകാറുണ്ട് ഈ പൂക്കൾ യാഥാർത്ഥ്യമാണെന്നു അവർ വിശ്വസിക്കുന്നിടത്തോളം കാലം. നമ്മുടെ പ്രതിരോധ വ്യവസ്ഥിതിക്ക് യാഥാർത്ഥ്യത്തോട് പ്രതികരിക്കുവാനുള്ള പ്രവണതയല്ല മറിച്ച് നമ്മൾ ചിന്തിക്കുകയും വിശ്വസിക്കുകയും ചെയ്യുന്നതിനോട് പ്രതികരിക്കുവാനുള്ള പ്രവണതയാണുള്ളത്. ഇത് നമ്മുടെ കാഴ്ചപ്പാടിലുള്ള വ്യതിയാനത്തിന് നമ്മുടെ പ്രതിരോധ വ്യവസ്ഥിതിയുടെ പ്രതികരണത്തിൽ മാറ്റം വരുത്തുവാൻ സാധിക്കും എന്നുള്ള സന്ദേശത്തെ ദൃഢീകരിക്കുന്നു.

ഒരു വ്യക്തിയുടെ യാഥാർത്ഥ്യത്തിന്റെ ഭൂപടം രൂപപ്പെടുത്തുന്നതിൽ എങ്ങനെയാണ് അയാളുടെ മനസ്സ് പ്രവർത്തിക്കുന്നത് എന്നതിന്റെ ഒരു ആന്തരിക വീക്ഷണമാണ് NLP നമുക്ക് പ്രദാനം ചെയ്യുന്നത്. അതുകൊണ്ടുതന്നെ ഇത് മറ്റുള്ളവരുടെ (രോഗികളുടെ) ഭൂപടത്തെ മനസിലാക്കുവാനും നമ്മെ സഹായിക്കുന്നു.

ഇത് നമുക്ക് രോഗിയുടെ ഇഷ്ടപ്പെട്ട ഭാഷാഗ്രഹണ സമ്പ്രദായം കണ്ടുപിടിക്കുന്നതിനും, അയാളുമായി മാനസികൈക്യം കൈവരിക്കുന്നതിനും, പ്രയോജനപ്രദമായ രീതിയിലുള്ള ആശയവിനിമയത്തിനും ഉള്ള ഉപാധികൾ പ്രദാനം ചെയ്യുന്നു.

എന്തോ ഒന്നിനു പരിചരണം ആവശ്യമാണ് എന്നുള്ളതിനു നമ്മുടെ ശരീരത്തിൽനിന്നുള്ള സൂചനയാണ് ഏതൊരു അസുഖവും. പരിമിതപ്പെടുത്തുന്ന വിശ്വാസങ്ങളെ ഇല്ലായ്മ ചെയ്യുന്നതിലൂടെയും, ഒരു വിഭവ സമൃദ്ധമായ അവസ്ഥയെ വികസിപ്പിച്ചെടുക്കുന്നതിലൂടെയും വളരെ വേഗത്തിൽ സുഖം പ്രാപിക്കുന്നതിനു അനുയോജ്യമായ ഒരു അവസ്ഥ രൂപപ്പെടുത്തുന്നതിനു NLP സഹായിക്കുന്നു.

NLP ക്ക് സാമാന്യനായ ഒരു ഡോക്ടറെ മികച്ച ഒരു ഡോക്ടറാക്കി മാറ്റുവാൻ സാധിക്കും.

അഭ്യാസം

1. ഇവയെല്ലാം തന്നെ അസുഖത്തിന്റെ ചികിൽസയെക്കുറിച്ചുള്ളതാണ് എന്നു ചിന്തിക്കുന്നതിനു പകരം പൂർണ ആരോഗ്യം കൈവരിക്കുന്നതിനെക്കുറിച്ചുള്ളതാണ് എന്നു സ്മരിക്കുക.
2. അസുഖം എന്നാൽ എന്തോ ഒന്ന് കേടായിപ്പോയി എന്നല്ല മറിച്ച് എന്തോ ഒന്ന് പ്രവർത്തിക്കേണ്ടിയിരുന്ന രീതിയിലല്ല പ്രവർത്തിക്കുന്നത് എന്നാണ്.
3. രോഗിയുടെ ലോകത്തെ ബഹുമാനിക്കുകയും അവരുടെ ആരോഗ്യത്തിലേയ്ക്കുള്ള നങ്കൂരമാകുകയും ചെയ്യുക.

14

മനസ്സിന്റെ ശക്തി

The plan of the town may change
but the location of its well remains.
The water in the well never disappears.

I Ching

പ്രവർത്തിക്കുന്നതിനാവശ്യമായ ഒരു നിർദ്ദേശപ്പട്ടികയോ ഒരു സോഫ്റ്റ്‌വെയറോ കൂടാതെ നിർമ്മിക്കപ്പെട്ട ഒരേ ഒരു സൂപ്പർ കമ്പ്യൂട്ടർ ആയാണ് മനസ്സിനെ പരാമർശിച്ചിരിക്കുന്നത്. കഴുത്തിനു മുകളിലുള്ള ഒരു ബില്ല്യൺ ജിഗാബൈറ്റ് പ്രവർത്തനശേഷിയുള്ള പേഴ്സണൽ കമ്പ്യൂട്ടർ ആണ് മനസ്സ്.

കോടിക്കണക്കിനു നാഡീകോശങ്ങൾ ചേർന്നാണ് മസ്തിഷ്കം നിർമ്മിക്കപ്പെട്ടിട്ടുള്ളത്. മസ്തിഷ്കത്തിന്റെ ക്ഷമത അതിന്റെ വലിപ്പത്തിലല്ല മറിച്ച് ഡെൻഡ്രൈറ്റുകൾ ഉണ്ടാക്കുന്ന ശൃംഖലയിലാണ്. തുടർച്ചയായ ഉപയോഗത്തിലൂടെ ഇതിന്റെ കാര്യക്ഷമത വർദ്ധിക്കുന്നു. ഇതിലൂടെ ആക്സോണിനു മുകളിലുള്ള മൈലിൻ ഉറയുടെ കട്ടി വർദ്ധിക്കുകയും ചെയ്യുന്നു. അങ്ങനെ ആവേഗങ്ങൾ പ്രസരണം ചെയ്യപ്പെടുന്നതിന്റെ വേഗതയും വർദ്ധിക്കുന്നു. അതായത് തുടക്കത്തിൽ ബുദ്ധിമുട്ടുള്ള കാര്യങ്ങൾ പരിശീലനത്തിലൂടെ നിങ്ങൾ സ്വായത്തമാകുന്നു.

ഇതിനുപുറമേ വലതുകൈ കൂടുതലായി ഉപയോഗിക്കുന്ന വ്യക്തികളാകുമ്പോൾ അവരുടെ ഇടതു മസ്തിഷ്കത്തിന്റെ സമ്പർക്കം കൂടുതലാകുകയും അതുകൊണ്ടുതന്നെ ദൈനംദിന പ്രവൃത്തികളിലെ കർത്തവ്യങ്ങൾ വർദ്ധിക്കുകയും ചെയ്യുന്നു. ഇതുപോലെ തിരിച്ചും. അതുകൊണ്ടുതന്നെ നിങ്ങൾ നിങ്ങളുടെ കൂടുതലായി ഉപയോഗിക്കാത്ത (വശമില്ലാത്ത) കൈ കൂടുതലായി ഉപയോഗിക്കുമ്പോൾ ഇതിനെ

തിരായുള്ളതും കൂടുതലായി ഉപയോഗിക്കപ്പെടാത്തതുമായ മസ്തിഷ്ക അർദ്ധഗോളത്തിനുള്ളിലെ സമ്പർക്കം വർദ്ധിക്കുന്നു. ഇതിലൂടെ മസ്തിഷ്കത്തിന്റെ മൊത്തത്തിലുള്ള ശൃംഖലയിലും തന്മൂലം കാര്യക്ഷമതയിലും വർദ്ധനവുണ്ടാകുന്നു. ഇതുകൊണ്ടാണ്

രണ്ടുകൈയും ഒരുപോലെ വശമുള്ള വ്യക്തികളുടെ മസ്തിഷ്കത്തിന്റെ മൊത്തമായുള്ള കാര്യക്ഷമത വർദ്ധിച്ചിരിക്കുന്നതും ഇതിന്റെ പ്രഭാവം അയാളുടെ വ്യക്തിത്വത്തിലുണ്ടായിരിക്കുന്നതും.

ഇടതുമസ്തിഷ്കം

ഇടതുമസ്തിഷ്ക്കത്തിന് സംഭവങ്ങളെ ഒന്നിനു പുറകേ ഒന്നായി സൂക്ഷിക്കുവാനും, അതിനെ അർത്ഥവത്താക്കാനും കഴിയുന്നു. നാം ഒരാളുമായി ആശയവിനിമയം നടത്തുമ്പോഴും സമവാക്യങ്ങൾ ലഘൂകരിക്കുമ്പോഴും, ബാങ്ക് അക്കൗണ്ടുകൾ നോക്കുമ്പോഴും, പദപ്രശ്നങ്ങൾ ചെയ്യുമ്പോഴും ഇടതു മസ്തിഷ്കമാണ് ഉപയോഗിക്കുന്നത്. ഒരാൾ കൂടുതലായി ഇടതു മസ്തിഷ്കം ഉപയോഗിക്കുന്നത് അയാളുടെ സർഗ്ഗാത്മകതയ്ക്ക് തടസ്സം നിൽക്കുന്നു. ഇത്തരക്കാർ ഒരു പ്രത്യേക പെരുമാറ്റരീതിയുള്ളവരും വിജയത്തിനായി യുക്തിപൂർവ്വം പല മാർഗ്ഗങ്ങളും മാറി മാറി ഉപയോഗിക്കാൻ കഴിവുള്ളവരുമായിരിക്കും.

വലതു മസ്തിഷ്കം

വലതുമസ്തിഷ്കം ഭാവനയുമായും സർഗ്ഗാത്മകതയുമായും ബന്ധപ്പെട്ടിരിക്കുന്നു. സംഗീതവും ചിത്രകലയുമൊക്കെ വലതു മസ്തിഷ്ക്കത്തിന്റെ സംഭാവനകളാണ്. എന്നാൽ ഇടതുമസ്തിഷ്കം ഉപയോഗിക്കുന്നവർ ഇത്തരക്കാരെ വിഡ്ഢികളെന്നും, മൂഢ സ്വർഗ്ഗത്തിൽ ജീവിക്കുന്നവർ എന്നും കളിയാക്കാറുണ്ട്. ഇത് വലതുമസ്തിഷ്ക്കത്തിന്റെ ഒരു പോരായ്മയായി കാണുന്നു. ഇനി നിങ്ങൾ അതിശയിച്ചു പോകുന്ന മറ്റൊരു കാര്യം ശ്രദ്ധിക്കു, പലപ്പോഴും സർഗ്ഗാത്മക പ്രതിഭകളെ പ്രത്യേകിച്ചും കലാരംഗത്തും കായിക രംഗത്തുമുള്ളവരെ നയിക്കുന്നത് ഇടതു മസ്തിഷ്കം ഉപയോഗിക്കുന്നവരായിരിക്കും.

കൂടുതൽ പേരും വലതുമസ്തിഷ്ക്കമാണ് സംഗീതത്തിനായി ഉപയോഗിക്കുന്നത്. എന്നാൽ സംഗീത രചയിതാക്കൾ അവരുടെ ഇടതു മസ്തിഷ്ക്കമാണ് ഉപയോഗിക്കുന്നത്. കാരണം, അവർ രചനയെ കൂടുതൽ വിശകലനം ചെയ്യുന്നു. ഇടതു മസ്തിഷ്കം ശരീരത്തിന്റെ വലതുഭാഗത്തെ നിയന്ത്രിക്കുകയും കാര്യങ്ങൾ ഒന്നിനു പുറകെ ഒന്നായി പഠിക്കാൻ സഹായിക്കുകയും ചെയ്യുന്നു. വലതു മസ്തിഷ്കം ശരീരത്തിന്റെ ഇടതു ഭാഗത്തെയാണ് നിയന്ത്രിക്കുന്നത്. വലതുമസ്തിഷ്കം ഉപയോഗിക്കുന്നവർ കാര്യങ്ങൾ മുഴുവനായി പഠിക്കുന്നുവെങ്കിലും, ലക്ഷ്യമില്ലാതെ ആയിരിക്കും അവർ അത് ചെയ്യുന്നത്.

നമ്മുടെ ഓരോ ദിവസവും 90 മിനിട്ടുകൾ വീതമുള്ള ഓരോ സമയ ചക്രത്തിലൂടെയാണ് കടന്നു പോകുന്നത്. ഉറങ്ങുന്ന സമയത്താണെങ്കിലും 90 മിനിറ്റ് നമ്മൾ ഗാഢനിദ്രയിലും, അടുത്ത 90 മിനിട്ട് നമ്മൾ ലഘു നിദ്രയിലും ആയിരിക്കും. ഈ ചക്രം തുടർന്നു കൊണ്ടേയിരിക്കും. പകൽ നാം ഉറങ്ങുന്നില്ലായെങ്കിലും 90 മിനിട്ട് നമ്മൾ കാര്യങ്ങൾ നന്നായി മനസ്സിലാക്കുകയും അടുത്ത 90 മിനിട്ട് ശ്രദ്ധ കേന്ദ്രീകരിക്കാൻ കഴിയാതെ വരുകയും ചെയ്യുന്നു. ഈ ഓരോ ഘട്ടവും നമ്മുടെ ഇടതു മസ്തിഷ്ക്കത്തിന്റെയും വലതു മസ്തിഷ്ക്കത്തിന്റെയും പ്രവർത്തനത്തെ സൂചിപ്പിക്കുന്നു. അതായത് നിങ്ങൾ കാര്യങ്ങൾ നന്നായി മനസ്സിലാക്കുന്ന 90 മിനിട്ട് നിങ്ങളുടെ ഇടതു മസ്തിഷ്ക്കവും, ശ്രദ്ധ കേന്ദ്രീകരിക്കുവാൻ കഴിയാത്ത അടുത്ത 90 മിനിട്ട് വലതു മസ്തിഷ്ക്കവുമായിരിക്കും കൂടുതൽ പ്രവർത്തിക്കുന്നത്.

ഉപബോധമനസ്സിന്റെ ശക്തി

നിങ്ങളുടെ ബോധതലത്തിനു താഴെ നിലകൊണ്ടുകൊണ്ട് നിങ്ങളുടെ ജീവിതത്തിൽ ഒരു ശക്തമായ സ്വാധീനം ചെലുത്തിക്കൊണ്ടിരിക്കുന്ന മനസ്സിന്റെ ഭാഗമാണ് ഉപബോധമനസ്സ്. വാസ്തവത്തിൽ ഒരു നിശ്ചിത സമയത്ത് നിങ്ങളുടെ അറിവോടെയുള്ളത് ബോധവും മറിച്ചുള്ളത് അബോധവും ആണ്. നിങ്ങളുടെ ജീവിതത്തിന്റെ എല്ലാ ഘടകങ്ങളേയും നിയന്ത്രിക്കുന്ന ശക്തിയാണ് ഉപബോധമനസ്സ് ഒരു പക്ഷേ നിങ്ങൾ തിരിച്ചറിയുന്നതിനേക്കാൾ വളരെക്കൂടുതൽ.

ആന്തരികവ്യതിയാനങ്ങൾ നേടിയെടുക്കുന്നതിനു വേണ്ടിയുള്ള എല്ലാ പ്രേരക നടപടിക്രമങ്ങളും നടക്കുന്നത് ഉപബോധമനസ്സിലാണ്. ഈ വ്യതിയാനങ്ങൾ നിങ്ങളുടെ ജീവിതാനുഭവങ്ങളുടെ ഗുണമേന്മയിൽ പ്രതിഫലിക്കുകയും നിങ്ങളുടെ ഉപബോധമനസ്സിലുള്ള, നിങ്ങളെ പരിമിതപ്പെടുത്തുന്ന അശുഭകരങ്ങളായ ചിന്തകൾക്കു പകരം ജീവിതാഭിവൃദ്ധിക്കുതകുന്ന ശുഭകരങ്ങളായ വിശ്വാസങ്ങൾ പുനഃസ്ഥാപിക്കുകയും ചെയ്യുന്നു. ഇതു സംഭവിക്കുന്ന അവസരത്തിൽ നിങ്ങളുടെ ആന്തരിക മനസ്സ് സ്വയമേ തന്നെ നിങ്ങൾ ആഗ്രഹിക്കുന്ന തരത്തിലുള്ള ജീവിത രീതി സൃഷ്ടിച്ചു തുടങ്ങുന്നു.

വിശ്വാസങ്ങൾ

വിശ്വാസങ്ങൾ സ്വയം പൂരകങ്ങളായ പ്രവചനങ്ങളെപ്പോലെയാണ്. നിങ്ങളുടെ മനസ്സ് എന്തു വിചാരിക്കുന്നുവോ അത് വിശ്വസിക്കുന്നു. എന്ത് വിശ്വസിക്കുന്നുവോ അത് നേടിയെടുക്കുവാനും ശ്രമിക്കുന്നു. ഫീഡ് ഫോർവേഡ് (feed forward) തത്വം

പറയുന്നതെന്തെന്നാൽ, നിങ്ങൾ ഇതുവരെ സംഭവിക്കാത്ത ഒരു കാര്യം ഭാവിയിൽ സംഭവിക്കുമെന്ന് വിശ്വസിച്ചാൽ അതുവരെ ഉണ്ടായിരുന്നതിൽ നിന്നും വിഭിന്നമായി പ്രവർത്തിക്കുകയും അതിലൂടെ നിങ്ങൾ വിശ്വസിച്ചകാര്യം പ്രാവർത്തികമാക്കുകയും ചെയ്യുന്നു. NLP യിലെ തത്വങ്ങളായ VAK ഉം Anchoring ഉം ഇതു കൂടുതൽ സുഗമമാക്കുന്നു. നമുക്ക് അറിവിനെ മൂന്ന് തലത്തിൽ മനസ്സിലാക്കാം.

ആദ്യമായി, വ്യക്തമായ തെളിവുകളോടുകൂടിയ അറിവ്. ഇത് അറിയുക അഥവാ നോയിംഗ് (Knowing) എന്നറിയപ്പെടുന്നു.

രണ്ടാമത് നമുക്ക് ഉറപ്പില്ലെങ്കിലും മിക്കവാറും ശരിയെന്ന് കരുതുന്നവ. ഇതിനെ വിശ്വസിക്കുക അഥവാ ബീലീവിംഗ് (believing) എന്നറിയപ്പെടുന്നു.

മൂന്നാമതായി, നമ്മൾ അറിഞ്ഞിരിക്കേണ്ടതും, എന്നാൽ നമുക്ക് തെളിവില്ലാത്തതുമായ അവസ്ഥയാണ്. ഇതിനെ ഉറച്ചവിശ്വാസം (conviction) എന്നു വിളിക്കാം. ഇത് ഒരു സാങ്കല്പിക അറിവാണ്. അപരിചിതമായ ലോകത്ത് ഇതൊരു ആവശ്യമെന്നു മാത്രമല്ല, വളരെ പരിമിതമായ അളവിൽ പാർശ്വ ഫലങ്ങൾ നൽകുന്നവയുമാണ്. ഈ മൂന്ന് തരം അറിവുകളേയും പൊതുവായി വിശ്വാസം എന്ന ഒറ്റവാക്കിലാണ് NLP യിൽ പ്രതിപാദിക്കുന്നത്.

അംഗീകരിക്കപ്പെട്ട അഭിപ്രായമാണ് വിശ്വാസം. അതായത് നിങ്ങളുടെയുള്ളിൽ, വിശ്വാസങ്ങളുമായി യോജിച്ച ഒരു പ്രവർത്തനത്തെ ശരിവയ്ക്കുകയും, യോജിക്കാത്തതിനെ എതിർക്കുകയും, രണ്ടു പക്ഷത്തോടും നിഷ്പക്ഷത പുലർത്തുകയും ചെയ്യുന്ന എന്തോ ഒന്നുണ്ട്. വിശ്വാസങ്ങളെക്കുറിച്ചുള്ള ചിന്ത ഇതുപോലെയാണ്. വിശ്വാസങ്ങൾ ഒരു സ്റ്റൂളിന്റെ മുകൾസ്ഥാനം പോലെയാണ്. കാലുകൾ കൂടുന്തോറും ഇത് ഇരിക്കുന്നതിനു കൂടുതൽ ദൃഢതയുള്ളതായി മാറുന്നു. ഇവിടെ നമ്മുടെ അനുഭവങ്ങളാണ് കാലുകൾ. ഇതാണ് അനുഭവങ്ങളുടെ എണ്ണം കൂടുന്തോറും വിശ്വാസങ്ങൾ (നല്ലതായാലും ചീത്തയായാലും) കൂടുതൽ കൂടുതൽ ദൃഢമാകുവാനുള്ള കാരണം. ഒന്നുകിൽ സ്റ്റൂളിന്റെ ചീത്ത കാലുകൾ (അനുഭവങ്ങൾ)ക്കു പകരം നല്ലവ പുനസ്ഥാപിക്കുവാൻ അല്ലെങ്കിൽ ഭാവനകളാണെങ്കിൽ പോലും കൂടുതൽ കൂടുതൽ അനുഭവങ്ങൾ കൊണ്ട് കാലുകളുടെ എണ്ണം വർദ്ധിപ്പിക്കുവാനും NLP ഈ തത്വം ഉപയോഗപ്പെടുത്താറുണ്ട്. എന്തെന്നാൽ വ്യാജമായ ഒന്നിൽ നിന്നും യഥാർത്ഥത്തിൽ നടന്നതിനെ വേർതിരിച്ചെടുക്കുവാൻ മസ്തിഷ്കത്തിനു സാധ്യമല്ല.

സുരക്ഷിത മേഖലാ തത്വം
അല്ലെങ്കിൽ വിശ്വാസങ്ങളെ നിയന്ത്രിക്കൽ

സർക്കസിലെ ആനകൾ അവയെ കെട്ടിയിട്ടിരിക്കുന്ന കൊച്ചുകമ്പിനുചുറ്റും വൃത്താകൃതിയിൽ നടക്കുന്നത് ശ്രദ്ധിച്ചിട്ടില്ലേ? രസകരമായ വസ്തുത ആ കയറഴിച്ച് വിട്ടാലും ആന കെട്ടിയിട്ടിരുന്നപ്പോഴെന്നപോലെ നടക്കുമെന്നതാണ്. അവ ചെറുപ്പമായിരുന്നപ്പോൾ കെട്ടിയിരുന്നതുപോലെയുള്ള ചെറിയ കയറയാലും, അത് തകർക്കാൻ പറ്റാത്തത്ര ബലമുള്ളതാണെന്നാണ് ആനകൾ കരുതുന്നത്. ഇത് നമുക്ക് നമ്മെപ്പറ്റിയുള്ള വിശ്വാസനിയന്ത്രണത്തിന് സമാനമാണ്.

സാധാരണയായി ആളുകൾ അവർക്കറിയാവുന്ന കാര്യങ്ങളോ, ചെയ്തു പരിചയമുള്ള കാര്യങ്ങളോ ഉൾപ്പെടുന്ന ഒരു സുരക്ഷിതമേഖല അവർക്കു ചുറ്റും തീർക്കുന്നു. അതിനപ്പുറം എന്തെങ്കിലും പുതിയ കാര്യങ്ങൾ പഠിക്കുന്നതിനോ, ചെയ്യുന്നതിനോ തയ്യാറാവുകയില്ല. കാരണം, അതു വഴി പുതിയ പ്രശ്നങ്ങളെ നേരിടേണ്ടി വരുമെന്നോ, കൂടുതൽ അസൗകര്യങ്ങളുണ്ടാകുമെന്നോ അവർ ഭയക്കുന്നു.

ഇവിടെ പ്രശ്നം എന്താണെന്നുവച്ചാൽ നമ്മൾ നമ്മുടെ സുരക്ഷിതമേഖലയിൽ തുടർന്നാലും പഠനമേഖലയിൽ വളർന്നുകൊണ്ടേയിരിക്കും. ഈ വളർച്ച നമ്മുടെ ഇഷ്ടാനിഷ്ടങ്ങൾക്ക് അനുസൃതമാകണമെന്നില്ല. പക്ഷേ ഒരു ഘട്ടമെത്തുമ്പോൾ അത് നമ്മളെ ആ പ്രക്രിയയിലേക്ക് വലിച്ചുടുപ്പിക്കുകതന്നെ ചെയ്യും. അതിനാൽ, സ്വമേധയാ അതിനു തയ്യാറാകുന്നതാണ് നല്ലത്.

നമുക്ക് ഒൻപതോ, പത്തോ മാസം പ്രായമുണ്ടായിരുന്ന കാലം ഓർത്തു നോക്കു. കസേരയിലും മറ്റും പിടിച്ച് എഴുന്നേറ്റ് നിൽക്കാൻ ശ്രമിക്കുകയും പരാജിതരായി വീഴുകയും എന്നാൽ വീണ്ടും വീണ്ടും വേദനയോടെയാണെങ്കിലും ശ്രമിക്കുകയും അനവധി പരാജയങ്ങൾക്കൊടുവിൽ സ്വന്തം കാലിൽ നിവർന്നു നിൽക്കുകയുംചെയ്യുന്നു. ഇത്രയുംപ്രയാസപ്പെടുന്നതിനു പകരം മുട്ടിലിഴയാമെന്ന് തീരുമാനിച്ചിരുന്നെങ്കിലത്തെ കാര്യം ഓർത്തു നോക്കു. മാതാപിതാക്കൾ എങ്ങനെയെങ്കിലും കൊണ്ടു നടക്കുമായിരിക്കും. പക്ഷേ, ഇപ്പോഴും നമ്മൾ ഇഴഞ്ഞു നടക്കുകതന്നെയായിരിക്കില്ലേ? അന്ന് പരാജയം എന്നൊരു ആശയമേ ഉണ്ടായിരുന്നില്ല. നേരെ മറിച്ച് പരാജയത്തിന്റെ രുചി അറിഞ്ഞപ്പോൾ, ശ്രമം ഉപേക്ഷിച്ച് വരാനുള്ള പ്രവണതയാണ് ഇന്ന് നമ്മിലുള്ളത്. നമ്മുടെ ഉള്ളിലെ ചെറിയ കുട്ടിക്ക് ഒട്ടനവധി കാര്യങ്ങൾ നമ്മെ പഠിപ്പിക്കാനാവും.

ധാരാളം ആളുകൾ എന്തുകൊണ്ടാണ് തങ്ങളുടെ ഉപബോധമനസ്സ് സ്വയം പരിമിതപ്പെടുത്തുന്ന അശുഭകരങ്ങളായ ചിന്തകൾക്ക്

പ്രാഥമ്യം നല്കി വിശ്വസിച്ച് മനസ്സിൽ സൂക്ഷിക്കുന്നത് എന്നുള്ള തോർത്ത് ആശ്ചര്യപ്പെടാറുണ്ട്. നമ്മുടെ ഉപബോധം ഇത്തരത്തിൽ വിചിത്രമാണ്. ഇത് വിവരങ്ങളെ യാതൊരു ചോദ്യംചെയ്യലുകളും കൂടാതെ സ്വീകരിച്ച് അതിനനുസൃതമായി നയിക്കുന്നു. 'നിങ്ങൾ എന്താണെന്നാണോ നിങ്ങൾ ചിന്തിക്കുന്നത് അതാണ് നിങ്ങൾ.'

നിങ്ങളുടെ മുഴുവനായുള്ള ജീവിതം നോക്കിയാൽ നിങ്ങൾ ശ്രദ്ധി ച്ചുകൊണ്ടിരിക്കുന്നതും, പിന്തുടരുന്നതും നിങ്ങളുടെ രക്ഷിതാക്കൾ, സുഹൃത്തുക്കൾ, ബന്ധുക്കൾ, നമ്മുടെ വിദ്യാഭ്യാസ സമ്പ്രദായം തുടങ്ങിയവ നിങ്ങളുടെ ഉപബോധമനസ്സിൽ ആഴത്തിൽ പതിപ്പി ച്ചിരിക്കുന്ന തിരക്കഥ(script)കളെയാണ്. ആ ചിന്താശീലങ്ങളും, മനോഭാവങ്ങളും, ആന്തരികവിശ്വാസങ്ങളും നിങ്ങളുടെ മനശക്തിയും പ്രതിബന്ധങ്ങളും രൂപവല്ക്കരിക്കുന്നു. ഇത്തരത്തിലുള്ള ഉപബോധ മനസ്സാലുള്ള പരിമിതികളാണ് നിങ്ങളെ പരിപൂർണ വിജയവും, സന്തോഷവും, വ്യക്തിത്വ സഫലീകരണവും കൈവരിക്കുന്നതിൽ തടസ്സപ്പെടുത്തിക്കൊണ്ടിരിക്കുന്നത്. മാത്രമല്ല ഇവയിൽ മാറ്റം വരു ത്തുന്നതിന് നിങ്ങൾ ഉചിതമായ നടപടികൾ സ്വീകരിച്ചില്ലെങ്കിൽ തുടർന്നുള്ള ജീവിതത്തിലും ഇവ നിങ്ങളെ പരിമിതപ്പെടുത്തിക്കൊ ണ്ടിരിക്കും.

ഉദാഹരണമായി കുട്ടിക്കാലത്ത് നിങ്ങൾ ചുറുചുറുക്കില്ലാത്തവ നാണ്, നിങ്ങൾ ഒരിക്കലും ഒരു പരിധിയിലധികം ആകില്ല എന്നു ആവർത്തിച്ച് പറയുമായിരുന്നെങ്കിൽ നിങ്ങളുടെ സുഗ്രാഹ്യമായ ഉപബോധമനസ്സ് ഒരു പക്ഷേ യാതൊരുവിധ ചോദ്യംചെയ്യലുകളോ യുക്തിപരമായ പര്യാലോചനകളോ കൂടാതെ ഇതിനെ സ്വീകരിച്ചേ ക്കും. ഇത് പിന്നീട് അടുത്ത ഘട്ടത്തിലേയ്ക്ക് കടക്കുവാനുള്ള സാധ്യ തയുണ്ട്. 'ഞാൻ ഒരു വിജയി ആകുവാൻ ആഗ്രഹിക്കുന്നു പക്ഷേ ഞാൻ മന്ദഗതിക്കാരനും വിവേകശൂന്യനും ആണ്. എന്തിനു വെറുതെ ശ്രമിക്കുവാൻ വേണ്ടി ബുദ്ധിമുട്ടണം' എന്ന തരത്തിലുള്ള ആത്മഗത പ്രസ്താവനകൾക്ക് രൂപം നല്കുന്നു. ഇതിനു പുറമെ ചിലപ്പോൾ നിങ്ങൾ കാര്യങ്ങൾ നല്ല രീതിയിൽ ചെയ്തുകൊണ്ടിരിക്കുമ്പോൾ ഉപബോധ മനസ്സ് നിങ്ങളുടെ ചുവടുകളെ നിയന്ത്രിച്ചുകൊണ്ട് പറയുന്നു 'ഹേയ്! ഇത് ശരിയല്ല. എനിക്ക് ഇത്രയും സാമർത്ഥ്യമുള്ളവനാകുവാൻ കഴിയില്ല.' ഉടൻതന്നെ നിങ്ങളുടെ പ്രകടനം മുൻകൂട്ടി നിശ്ചയിക്ക പ്പെട്ടിട്ടുള്ള അതൃപ്തികരമായ ഘട്ടത്തിലേയ്ക്ക് താഴ്ന്ന് പോകുന്നു.

ഇങ്ങനെയാണ് സ്വയം പരിമിതപ്പെടുത്തുന്ന വിശ്വാസങ്ങൾ ദൃഢീകരിക്കപ്പെട്ടിരിക്കുന്നത്. മാത്രമല്ല ഇവ നിങ്ങളുടെ ഉപബോധ മനസ്സിൽ ആഴത്തിൽ വേരോടിയിരിക്കുന്നതുകൊണ്ടുതന്നെ ഇവയെ നമ്മൾ പുനസ്ഥാപിക്കുന്നതുവരേയ്ക്കും ഇവ നിലനില്ക്കുകയും ചെയ്യും.

ആത്മമോഹനിദ്രയും ദൃഢീകരണവും

മനസ്സിൽ നിന്നും അശുഭകരങ്ങളായ ആശയങ്ങളെ വേഗത്തിൽ എന്നെന്നേയ്ക്കുമായി ഇല്ലാതാക്കി അവയ്ക്കു പകരം ഞാൻ എന്തു ചെയ്താലും അതിൽ ഞാൻ ശോഭിക്കും, എനിക്ക് വളരെ തീക്ഷ്ണത യുള്ളതും, ചിന്താവേഗമുള്ളതും, ശ്രദ്ധയുള്ളതുമായ ഒരു മനസ്സുണ്ട്, ഞാൻ ഒരു വിജയിയാണ് ഞാൻ ഒരു ജീവിത വിജയം കൈവരിച്ച വ്യക്തിയാണ് എന്നിങ്ങനെയുള്ള ശുഭകരമായ വിശ്വാസങ്ങൾ പുന സ്ഥാപിക്കുവാൻ പടി പടിയായുള്ള മാനസികമായ റീപ്രോഗ്രാമിംഗ് സമ്പ്രദായത്തിലൂടെ സാധിക്കും.

നമ്മൾ എല്ലാവർക്കും വിശ്വാസങ്ങൾ ഉണ്ട്. മാത്രമല്ല നമ്മൾ എന്തിലെങ്കിലും വിശ്വസിക്കുമ്പോൾ അതിനെ വാസ്തവം അഥവാ സത്യം എന്നു വിളിക്കുന്നു. അതേ സമയം മറ്റുള്ള വ്യക്തികൾക്കും ഉണ്ട് വിശ്വാസങ്ങൾ, അവ നമ്മുടെ വിശ്വാസങ്ങളിൽ നിന്നും വിഭി ന്നമാകുമ്പോൾ നാം അവയെ അഭിപ്രായങ്ങൾ എന്നു വിളിക്കുന്നു. അവർക്ക് പിശകു പറ്റിയതായേക്കാം എന്നുള്ള സാധ്യത അംഗീകരി ക്കുന്നതിനു പകരം ആളുകൾ അവരവരുടെ വിശ്വാസങ്ങൾക്കു വേണ്ടി കൊല്ലുവാനും, മരിക്കുവാനും തയ്യാറാകുന്നു. 'ഞാൻ കാണുന്നത് ഞാൻ വിശ്വസിക്കുന്നു' എന്നുള്ള ചൊല്ല് നിങ്ങൾ കേട്ടിരിക്കാം. എന്നാൽ കൂടുതൽ ഉചിതമായ 'ഞാൻ വിശ്വസിക്കുന്നതു കൊണ്ട് കാണുന്നു' എന്നുള്ള ചൊല്ല് പരിഗണിക്കുക.

ഒരു ലളിതമായ ഉദാഹരണം നോക്കാം. ഒരു വ്യക്തി തനിക്ക് പൊതുസഭകളിൽ സംസാരിക്കുവാൻ സാധിക്കില്ല എന്നുള്ള ഒരു ദൗർബല്യം ഉള്ളതായി വിശ്വസിക്കുകയാണെങ്കിൽ അയാൾ നല്ല പ്രകടനം കാഴ്ചവച്ചിട്ടുള്ള ഏതാനും അവസരങ്ങൾ അരിച്ചുമാറ്റിയി രിക്കാം (മായ്ച്ചുകളഞ്ഞേക്കാം) അല്ലെങ്കിൽ 'അതു ഭാഗ്യമായിരുന്നു' എന്നുള്ള ചൊല്ല് ഉപയോഗിച്ച് ആ വിവരത്തെ വളച്ചൊടിക്കുന്നു. ചട്ടക്കൂട്ടുകളുടെ പുനരാവിഷ്കരണത്തിലൂടെയും, പോസിറ്റീവും ശുഭകരവുമായ വസ്തുതകൾ കൊണ്ടുള്ള പ്രേരണയിലൂടെയും മാത്രമേ അവരുടെ വിശ്വാസങ്ങളിൽ മാറ്റം വന്നു തുടങ്ങുകയുള്ളൂ. അങ്ങനെ അവർ നല്ല പ്രകടനം കാഴ്ചവയ്ക്കുന്നതായും, കൂടുതൽ ആത്മവിശ്വാസ മുള്ളവർ ആകുന്നതായും, അനുഗുണമായ ശരീരശാസ്ത്രം ഉള്ളവരായും ഉള്ള ഉപയോഗപ്രദമായ മാനസിക പ്രതിച്ഛായകൾ തയ്യാറാക്കി തുടങ്ങുവാൻ സാധിക്കുന്നു.

ഇത്തരത്തിലുള്ള സ്വയം പരിമിതപ്പെടുത്തുന്ന വിശ്വാസങ്ങളെ നമ്മൾ എന്തു ചെയ്യും? നിങ്ങൾ ആകസ്മികമായി ഇവയിൽ ഏതി നെയെങ്കിലും കണ്ടു മുട്ടുമ്പോൾ അതിനെ വെല്ലുവിളിക്കുക.

ഉദാഹരണമായി 'എനിക്ക് ജനാവലിയെ അഭിമുഖീകരിച്ച് സംസാരിക്കുവാൻ സാധിക്കില്ല.'

'സാധിച്ചാൽ എന്താ?' എന്ന് സ്വയം ചോദിച്ചുകൊണ്ട് ഇതിനെ വെല്ലുവിളിക്കുക. അതിനു ശേഷം സാധിക്കുകയാണെങ്കിൽ എന്തു സംഭവിക്കും? എന്നുള്ളത് സങ്കല്പിച്ചു തുടങ്ങുക. അപ്പോൾ നമ്മുടെ മസ്തിഷ്കം ഇതു വിഭാവന ചെയ്യുന്നു. ഇത് നമ്മുടെ മനസ്സിന്ഒരു അനുഭവത്തിന്റെ പ്രതീതി ഉളവാക്കുന്നു.

നമ്മൾ വലതുകൈ വശമുള്ള വ്യക്തിയാണെങ്കിൽ നമ്മൾ വലതു വശത്തേയ്ക്ക് ചാഞ്ഞും ഇടതു കൈവശമുള്ള വ്യക്തിയാണെങ്കിൽ ഇടതേയ്ക്കു ചാഞ്ഞുമാണ് നില്ക്കാറുള്ളത്. എന്നാൽ പരിശീലനത്തിലൂടെ രണ്ടു കൈയും വശമുള്ളതാക്കി മാറ്റുമ്പോൾ നമ്മൾ സ്വമേധയാ നേരെ നില്ക്കുന്നു. ഇതു നമ്മളിൽ ഉപബോധമനസ്സാൽ തന്നെ ആത്മ വിശ്വാസം വർദ്ധിപ്പിക്കുവാനുള്ള സാധ്യത കൂട്ടുന്നു.

മൂല്യങ്ങൾ

ഏതൊരു പ്രത്യേക സാഹചര്യത്തിലും നമുക്ക് പ്രാധാന്യമുള്ളവ അല്ലെങ്കിൽ നമ്മൾ ആഗ്രഹിക്കുന്നവയാണ് മൂല്യങ്ങൾ. ഉദാഹരണമായി 'സ്വന്തം അഭിവൃദ്ധി' എന്നത് നമ്മുടെ മൂല്യങ്ങളിൽ ഒന്നാണെങ്കിൽ നമ്മൾ ഉൽസാഹം കാട്ടുന്നത് ഇതിനെക്കുറിച്ചുള്ള അനുശാസനം തേടുന്നതിലും, സ്വന്തം അഭിവൃദ്ധിയുമായി ബന്ധപ്പെട്ടുള്ള ജോലികളിലുള്ള കഴിവുകൾ വർദ്ധിപ്പിക്കുന്നതിനും ആയിരിക്കും. 'ബന്ധുത്വം വളരെ രസമുള്ളതാണ്' എന്നുള്ളത് നമ്മുടെ മൂല്യങ്ങളിൽ ഒന്നാണെങ്കിൽ നമുക്ക് വിനോദം ലഭിക്കുവാൻ സാധ്യതയുള്ള വ്യക്തി കളേയും സാഹചര്യങ്ങളേയും ആയിരിക്കും നമ്മൾ തേടുന്നത്.

മൂല്യങ്ങൾക്ക് നമ്മളെ കൂടുതൽ പ്രചോദിതരാക്കാൻ സാധിക്കും. നമ്മിൽ ഉയർന്ന മൂല്യങ്ങളില്ലെങ്കിൽ പ്രചോദനവുമുണ്ടാകില്ല. ഫലപ്രദമായ ഒരു പ്രചോദനശൈലിക്ക്, ഏറ്റെടുക്കുന്ന വെല്ലുവിളികളുടെ ശുഭാത്മകവും സമ്പന്നവുമായ ഒരു ചിത്രമുണ്ടാകുമെന്ന് ഓർത്തിരിക്കുക. പല ആളുകളും പരിശീലിക്കപ്പെടുന്നതിൽ മടിയുള്ളവരാണ്. അനന്തമായ പരിശീലനങ്ങൾക്കൊടുവിൽ കിതയ്ക്കുകയും അണയ്ക്കുകയും ചെയ്യുന്നവരായി സ്വയം സങ്കൽപ്പിക്കുന്നു. റിച്ചാർഡ് ബാൻഡ്ലർ പറയുന്നതുപോലെ, ഒരു കാര്യം നന്നായി ചെയ്യുന്നതിന് അവസാനത്തിൽനിന്ന് തുടങ്ങുക.

ഒരു ശുഭപര്യവസാനം ആഗ്രഹിക്കുന്നുണ്ടെങ്കിൽ VAKഉും Anchoring ഉം ശീലമാക്കുക.

നമ്മൾ ചെയ്യുന്ന ഓരോ പ്രവൃത്തിയും, അറിയാതെ തന്നെ ഒരു മൂല്യത്തെ പൂർത്തീകരിക്കുന്നതാണ്. ഓരോ സ്വഭാവവും ഇഷ്ടപ്പെട്ട അനുഭവത്തിലേക്കോ, ഇഷ്ടമില്ലാത്ത അനുഭവത്തിൽ നിന്നും അകലേയ്ക്കോ നീങ്ങാനുള്ള പരിശ്രമങ്ങളാണ്.

ഒട്ടുമിക്ക മൂല്യങ്ങളും വളരെക്കാലമായി നമ്മോടൊപ്പമുള്ളവയാണ്. ചെറുപ്പം മുതലേ ഇവ പിന്നിൽനിന്നും നമ്മെ നയിച്ചുകൊണ്ടിരിക്കുകയാണ്. അവ വളരെ പരിചിതവും ആശ്വാസദായകവുമാണ്. എന്നാൽ അവ ഇന്നത്തെ കാലത്തിനും അവസ്ഥകൾക്കും ചേർന്നതാണോ? ഉദാഹരണത്തിന്, ഞാൻ നല്ലവനായിരിക്കണം, ഞാൻ മറ്റാളുകളെ ഉപദ്രവിക്കുകയോ ദേഷ്യം പിടിപ്പിക്കുകയോ അരുത്. ഞാൻ എന്നിലേക്ക് മറ്റുള്ളവരുടെ ശ്രദ്ധ കേന്ദ്രീകരിപ്പിക്കാൻ ശ്രമിക്കരുത് (കുട്ടിക്കാല മൂല്യങ്ങൾ) എന്നിങ്ങനെയുള്ള മൂല്യങ്ങൾ നമുക്കുണ്ടെന്നിരിക്കട്ടെ. അതിനാൽ, കാലക്രമത്തിൽ നാം പൊതുപ്രസംഗങ്ങളോ മറ്റുള്ളവരോടൊപ്പമുള്ള ജോലിയോ ഉപേക്ഷിക്കുന്നു. ഇത്തരത്തിലുള്ള മൂല്യങ്ങൾ പത്തുവയസ്സിനു താഴെ നല്ലതുതന്നെ.എന്നാൽ,കൗമാരത്തിലോ,60 കളുടെ തുടക്കത്തിലോ ഇതു ചേർന്നതാണോ?

മൂല്യങ്ങളുടെ നവീകരണം

കാലഹരണപ്പെട്ട ഒരു മൂല്യം തിരിച്ചറിയപ്പെടുന്ന മാത്രയിൽ തന്നെ, ഇനി ഇതു നമ്മുടെ ജീവിതത്തെ നയിക്കേണ്ട എന്ന് തീർച്ചപ്പെടുത്തണം. എന്നിട്ട് അതിന് പകരം വയ്ക്കാൻ മറ്റൊന്ന് കണ്ടെത്തണം. ഉദാഹരണത്തിന് ഞാൻ മറ്റുള്ളവരെ സന്തോഷിപ്പിക്കണം എന്നുള്ള ചെറുപ്പകാല മൂല്യം മാറ്റാൻ തീരുമാനിച്ചെന്നിരിക്കട്ടെ. പകരം ഞാൻ എന്റെ കാര്യത്തിൽ കൂടി ശ്രദ്ധിക്കണം. കാരണം എനിക്ക് ഞാനാണ് ഏറ്റവും പ്രധാനം എന്നാകാം.

ഒരാഴ്ച സമയം ഇതിനായി ചിലവഴിക്കാം. പഴയമൂല്യവും, ഇതിനു പകരം കണ്ടെത്തിയ പുതിയതും ഒരു ചെറിയ കാർഡിലെഴുതി കൈയ്യിൽ കൊണ്ടുനടക്കുകയും ഇടയ്ക്കിടെ അത് നോക്കി മാറ്റം മനസ്സിലുറപ്പിക്കുകയും ചെയ്യുക.

ആഗ്രഹങ്ങളും സ്വപ്നങ്ങളും

ആഗ്രഹങ്ങൾ മനസ്സിന്റെ അടിത്തട്ടിൽ നിന്നും വരുന്നവയാണ്. അവ വളരെ സാഹസികവും പല രീതിയിലും പ്രയോജന പ്രദവുമാണ്. നമ്മുടെ ആഗ്രഹങ്ങളാണ്, ജീവിതത്തിൽ നാം യഥാർത്ഥത്തിൽ ആശിക്കുന്ന കാര്യങ്ങൾ. അവ നാം ഏറ്റെടുക്കുന്ന ദൗത്യങ്ങളും, പഠിപ്പിക്കുന്ന കഴിവുകളും, നിക്ഷേപങ്ങളും, നാം വികസിപ്പിക്കുന്ന

രീതികളും, നമ്മുടെ പ്രവൃത്തികളും ഒക്കെ കൂട്ടിച്ചേരുന്നതാണ്. ആഗ്രഹപൂർത്തികരണത്തിനാണ് നാം പ്രവർത്തിക്കുന്നത്. അവയുടെ ഔന്നത്യമാണ് നമ്മുടെ സ്വപ്നങ്ങളെ ആസ്വാദ്യകരമാക്കുന്നത്. എന്റെ പ്രവർത്തനങ്ങൾ, ഞാൻ തിരഞ്ഞെടുക്കുന്ന മൂല്യങ്ങൾക്കോ, മാനസികാവസ്ഥക്കോ, അനുഭവങ്ങൾക്കോ, സാഹചര്യങ്ങൾക്കോ അനുസൃതമാണോ? എന്ന് സ്വയം ചോദിക്കണം.

ലക്ഷ്യങ്ങൾ ബുദ്ധിപരമാകയാൽ അത് ഇടത് മസ്തിഷ്കത്തിന്റെ പ്രവർത്തനവും, സ്വപ്നങ്ങൾ ഭാവനാപരമാകയാൽ അത് വലതു മസ്തിഷ്കത്തിന്റെ പ്രവർത്തനവുമാണ്. ആകയാൽ ഇരുഭാഗങ്ങളും ഒരുമിച്ചുപയോഗിക്കുമ്പോൾ നമ്മുടെ യഥാർത്ഥ സ്വഭാവത്തെ ഉദ്ദീപിപ്പിക്കാവുന്ന ശക്തവും ദിവ്യവുമായ ഒരു വിചാര വികാരം ഉയിർ കൊള്ളുന്നു. നമുക്കെല്ലാം സ്വപ്നങ്ങളുണ്ട്. അവയെ എത്രത്തോളം മാറ്റിനിർത്താനോ കുഴിച്ചു മൂടാനോ ശ്രമിച്ചാലും അത് അവിടെത്തന്നെ കാണും. നമ്മുടെ സ്വപ്നങ്ങൾ സാക്ഷാത്കരിക്കാൻ തക്കവണ്ണം തുറന്ന മനസ്സുള്ളവരായി മാറുകയാണ് വേണ്ടത്. നമ്മുടെ ഹൃദയത്തിനടുത്തുനിൽക്കുന്നവയാണ് നമ്മുടെ സ്വപ്നങ്ങൾ അവ സാക്ഷാത്കരിക്കുമ്പോഴുണ്ടാകുന്ന ആനന്ദം മുൻകൂട്ടി അനുഭവിക്കാൻ കഴിയണം.

ആഗ്രഹങ്ങൾ നാം ഇപ്പോൾ എവിടെയെന്നതും, എവിടെ ആയിരിക്കണം എന്നതും തമ്മിലുള്ള വ്യത്യാസത്തെപ്പറ്റി ഓർമ്മിപ്പിച്ചു കൊണ്ടിരിക്കുന്നു. അവ നമ്മെ, നാം ആയിരിക്കുന്നതിലധികം ആകാൻ, കൂടുതൽ പഠിക്കാൻ, കൂടുതൽ നേടാൻ, ലോകത്തിനു കൂടുതൽ നൽകാൻ വെല്ലുവിളിക്കുന്നു. അവ നമ്മെ വിശ്രമമില്ലാത്തവരാക്കുന്നു. അവ സാഹസങ്ങളിലേർപ്പെടാനും, പരീക്ഷണങ്ങൾ നടത്താനും, എതിർപ്പുകൾ നേരിടേണ്ടി വരുമ്പോഴും, ശരിയെന്ന് വിശ്വസിക്കുന്നതിൽ അടിയുറച്ച് നിൽക്കുവാനും പ്രേരണ നൽകുന്നു.ആഗ്രഹങ്ങൾ നമ്മെ ഏത് അർദ്ധരാത്രിയിലും ഉണർന്നിരിക്കാൻ പ്രാപ്തരാക്കുകയും ദിവസം മുഴുവൻ പ്രസരിപ്പോടെ പ്രവർത്തിക്കാൻ സജ്ജരാക്കുകയും ചെയ്യുന്നു. അവ നമ്മിൽ ആവേശാഗ്നിയും അഭിനിവേശവും ജ്വലിപ്പിക്കുന്നു. കൂടാതെ നമ്മിൽ അക്ഷമമായ ഒരു ത്വര സൃഷ്ടിക്കുകയും പരിഹാരം കാണാൻ നമ്മെ വെല്ലുവിളിക്കുകയും ചെയ്യുന്നു.

മാനസിക തന്ത്രങ്ങൾ (Mind Strategies)

ഒരു അനന്തര ഫലം നേടിയെടുക്കുവാൻ വേണ്ടി ഒരു വ്യക്തി കടന്നു പോകുന്ന ചിത്രീകരണങ്ങളുടെ ഒരു പരമ്പരയായ ആന്തരിക ചിന്താ പ്രവർത്തനങ്ങൾ ആണ് തന്ത്രവൈദഗ്ദ്ധ്യങ്ങൾ. പുറമേ പ്രകടമാകുന്ന എല്ലാ പെരുമാറ്റങ്ങളും നിയന്ത്രിക്കുന്നത് ആന്തരികമായി പ്രവർത്തിക്കുന്ന തന്ത്രവൈദഗ്ദ്ധ്യങ്ങൾ ആണ്.

ഒരു തന്ത്രവൈദഗ്ദ്ധ്യത്തിനു 3 നിർണായക ഘട്ടങ്ങളാണുള്ളത്:

- ഉപയോഗിക്കപ്പെടുന്ന പ്രതിനിധാന സമ്പ്രദായം
- പ്രതിനിധാന സമ്പ്രദായത്തിലുള്ള പ്രത്യേകതകൾ
- നടപടികളുടെ അനുവർത്തനം (ക്രമം/ ഘടന)

നമ്മുടെ ജീവിതത്തിൽ നമ്മൾ ചെയ്യുന്ന എല്ലാ കാര്യങ്ങളിലും തന്ത്ര വൈദഗ്ദ്ധ്യങ്ങൾ ഉപയോഗിക്കുന്നു. ഇത് നമ്മുടെ പെരുമാറ്റത്തിൽ ഫലവത്താകുന്നു. അതുകൊണ്ടു തന്നെ നമ്മൾ നമ്മുടെ തന്ത്ര വൈദഗ്ദ്ധ്യത്തിൽ മാറ്റം വരുത്തുമ്പോൾ പെരുമാറ്റത്തിലും മാറ്റം വരും.

നമ്മുടെ ചെറുപ്പത്തിൽ നമ്മൾ ഒരു കൂട്ടം ആന്തരികവും ബാഹ്യവുമായ അനുഭവങ്ങൾ ഒരുമിച്ച് കൊണ്ടുവന്ന് അതിനെ ഒരു തീരുമാനമായി രൂപീകരിക്കുന്നു. അതാണ് നമ്മുടെ തന്ത്രവൈദഗ്ദ്ധ്യം. ശേഷം ഇതു പ്രവർത്തനത്തിൽ വരുമ്പോൾ ക്രമേണ ബോധപൂർവമോ അബോധപൂർവമോ നമ്മുടെ ശീലമായി മാറുന്നു.

നമ്മുടെ ദൈനംദിന ജീവിതത്തിൽ നയോപായ വൈദഗ്ദ്ധ്യങ്ങൾ ഉപയോഗിക്കുന്നുണ്ടോ എന്ന് നമുക്ക് എങ്ങനെ മനസ്സിലാക്കാം

നിങ്ങൾ ഒരു മുറിയിലേയ്ക്ക് കടന്നുചെല്ലുമ്പോൾ എവിടെയാണ് ഇരിക്കേണ്ടത് എന്നുള്ളത് എങ്ങനെ നിശ്ചയിക്കും? നിങ്ങൾ ചുറ്റും നോക്കി, ചിന്തിച്ചതിനു ശേഷം ആവും പ്രവർത്തിക്കുക. നിങ്ങളുടെ പെരുമാറ്റം അതായത് നിങ്ങളുടെ അനന്തരഫലം നിങ്ങൾ ആഗ്രഹിച്ചതല്ലെങ്കിൽ നിങ്ങൾ ചെയ്യേണ്ടത് എന്തെന്നാൽ നിങ്ങളുടെ ചിന്തകളുടെ ഘടനയിൽ മാറ്റം വരുത്തുക. അപ്പോൾ ഇതിന്റെ പരിണിതഫലമായുണ്ടാകുന്ന പെരുമാറ്റത്തിൽ മാറ്റം ഉണ്ടാകും എന്നുമാത്രമല്ല ഇതു മെച്ചപ്പെട്ട രീതിയിലും ആയിരിക്കും.

അടിസ്ഥാന പരമായി ഒരു തന്ത്ര വൈദഗ്ദ്ധ്യം എന്നാൽ നിങ്ങൾ എന്തെങ്കിലും ചെയ്യുമ്പോൾ നിങ്ങളുടെ മനസ്സിൽ നടത്തുന്ന പ്രവർത്തനം ആണ്. ആന്തരിക ബാഹ്യ അനുഭവങ്ങളുടെ ഒരു നിശ്ചിത ഘടനയാണിത്. ഇത് ഇതുമായി പൊരുത്തമുള്ള ഒരു നിശ്ചിത അനന്തരഫലമായ പെരുമാറ്റം സൃഷ്ടിക്കുന്നു. അതുകൊണ്ടു തന്നെ നിങ്ങൾ ചെയ്യുന്നത് എന്താണെന്നും എങ്ങനെയാണെന്നും മനസ്സിലാക്കുമ്പോൾ നിങ്ങൾ ആഗ്രഹിക്കുന്ന രീതിയിലുള്ള മാറ്റങ്ങൾ സാധ്യമാക്കുവാൻ കഴിയും.

അനന്തരഫലം എന്താണെന്നുള്ളതിനനുസരിച്ച് ആളുകളുടെ ഭൂരിഭാഗം തന്ത്ര വൈദഗ്ദ്ധ്യങ്ങളും എളുപ്പത്തിൽ മനസ്സിലാക്കുവാനോ അവയിൽ ഭേദഗതി വരുത്തുവാനോ സാധിക്കും. നിങ്ങൾ നിങ്ങളുടെ

തന്ത്ര വൈദഗ്ദ്ധ്യത്തെ നേരെ മറിച്ചിടുകയാണെങ്കിൽ അതായത് നിങ്ങൾ ഇതിന്റെ ക്രമമോ ഘടനയോ തലകീഴായി മറിക്കുകയാണെങ്കിൽ നിങ്ങൾക്ക് തികച്ചും വ്യത്യസ്തമായ ഒരു അനന്തരഫലമാകും ലഭിക്കുക.

ഒരു വ്യക്തിക്ക് തന്റെ വീട്ടിൽ തീരുമാനങ്ങൾ എടുക്കുന്നതിൽ വളരെ പ്രാഗല്ഭ്യമുണ്ടായിരിക്കുകയും തന്റെ തൊഴിലിൽ തീരുമാനങ്ങൾ എടുക്കുന്നതിൽ ബുദ്ധിമുട്ടും അനുഭവപ്പെടുന്നുണ്ടെങ്കിൽ അയാൾ വീട്ടിൽ പ്രയോഗിക്കുന്ന തന്ത്ര വൈദഗ്ദ്ധ്യങ്ങൾ തൊഴിലിലേയ്ക്ക് കൊണ്ടു വരികയാണെങ്കിൽ അനുയോജ്യമായ മാറ്റങ്ങൾ സാധ്യമായേക്കാവുന്നതാണ്.

ഒരു കേക്ക് പാകപ്പെടുത്തിയെടുക്കുന്നതുമായി തന്ത്രവൈദഗ്ദ്ധ്യങ്ങൾക്കുള്ള സാമ്യം

ഒരു കേക്ക് പാകം ചെയ്യുന്നതിനു നിങ്ങൾ ആദ്യം എല്ലാ ചേരുവകളും എടുക്കുക. അതിനുശേഷം ഒരു പാത്രം എടുത്ത് ഈ ചേരുവകൾ ഒരു നിശ്ചിത ക്രമത്തിൽ ഈ പാത്രതിലേയ്ക്കിടുക. ഇവിടെ എല്ലാ ചേരുവകളും എടുക്കുക എന്നതും നിശ്ചിത ക്രമത്തിൽ പാത്രതിലേയ്ക്കിടുക എന്നതുമാണ് പ്രധാനം.

ഒരു പാചക വിധിയിൽ എപ്പോഴാണ് ഒരോ ചേരുവകൾ ചേർക്കേണ്ടത് എന്നുള്ള ഒരു ഘടനയോ ഒരു നിശ്ചിത ക്രമമോ ഉണ്ട്. അതുകൊണ്ടുതന്നെ നിങ്ങൾ കേക്കിന്റെ ചേരുവകൾ തെറ്റായ ക്രമത്തിൽചേർക്കുകയാണെങ്കിൽ നിങ്ങൾക്ക് തികച്ചും വ്യത്യസ്തമായഅനന്തരഫലമായിരിക്കും ലഭിക്കുക.

അതുപോലെ തന്നെ തന്ത്രങ്ങൾ ടെലഫോൺ നമ്പറുകൾക്കും സമാനമാണ്. വ്യതിരിക്തങ്ങളായ നമ്പറുകളുടെ വിവിധ സമ്മിശ്രങ്ങൾ വ്യത്യസ്തരായ ഉപഭോക്താക്കളെ സൂചിപ്പിക്കുന്നതു പോലെ വിവിധങ്ങളായ ഇന്ദ്രിയ നടപടികൾ വ്യത്യസ്തങ്ങളായ പെരുമാറ്റങ്ങളിലേയ്ക്ക് നയിക്കുന്നു.

നിങ്ങൾ തന്ത്ര വൈദഗ്ദ്ധ്യത്തെക്കുറിച്ചുള്ള അറിവു നേടുമ്പോൾ ആ വ്യക്തിയുടെ നേത്ര ചലനങ്ങളിൽ നിന്നും ലഭിക്കുന്ന സൂചനകൾ നിരീക്ഷിക്കുന്നതും അയാൾ തന്റെ തന്ത്ര വൈദഗ്ദ്ധ്യത്തെക്കുറിച്ച് വിവരിക്കുവാൻ ഉപയോഗിക്കുന്ന പദങ്ങളും ശ്രദ്ധിക്കുക. അപ്പോൾ അയാൾ അവാചികമായി എന്താണ് പറയുന്നത് എന്നുള്ളത് ഉറപ്പിക്കുവാൻ സാധിക്കും. ആളുകൾ അവരുടെ തന്ത്ര വൈദഗ്ദ്ധ്യങ്ങൾ പ്രയോഗിക്കുന്നത് വളരെ വേഗത്തിൽ ആണെന്നു മാത്രമല്ല അവർ പ്രവർത്തിച്ചതിനെക്കുറിച്ച് ചിന്തിക്കുമ്പോൾ അവർ യഥാർത്ഥത്തിൽ

ഉപയോഗിച്ച എല്ലാ ചുവടു വയ്പുകളെക്കുറിച്ചും ബോധവാനായിരിക്കുക പോലുമില്ല. തന്ത്ര വൈദഗ്ദ്ധ്യത്തെക്കുറിച്ചുള്ള വെളിപ്പെടുത്തലിൽ ഏറ്റവും ബുദ്ധിമുട്ടുള്ള ഭാഗമാണ് വ്യക്തികളുടെ ചിന്താ വേഗത കുറച്ചു കൊണ്ട് അവരുടെ തന്ത്രങ്ങളുടെ വിവിധ ഘട്ടങ്ങൾ നിശ്ചയിക്കുവാൻ പര്യാപ്തമാക്കുക എന്നത്.

ഇങ്ങനെ, ഒരു നിശ്ചിത കാര്യം ചെയ്യുന്നതിൽ ഒരു വ്യക്തിയുടെ തന്ത്ര വൈദഗ്ദ്ധ്യം നിങ്ങൾക്ക് എങ്ങനെ കണ്ടെത്തുവാൻ സാധിക്കും?

അവരുടെ വിശേഷങ്ങൾ ചോദിച്ചറിയുകയും ശ്രദ്ധിക്കുകയും ചെയ്യുക, അയാളുടെ കണ്ണുകൾ നിരീക്ഷിക്കുക (കണ്ണുകളുടെ രീതി), അയാളുടെ ഇന്ദ്രിയങ്ങളുടെ ക്രമവും ഘടനയും (രൂപലക്ഷണങ്ങൾ) കുറിച്ചെടുക്കുക. മാനസിക ശേഷി (തന്ത്ര വൈദഗ്ദ്ധ്യം) ശാരീരിക ശേഷിയെ പിന്തുണയ്ക്കുന്നു. ഒരു സാങ്കേതിക പദ്ധതി നോക്കിയാൽ അത് മാനസികവും ശാരീരികവും ആണ്. അതുകൊണ്ടാണ് നിങ്ങളുടെ മാനസികശേഷി ശാരീരിക ശേഷിയെ പിന്തുണയ്ക്കുന്നത്.

ആൽഫാസ്റ്റേറ്റ് (Alpha state)

റിലാക്സ് ചെയ്യുന്ന സമയത്താണ് നമ്മുടെ മനസ്സ് കാര്യങ്ങളെ കൂടുതൽ നന്നായി ഭാവനയിൽ കാണുന്നത്. ആ സമയത്ത് നമ്മൾ ചുറ്റുമുള്ള വസ്തുനിഷ്ഠമായ ഒന്നിനെക്കുറിച്ചും ചിന്തിക്കുന്നില്ല. അപ്പോൾ ആൽഫാ എന്നറിയപ്പെടുന്ന വേഗത കുറഞ്ഞ മസ്തിഷ്ക തരംഗങ്ങൾ നമ്മളിൽ പ്രവർത്തിക്കുന്നു. അതുമൂലം, നമ്മുടെ ഗ്രഹണശക്തി ഉച്ചകോടിയിലെത്തുന്നതു വഴി വ്യക്തി നിഷ്ഠമായി നമ്മൾ ചെയ്യാനാഗ്രഹിക്കുന്ന കാര്യങ്ങൾ ഓർക്കാനും ഭാവനയിൽ കാണാനും അല്ലെങ്കിൽ നമ്മുടെ ചിന്തകളെ നന്നായി കൈകാര്യം ചെയ്യാനും സാധിക്കുന്നു. ശരീരം റിലാക്സ് ചെയ്യുകയാണെങ്കിലും മനസ്സ് നിർദ്ദേശങ്ങൾക്കായി വളരെ ജാഗരൂകമായിരിക്കും.

റിലാക്സ് ചെയ്യുന്നതിന് ഇനി പറയുന്ന പരിശീലനം നിങ്ങൾക്ക് വളരെ ഫലപ്രദമായിരിക്കും. 100 മുതൽ 1വരെ അവരോഹണക്രമത്തിൽ ഓരോ സംഖ്യയും മനസ്സിൽ കാണുക. ഇപ്പോൾ നിങ്ങളുടെ കൈകാലുകൾ ഭാരമുള്ളതായി തോന്നും. പിന്നീട് നിങ്ങളുടെ കഴുത്തും മുഖവും കണ്ണുകളും ഭാരമുള്ളതായി തോന്നും. ഈ സമയം നിങ്ങളുടെ ശ്വാസോച്ഛ്വാസം സാവധാനത്തിലാകാൻ പ്രത്യേകം ശ്രദ്ധിക്കണം. അവസാന സംഖ്യകളായ 3, 2, 1 എന്നിവ പലതവണ ആവർത്തിച്ച് കാണാൻ ശ്രമിക്കുക. അവയെ പ്രത്യേക നിറത്തിലോ വലിപ്പത്തിലോ അല്ലെങ്കിൽ മറ്റേതെങ്കിലും വിധത്തിലോ ഓർത്ത് വയ്ക്കാൻ ശ്രമിക്കുക. ഏതെങ്കിലും വിധത്തിൽ അവയെ ചലനാത്മകമാക്കാൻ ശ്രമിക്കുക.

അതായത് ഈ സംഖ്യകളെ ഒരു പ്രത്യേക പേനകൊണ്ട് നിങ്ങളുടെ കിടപ്പുമുറിയിലെ ചുമരിൽ നിങ്ങൾ തന്നെ എഴുതുന്നതായോ അല്ലെങ്കിൽ നിങ്ങളുടെ കമ്പ്യൂട്ടർ സ്ക്രീനിൽ അവയെ കാണുന്നതായോ സങ്കല്പിക്കുക. ആ കാഴ്ചയും ശബ്ദവും വികാരവുമെല്ലാം അറിയാൻ ശ്രമിക്കുക. ഇപ്പോൾ നിങ്ങൾ ആ സംഖ്യകളിൽ മുഴുകുകയും നിങ്ങൾ തന്നെ അവയെ നിങ്ങളുടേതായ രീതിയിൽ ചിത്രീകരിക്കുകയും ചെയ്യു. ഈ പരിശീലനത്തിലൂടെ നിങ്ങൾക്ക് നന്നായി റിലാക്സ് ചെയ്യാൻ കഴിയും.

3 എന്ന സംഖ്യ പൂർണ്ണശാരീരിക വിശ്രമത്തെയാണ് സൂചിപ്പിക്കുന്നത്. അതുകൊണ്ട് നിങ്ങൾ ആ അവസ്ഥയിൽ എത്തി എന്ന് തോന്നുന്നതുവരെ 3 എന്ന സംഖ്യ കാണാൻ ശ്രമിക്കരുത്. 2 എന്ന സംഖ്യ മാനസിക വിശ്രമത്തെയാണ് സൂചിപ്പിക്കുന്നത്. തിരക്കു പിടിച്ച ചിന്തകളും വസ്തുനിഷ്ഠമായ ചുറ്റുപാടുകളും അപ്പോൾ നിങ്ങൾ ഒഴിവാക്കിയിരിക്കും. 1 എന്ന സംഖ്യ വ്യക്തിനിഷ്ഠമായി ആഴത്തിൽ ചിന്തിക്കാൻ തുടങ്ങുന്ന അവസ്ഥയെയാണ് സൂചിപ്പിക്കുന്നത്.

വളരെ എളുപ്പത്തിൽ ചെയ്യാവുന്ന ഈ പ്രക്രിയ നിങ്ങൾക്കു മുന്നിൽ തീർത്തും പുതിയൊരു ലോകം സമ്മാനിക്കുന്നു.

ഇനി നിങ്ങൾ നിങ്ങളുടെ സ്വപ്ന ലോകത്ത് വിഹരിക്കുമ്പോൾ അതായത് മനസ്സ് ആൽഫാ സ്റ്റേജിലാണെന്ന് ഉറപ്പുള്ളപ്പോൾ ഈ പ്രക്രിയ പരീക്ഷിക്കാവുന്നതാണ്. അപ്പോൾ, നിങ്ങളെ ശല്യപ്പെടുത്തത്തക്കവിധം യാതൊന്നുമില്ലെന്ന് ഉറപ്പുവരുത്താൻ പ്രത്യേകം ശ്രദ്ധിക്കണം.

ചിന്തയുടെ ശക്തി

ഒരു വിജയിയുടേതുപോലുള്ള ചിന്ത ഒരുവനെ വിജയിയാക്കിത്തീർക്കുന്നു. നമ്മുടെ ഏറ്റവും അമൂല്യമായ മുതല്ക്കൂട്ടാണ് ശുഭാപ്തിവിശ്വാസം. 'ഊർജ്ജം നിങ്ങളുടെ കൂടെ (ഉള്ളിൽ) ആണ്, നിങ്ങൾക്ക് വേണ്ടിയുള്ളതല്ല.' ഹെൻറി ഫോർഡ് വ്യക്തമാക്കിയതുപോലെ 'നിങ്ങൾക്ക് കഴിയും എന്നു നിങ്ങൾ ചിന്തിച്ചാലും കഴിയില്ല എന്നു ചിന്തിച്ചാലും നിങ്ങൾ ശരിയാണ്.' ഒരു ശുഭാപ്തി വിശ്വാസമുള്ള വ്യക്തിയാകുവാൻ തീരുമാനിക്കുമ്പോൾ തന്നെ കാര്യങ്ങൾക്കു മാറ്റം വന്നു തുടങ്ങുന്നു. സാധ്യതകൾ സംഭവ്യതകൾ ആയും പരിമിതികൾ സൗകര്യങ്ങൾ ആയും മാറുന്നു. നമ്മൾ എത്രമാത്രം വിജയിയാകുവാനാണ് ആഗ്രഹിക്കുന്നത് എന്നത് നമുക്ക് തിരഞ്ഞെടുക്കാവുന്നതാണ്. ഏതൊരു നിക്ഷേപത്തിലും ലാഭവിഹിതം ആനുപാതികമാണ് എന്നതു പോലെ. ഇവിടെയുള്ള പ്രശ്നം അവസരങ്ങൾ പലപ്പോഴും

കഠിനപ്രയത്നം പോലെ പ്രച്ഛന്നമാക്കപ്പെട്ടിരിക്കും അതുകൊണ്ടുതന്നെ ധാരാളം ആളുകൾക്ക് ഇതിനെ ഒഴിവാക്കുവാനുള്ള പ്രവണതയുണ്ടാകുന്നു എന്നുള്ളതാണ്.

നിങ്ങൾ ഒരു നൂറു മീറ്റർ ഓട്ടമൽസരത്തിന്റെ ആരംഭത്തിൽ ആണെന്നു സ്വയം സങ്കല്പിക്കുക. ലോകപ്രശസ്തരായുള്ളവരാണ് നിങ്ങളുടെ മറ്റ് പ്രതിയോഗികൾ ഇപ്പോൾ എന്താണ് നിങ്ങളുടെ മനസ്സിലൂടെ കടന്നുപോകുന്നത്? 'ഞാൻ വിജയിക്കുവാൻ ഒരു മാർഗവുമില്ല'. ഇങ്ങനെയെങ്കിൽ നിങ്ങളുടെ ചിന്തയ്ക്ക് തികച്ചും സമാനമായ പ്രകടനമായിരിക്കും നിങ്ങളുടേത്. ഇതിനു പകരം നിങ്ങൾ ഇതിന്റെ ഫിനിഷിങ്ങ് പോയിന്റിൽ എത്തിയതായും, നിങ്ങൾ ഇതിൽ വിജയിക്കുന്നതായും, നിങ്ങളുടെ മുഖത്തേയ്ക്ക് തണുത്ത കാറ്റടിക്കുന്നതായും, സ്റ്റേഡിയം മുഴുവൻ ആർപ്പു വിളികളാൽ നിറയുന്നതായും ഒന്നു സങ്കല്പിച്ചു നോക്കൂ. ഇപ്പോൾ നിങ്ങൾക്ക് എന്താണ് കാണുവാനും, കേൾക്കുവാനും, അനുഭവിക്കുവാനും സാധിക്കുന്നത്.

നിങ്ങൾ കൂടുതൽ വേഗത്തിൽ ഓടും എന്നും ആദ്യം ചിന്തിച്ചിരുന്നതിനേക്കാൾ പത്ത് മടങ്ങ് കൂടുതൽ നിങ്ങളെ സ്വയം അതിശയിപ്പിക്കുവാനുള്ള സാധ്യതയുണ്ടെന്നും നിങ്ങൾക്ക് ഇപ്പോൾ തോന്നുന്നില്ലേ?

സ്വയം പരിമിതപ്പെടുത്തുന്ന വിശ്വാസങ്ങൾ

'എനിക്ക് അതു ചെയ്യുവാൻ സാധിക്കുകയില്ല' എന്നുള്ള തരത്തിൽ പെട്ട നിസ്സാര വാക്കുകളാൽ നമ്മൾ സ്വയം ധാരാളം പരിമിതികൾ നിശ്ചയിച്ചിട്ടുണ്ട്. ഏതെങ്കിലും ഒരു സന്ദർഭത്തിൽ നിങ്ങൾ 'സാധിക്കില്ല' എന്നുള്ള വാക്ക് ഉപയോഗിക്കുന്നതായി മനസ്സിലാക്കുമ്പോൾ 'എനിക്ക് സാധിച്ചാലോ?' എന്ന ചോദ്യത്താൽ ഇതിനെ വെല്ലുവിളിക്കുക. സാധിക്കില്ല എന്നുള്ളതിനു പകരം 'ചെയ്യുകയില്ല' എന്നോ 'ഇതുവരെ പഠിച്ചിട്ടില്ല' എന്നോ ഉള്ള പദങ്ങൾ ഉപയോഗിക്കുന്നതാണോ ഉചിതം എന്ന് ഒന്നു ചിന്തിച്ചുനോക്കൂ.

'പക്ഷേ', 'എന്നിരുന്നാലും', 'എന്നാലും', തുടങ്ങിയവ ഇവയ്ക്ക് മുൻപു പറഞ്ഞവയെയെല്ലാം തന്നെ പ്രഹരിച്ച് പുറത്താക്കുന്നു. 'എന്നിട്ടും' എന്നുള്ളത് ചൂണ്ടിക്കാട്ടുന്നത് പ്രതിബന്ധങ്ങളെയാണ് (അഹിതമായവ). അശുഭകരമായ അനുഭവത്തിനുശേഷം മാത്രമാണ് ഇത് ഫലപ്രദമാകുന്നത്. 'അത് ഒരു തെറ്റായ കരുനീക്കം ആയിരുന്നു എന്നിട്ടും ഞങ്ങൾ അതിൽ വിജയിച്ചു'.

എന്നു മാത്രമല്ല ഇതു ചൂണ്ടിക്കാട്ടുന്നത് ഇതര മാർഗങ്ങളാണ് (സാധ്യതകൾ) കൂടാതെ ഉപയോക്താവിനു കൂടുതൽ ഗുണകരവുമാണ്.

'എനിക്ക് നിന്റെ നിർദ്ദേശം പൂർണമായും ഇഷ്ടപ്പെട്ടു എന്നമാത്രമല്ല ഒരു പക്ഷേ പിന്നീടൊരിക്കൽ ഉപയോഗിക്കുവാനും സാധിച്ചേക്കും.'

എങ്കിൽ അപ്പോൾ എന്ന പരാജയത്തിലേയ്ക്കുള്ള നിർദ്ദേശം. 'അപ്പോൾ' എന്നതിനൊപ്പം മാത്രം ഉപയോഗിക്കുവാൻ കഴിയുന്ന ഒരു തെരഞ്ഞെടുപ്പ് ആണ് 'എങ്കിൽ' എന്നതുകൊണ്ട് ഉദ്ദേശിക്കുന്നത്.

ഇവിടെ 'അപ്പോൾ' എന്നത് (നിങ്ങളുടെ സ്വപ്നം) 'എങ്കിൽ' എന്നതിനെ ആശ്രയിച്ചിരിക്കുന്നു. ഇത് സംഭവിക്കുവാനും സംഭവിക്കാതിരിക്കുവാനും ഇടയുണ്ട്. 'എങ്കിൽ' എന്നുള്ള പ്രയോഗം പരാജയ സാധ്യത കൂടി മനസ്സിലേയ്ക്ക് കൊണ്ടുവരുന്നു. നമ്മുടെ മനസ്സിന്റെ ശക്തികൊണ്ടുതന്നെ പരാജയത്തിനുള്ള സാധ്യതയും കൂടുന്നു. ഇതുപോലെ തന്നെയാണ് ശ്രമിക്കാം എന്ന പ്രയോഗവും.

'ആ സമയത്ത്'' എന്നുള്ള പ്രയോഗമാണ് കൂടുതൽ ഉചിതമായത് കാരണം ഇവിടെ വിശേഷസംഭവം ഇതിനകം തന്നെ സംഭവിക്കുന്നതായി സങ്കല്പിച്ചിരിക്കുന്നു. ഇവിടെ നമ്മൾ പ്രതിബന്ധത്തെക്കുറിച്ച് ചിന്തിക്കാതെ അതിനു ശേഷമുള്ള കാര്യം മാത്രമാണ് ചിന്തിക്കുന്നത്.

എൻ.എൽ.പി യിലെ അനുമാനങ്ങൾ ഓർക്കുക. വ്യക്തികൾ എല്ലായ്പോഴും അവർക്കു ലഭ്യമായിട്ടുള്ളവയിൽ വച്ച് ഏറ്റവും മികച്ച പെരുമാറ്റമായിരിക്കും പ്രകടമാക്കുന്നത്. ഏതൊരു പെരുമാറ്റത്തിനും പോസിറ്റീവ് ആയ ഒരു ഉദ്ദേശ്യം ഉണ്ട്. ഒരു വ്യക്തി തിരഞ്ഞെടുക്കുന്നവയും അയാളുടെ എല്ലാ മാറ്റങ്ങൾക്കും പിന്നിലെ ഉദ്ദേശ്യവും അയാളുടെ സ്വപ്നങ്ങൾ ആകുമ്പോൾ അത്ഭുതം സംഭവിക്കുന്നു.

മസ്തിഷ്കം എന്നു വിളിക്കപ്പെടുന്ന പേശി ; നിങ്ങൾ ഇതിനു വ്യായാമം നല്കാറുണ്ടോ?

പോൾ ഡെന്നിസൺ മുന്നോട്ടുവച്ച മസ്തിഷ്ക വ്യായാമം എന്ന തത്വത്തിനെ അധിഷ്ഠിതമാക്കി ക്ലാര ഹന്നഫോർഡ് പഠനം നടത്തുകയും അതിനെ ആധാരമാക്കി ഗ്രന്ഥങ്ങൾ രചിക്കുകയും ചെയ്തിട്ടുണ്ട്. നാം ഇനി വിശകലനം ചെയ്യാൻ പോകുന്നത് അവയെ ആസ്പദമാക്കിയാണ് .

മനസ്സും ശരീരവും തുല്യപ്രാധാന്യമുള്ളവയാണ്. ചലനം ശരീരത്തിലാകമാനമുള്ള നാഡീവ്യവസ്ഥയെ ഉദ്ദീപിപ്പിച്ച് ശരീരത്തെ എപ്പോഴും പുതിയ പുതിയ കാര്യങ്ങൾ പഠിക്കുവാൻ പ്രാപ്തമാക്കുന്നു. സംവേദന സംബന്ധിയായ പ്രത്യേക മേഖലകളിൽ ഊന്നൽ നൽകികൊണ്ട് ശരീരത്തിലുടനീളം ശാക്തിക ഏകീകരണം സാധ്യമാക്കാൻ കഴിയും. ഇത്തരത്തിലുള്ള ലളിതവും സമഗ്രവുമായ

ചലനങ്ങളിലൂടെ മസ്തിഷ്കവ്യായാമം മുഴുവൻ ശാരീരിക മനഃശ്ചര്യകളെയും ഉണർത്തുന്നു.

ഓക്സിപ്പിറ്റൽ, പാരിയേറ്റൽ, റ്റെമ്പറൽ, ഫ്രോണ്ടൽ എന്നിങ്ങനെ നാലറകൾ വീതം അടങ്ങുന്ന രണ്ട് അർദ്ധഗോളങ്ങളായി സെറിബ്രം വിഭജിക്കപ്പെട്ടിരിക്കുന്നു. ഈ രണ്ട് അർദ്ധഗോളങ്ങളും കോർപ്പസ്സ്കോളോസത്തിലെ നാഡീവ്യവസ്ഥയിലൂടെ പരസ്പരം ബന്ധപ്പെട്ടിരിക്കുന്നു. മാത്രവുമല്ല, ഈ രണ്ട് ഭാഗങ്ങളും അവയ്ക്കെതിർവശത്തുള്ള ശരീരഭാഗങ്ങളുമായാണ് ആശയവിനിമയം ചെയ്യുന്നത്.

യുക്തി സംബന്ധിയായി ചിന്തിക്കുന്ന ഇടത്തെ അർദ്ധഗോളത്തിൽ നിന്നുള്ള സൂക്ഷ്മവിവരങ്ങളും, ഘടനാ സംബന്ധിയായി ചിന്തിക്കുന്ന വലത്തെ അർദ്ധഗോളത്തിൽ നിന്നുള്ള വിവരങ്ങളും കോർത്തിണക്കി ആശയ രൂപീകരണം സാധ്യമാക്കുന്നത് കോർപ്പസ്സ്കോളോസമാണ് .ഈ രണ്ട് അർദ്ധഗോളങ്ങളെയും എത്രത്തോളം ഉപയോഗിക്കാൻ സാധിക്കുന്നുവോ അത്രത്തോളം സമർത്ഥമായി പ്രവർത്തിക്കാൻ നമുക്ക് കഴിയും.

മസ്തിഷ്ക വ്യായാമത്തിൽ ഏർപ്പെടുമ്പോൾ ശരീരത്തിന്റെ എല്ലാ ഭാഗങ്ങളും ഒരുപോലെ പ്രവർത്തിക്കുന്നു. അതായത് ഇരുകണ്ണുകളുടെയും, ഇരുചെവികളുടെയും, ഇരുകാലുകളുടെയും, കൂടാതെ സന്തുലനാവസ്ഥ നിലനിർത്തുന്നതിൽ സുപ്രധാന പങ്കുവഹിക്കുന്ന പേശികളുടെയും ഏകീകൃതപ്രവർത്തനം ഒരേ സമയം സാധ്യമാക്കുന്നു. മസ്തിഷ്കത്തിലെ രണ്ട് അർദ്ധഗോളങ്ങളും അവയിലോരോന്നിലുമുള്ള നാലറകളും ഉണർത്തപ്പെട്ടിരിക്കുന്നതിനാൽ സ്വാനുഭവത്തിലൂടെയുള്ള പ്രവർത്തനങ്ങൾ ഊർജ്ജിതമാവുകയും പഠനം കൂടുതൽ എളുപ്പമാവുകയും ചെയ്യും. തത്വത്തിൽ നാഡീവ്യവസ്ഥയെ ഉണർത്തി വ്യക്തമായ സംവേദന ക്ഷമത പ്രദാനം ചെയ്ത് മസ്തിഷ്ക്കത്തിലെ രണ്ട് അർദ്ധഗോളങ്ങളുടെയും തുലനാവസ്ഥ കാക്കുന്ന വളരെ ലളിതവും എളുപ്പത്തിൽ പരിശീലിപ്പിക്കാവുന്നതുമായ ശാരീരിക ചലനങ്ങളാണ് മസ്തിഷ്ക വ്യായാമം. ഈ പരിശീലനം സ്വായത്തമാക്കുന്നതിലൂടെ ഓർമ്മശക്തി കൂടുതൻ സൂക്ഷ്മമാവുകയും കൂടുതൽ വേഗതയിൽ വായിക്കാനും, പഠിക്കാനും സാധിക്കുകയും ചെയ്യും. പ്രായഭേദമന്യേ ഏവർക്കും അഭ്യസിക്കാവുന്ന വ്യായാമമാണിത്. എന്നാൽ എത്രത്തോളം ചെറുപ്പത്തിൽ തുടങ്ങുന്നുവോ അത്രയും നന്ന്.

ഈ വ്യായാമമുറകൾ അതീവ ലളിതമാകയാൽ ഇതിന്റെ പ്രയോജനത്തെക്കുറിച്ച് ആളുകൾ സംശയഭരിതരായിരിക്കും. കലാകായിക രംഗങ്ങളിലും പഠന പ്രക്രിയയിലും വരുത്തുന്ന ചെറുമാറ്റങ്ങളിലൂടെ ഇവ നിങ്ങളെ മികവുറ്റവരാക്കി മാറ്റുന്നു.

ക്രോസ്ക്രോൾ (Cross Crawl)

ആദ്യം വലത്തേ കൈമുട്ട്, ഇടത്തേ കാൽമുട്ടുമായി മുട്ടിക്കുക. അതിനുശേഷം, ഇടത്തേ കൈമുട്ട് വലത്തേ കാൽമുട്ടുമായി മുട്ടിക്കുക. ഇങ്ങനെ ചെയ്യുമ്പോൾ തുടർച്ചയായി മസ്തിഷ്കത്തിന്റെ രണ്ട് അർദ്ധഭാഗങ്ങളും ഉദ്ദീപിക്കപ്പെടുന്നു. ഒരു കൈയും എതിർവശത്തുള്ള കാൽമുട്ടും ഒരേ സമയം മുന്നോട്ട് നീക്കികൊണ്ട്, നടക്കുകയോ നിലത്തു തൊടുകയോ ചെയ്താലും മതിയാകും.

ബ്രെയിൻ ബട്ടൻ (Brain Buttons)

ബ്രെയിൻ ബട്ടൻ ശ്രവണ വ്യവസ്ഥയെ ശക്തമാക്കി, കൂടിയ ശ്രദ്ധയും, രക്ത ചംക്രമണവും മസ്തിഷ്കത്തിന് പ്രദാനം ചെയ്യുന്നു. ഇതിൽ, ഒരു കൈ നാഭിക്കു മുകളിൽ വച്ചുകൊണ്ട്, രണ്ടാമത്തെ കൈകൊണ്ട് വാരിയെല്ലുകൾക്കിടയിലുള്ള ഭാഗങ്ങളെ ഉത്തേജിപ്പിക്കുന്നു. നാഭിക്കു മുകളിലിരിക്കുന്നകൈ, ശരീരത്തിന്റെ ഗുരുത്വകേന്ദ്രത്തിലേക്ക് ശ്രദ്ധകൊണ്ടു വരുന്നു. ഇതേ സമയം, രണ്ടാമത്തെ കൈകൊണ്ട് മാറെല്ലിന് ഇരുവശത്തുമായി തോളെല്ലിനു താഴെയുള്ള ഒന്നാമത്തെയും രണ്ടാമത്തെയും വാരിയെല്ലുകൾക്കിടയിലുള്ള മടക്കുകൾ തടവണം.

ഹുക്ക്-അപ്സ് (Hook-ups)

ക്രോസ്ക്രൗളിന്റെ തുടർച്ചയായ ഒരു വ്യായാമമാണിത്. ഇത് മസ്തിഷ്കത്തിന്റെ ഇരുഭാഗത്തിന്റെയും സംവേദന ശക്തി വർദ്ധിപ്പിക്കാൻ നിങ്ങളെ സഹായിക്കുന്നു. നിങ്ങൾക്ക് സൗകര്യപ്രദമായ രീതിയിൽ ഒരു കണങ്കാൽ മറ്റേ കണങ്കാലിനു മുകളിൽ വയ്ക്കുക. ഇനി കൈകൾ പിണഞ്ഞ് തലകീഴായികൂട്ടിപ്പിടിക്കുക. ഇത് സാധ്യമാക്കുന്നതെങ്ങനെയെന്നാൽ ആദ്യം നിങ്ങളുടെ മുന്നിലേയ്ക്ക് കൈകൾ നീട്ടി വയ്ക്കുക. കൈകളുടെ പുറം ഭാഗം ചേർത്തുവയ്ക്കണം. അതായത് തള്ളവിരൽ താഴേയ്ക്കിരിക്കണം. ഇനി ഒരു കൈ മറ്റേ കൈയുടെ മുകളിലൂടെ എടുക്കുക. ഇപ്പോൾ നിങ്ങളുടെ ഉള്ളം കൈകൾ ചേർന്നിരിക്കും. ഇനി വിരലുകൾ തമ്മിൽ കോർക്കുക. ഇനി കൈകൾ അതേ രീതിയിൽ താഴേയ്ക്ക് കൊണ്ടു വന്ന് കറക്കി നിങ്ങളുടെ നെഞ്ചോട് ചേർത്തു പിടിക്കുക. ഇപ്പോൾ നിങ്ങളുടെ കൈമുട്ടുകൾ താഴേയ്ക്കായിരിക്കും.

ഈ വ്യായാമം മറ്റൊരു രീതിയിലും ചെയ്യാം. ഇതിൽ നിങ്ങൾക്ക് ഇടത്തെ കണങ്കാൽ വലത്തേ കാൽമുട്ടിൽ സ്പർശിക്കത്തക്കവിധം, ഇടത്തെ കാൽ വലതുകാലിനു മുകളിൽ വെച്ചുകൊണ്ടിരിക്കുക. ഇനി, ഇടതു കൈ വലതുകാൽവണ്ണയ്ക്കും വലതു കൈ ഇടതുകാൽ വണ്ണയ്ക്കും

മുകളിൽ വച്ചുകൊണ്ട് ഇടതുകാലിൽ പിടിക്കുക. ഇനി അല്പനിമിഷ ത്തേയ്ക്ക് ദീർഘശ്വാസമെടുത്തിട്ട് പരസ്പരം വെച്ചുമാറുക.

- വലതുകണങ്കാൽ ഇടതു മുട്ടിനു മുകളിൽ
- ഇടതുകൈകൊണ്ട് വലതുകാൽവണ്ണ പിടിക്കുക
- വലതുകൈ വലതു കാലിനു മുകളിലൂടെ പിടിക്കുക

ദീർഘശ്വാസം എടുത്തശേഷം രണ്ടുകാലും നിവർത്തി തറയിൽ ഇരിക്കുക. പ്രാർത്ഥനയ്ക്കെന്നപോലെ കൈകൾ തൊഴുതുപിടിക്കുക. നാവ് കൊണ്ട് വായുടെ മുകൾത്തട്ടിൽ സ്പർശിച്ചുകൊണ്ട് മൂക്കിൽ കൂടി കുറച്ച് നിമിഷം ദീർഘശ്വാസം ചെയ്യുക.

സ്നിപ്പർ (Snipper)

ഇതിൽ നിങ്ങൾ ഏതെങ്കിലുമൊരു കൈ ഇടുപ്പെല്ലിൽ വയ്ക്കുക. ഇനി ദീർഘശ്വാസം ചെയ്തുകൊണ്ട്, കൈ മുകളിലേയ്ക്ക് നിരക്കി നീക്കി കീഴ്ത്തണ്ടിനടുത്തുവരെ എത്തുക.

മാനസികവും ശാരീരികവുമായ ഊർജ്ജം വർദ്ധിപ്പിച്ച് ബാഹ്യമായ ഊർജ്ജങ്ങളിൽ നിന്ന് നിങ്ങളെ സംരക്ഷിക്കുകയും അതു വഴി മസ്തിഷ്ക്കത്തെ ഉണർത്തുകയും ചെയ്യുന്നു.

ലേസി 8 (Lazy-8)

ലിഖിത ആശയവിനിമയം മികവുള്ളതാക്കാനായി പ്രത്യേകം രൂപകല്പനചെയ്തിട്ടുള്ളതാണ് ലേസി8. ഇതുപോലെ കണ്ണുകൾക്കാ യുള്ള ലേസി 8, കണ്ണുകളും കൈകളും തമ്മിലുള്ള സഹവർത്തിത്വം മെച്ചപ്പെടുത്തുന്നു. ഈ വ്യായാമ രീതി ചെയ്യുന്നതെങ്ങനെയെന്നാൽ, ഒരു കടലാസിലോ ബോർഡിലോ ഇൻഫിനിറ്റിചിഹ്നം (∞) വരയ്ക്കുക. നിങ്ങൾ തുടങ്ങേണ്ടത് മധ്യഭാഗത്തു നിന്നാണ്. ആദ്യം അപ്രദിക്ഷി ണദിശയിൽ മുകളിലേയ്ക്ക് പോയി ചുറ്റിവരയ്ക്കുക. ഇനി പ്രദിക്ഷണദി ശയിൽ മുകളിലേയ്ക്ക് പോയി ചുറ്റി മധ്യത്തിൽ എത്തുക. അഞ്ചോ അതിൽ കൂടുതലോ തുടർച്ചയായ ആവർത്തനങ്ങൾ ഓരോ കൈകൾ കൊണ്ടും ഇരുകൈകളും ഒരുമിച്ചും ചെയ്യുക.

കണ്ണുകളുടെ വ്യായാമം ഇപ്പോൾ നിങ്ങൾക്ക് മനസ്സിലായിക്കാ ണും. കാരണം കൈകൾ ചലിപ്പിക്കുമ്പോൾ അതേ രീതിയിൽ കണ്ണുകളും ചലിക്കുന്നു. ഇങ്ങനെ കണ്ണുകൾക്കും കൈകൾക്കും ഒരുമിച്ച് ഒരു വ്യായാമം നിങ്ങൾക്ക് സാധ്യമാകുന്നു. കാഴ്ച്ചയുടെ പരിധിക്കുള്ളിൽ ലേസി8 തീർക്കുന്ന ചെറുചലനം കണ്ണുകളെ പരി ശീലിപ്പിക്കുകയാണ് ചെയ്യുന്നത്.

എലിഫന്റ് (Elephant)

സ്ഥിരമായി ചെയ്താൽ ശ്രവണവ്യവസ്ഥയെ ഉജ്ജ്വലമാക്കുവാനും നാശോൻമുഖമായ നാഡീവ്യൂഹങ്ങളെ പുനരുജ്ജീവിപ്പിക്കാനും കഴിയുന്ന മറ്റൊരു വ്യായാമമാണ് ദി എലിഫന്റ്. ഇടതു തോളിൽ ഒരു കടലാസ് വച്ചശേഷം ഇടതു ചെവികൊണ്ട് അത് അമർത്തി പിടിക്കുക. എന്നിട്ട് ഇടതു കൈ കൊണ്ട് ആനയുടെ തുമ്പികൈ പോലെ ഉയർത്തി മുന്നോട്ടു നീക്കുക. കൈമുട്ടുകൾ അയച്ചിട്ടുകൊണ്ട്, ഒരു ലേസി 8 വരയ്ക്കുകയും കൈവിരൽ തുമ്പുകളുടെ ചലനത്തിനനുസൃതമായി കണ്ണുകൾ ചലിപ്പിക്കുകയും ചെയ്യുക. കൂടുതൽ ഫലപ്രദമാകുവാൻ ഇടതു ഭാഗത്ത് സാവധാനം മൂന്നു മുതൽ അഞ്ചു തവണവരെ തുടരുകയും അതേ രീതി വലതു ഭാഗത്ത് ആവർത്തിക്കുകയും ചെയ്യുക.

തിങ്കിംഗ് ക്യാപ് (Thinking Cap)

ഈ വ്യായാമം പുറം ചെവിയുടെ സ്പർശനക്ഷമമായ ഭാഗങ്ങളെ ഉത്തേജിപ്പിച്ച് മുഴുവൻ ശ്രവണവ്യവസ്ഥയെയും ഉണർത്തുന്നു. ഇതിനായി പുറം ചെവിയുടെ മുകളിൽ നിന്നും താഴേയ്ക്ക് പലപ്രാവശ്യം സാവധാനം വിരൽ ഓടിക്കുക.

എനർജി യാൺ (Energy Yawn)

ചെവിയുടെ തൊട്ടു മുന്നിൽ കീഴ്ത്താടിയും മേൽത്താടിയും ചേരുന്ന സന്ധിയെ ഉഴിയുകയാണിതിൽ ചെയ്യുന്നത്. മുഖത്താകമാനമുള്ള പേശികൾ, കണ്ണിലെ പേശികൾ, നാവ്, വായ് തുടങ്ങിയവിടങ്ങളിൽ നിന്നുള്ള സംവേദന വിവരങ്ങൾ ശേഖരിക്കുകയും, അവയെ ഉണർത്തുകയും ചെയ്യുന്ന തലയോട്ടിയിലെ അനേകം ഞരമ്പുകൾ ഈ സന്ധിയിലൂടെയാണ് കടന്നു പോകുന്നത്.

എനർജി യാൺ, മുഖപേശികൾക്ക് അയവു വരുത്തി അവയുടെ സംവേദനക്ഷമത കൂട്ടുന്നു. ഇത് മെച്ചപ്പെട്ട വാക് ചാതുര്യവും ആശയവിനിമയപാടവവും സാധ്യമാക്കുന്നു. ഈ സന്ധിയിലുള്ള പേശികൾക്ക് അയവുവരുന്നതിലൂടെ അവിടത്തെ ഞരമ്പുകളുടെ പ്രവർത്തനക്ഷമത മെച്ചപ്പെടുന്നു.

എനർജൈസർ (Energizer)

എനർജൈസർ ചെയ്യുന്നതിനായി നിങ്ങളുടെ കൈകൾ മുൻപിലുള്ള മേശമേൽ വയ്ക്കുക. കഴുത്തിന് പുറകുഭാഗത്ത് വലിവും തോളുകൾക്ക്

അയവും അനുഭവപ്പെടുന്ന വിധത്തിൽ താടിനെഞ്ചിനോട് മുട്ടിക്കുക. ഇനി ദീർഘശ്വാസം എടുത്ത്കൊണ്ട് തലമുന്നോട്ടാഞ്ഞ്

മുകളിലേയ്ക്കുയർത്തി പുറകിലേയ്ക്കായുക. ഇങ്ങനെ ചെയ്യുമ്പോൾ മുതുക് അല്പം പുറകോട്ട് വളഞ്ഞ്, നെഞ്ചിൻ കൂട് ഉയർന്ന് വരുകയും വേണം. ഇനി നിശ്വസിച്ചുകൊണ്ട് വീണ്ടും മുന്നോട്ട് വളഞ്ഞ് താടി നെഞ്ചിൽ തൊടുക.

ആംമ്പിഡെക്സ്റ്ററിറ്റി മസ്തിഷ്ക്കത്തിന്റെ രണ്ട് ഭാഗങ്ങളെയും ഒരുപോലെ ഉപയോഗപ്പെടുത്താൻ വളരെ ഫലപ്രദമായ ഒരു വഴിയാണിത്. ഇരുകൈകളും ഉപയോഗിക്കുന്നതിനോടൊപ്പം മസ്തിഷ്ക്കത്തിന്റെ പ്രധാനവും അപ്രധാനവുമായ ഭാഗങ്ങൾ ഒരുമിച്ച് ഉപയോഗിക്കാൻ ഇവിടെ കഴിയുന്നു. വശമില്ലാത്ത കൈയുടെ ഉപയോഗത്തിലൂടെ അപ്രധാനമസ്തിഷ്ക്കത്തിന് ഉത്തേജനം നൽകി മസ്തിഷ്ക്കത്തിന്റെ കാര്യക്ഷമത വർദ്ധിപ്പിക്കാൻ സാധിക്കുന്നു. അതുകൊണ്ട് ദിവസവും കുറച്ച് സമയം സ്ഥിരമായി ചെയ്യുന്ന കാര്യങ്ങൾ വശമില്ലാത്ത കൈ കൊണ്ട് ചെയ്യാനായി മാറ്റിവയ്ക്കാം.

നിങ്ങളുടെ കണ്ണിന്റെ കാഴ്ച നഷ്ടപ്പെട്ടെന്ന് സങ്കല്പിക്കുക. നിങ്ങളുടെ ചുറ്റുവട്ടം തിരിച്ചറിയുവാൻ ശ്രമിക്കുക. ഒരു തമാശ രൂപേണ ഇതു ചെയ്യുന്നതിലൂടെ മസ്തിഷ്ക്കത്തിന്റെ കാര്യക്ഷമത വർദ്ധിപ്പിക്കാൻ ഉപകരിക്കുന്നു. കണ്ണുകെട്ടിയുള്ള പരിശീലനത്തിന് വൻകിടവ്യാവസായിക രംഗങ്ങളിലെ പരിശീലകർ മുൻഗണന കൊടുക്കുന്നു. മാത്രമല്ല, അക്കാഡമിക് രംഗങ്ങളിൽപോലും ഇത് പരിശീലിക്കാൻ തുടങ്ങിയിരിക്കുന്നു. ഇത് സംബന്ധിച്ച കൂടുതൽ വിവരങ്ങൾക്ക് www.juggling.comഉപകാരപ്രദമായിരിക്കും.

നിങ്ങളുടെ മസ്തിഷ്കവും മൈൻഡ് ചാർട്ടും (Mind Chart)

ടോണി ബ്യസാൻ മുന്നോട്ടുവച്ച ഈ ആശയം, ലോകമാകമാനമുള്ള ബ്യസാൻ സെന്ററുകൾ അവരുടെ അംഗീകൃത പരിശീലകരിലൂടെ പഠിപ്പിക്കുന്നു. ഇതിനെപ്പറ്റി നിങ്ങളിൽ അവബോധം സൃഷ്ടിക്കുക എന്നതു മാത്രമാണ് ഇവിടെ എന്റെ കടമ.

ഓർമ്മയിൽ സൂക്ഷിക്കുന്ന വിവരങ്ങൾ തിരിച്ചറിയാൻ ഓരോ പേരുകൂടി ചേർക്കുന്നതിനു തുല്യമാണ് ഈ പ്രക്രിയ. ഇത് ഇടതു വലതു മസ്തിഷ്ക്കങ്ങളെ ഉണർത്തി, ഒരു വിഷയം മുഴുവൻ ഒരു കടലാസിലൊതുക്കുന്നതിന് സഹായിക്കുന്നു. അടയാളങ്ങൾ, ശബ്ദങ്ങൾ, രൂപങ്ങൾ, അനുഭവങ്ങൾ എന്നിങ്ങനെയാണ് മസ്തിഷ്ക്കം വിവരങ്ങൾ ഓർത്തെടുക്കുന്നത്.

നോട്ടുതയ്യാറാക്കാനുള്ള ഒരു മാർഗ്ഗമെന്ന നിലയിൽ ഏതു വിഷയത്തിലും ഏതു ഭാഷയിലും ഇത് ഉപയോഗിക്കാം. ഒരു മൈൻഡ് മാപ്പിലുള്ള വിവരങ്ങൾ മസ്തിഷ്ക്കത്തിന്റെ ചിന്താരീതിക്കനുസൃതമായതിനാൽ അതിൽ നിന്നുള്ള വിവരങ്ങൾ ഓർത്തെടുക്കാൻ എളുപ്പമാണ്. ക്ലാസ് എടുക്കുമ്പോഴോ വിഷയാവതരണ സമയത്തോ കൂടിക്കാഴ്ചയിലോ വിഷയ സൂചികയായി ഉപയോഗിക്കുവാൻ ഇത് വിദ്യാർത്ഥികൾക്ക് പ്രത്യേകിച്ച് തൃതീയ തലത്തിൽ പഠിക്കുന്നവർക്ക് ഉപകാരപ്പെടുന്നു. നിഗമനങ്ങളും ചുരുക്കരൂപങ്ങളും ചിത്രങ്ങളും ഉപയോഗിച്ച് നോട്ടുകുറിക്കുന്ന ഈ രിതിയിലൂടെ സമഗ്രമായി വിവരങ്ങൾ ശേഖരിക്കപ്പെടുകയും എളുപ്പത്തിൽ ഓർത്തെടുക്കാൻ സാധിക്കുകയും ചെയ്യും.

ഓരോരുത്തരുടെയും സ്വന്തംമാപ്പിൽ അവരുടെ സങ്കല്പങ്ങളും ധാരണകളും വിശ്വാസങ്ങളും മൂല്യങ്ങളും അടങ്ങിയിരിക്കുന്നു. ഇത് നാം നമ്മുടെ പെരുമാറ്റത്തെ നയിക്കുവാൻ ഉപയോഗപ്പടുത്തുന്നു. നമ്മൾ കാണുകയും കേൾക്കുകയും അനുഭവിക്കുകയും ചെയ്യുന്ന കാര്യങ്ങൾ പെട്ടെന്നു തന്നെ നമ്മുടെ മനസ്സ് പിടിപ്പിച്ചെടുക്കുന്നു. നമ്മുടെ ഓർമ്മശക്തി ഒരു കമ്പ്യൂട്ടറിന്റേതിനു സമാനമാണ്. അതുകൊണ്ട് മനസ്സിൽ ശേഖരിച്ചുവച്ച വിവരങ്ങൾ ഓർത്തെടുക്കുന്നതാണ് കാണാതെ പഠിക്കുന്നതിനെക്കാൾ നല്ലത്.

ഓരോ ആശയവും അല്ലെങ്കിൽ തത്വവും വാക്കുകൾക്കോ ചിഹ്നങ്ങൾക്കോ പകരം ഓരോ ശാഖകൾ രൂപീകരിക്കുന്നു എന്നതാണ് കൺസെപ്റ്റ് മാപ്പും മൈൻഡ്മാപ്പും തമ്മിലുള്ള പ്രധാന വ്യത്യാസം. മിക്കകാര്യങ്ങളിലും ഇവ രണ്ടും പരസ്പര പൂരകങ്ങളാണ് . ആശയങ്ങൾ തമ്മിലുള്ള ബന്ധത്തെ ചിത്ര രൂപേണ അവതരിപ്പിക്കുന്നരീതിയാണ് കൺസെപ്റ്റ് മാപ്പിംഗ്.

വിസ്തൃതി സംബന്ധിയായ ഓർമ്മശക്തിയുള്ളവർക്ക് കൺസെപ്റ്റ്മാപ്പ് വളരെ ഫലപ്രദമായ സ്മൃതി വിജ്ഞാനം പ്രദാനം ചെയ്യുന്നു. കൺസെപ്റ്റ് മാപ്പിന്റെ ആകൃതിയും ഘടനയും അതിലെ വിവരങ്ങൾ ഓർത്തെടുക്കാൻ ആവശ്യമായ സൂചനകൾ നൽകുന്നു. പരമ്പരാഗതമായ നോട്ടുകുറിക്കലിനെക്കാൾ വിവരങ്ങൾ ഏകീകരിക്കുന്നതിലും ബന്ധപ്പെടുത്തുന്നതിലും കൺസെപ്റ്റ് മാപ്പ് മുന്നിട്ടുനിൽക്കുന്നു.

ഒരു മൈൻഡ് ചാർട്ട് (Mind Chart) എങ്ങനെ ഉണ്ടാക്കാം

1. ഒരു പേപ്പറിന്റെ നീളം കൂടിയ വശം മുകളിൽ വരത്തക്കവിധം ചരിച്ചു വച്ച ശേഷം അതിന്റെ മധ്യഭാഗത്തായി ഒരു ചിത്രം വരച്ചുകൊണ്ടു തുടങ്ങാം. ഈ ചിത്രം സൂചിപ്പിക്കുന്നത് നിങ്ങളുടെ

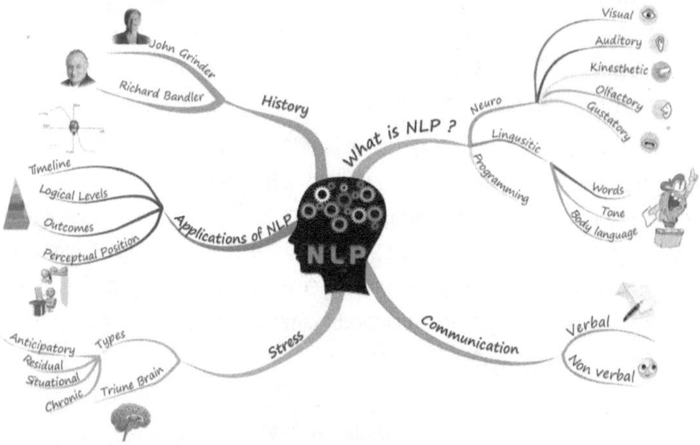

മുഖ്യ ആശയമാണ്. നിങ്ങൾക്ക് ഇഷ്ടമുള്ള ചിത്രങ്ങൾ ഉപയോഗിക്കാവുന്നതാണ്. ഇതിനു വിവിധ മാനങ്ങൾ നല്കുന്നതിനായി വിവിധ കളറുകളും മറ്റും ഉപയോഗിച്ച് ഇതിനെ കൂടുതൽ രസകരമാക്കാവുന്നതാണ്.

2. ഈ മധ്യ ഭാഗത്തുള്ള ചിത്രത്തിൽ നിന്നും വശങ്ങളിലേയ്ക്ക് ഓരോ ശാഖകൾ വരയ്ക്കുക. ഓരോ ശാഖയും തായ് തടിയിൽ നിന്നും നീണ്ടുവളർന്നിരിക്കുന്ന തരത്തിൽ കട്ടിയായി വരയ്ക്കുക. നമ്മുടെ മുഖ്യ ആശയത്തിന്റെ സ്വഭാവം സ്പഷ്ടമാക്കുന്ന ഒരു ചിത്രമോ പദമോ ഓരോ ശാഖയിലും രേഖപ്പെടുത്തുക.

3. നിങ്ങളുടെ മൈന്റ് ചാർട്ടിലെ ആദ്യ നിരയിലെ ശാഖകളിൽ നിന്നും വിവിധ ശാഖകൾ നീട്ടി വരയ്ക്കുക. ഇവയ്ക്ക് വിവിധ നിറങ്ങൾ നല്കുക. ഇവയിലും നിങ്ങളുടെ ആശയത്തെ വിപുലീകരിക്കുന്ന ചിത്രങ്ങളോ വാക്കുകളോ രേഖപ്പെടുത്തുക.

4. നിങ്ങളുടെ ആശയത്തെ വികസിപ്പിക്കുന്ന തരത്തിൽ കൂടുതൽ ശാഖകളും, പദങ്ങളും, ചിത്രങ്ങളും കൂട്ടിച്ചേർക്കാവുന്നതാണ്.

5. നിങ്ങളുടെ മൈന്റ് ചാർട്ട് കൂടുതൽ അനുസ്മരണാർഹവും മനോഹരവും ആകുവാൻവേണ്ടി കൂടുതൽ ആകർഷകങ്ങളായ കളറുകൾ ഉപയോഗിക്കുക. ഓരോ ശാഖയ്ക്കും വിവിധ നിറങ്ങൾ നല്കുക.

6. പദങ്ങൾ പ്രിന്റ് ചെയ്യുന്നതുകൊണ്ട് നിങ്ങളുടെ ആശയങ്ങൾ എളുപ്പത്തിൽ നിങ്ങൾക്ക് വായിക്കുവാനും കുറിച്ചെടുക്കുവാനും സാധിക്കും. ഇത്തരത്തിൽ ഇവയെ വളരെ വേഗത്തിൽ ഓർത്തെടുക്കുവാൻ സാധിക്കും.

7. നിങ്ങളുടെ ദൈനം ദിന പരിപാടികൾ രേഖപ്പെടുത്തുന്നതിനു ഈ മൈന്റ്മാപ്പ് ഉപയോഗപ്പെടുത്താവുന്നതാണ്. ഇവയെ അവലോകനം ചെയ്യുകയും ദിവസവും ഇതിലേയ്ക്ക് കാര്യങ്ങൾ കൂട്ടിച്ചേർക്കുകയും ചെയ്യുക.

നിങ്ങളുടെ ദൈനം ദിന പ്രവൃത്തികളിൽ മൈന്റ് ചാർട്ടിംഗ് പ്രയോഗിക്കുക. നിങ്ങളുടെ പദ്ധതി ചിത്രീകരിക്കുന്നതിനു, എന്തെങ്കിലും കുറിച്ചെടുക്കുന്നതിനു, പഠിക്കുന്നതിനു, പ്രസംഗങ്ങളും മറ്റും ആസൂത്രണം ചെയ്യുന്നതിനു, ഒരു നിശ്ചിത വിഷയത്തെക്കുറിച്ച് നിങ്ങൾക്ക് എന്തറിയാം എന്നുള്ളതിന്റെ ചുരുക്കെഴുത്തിനു, തുടങ്ങിയവയ്ക്ക്. ഇങ്ങനെ ഇതിനു അനന്തമായ സാധ്യതകളാണുള്ളത്. ഇത് ഉപയോഗപ്പെടുത്തുക.

അഭ്യാസം:

ചുവടെ ചേർത്തിരിക്കുന്ന രീതിയിൽ നമ്മുടെ പതിവായുള്ള ചിന്തകളിലും പ്രവൃത്തികളിലും മസ്തിഷ്കത്തിന്റെ രണ്ട് അർത്ഥഗോളങ്ങളേയും ഉദ്ദീപിപ്പിക്കുക.

1. കണ്ണുകൾ അടച്ചുകൊണ്ട് ഇന്നു രാവിലെ ചെയ്ത പതിവു ശീലങ്ങളെക്കുറിച്ച് ചിന്തിക്കുക. ഏതു കൈ ഉപയോഗിച്ചാണ് നിങ്ങൾ പല്ലു തേച്ചത്? മുഖം കഴുകിയപ്പോൾ മുഖത്തിന്റെ ഏതു വശമാണ് കഴുകിയത്? ഏതു ക്രമത്തിലാണ് നിങ്ങൾ വസ്ത്രം ധരിച്ചത്? ഷർട്ട്, സോക്സ്, പാന്റ്സ്? ഈ കാര്യങ്ങൾ എല്ലാം തന്നെ ഒരു വ്യത്യസ്തമായ ക്രമത്തിൽ/മറു കൈ ഉപയോഗിച്ച് ചെയ്യുന്നതായി സങ്കല്പിക്കുകയാണെങ്കിൽ എന്തു സംഭവിക്കും?

2. നിങ്ങളുടെ വശമില്ലാത്ത കൈ ഉപയോഗിച്ച് കാപ്പി ഇളക്കുകയോ, പ്രഭാത ഭക്ഷണം കഴിക്കുകയോ ചെയ്യുക.

3. മറു കൈ ഉപയോഗിച്ച് കതകു തുറക്കുക.

4. പുറകു വശം തിരിഞ്ഞ് പടിയിറങ്ങുക.

നിങ്ങൾ ചെയ്യുന്ന ഏതൊരു കാര്യവും വ്യത്യസ്തമായ രീതിയിൽ ചെയ്യുക. ഇത്തരത്തിലുള്ള ചെറിയ വ്യത്യാസങ്ങൾ നിങ്ങളുടെ ഇരു മസ്തിഷ്കാർത്ഥഗോളങ്ങളേയും മികച്ച രീതിയിൽ പ്രവർത്തിപ്പിക്കുകയും, ഉത്തേജിപ്പിക്കുകയും ചെയ്യുന്നു.

1. നിങ്ങൾ ആഗ്രഹിക്കുന്ന നിങ്ങളുടെ സ്വപ്നം കുറിച്ചെടുക്കുക. നിങ്ങളുടെ സ്വപ്നം ചിത്രീകരിക്കുന്നതിനു മനസ്സിൽ നിന്നും ശരീരത്തിലേയ്ക്ക് എന്ന തത്വം ഉപയോഗപ്പെടുത്തി അനുഭവിച്ച് നോക്കുക.

2. നിങ്ങളെക്കുറിച്ച് 10 ശുഭകരമായ പ്രസ്താവനകൾ (ഞാൻ എന്നു തുടങ്ങുന്ന) എഴുതുക. കഴിയുന്ന അത്ര തവണ ഇതു വായിക്കുക.

3. മസ്തിഷ്ക വ്യായാമങ്ങൾ ദിവസവും 5 മിനിട്ട് പ്രാക്ടീസ് ചെയ്യുക.

15

മാനസിക പ്രതിഭാസങ്ങളും സമ്മർദ്ദവും

Its not stress that kills us,
it is our reaction to it.

Hans Selye

ഇതിനെ വൈദ്യുതോർജ്ജത്തോടുപമിക്കാം. ആവശ്യമായ അളവിൽ ഗുണകരവും അധികമായാൽ എല്ലും നശിപ്പിക്കുന്നതുമാണിത് (Distress). ഉപകാരിയായ സമ്മർദ്ദത്തെ യൂസ്ട്രെസ്സ് (Eustress) എന്നു വിളിക്കുന്നു. ഇതു നമ്മെ ഉണർത്തി മുമ്പോട്ടു കൊണ്ടു പോകുന്നു. ഇതില്ലാതെ പ്രചോദനമുണ്ടാവുകയില്ല. പ്രതിഭകൾ തങ്ങളുടെ പ്രകടനം ഉയർന്നതാക്കാൻ സമ്മർദ്ദത്തെ ഉപകാരപ്പെടുത്താറുണ്ട്.

അതുകൊണ്ട് സമ്മർദ്ദം ഒരു നല്ല സേവകനാണെന്ന് പറയാം. പക്ഷേ, ഒരു മോശപ്പെട്ട യജമാനനുമാണ്. സമ്മർദ്ദത്തിനു പിന്നിലുള്ള സദുദ്ദേശ്യം തിരിച്ചറിഞ്ഞ്, അത് നമുക്ക് ഉപകാരപ്പെടുന്ന രീതിയിലാക്കുകയാണ് വേണ്ടത്.

ട്രൈയുൻ ബ്രെയിൻ തിയറി (Triune Brain Theory)

നമ്മുടെ മസ്തിഷ്കത്തിന് മൂന്ന് ഭാഗങ്ങളാണുള്ളത്. അവയെ ഒരുമിച്ച് ട്രൈയുൻ ബ്രയിൻ എന്നു വിളിക്കാം. സമ്മർദ്ദ രീതി മനസ്സിലാക്കാൻ ഈ സിദ്ധാന്തം സഹായകമാണ്.

ഒന്നാം ഭാഗം മസ്തിഷ്ക്കത്തിന്റെ ബാഹ്യാവരണമാണ്. ഇതിനെ നിയോകോർട്ടക്സ് അഥവാ ചിന്താകേന്ദ്രം എന്നു വിളിക്കുന്നു. രണ്ടാം ഭാഗം മാമേലിയൻ ഭാഗം അഥവാ ലിംബിക് സിസ്റ്റം എന്നറിയപ്പെടുന്നു. ഇത് വൈകാരിക കേന്ദ്രമാണ്. അവസാനമായി റെപ്റ്റീലിയൻ ഭാഗം ആണുള്ളത്. ഇവിടെ മസ്തിഷ്ക നാഡികൾ അടങ്ങിയിരിക്കുന്നു. ഇത് സുരക്ഷയുമായി ബന്ധപ്പെട്ട ഭാഗമാണ്. സമ്മർദ്ദ സാഹചര്യങ്ങളിൽ റെപ്റ്റീലിയൻ ഭാഗം മേൽക്കോയ്മ

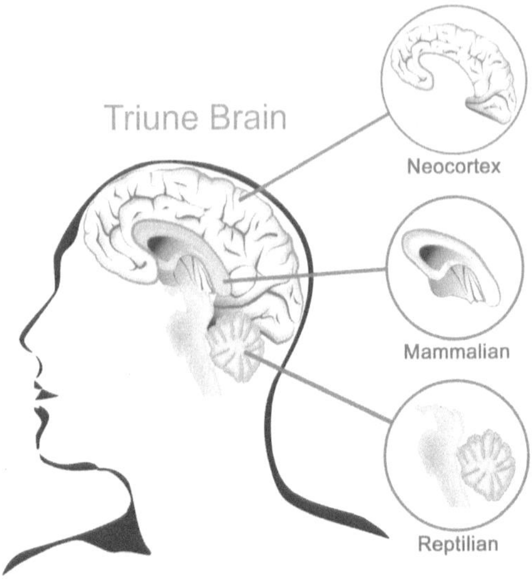

നേടുന്നു. (The fight-or-flight reaction). ഇതുകൊണ്ടാണ് സമ്മർദ്ദ സാഹചര്യങ്ങളിൽ നമ്മുടെ ചിന്തപരിമിതമായിരിക്കുന്നതും, നാം അക്ഷമരായി പെരുമാറുന്നതും.

തീവ്രമായ സമ്മർദ്ദവും ദീർഘസ്ഥായിയായ സമ്മർദ്ദവും

പോരാട്ടം പോലെയുള്ള ശാരീരിക പ്രവർത്തനങ്ങളിലേർപ്പെട്ടു മ്പോൾ അനുഭവപ്പെടുന്ന ശക്തമായ സമ്മർദ്ദമാണ് തീവ്ര സമ്മർദ്ദം. സമ്മർദ്ദം തീവ്രമോ, ദീർഘസ്ഥായിയായതോ ആവാം. ഈ സാഹ ചര്യത്തിൽ, ധാരാളമായി എൻഡോർഫിൻ ശരീരത്തിലുളവാകു ന്നതിനാൽ വേദന അറിയുന്നില്ല. പ്രവർത്തനം നിൽക്കുമ്പോൾ, എൻഡോർഫിൻ നിലയ്ക്കുകയും അതിന്റെ സാന്നിധ്യം ശരീരത്തിൽ ഇല്ലാതാവുന്നതിനനുസരിച്ച് വേദന അറിഞ്ഞു തുടങ്ങുകയും ചെയ്യുന്നു.

അർബുദമോ മറ്റ് ദീർഘകാല രോഗങ്ങളോ പിടിപ്പെട്ടവരിൽ, സമ്മർദ്ദ സൂചന എപ്പോഴും ഉണർന്നിരിക്കുകയും തത്ഫലമായി എൻഡോർഫിൻ പുറപ്പെട്ടുവിച്ചുകൊണ്ടിരിക്കുകയും ചെയ്യുന്നു. ഇത് ജനലുകളും വാതിലുകളും തുറന്നിട്ട ഒരു മുറിയെ ശീതീകരിക്കുന്നതിന് തുല്യമാണ്. ഇവിടെ കംപ്രസർ തുടർച്ചയായി പ്രവർത്തിക്കുകയും ക്രമേണ കത്തിപ്പോവുകയും ചെയ്യുന്നു. ഇതുപോലെ, ഈ ആളുകൾക്ക് വേദന അറിയാതിരിക്കാനുള്ള ശേഷി ഇല്ലാതാവുകയും, അവരുടെ അവസ്ഥ കൂടുതൽ മോശമാവുകയും ചെയ്യുന്നു. കാരണം, ഇവരുടെ സംവേദന ക്ഷമത വളരെയധികം കൂടുന്നു.

മറ്റ് പ്രധാന സമ്മർദ്ദരൂപങ്ങൾ, നിശ്ചിത സമയത്തിനു മുമ്പു ണ്ടാവുന്നവ, സാഹചര്യങ്ങളാലുണ്ടാവുന്നവ, അവശേഷിക്കുന്നവ എന്നിവയാണ്.

നിശ്ചിത സമയത്തിനു മുമ്പുണ്ടാവുന്ന സമ്മർദ്ദം

ഇതിനെ മനക്ലേശം എന്നു വിളിക്കാം. സംഭവിക്കാവുന്നതോ അല്ലാത്തതോ ആയ എന്തിനെയെങ്കിലും കുറിച്ച് വിഷമിക്കുക എന്നിതിനെ നിർവചിക്കാം. ഇത് വാങ്ങിക്കാത്ത പണത്തിന് പലിശയടക്കുന്നതിന് സമമാണ്. ധാരാളം ആലോചിച്ചു കൂട്ടുകയും പ്രവർത്തിക്കാതിരിക്കുകയും ചെയ്യുന്നു. [(ആത്മഗതം AID = ഭാവനാ ചിത്രരൂപീകരണം = ആന്തര സ്പർശം)]

പ്രശ്നത്തിന്റെ വലിപ്പമല്ല, മനക്ലേശത്തിന്റെ അളവാണ് ആളുകളെ വിഷമിപ്പിക്കുന്നതെന്ന് ഓർക്കേണ്ടതാണ്. പ്രവർത്തിക്കു ന്നതും അനന്തരഫലങ്ങളെപ്പറ്റി ചിന്തിക്കുന്നതും മനഃക്ലേശത്തിന്റെ എതിർ പ്രവർത്തനങ്ങളാണ്. ഇത് മനഃക്ലേശത്തിന്റെ ശക്തികുറയ്ക്കുന്നു.

സമ്മർദ്ദത്തോടുള്ള നമ്മുടെ ശരീരത്തിന്റെ പ്രതികരണം

നമ്മൾ ഒരു വെല്ലുവിളി നേരിടുമ്പോൾ മൂന്നു കാര്യങ്ങൾ തുടർച്ചയായി സംഭവിക്കുന്നു.

1) ആ സംഭവം, 2) നമുക്കതിനെക്കുറിച്ചുള്ള കാഴ്ചപ്പാട്, 3) നമുക്ക് ലോകത്തെപ്പറ്റിയുള്ള ധാരണയ്ക്കനുസരിച്ച് മേൽപ്പറഞ്ഞ കാഴ്ചപ്പാടി നോടുള്ള നമ്മുടെ ശരീരത്തിന്റെ പ്രതികരണം.

സാഹചര്യം നമ്മുടെ നിയന്ത്രണത്തിലായിരിക്കാനുള്ള സാധ്യത വളരെ കുറവാണ്. പക്ഷേ നമ്മളവയെ എങ്ങനെ കാണുന്നു എന്ന തിലാണ് സാധ്യതകളുള്ളത്. വെല്ലുവിളിയോടൊത്തു പോകുന്നതും, സമ്മർദ്ദത്തിന്റെ ഫലങ്ങളോടൊത്തു പോകുന്നതും വേറിട്ടു കാണാൻ നമുക്കാവണം.

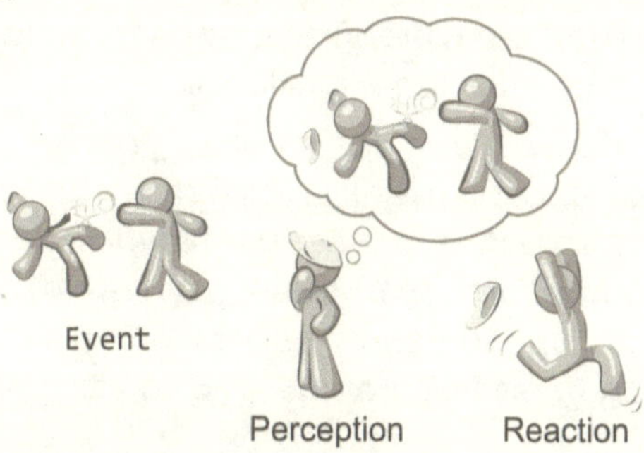

ബൗദ്ധിക തലങ്ങളും സമ്മർദ്ദവും

ഒരു വ്യക്തിക്ക് ചിന്തയുടെ ബൗദ്ധിക തലങ്ങൾ ഉപയോഗിച്ച് സമ്മർദ്ദത്തെ കൈകാര്യം ചെയ്യുവാൻ സാധിക്കും.

സമ്മർദ്ദം അനുഭവപ്പെടുമ്പോൾ നിങ്ങളുടെ ചുറ്റുപാട് ഇതിന് കാരണമാകുന്നുണ്ടോ എന്നും, ഇതിനെ സ്വാധീനിക്കുന്നുണ്ടോ എന്നും ഇതിൽ നിങ്ങൾക്ക് എന്തു ചെയ്യാൻ സാധിക്കും എന്നും ചിന്തിക്കുക. ഇതിനു മുകളിലുള്ള പെരുമാറ്റ ഘട്ടത്തിലേയ്ക്ക് കടക്കുന്നത് ഈ സാഹചര്യത്തിനു മാറ്റമുണ്ടാക്കുന്നുണ്ടോ? പെരുമാറ്റമാണ് കാരണമെങ്കിൽ ഇതിന് നമുക്ക് എന്തു ചെയ്യാൻ കഴിയും, പെരുമാറ്റത്തിലുള്ള ഒരു വ്യതിയാനം സഹായകമായേക്കുമോ? സമ്മർദ്ദത്തിനു പെരുമാറ്റവുമായും, വിശ്വാസങ്ങളുമായും, മൂല്യങ്ങളുമായും വ്യക്തിത്വവുമായും ഉള്ള ബന്ധത്തെക്കുറിച്ച് ചിന്തിക്കുക. ഇത്തരത്തിൽ യുക്തിപരമായ രീതിയിൽ സമ്മർദ്ദത്തെ വിശകലനം ചെയ്യുന്നതിലൂടെ ഇത് കൈകാര്യം ചെയ്യാവുന്ന ഭാഗങ്ങളായി ശകലീഭവിക്കുകയും ഇതിനെ സംബോധന ചെയ്യുന്നതിൽക്കൂടുതൽ അയവോടുകൂടിയ മാർഗ്ഗങ്ങൾ രൂപീകരിക്കപ്പെടുകയും ചെയ്യുന്നു.

ശ്വസന വ്യായാമം (Breathing Technique)

നമ്മുടെ അനുഭവങ്ങളെ പെട്ടെന്ന് മാറ്റി മറിക്കാവുന്ന ഒന്നാണ്, ശ്വസന ക്രമത്തിൽ വരുത്തുന്ന മാറ്റങ്ങൾ, ദീർഘമായ ഉച്ഛ്വാസം വളരെയേറെ സുഖപ്രദമാണ്. ദീർഘമായി ശ്വാസമെടുക്കുന്നത് ഉത്തേജകരവുമാണ്.

അതുകൊണ്ട് നമ്മൾ സ്വയം ശാന്തരാകുവാൻ ആഗ്രഹിക്കുന്ന സമയത്ത്, ആഴത്തിൽ ശ്വാസമെടുത്ത്, പിടിച്ചു നിർത്താതെ, സാവധാനം നിയന്ത്രിതമായി ദീർഘമായി നിശ്വസിക്കുക. ഇനി അല്പനേരം സാധാരണഗതിയിൽ ശ്വാസോച്ഛ്വാസം ചെയ്യുക. അതിനുശേഷം, വീണ്ടും ഇത് ആവർത്തിക്കുക.

മറ്റൊരു രീതി കുറച്ചാളുകളിൽ ഫലപ്രദമായതായി കണ്ടിട്ടുണ്ട്. മുഴുവനായി നിശ്വസിക്കുവാൻ ശ്രമിക്കുക.

വീണ്ടും വീണ്ടും നിശ്വസിക്കാൻ ശ്രമിച്ചു കൊണ്ടിരിക്കുക. വയർ അകത്തേയ്ക്കു ചുരുങ്ങി നട്ടെല്ലിൽ മുട്ടുന്നതുപോലെ തോന്നുംവണ്ണം വേണമിതു ചെയ്യാൻ. സുഖകരമായി സാധിക്കുന്നിടത്തോളം ആ അവസ്ഥയിൽ തുടരുക. ഇനി വളരെ പതുക്കെ ശ്വാസം എടുക്കുക. തൊണ്ടയ്ക്കു വരൾച്ച അനുഭവപ്പെടുകയോ കിതയ്ക്കുകയോ ചെയ്യാത്ത വണ്ണം നിയന്ത്രിതമായി വേണം ഇതു ചെയ്യുന്നത്. അല്പനേരം

സാധാരണഗതിയിൽ ശ്വാസമെടുത്ത ശേഷം വീണ്ടും തുടരുക. ഇങ്ങനെ ചെയ്യുന്നതിനൊപ്പം പതുക്കെ ശാന്തമായി എണ്ണിത്തുടങ്ങുക. ഓരോ ദിവസവും ഈ എണ്ണം കൂട്ടിക്കൊണ്ടുവരാൻ ശ്രമിക്കുക. ഇങ്ങനെ ഏകദേശം 30 നിമിഷമെങ്കിലും ശ്വാസമെടുക്കാതെ നിൽക്കാൻ സാധിക്കണം.

നമ്മുടെ ശരീരത്തിലെ സന്ദേശങ്ങൾക്കായി ശ്രദ്ധിക്കുക, ശാരീരിക ഘടന മെച്ചപ്പെടുത്തുക, ആത്മഗതം നടത്താൻ ശ്രമിക്കുക,

ഫലിത പ്രിയരായിരിക്കുവാൻ ശ്രമിക്കുക, മൂരി നിവരുക, വെല്ലു വിളികളുള്ളവരാകുക,ഒന്നു നടക്കുക, അല്പം വെള്ളം കുടിക്കുക, നിങ്ങളുടെ ശാരീരിക മാനസികാവസ്ഥകൾ മെച്ചപ്പെടുത്തുക, ഒരു ഹാൻഡ് ഗ്രിപ്പർ എപ്പോഴും അടുത്തു കരുതുക, ശാന്തത പ്രദാനം ചെയ്യുന്ന ടേപ്പുകൾ കേൾക്കുക, മാനസികമോ, ശാരീരികമോ ആയ ശാന്തത പ്രദാനം ചെയ്യുന്ന സാഹചര്യങ്ങളോ രംഗങ്ങളോ ഭാവനയാൽ കാണുക, ഇവയിലൂടെയൊക്കെ ശാരീരികവും മാനസി കവുമായ ആശ്വാസതലത്തിലെത്തുവാൻ കഴിയും.

ഇത്തരം രംഗങ്ങൾ ഒരു ശബ്ദരേഖയുടെ സഹായത്താലോ, ഒരു വിദഗ്ധന്റെ നിർദേശത്താലോ, സ്വന്തം ഓർമ്മയിൽ നിന്നോ രൂപീ കരിക്കാം. ശരിയായ രീതിയിൽ വിനിയോഗിച്ചാൽ സാധാരണ സമ്മർദ്ദം കുറയ്ക്കുന്നതിനും, സദ്ഭാവനകളുണർത്തുന്നതിനും നാഡി പേശി പിരിമുറുക്കം കുറച്ച് വേദന പോലുള്ള അവയുടെ അനന്തര ഫലങ്ങളെ ഇല്ലായ്മ ചെയ്യുന്നതിനും ഇത് ഫലപ്രദമാണ്.

ഈ പ്രക്രിയയ്ക്ക്, ഒരാൾക്ക് പ്രശാന്തത പ്രദാനം ചെയ്യുന്നതും സദ്ഭാവന ഉണർത്തുന്നതുമായ ഒരു മാനസിക ചിത്രം രൂപീകരിക്കേ ണ്ടത് ആവശ്യമാണ്. ഇത് ശാന്തത പ്രദാനം ചെയ്ത ഒരു യാത്രയുടെ ഓർമ്മ പോലെ എന്തെങ്കിലുമാവാം.

ശബ്ദ രേഖകളും വിദഗ്ധോപദേശങ്ങളുമെല്ലാം ഉപയോഗപ്രദമെ ങ്കിലും ഒരു വ്യക്തിയുടെ സുഖകരമായ ഓർമ്മകളോ അനുഭവങ്ങളോ ആണിതിന് ഏറ്റവും ഉത്തമം.

കണ്ണടച്ച് സാവകാശം ശ്വാസമെടുത്തുകൊണ്ട് ഇങ്ങനെയൊരു രംഗം മുന്നിൽ കാണുന്നതിലൂടെ സമ്മർദ്ദമുണർത്തുന്ന വികാരങ്ങൾ ശമിക്കുന്നു. ആ സുഖകരമായ വികാരം, വർത്തമാന കാല അനുഭവ ങ്ങളിലേയ്ക്ക് സന്നിവേശിപ്പിക്കാൻ തുടർച്ചയായ പരിശീലനത്തിലൂ ടെയോ, ഒരു വിദഗ്ധന്റെ ശിക്ഷണത്തിലൂടെയോ സാധിക്കും.

ഇന്ന് സമ്മർദ്ദം ദൈനംദിന ജീവിതത്തിന്റെ ഭാഗമാണ്. ഇതിനെ തിരിച്ചറിയുകയും ക്രമീകരിക്കുകയും അതിന്റെ ശക്തികളെ മാനിക്കു കയും ചെയ്യുന്നതിലൂടെയേ മുന്നോട്ട് പോകാൻ സാധിക്കുകയുള്ളൂ.

ജോലി സംബന്ധമായ സമ്മർദ്ദം

ഷെല്ലി റോസ് ഷെർവയുടെ അഭിപ്രായത്തിൽ, ഇന്നത്തെ മത്സ രാത്മകമായ ഉന്നത സാങ്കേതിക ലോകത്തിൽ, സമ്മർദ്ദം ജീവിത ത്തിന്റെ അനിഷേധ്യമായ ഒരു ഭാഗവും, ഒരു നായകതത്വവും, ഒപ്പം നശീകാരിയും ഒന്നിൽ ചേർന്ന് രൂപപ്പെട്ടിരിക്കുന്നതാണ്.

ഏതെങ്കിലുമൊരു സ്ഥാപനം പരിഗണിക്കൂ. എല്ലാ അലങ്കാരങ്ങളും, കെട്ടിടങ്ങളും, ഉപകരണങ്ങളും, കമ്പ്യൂട്ടറുകളും, മറ്റ് അനുബന്ധകാര്യ ങ്ങളുമെല്ലാം അവിടെതന്നെയുണ്ടെങ്കിലും, അവിടെ പ്രവർത്തിക്കുന്ന ആളുകൾ വീടുകളിലേയ്ക്ക് പോയിക്കഴിഞ്ഞാൽ അവിടം ശൂന്യമാണ്. ഒരു സ്ഥാപനത്തിന്റെ അടിസ്ഥാന പ്രവർത്തന ഘടകം പരസ്പരം ആശയവിനിമയം നടത്തുന്ന വ്യക്തികളാണ് (അവരെ മനുഷ്യ വിഭവങ്ങളെന്നോ, വ്യക്തികളുടെ കൂട്ടമെന്നോ, ജീവനക്കാരെന്നോ വിളിക്കാം). മിക്ക സ്ഥാപനങ്ങളും തുടക്കത്തിലുള്ള അഭിമുഖത്തിലും പരിശീലനത്തിലും ശ്രദ്ധ ചെലുത്തുകയും, ഇവയെക്കുറിച്ച് പിന്നീ ട്ടുണ്ടാകുന്ന പ്രതികരണങ്ങളെയും പിരിഞ്ഞുപോകുന്നവർക്കായുള്ള അഭിമുഖത്തെയും അവഗണിക്കുകയും ചെയ്യുന്നു. പുറത്തുപോകുന്ന വർക്കായുള്ള അഭിമുഖത്തിലൂടെ, സ്ഥാപനത്തിന്റെ നിലപാടുകളിൽ കാര്യമായ തിരുത്തലുകൾ വരുത്താൻ സഹായിക്കുന്ന നിർദ്ദേശ ങ്ങൾ ലഭിച്ചേക്കാമെന്നതിനാൽ അവ വളരെ പ്രധാനമാണ്. പുറത്തു പോകുന്നവർക്ക് തങ്ങളുടെ അഭിപ്രായങ്ങൾ പ്രകടിപ്പിക്കുന്നതിൽ കാര്യമായ മടിയുണ്ടാകാനിടയുമില്ല.

വികസനത്തിനുള്ള ഒരു പ്രധാന പ്രേരക ശക്തിയായി മാറുന്ന തിൽ നിന്ന് മനുഷ്യസ്വഭാവത്തെ തടയുന്നു എന്നതാണ് ആധുനിക സ്ഥാപനങ്ങൾ ചെയ്യുന്നത്.

ജോലിക്കാര്യം ജീവിതവൃത്തിക്കായുള്ളതും, വീട്ടുകാര്യം വ്യക്തി പരവുമാണെന്ന വികാരമാണ് നമ്മുടെയെല്ലാം ഉള്ളിൽ കുടികൊള്ളു ന്നത്. വൈദഗ്ദ്യം സിദ്ധിച്ചവർ തങ്ങളുടെ ജോലിയുമായി മറ്റൊന്നും കലരാൻ സമ്മതിക്കാറില്ലെന്നും, തങ്ങളുടെ ബൗദ്ധിക തലത്തിൽ സുരക്ഷിതരാണെന്നും, ഒരിക്കൽ വികാരങ്ങൾ ജോലി സ്ഥലത്ത് പ്രവേശിച്ച് കഴിഞ്ഞാൽ പ്രശ്നങ്ങൾ ആരംഭിക്കുമെന്നും വിശ്വസിക്കു ന്നു. അതുകൊണ്ട് തന്നെ ജോലിയിൽ വിജയികളാകണമെങ്കിൽ നാം ബുദ്ധി വൈഭവമൊഴിച്ച്, നമ്മുടെ വികാരങ്ങളും, ഭയങ്ങളും, കോപവും, സന്തോഷവും, ഇഷ്ടങ്ങളും ഭാവനകളുമെല്ലാം ജോലി സ്ഥലത്ത് നിന്ന് മാറ്റി വയ്ക്കണം. മിക്കവാറും വീട്ടിലേയ്ക്ക് പോകുന്ന ധൃതിയിൽ നാം മാറ്റി വച്ച മേൽ പറഞ്ഞ കാര്യങ്ങൾ തിരിച്ചെടുക്കാൻ മറക്കുകയും, ഇത് താൻ ആരെന്നുള്ള തിരിച്ചറിവില്ലാതാക്കുകയും ചെയ്യുന്നു.

തത്ഫലമായി, പിറ്റേന്ന് തിരിച്ച് ജോലി സ്ഥലത്ത് എത്തുന്നത് തളർന്നവശനായ യാന്ത്രികനായ ഒരു വ്യക്തിയായിരിക്കും. ജോലി സ്ഥലത്ത് നിന്ന് മാറ്റി വയ്ക്കണം. മിക്കവാറും വീട്ടിലേയ്ക്ക് പോകുന്ന ധൃതിയിൽ നാം മാറ്റി വച്ച മേൽ പറഞ്ഞ കാര്യങ്ങൾ തിരിച്ചെടുക്കാൻ നമ്മുടെ വികാരങ്ങളുടെയും, സംശയങ്ങളുടെയും, പ്രതീക്ഷകളുടെയും ഒരു അളവുകോലാണ് നമ്മുടെ ആന്തരിക ആശയവിനിമയങ്ങൾ. ഇവ ആശയക്കുഴപ്പം സൃഷ്ടിക്കുന്നവയാണെങ്കിലും, ക്രിയാത്മകമാണ്. വികാരങ്ങൾ മടുപ്പിക്കുന്നതും, ജോലിസ്ഥലത്തിന് ചേർന്നതല്ലെന്ന് കരുതപ്പെടുന്നതുമാകയാൽ, വിദഗ്ധരെന്ന നിലയിൽ നാം അവയെ അടിച്ചമർത്തുന്നു.

പക്ഷെ, വികാരങ്ങൾ ആവേശങ്ങൾക്കും ഭാവനകൾക്കും വഴി തെളിക്കുകയും അതിലൂടെ ക്രിയാത്മകത്വം ഉണ്ടാവുകയും ചെയ്യുന്നു.

വ്യക്തിനിഷ്ഠമായ വികാരങ്ങളെ മനസ്സിലാക്കുവാനുള്ള കഴിവ് നമുക്ക് പ്രദാനം ചെയ്യുന്ന ഒരു ചെറിയ ശബ്ദം മസ്തിഷ്ക്കത്തിലെ അമിഗ്ദാല എന്ന ചെറിയ ഭാഗത്തു നിന്നും ഉണ്ടാകുന്നു. അമിഗ്ദാലയും അതുമായി ബന്ധപ്പെട്ട നാഡിവ്യൂഹവും നെറ്റിയുടെ തൊട്ടു പിന്നിൽ നിൽക്കുന്ന മസ്തിഷ്കത്തിന്റെ പ്രധാന നിയന്ത്രണകേന്ദ്രം വരെ വ്യാപിച്ചിരിക്കുന്നു. എല്ലാ അനുഭവങ്ങളും വികാരങ്ങൾ ഉണ്ടാക്കുകയും അത് അമിദ്ഗാലയിൽ ശേഖരിക്കപ്പെടുകയും ചെയ്യുന്നു. അവയവങ്ങളുമായി ബന്ധപ്പെട്ട നാഡിവ്യൂഹങ്ങളിലൂടെ ഈ വികാരങ്ങൾ കടന്നു പോകുന്നതുമൂലം നമ്മളിൽ സൊമാറ്റിക് പ്രതികരണങ്ങൾ അഥവാ തന്റേടം ഉണ്ടാകുന്നു.

ഈ കഴിവ് അനുഭവങ്ങളിലൂടെ വളർന്നു വരുന്നു. അഥവാ ഈ കഴിവ് നമുക്ക് പുതിയ പുതിയ കാര്യങ്ങൾ പകർന്നു തരുന്നു. ശരീരത്തിലാകമാനം ഒരു തരം രാസപ്രവർത്തനം ത്വരിതപ്പെടുത്തുന്നതിലൂടെ പേശികൾ, പ്രത്യേകിച്ച് ഉദര പേശികൾ ബലവത്താവുകയും സമ്മർദ്ദം വർദ്ധിക്കുകയും ചെയ്യുന്നു. ഇങ്ങനെയുള്ള സന്ദേശങ്ങൾ അവഗണിക്കുന്ന ആളുകൾ ആപത്ത് ക്ഷണിച്ചുവരുത്തുകയും ചെയ്യുന്നു.

എന്താണ് വികാരം

നമ്മുടെ ജീവിതത്തെ മുന്നോട്ടു നയിക്കുന്ന തോന്നലുകളായോ (ആന്തരിക ശബ്ദങ്ങളായോ) നമ്മെ ചേർത്തു നിർത്താനോ തകർക്കാനോ പോന്ന ഒരു ശക്തിയായോ ഇതിനെ നിർവചിക്കാം. ഒരു ചിന്തയേയോ ആശയത്തേയോ പിൻതുടർന്നുണ്ടാകുന്ന ശാരീരികമായ ഒരു അനുഭൂതിയാണ് വികാരം. ഇത് ഒരു ഊർജ്ജരൂപമായിട്ടാണ് അനുഭവപ്പെടുന്നത്.

ഒരു വികാരവും മോശമല്ല. അവ അഭിലഷണീയമായവയും അല്ലാത്തതും മാത്രമാണ്. വികാരങ്ങൾ സാഹചര്യങ്ങൾക്ക് യോജിച്ചവയാണോ? എന്ന ചോദ്യത്തിന് വളരെ പ്രസക്തിയുണ്ട്. ഒരാൾക്ക് അനുയോജ്യമല്ലാത്ത വികാരങ്ങൾ ഉണ്ടാകുന്നത് മാനുഷികമാണ്. ഇങ്ങനെയുള്ള സാഹചര്യത്തിൽ നമ്മൾ വളരെ പെട്ടെന്ന് പ്രതികരിക്കുന്നു എന്നതാണ് ഇത് അർത്ഥമാക്കുന്നത്. സാഹചര്യത്തിനനുയോജ്യമല്ലാത്ത വികാരങ്ങൾ ആവർത്തിച്ചുണ്ടാകുന്നത് നിങ്ങളുടെ ജീവിതത്തിന്റെ ഏതെങ്കിലുമൊരു വശത്തെപ്പറ്റിയുള്ള സന്ദേശമോ സൂചനയോ ആകാം.

വികാരങ്ങൾ എന്നത് മനുഷ്യന്റെ മാത്രം പ്രത്യേകതയാണ്. അവ സാഹചര്യത്തിന് അനുയോജ്യമാകുമ്പോൾ മനുഷ്യത്വത്തിന്റെ പ്രകടനമാവുകയും അല്ലാതെ വരുമ്പോൾ നമ്മുടെ ജീവിതത്തെപ്പറ്റി പ്രധാനമായതെന്തോ പഠിക്കുവാനുള്ള ഒരു അവസരമാവുകയും ചെയ്യുന്നു. ഇങ്ങനെയുള്ള വികാരങ്ങൾ നമുക്ക് ഗുരുസ്ഥാനീയരാണ്. അതുകൊണ്ട് തന്നെ അവയിൽ നിന്ന് ഓടി ഒളിക്കേണ്ട ആവശ്യമില്ല. അമൂല്യമായ വിവരങ്ങൾ നൽകുന്ന സന്ദേശവാഹകരാണ് അവ. ഈ സന്ദേശവാഹകരെ വധിക്കാതിരിക്കാൻ ശ്രദ്ധിക്കുക!

ബാഹ്യമായ നിലവാരങ്ങളും പ്രവർത്തന രീതികളും അടയാളങ്ങളും നമ്മുടെ പുരോഗതിയുടെ തെളിവുകളായി കണക്കാക്കപ്പെടുകയും അതുകൊണ്ട് തന്നെ ആന്തരികമായ നിലവാരങ്ങൾ പരിഗണിക്കുന്നതിൽ നിന്നും നാം വിലക്കപ്പെടുകയും ചെയ്യുന്നു. എങ്കിലും സമ്മർദ്ദം എന്നത് ഒരു ആന്തരിക വ്യവഹാരവും അതിനോടുള്ള ആന്തരിക പ്രതികരണങ്ങൾ നമുക്കുള്ള സന്ദേശവുമാകുന്നു. ശാരീരിക ലക്ഷണങ്ങളും സന്ദേശ വാഹകരാണ്. ശരീരം അവയെ പ്രകടമാക്കുമ്പോഴേയ്ക്കും ഒരാൾ രോഗത്തിലേയ്ക്കുള്ള വഴിയിൽ എത്തിയിരിക്കും. അതുകൊണ്ട്, നമ്മൾ ജീവിതത്തിൽ എത്രമാത്രം വിജയം കൈവരിച്ചവരായാലും അധികാര ശ്രേണിയുടെ ഏത് തലത്തിൽ എത്തിച്ചേർന്നവരായാലും ഇങ്ങനെയുള്ള ആന്തരിക സന്ദേശങ്ങൾ ഒരിക്കൽ നമ്മുടെ ജീവനും ജീവിത ഗതിയും രക്ഷിക്കുമെന്നതാണ് പരമ പ്രധാനം.

പ്രേരിത തുടർ പ്രവർത്തനം

നിങ്ങൾ ഒരു പ്രതിലോമ പ്രേരിത പ്രവർത്തനത്തിൽ (Negative Anchored Loop - NAL) അല്ലെങ്കിൽ NLPയുടെ ഭാഷയിൽ പറഞ്ഞാൽ ഒരു കാലിബെറേറ്റഡ് ലൂപ്പിൽ വീണിരിക്കുകയാണ്. ഇവിടെ ഒരാൾ ചെയ്യുന്നത് മറ്റൊരാളിൽ ഒരു പ്രതിലോമ പ്രതികരണം ഉളവാക്കുകയും അവരുടെ പ്രതികരണം തിരിച്ച് ആദ്യത്തെയാളിൽ ഒരു പ്രതിലോമ പ്രേരകം സൃഷ്ടിക്കുകയും ചെയ്യുന്നു.

ഇവിടെ ഇരുകൂട്ടർക്കും അവരുടെ ബോധപൂർവ്വമായ നിയന്ത്രണത്തിനധീതമായി ചുറ്റിപ്പിണഞ്ഞു കിടക്കുന്ന ഉത്തേജക പ്രതികരണ വ്യവസ്ഥകളോടാണ് വൈകാരികമായി പ്രതികരിക്കുന്നത്. ഒരു പ്രത്യേക ശബ്ദ സ്വരം പരിഗണിക്കുമ്പോൾ അതിന്റെ സ്വര സംഗതി ബോധപൂർവ്വമല്ലാത്ത ഒരു പ്രേരകമായി പ്രവർത്തിക്കുന്നു.

മറ്റൊരാളുടെ സ്വഭാവം മൂലം പെട്ടെന്ന് യാന്ത്രികമായി വികാരങ്ങൾ ഉളവാക്കുന്ന പ്രേരക പ്രതിഭാസത്തിന്റെ ഭാഗമാണ് പ്രേരിത തുടർ പ്രവർത്തനങ്ങൾ.

വിമർശനം, ദേഷ്യം, അധിക്ഷേപം

ചില ആളുകൾക്ക് വിമർശനവും, പ്രതികരണവും തമ്മിൽ വേർതിരിച്ചറിയുന്നതിനു പലപ്പോഴും ബുദ്ധിമുട്ട് അനുഭവപ്പെടാറുണ്ട്. ഇവ തമ്മിലുള്ള പ്രധാന വ്യത്യാസങ്ങളാണ്:

1. വിമർശനം ഒരു വ്യക്തിയെ കേന്ദ്രീകരിച്ചുള്ളതായിരിക്കും എന്നാൽ പ്രതികരണം (feedback) ഒരു പെരുമാറ്റത്തേയോ സാഹചര്യത്തേയോ കേന്ദ്രീകരിച്ചുള്ളതായിരിക്കും.
2. വിമർശനങ്ങൾ വിലയിരുത്തുന്നത് തെറ്റുകൾ കണ്ടെത്തി പഴി ചാരുന്നതിലാണ്. അതേ സമയം പ്രതികരണങ്ങൾ വിശദീകരിക്കുന്നത് പരിഹാരങ്ങൾ തേടുന്നതിനെക്കുറിച്ചാണ്.
3. വിമർശനങ്ങൾ ദീർഘമായി സംസാരിക്കുന്നത് ഭ്രൂതകാലത്തിൽ സംഭവിച്ചതിനെക്കുറിച്ചാണ്. അതേ സമയം പ്രതികരണങ്ങൾ ഊന്നൽ നല്കുന്നത് ആവശ്യമായതിനെക്കുറിച്ചും ഭാവിയിൽ ചെയ്യേണ്ടതിനെക്കുറിച്ചും ആണ്.

ഇത് ചൂണ്ടിക്കാട്ടുന്നത് കേവലം പുറമെയുള്ള സ്രോതസ്സുകളിൽ നിന്നും ലഭ്യമാകുന്ന വിമർശനങ്ങളേയും പ്രതികരണങ്ങളേയുമല്ല. ഇവ രണ്ടും തന്നെ സ്വമേധയാ ഉള്ള സംഭാഷണത്തിലൂടെയോ ആന്തരിക സംഭാഷണത്തിലൂടെയോ ആന്തരികമായി എത്തിച്ചു കൊടുത്തേയ്ക്കാം. ഇത് പലപ്പോഴും മറ്റുള്ളവരിൽനിന്നുള്ള പ്രതികരണങ്ങൾ വരുത്തുന്നതിനേക്കാൾ ദീർഘകാലത്തേയ്ക്കുള്ള കേടുകൾ വരുത്തുന്നു.

പ്രതികരണത്തിനു നേർ വിപരീതമായി നമുക്ക് ഇപ്പോൾ ഫീഡ് ഫോർവേഡ് ആണ്. ഒരു വ്യക്തിക്ക് ഭാവിയിലേയ്ക്ക് വേണ്ടുന്ന നിർദ്ദേശങ്ങൾ നല്കുക, ശുഭാപ്തി വിശ്വാസമുള്ളവരാകുവാൻ സഹായിക്കുക എന്നിവയാണ് ഇതുകൊണ്ടുദ്ദേശിക്കുന്നത്. ഇത് കേന്ദ്രീകരിക്കുന്നത് പരിഹാരങ്ങളെയാണ് പ്രശ്നങ്ങളെയല്ല.

നമുക്ക് ഭാവിയിൽ മാറ്റങ്ങൾ വരുത്തുവാൻ സാധിക്കും, ഭൂതകാല ത്തിൽ മാറ്റങ്ങൾ അസാധ്യവുമാണ്. ഫീഡ് ഫോർവേഡ് ശുഭകരമായ ഭാവിയെ കേന്ദ്രീകരിച്ചുള്ള അഭിമുഖീകരിക്കൽ ആണ്, പരാജയപ്പെട്ട ഭൂതകാലത്തെയല്ല. വ്യക്തികൾ തെറ്റായ മാർഗ്ഗത്തിൽ ആയിരുന്നു എന്ന് പ്രാമാണീകരിക്കുന്നതിനേക്കാൾ, അവരെ നേരെയാക്കുന്ന തിനു കൂടുതൽ ഫലപ്രദമായ മാർഗ്ഗമാണിത്.

വ്യക്തികൾ സ്വയം ഫീഡ് ഫോർവേഡിനെ പ്രതികരണമായി ഗ്രഹിക്കാറില്ല. നിരന്തര പ്രയോഗത്തിലൂടെ മിക്കവാറും എല്ലാ പ്രതികരണങ്ങളും സ്വമേധയാ ഗ്രഹിച്ചുതുടങ്ങും. (ഇത് എങ്ങനെ സാധ്യമായി എന്നുള്ളത് പ്രസക്തമല്ല.)

ചട്ടക്കൂടുകളുടെ പുനരാവിഷ്കരണം: വിമർശനങ്ങളെ കൈകാര്യം ചെയ്യുന്നതിനുള്ള NLPയിലെ മാന്ത്രിക ആയുധം

ദേഷ്യം ഒരു പെരുമാറ്റമാണ്. എല്ലാ പെരുമാറ്റങ്ങളും ആ സാഹ ചര്യത്തെക്കുറിച്ചുള്ള വ്യക്തിഗതമായ ഭൂപടത്തെ അടിസ്ഥാനമാ ക്കിയിരിക്കും ഒരു ചലച്ചിത്രം അതുകൊണ്ടുതന്നെ പെരുമാറ്റം ആ ചലച്ചിത്രത്തിന്റെ സ്വാഭാവികമായുള്ള അനന്തരഫലമായിരിക്കും. ആ ചലച്ചിത്രത്തിന്റെ ചട്ടക്കൂടിനെ പുനരാവിഷ്കരിക്കുമ്പോൾ അനന്തരഫലമായുള്ള പെരുമാറ്റത്തിന്റെ ചട്ടക്കൂടുകൾ സ്വയമേ തന്നെ പുനരാവിഷ്കരിക്കപ്പെടും.

'ഏതൊരു പെരുമാറ്റത്തിനു പിന്നിലും അതിന്റെ കർത്താവിനു ഒരു ശുഭകരമായ ഉദ്ദേശ്യം ഉണ്ടായിരിക്കും' എന്നുള്ള NLP യിലെ അനുമാനം ഓർക്കുക. ഉദ്ദേശ്യത്തിൽ ശ്രദ്ധ കേന്ദ്രീകരിക്കുന്നതിലൂടെ പലപ്പോഴും പെരുമാറ്റം മോശമാകാതിരിക്കുകയും പരിഹാരങ്ങൾ കണ്ടെത്തുവാൻ സാധിക്കുകയും ചെയ്യും.

പഴിചാരുന്നതിലൂടെ ആരും തന്നെ വിജയിക്കുന്നില്ല

നിങ്ങൾ ഒരു തെറ്റ് ചെയ്യുന്നു. നിങ്ങൾക്ക് കുറ്റബോധം തോന്നുന്നു. നിങ്ങൾ ചുറ്റും നോക്കി ആരെയെങ്കിലും അല്ലെങ്കിൽ എന്തിനെയെങ്കി ലും പഴിചാരുന്നു. ഇപ്പോൾ നിങ്ങൾ ആ കുറ്റബോധത്തിൽ നിന്നും മുക്തനായിക്കഴിഞ്ഞു. ഇടയ്ക്കിടെ പഴിചാരുന്നത് ഒരു മോശം പ്രകട നത്തെ വിശദീകരിക്കുവാൻ വേണ്ടിയോ ഒരു വ്യക്തിക്ക് സ്വന്തം പ്രശ്നങ്ങളിൽ നിന്നും മുക്തനാകുവാനോ വേണ്ടിയാണ്.

നിങ്ങൾ ഒരു വ്യക്തിയിൽ അല്ലെങ്കിൽ എന്തിലെങ്കിലും പഴിചാരുമ്പോൾ നിങ്ങൾ നിങ്ങളെ ആ സാഹചര്യത്തിന്റെ കാരണക്കാരനാക്കുന്നതിനു പകരം അതിന്റെ ഇരയാക്കുകയാണ് ചെയ്യുന്നത്.

പഴിചാരലുകൾക്ക് പകരം ഉത്തരവാദിത്വം ഏറ്റെടുക്കുമ്പോൾ നിങ്ങൾ സ്വയം പുതിയ പ്രതീക്ഷകൾ പ്രദാനം ചെയ്യുകയാണ്. നിങ്ങൾ പ്രവർത്തിക്കുമ്പോൾ മാത്രമേ ജീവിതം മുന്നോട്ട് നീങ്ങുകയുള്ളൂ.

ധ്യാനം- അനുകൂല ഊർജ്ജത്തിന്റെ സ്രോതസ്സ്

പരിവർത്തനത്തിന് ഉതകുന്ന ശക്തമായ ഒരു ഉപാധിയാണ് ധ്യാനം. നമ്മുടെ ലക്ഷ്യങ്ങൾ സാധൂകരിക്കുന്നതിന് സഹായകമാകുന്ന, പരിപൂർണ്ണമായും പ്രകൃതി ദത്തമായ ഒരു സ്വയം സഹായ ചികിത്സാ വിധിയാണിത്. ലളിതമായി ഇതിലെ നിർദ്ദേശങ്ങൾ പടിപടിയായി അനുസരിക്കുകയും അതിലൂടെ വിജയത്തിലേയ്ക്ക് കയറുകയും ചെയ്യൂ! ധ്യാനത്തിൽ ഇരിക്കുമ്പോൾ നാം യഥാർത്ഥത്തിൽ എന്താണ് ചെയ്യുന്നത്? നാം ഇവിടെ ബോധമനസ്സിനെ വരുതിയിൽ നിർത്തുന്നതിലൂടെ നമ്മുടെ ഉപബോധമനസ്സിനെ ബാഹ്യ ഇടപെടലുകളിൽ നിന്നും വിമുക്തമാക്കി അതിന് നമുക്കുവേണ്ടി എന്തെല്ലാം ചെയ്യാൻ കഴിയുമോ അതിലേയ്ക്ക് വ്യാപൃതമാക്കുന്നു. ധ്യാനത്തിന് തയ്യാറെടുക്കുക, സ്വസ്ഥമായ ഒരു സമയം കണ്ടെത്തുക. ഇത് അരമണിക്കൂർ മുതൽ ഒന്നോ അതിലേറെയോ ആകാം.

അനുയോജ്യമായ ഒരു സ്ഥലം തെരെഞ്ഞെടുക്കുക, വീടിനുള്ളിൽ നമുക്ക് സ്വസ്ഥമായിരിക്കാൻ കഴിയുന്ന ഒരു സ്ഥലം കണ്ടെത്തുക. അത് സൗകര്യപ്രദമാണെന്ന് ഉറപ്പു വരുത്തുക. നിങ്ങൾക്കിവിടെ സുഗന്ധവാഹികളായ മെഴുക് തിരികളോ മറ്റ് സുഗന്ധദ്രവ്യങ്ങളോ ഉപയോഗിച്ച് കൂടുതൽ സുഖകരവും ശാന്തവുമായ ഒരു അന്തരീക്ഷം സൃഷ്ടിക്കാം. വേണമെങ്കിൽ ശാന്തമായ ഒരു പശ്ചാതല സംഗീതം ഉപയോഗിക്കാം. അയഞ്ഞ വസ്ത്രങ്ങൾ ധരിക്കാനും സുഖമായ ഒരു ഇരിപ്പിടം ഉപയോഗിക്കുവാനും ശ്രമിക്കണം.

ശ്രദ്ധ കേന്ദ്രീകരിക്കുക

ധ്യാനം ആരംഭിക്കുക - കണ്ണുകളടച്ച് ശ്വാസഗതി ശ്രദ്ധിക്കുക. സാവധാനം ശ്വാസോച്ഛ്വാസം നടത്തുക. ഓരോ ശ്വാസവും നൈസർഗികമായിരിക്കുവാൻ ശ്രദ്ധിക്കണം. ഓരോ ശ്വാസത്തിനൊപ്പവും നെഞ്ചും വയറും ഉയരുകയും താഴുകയും ചെയ്യുന്നത് അനുഭവിച്ചറിയുക. ഇതോടൊപ്പം ദുഃഖങ്ങളെല്ലാം ഒഴുകിപ്പോകാൻ അനുവദിക്കുക.

സമ്മർദ്ദം ഒഴിവാക്കുക - ഇനി നമുക്ക് നമ്മുടെ ശരീരത്തിലേയ്ക്ക് പോകാം. കാൽ വിരലുകളിൽ നിന്നാരംഭിച്ച് ഘട്ടം ഘട്ടമായി മുകളിലേയ്ക്ക് ഓരോ പേശികളെയും അയവുള്ളതാക്കി വിശ്രമാവസ്ഥയിൽ എത്തിക്കുക. അങ്ങനെ നിങ്ങളുടെ ശരീരം മുഴുവൻ അയവുള്ളതാക്കി പൂർണ്ണമായും ആയാസരഹിതമാക്കുകയും അത് ശ്വാസഗതിക്ക് അനുസരിച്ചാക്കുകയും ചെയ്യുക. ഇനി നിങ്ങളുടെ മനസിനെയും ഇതേ അവസ്ഥയിൽ എത്തിക്കുക.

ഇത് നിങ്ങളുടെ നിത്യജീവിതത്തിൽ ഒരു തുടർ പ്രക്രിയയായി ചെയ്യുക. ദിവസത്തിൽ ഒന്നോ രണ്ടോ പ്രാവശ്യം ചെയ്തു കഴിയുമ്പോൾ തന്നെ നമ്മിൽ ശാന്തിയും സമാധാനവും ശുഭാപ്തി വിശ്വാസവും വന്നു നിറയുന്നതായി അനുഭവപ്പെടും. നിങ്ങളുടെ ദിനചര്യയുടെ ഭാഗമായി കഴിയുമ്പോൾ ഇത് വളരെ എളുപ്പമാകും.

നിങ്ങളുടെ ആഗ്രഹങ്ങൾ എന്തുമായിക്കൊള്ളട്ടെ. അതിലേയ്ക്ക് നിങ്ങളെ നയിക്കുന്ന സ്വാഭാവിക മാർഗ്ഗമാണ് ധ്യാനം. ഇനി നിങ്ങൾക്ക് തീരുമാനിക്കാം.

മോഹനിദ്ര (Hypnosis)യും അതിന്റെ ഉപയോഗങ്ങളും

തീക്ഷ്ണമായി ശ്രദ്ധകേന്ദ്രീകരിക്കുന്ന അവസ്ഥയിലേയ്ക്ക് അത്യാവശ്യഘട്ടങ്ങളിൽ ഒരാളെ എത്തിക്കുന്ന വിദ്യയാണ് മോഹനിദ്ര. ചുറ്റുപാടുകളെകുറിച്ച് ഈ അവസ്ഥയിൽ തത്കാലമായി അജ്ഞരാകുന്നു. ബോധമനസ്സിനെ താത്കാലിക നിദ്രയിലാക്കിക്കൊണ്ട് ഉപബോധമനസ്സിന് മേൽക്കോയ്മ നേടിക്കൊടുക്കുകയാണ് ഇവിടെ ചെയ്യുന്നത്. ദൈനം ദിനജീവിതത്തിൽ പലപ്പോഴും അറിയാതെ തന്നെ നാം ഈ അവസ്ഥയിൽ എത്തിച്ചേരാറുണ്ട്. ആകർഷകമായ ഒരു സിനിമ കാണുമ്പോഴോ നിങ്ങളെ പിടിച്ചിരുത്തുന്ന ഒരു തുടർക്കഥ വായിക്കുമ്പോഴോ അല്ലെങ്കിൽ നിങ്ങൾ ഒരു ദിവാസ്വപ്നം കാണുമ്പോഴോ ഈ അവസ്ഥയിൽ എത്താറുണ്ട്.

ആത്മ മോഹനിദ്ര (Self-Hypnosis) മാറ്റങ്ങൾക്കുവേണ്ടി

എന്തുകൊണ്ടാണ് മാറ്റം ചിലസമയത്ത് വിഷമമേറിയതാകുന്നത്? മിക്കവാറും ശീലങ്ങളും വിശ്വാസങ്ങളും മനോഭാവങ്ങളും അബോധമനസ്സിൽ രേഖപ്പെടുത്തപ്പെട്ടവയാണെങ്കിലും ഭൂരിഭാഗം ആളുകളും അവയെ ബോധപൂർവ്വം മാറ്റാൻ ശ്രമിക്കുന്നതാണ് ഇതിനു കാരണം. താഴെ പറയുന്ന രീതിയിൽ നമുക്കിത് ചിന്തിച്ചു നോക്കാം.

നമ്മുടെ ബോധമനസ്സിനെ ഒരു ഹോട്ടലിലെ സ്വീകരണമുറിയിൽ പ്രവർത്തിക്കുന്ന ഗൃമസ്ഥനെപോലെയും നമ്മുടെ ഉപബോധമനസ്സിനെ അതിന്റെ മാനേജരെപ്പോലെയും കണക്കാക്കാം. ഇവരിരുവർക്കും ഹോട്ടൽ നടത്തിപ്പിനെ സംബന്ധിച്ച് ഒരേ ലക്ഷ്യങ്ങളോ ആശയങ്ങളോ തീരുമാനങ്ങളോ ഉണ്ടാകണമെന്നില്ല. അവർ നന്നായി ആശയവിനിമയം നടത്തിയിരിക്കണമെന്നുപോലുമില്ല. നമ്മൾ ബോധമനസ്സിൽ നിന്നുകൊണ്ട് ഒരു കാര്യം മാറ്റുവാൻ ശ്രമിക്കുന്നത് മാനേജരുടെ അംഗീകാരമില്ലാതെ ഗൃമസ്ഥൻ ഒരു കാര്യം ചെയ്യാൻ ശ്രമിക്കുന്നതിനു തുല്യമാണ്. ഇതുകൊണ്ടാണ് മാറ്റിയെടുക്കണമെന്ന് നാം ഒരിക്കൽ തീരുമാനിച്ച ഒരു ശീലത്തിലേയ്ക്ക് കാലക്രമേണ നാം അറിയാതെ തന്നെ വീണ്ടും എത്തിച്ചേരുന്നത്. ഇങ്ങനെയുള്ള സമയങ്ങളിൽ നാം മാനേജരെ നമ്മളുടെ പക്ഷത്ത് നിർത്തുന്നതിൽ പരാജയപ്പെടുകയാണ് ചെയ്യുന്നത്. ശരിയല്ലേ?

ഇതിനെല്ലാം ഉപരിയായി ഈ മാനേജർ അതിശയകരമായ ഒരു സർഗ്ഗാത്മക പ്രതിഭയാണെങ്കിലും ചില കാര്യങ്ങളിൽ ഒരു മൂന്നു വയസ്സുകാരന്റെ മാനസ്സികാവസ്ഥയാണ് പുലർത്തുന്നത്. യുക്തിബോധം പൂർണ്ണമായും വികസിച്ചിട്ടില്ലാത്ത ഇവിടെ വികാരങ്ങൾക്ക് വലിയ സ്വാധീനമാണുള്ളത്. (അതുകൊണ്ടാണ് നാം ചിലപ്പോഴെങ്കിലും യുക്തിസഹജമല്ലാത്ത കാര്യങ്ങളാണെന്ന് അറിയാവുന്ന കാര്യങ്ങൾ ചെയ്യുന്നത്.) ഉപബോധമനസ്സ് ബോധമനസ്സിൽ നിന്നും വ്യത്യസ്തമായാണ് ആശയവിനിമയം നടത്തുന്നത്. അതുകൊണ്ട് തന്നെ സാധാരണ നിലയിലുള്ള ഒരു നിർദ്ദേശം നൽകുക വഴി അതിൽ നിന്നും ഫലം പ്രതീക്ഷിക്കുവാൻ സാധ്യതയില്ല. നമ്മുടെ അബോധമനസ്സാണ് എക്കാലത്തെയും ഏറ്റവും മികച്ച പഠിതാവ്. ശരിയായ രീതിയിൽ നിർദ്ദേശങ്ങൾ നൽകിയാൽ കൂടുതൽ ആരോഗ്യകരവും ഫലപ്രദവുമായ രീതികളോ ആശയങ്ങളോ വിശ്വാസങ്ങളോ മനോഭാവങ്ങളോ പ്രവർത്തികളോ ആയിരിക്കും ഫലം.

മോഹനിദ്ര എന്നത് പഴയതോ അനാവശ്യമോ ആയ ഒരു പെരുമാറ്റരീതി മാറ്റിയെടുക്കുന്നതിലേയ്ക്കോ പുതിയതൊന്ന് സൃഷ്ടിക്കുന്നതിലേയ്ക്കോ ഉള്ള ഒരു വാതായനമാണ്. അസാധ്യമെന്ന് നമ്മൾ കരുതിയിരുന്ന മാറ്റങ്ങൾ വരുത്തുവാൻ തക്കവണ്ണം നമ്മുടെ മനോഭാവത്തെ മാറ്റിയെടുക്കുവാൻ ഉതകുന്ന ചില ചിന്തകൾ സ്വാംശീകരിക്കുവാൻ ഇത് നമ്മളെ അനുവദിക്കുന്നു. നമ്മൾ ഒരു പക്ഷേ പുകവലി നിർത്താനോ ഭാരം കുറയ്ക്കാനോ പേടികൾ ഇല്ലാതാക്കുവാനോ ആയിരിക്കും ആഗ്രഹിക്കുന്നത്. അതല്ലെങ്കിൽ നമ്മുടെ കാര്യക്ഷമത കൂട്ടുവാനോ പ്രേമ ജീവിതം മെച്ചപ്പെടുത്തുവാനോ പ്രേമം

വിവാഹത്തിലേയ്ക്ക് എത്തിക്കുവാനോ ആയിരിക്കും ആഗ്രഹിക്കുന്നത്. നമ്മൾ എന്ത് കൈവരിക്കുവാൻ ആഗ്രഹിച്ചാലും മോഹനിദ്ര നമ്മെ സഹായിക്കുന്നു.

എല്ലാ മോഹനിദ്രയും യഥാർത്ഥത്തിൽ ആത്മ മോഹനിദ്രയാണ്. സാധാരണയായി ആളുകൾ ആത്മ മോഹനിദ്ര എന്നു പറയുമ്പോൾ അർത്ഥമാക്കുന്നത് ഒരാൾ പരസഹായമില്ലാതെ മോഹനിദ്രയിലേയ്ക്ക് എത്തിച്ചേരുന്നതിനെയാണ്.

മനസ്സിന് പല വ്യത്യസ്ഥ തലങ്ങളുണ്ട്. ഒരാളിൽ ഫലപ്രദമാകുന്നത് മറ്റൊരാളിൽ ഫലപ്രദമാകണമെന്നില്ല. സ്ഥിരമായി മോഹനിദ്രചെയ്യുന്നതിൽ നമ്മൾ വിജയിച്ചു കഴിഞ്ഞാൽ പിന്നെ ദിവസവും നമ്മളിൽ വളരെയേറെ സ്വാധീനം ചെലുത്തുന്ന ചെറിയ ചില വാക്കുകൾ ഉപബോധമനസ്സിന് നൽകുന്നതിലൂടെ വളരേയേറെ സമയമെടുത്ത് മോഹക നിദ്ര ചെയ്യുന്നതിന്റെ ഫലങ്ങൾ നമുക്ക് സ്വാംശീകരിക്കുവാൻ സാധിക്കും. നമ്മൾ ആഗ്രഹിക്കുന്ന മാറ്റങ്ങൾ സംഗ്രഹിച്ചുള്ള വാക്കുകളാകണം നമ്മൾ നൽകേണ്ടത്. നമ്മുടെ വിരൽത്തുമ്പിലുള്ള നൈസർഗ്ഗികവും ഏറ്റവും വേഗതയേറിയതുമായ വിശ്രമ പ്രക്രിയയാണ് മോഹ നിദ്ര. ഇതിന് സമ്മർദ്ദ ലഘൂകരണ പ്രക്രിയകളിൽ പ്രഥമ സ്ഥാനമാണുള്ളത്. ഇതിലൂടെ നിമിഷങ്ങൾക്കുള്ളിൽ മനസ്സിനെ ശാന്തമാക്കി വിശ്രമാവസ്ഥയിൽ എത്തിക്കാൻ സാധിക്കും. ധ്യാനം ഇതിനു തുല്യമായി ഫലപ്രദമാകണമെങ്കിലും ധാരാളം സമയം അപഹരിക്കുന്നു എന്ന പോരായ്മ അതിനുണ്ട്. നിലവാരമുള്ള ധ്യാന പ്രക്രിയയിലൂടെ നിമിഷാർദ്ധത്തിനുള്ളിൽ ശരിയായ വിശ്രമം സാധ്യമാക്കുന്ന ഒരു പ്രക്രിയയാണ് മോഹനിദ്ര.

ആത്മ മോഹനിദ്ര ആകർഷകവും ഫലപ്രദവുമെന്നതിനപ്പുറം എളുപ്പം പഠിച്ചെടുക്കാവുന്നതുമാണ്. ഇതൊരു മാന്ത്രിക വിദ്യയൊന്നുമല്ല. എന്നാലും നമ്മൾ ഇത് പഠിച്ചെടുക്കുക തന്നെ വേണം. ഒരു കായിക താരത്തിന് ആവശ്യമുള്ളതുപോലെ വേദനാജനകമായ പരിശീലനമോ, മണിക്കൂറുകൾ നീണ്ട വിവരശേഖരണങ്ങളോ ഇതിന് ആവശ്യമില്ല.

അസുഖകരമായ സാഹചര്യങ്ങളെ കൈകാര്യം ചെയ്യുവാനും, പഠനരീതികൾ മെച്ചപ്പെടുത്തുവാനും, കാര്യങ്ങൾ ത്രിമാന തലത്തിന് മുകളിൽ നിന്ന് കാണുവാനും, നമ്മുടെ സുഹൃത്തുക്കളെ സഹായിക്കുവാൻ തക്കവണ്ണം നമ്മെ പ്രാപ്തരാക്കുന്ന, അതിശയകരമായ കഴിവുകൾ വികസിപ്പിച്ചെടുക്കുവാൻ സഹായിക്കുന്ന ഒരു ചികിത്സാ രീതിയാണ് മോഹനിദ്ര.

സംഗീതവും
മനസ്സും

സംസാരഭാഷയുടെ പൂർണ്ണതയിലുള്ള ഏറ്റവും ഉദാത്തമായ ആശയം ഉൾക്കൊള്ളാൻ കഴിയുന്ന മാധ്യമമാണ് സംഗീതം. നാം പഠിച്ച നഴ്സറി പാട്ടുകളും എഞ്ചുവടിപ്പട്ടികകളും ഇപ്പോഴും ഓർക്കുന്നില്ലേ? കാരണം അവയെല്ലാം സംഗീതാത്മകമായിരുന്നു!

നമ്മുടെ മസ്തിഷ്കത്തിലെ പ്രകമ്പിതമായ പ്രവർത്തനങ്ങളെ സൂചിപ്പിക്കുന്ന മസ്തിഷ്ക ചലനങ്ങളെ വ്യത്യസ്തമാക്കിക്കൊണ്ട് സംഗീതം നമ്മുടെ മനസ്സിനേയും ശരീരത്തിനേയും സ്വാധീനിക്കുന്നു. നമ്മൾ ശാന്തമായിരിക്കുമ്പോൾ നമ്മുടെ ബ്രയിൻ വേവ്സ് സാവധാനത്തിലും നമ്മൾ ഉൽസാഹവാനാകുമ്പോൾ ഇവ വേഗത്തിലാവുകയും ചെയ്യുന്നു.

ഇർവിനിലുള്ള കാലിഫോർണിയ യൂണിവേഴ്സിറ്റിയിലെ മസ്തിഷ്ക ഗവേഷക വിഭാഗം രണ്ട് പ്രധാന കാര്യങ്ങൾ കണ്ടെത്തിയിട്ടുണ്ട്. ഒന്ന് സംഗീതം മസ്തിഷ്കത്തെ ഉണർത്തുകയും ഊർജ്ജസ്വലമാക്കുകയും ചെയ്യുന്നു. കാരണം സംഗീതവും നാമും ഒരേ താളത്തിലാകുമ്പോൾ നാം ഉൻമേഷഭരിതരാകുന്നു. ചില പ്രത്യേക ആവൃത്തിയിലുള്ള (ഏതാണ്ട് 8000Hz) ശബ്ദം മസ്തിഷ്ക്കത്തെ ഊർജ്ജസ്വലമാക്കുന്നു എന്ന് ചില ശാസ്ത്രജ്ഞർ വിശ്വസിക്കുന്നു. ചില പ്രത്യേക രാഗങ്ങൾക്ക് നമ്മുടെ മനസ്സിനെ ശാന്തമാക്കാനുള്ള കഴിവുണ്ട്.

ബറോക്ക് (Baroque) മ്യൂസിക് (1700-1750 AD കാലയളവിൽ രചിക്കപ്പെട്ടത്), മസ്തിഷ്കത്തെ താളാത്മകമായ ഒരു അവസ്ഥയിൽ എത്തിച്ച് മനസ്സിനെ ശാന്തവും ജാഗരൂഗവുമായി നിർത്തുവാൻ പാകത്തിനുള്ള ആവൃത്തിയിലുള്ള ശബ്ദങ്ങൾ പുറപ്പെടുവിക്കുന്നു. അതുകൊണ്ടാണ് ഇപ്പോഴത്തെ ത്വരിത പഠനരീതികളിൽ പഠനത്തിനോടൊപ്പം സംഗീതത്തിനും പ്രാധാന്യം നൽകുന്നത്.

സംഗീതത്തിന് നിങ്ങളെ ശക്തരാക്കുവാനും തളർത്തുവാനും കഴിയും. റോക് (Rock) സംഗീതം നമ്മെ തളർത്തുമ്പോൾ ശാസ്ത്രീയ സംഗീതം നമ്മെ ശക്തിപ്പെടുത്തുകയോ തളർത്താതെ പിടിച്ചു നിർത്തുകയോ ചെയ്യുന്നു. ആനന്ദഭൈരവി രാഗത്തിലുള്ള കീർത്തനം കേട്ട് അല്പനേരം കിടക്കൂ. അത് വരെ അലട്ടിയിരുന്ന സമ്മർദ്ദങ്ങൾ അകന്ന് മനസ്സ് ലോലമാകും. ഹിന്ദോള രാഗമാണ് ശ്രവിക്കുന്നതെന്ന് കരുതൂ. ശരീരത്തിന്റെ വേദനകൾ മറക്കാൻ കഴിയും. നീലാംബരി രാഗത്തിലുള്ള സംഗീതമാണെങ്കിലോ ഉറക്കം കൺപോളകളെ മെല്ലെ തഴുകും. സംഗീതം ശ്രവിക്കുന്നത് മസ്തിഷ്കത്തിലുള്ള നൈസർഗ്ഗികവും ആസ്വാദ്യകരവുമായ എൻഡോർഫിൻ എന്നറിയപ്പെടുന്ന രാസപദാർത്ഥങ്ങളുടെ നിർഗമനത്തെ അഭിവൃദ്ധിപ്പെടുത്തുന്നു.

നിങ്ങളുടെ ഉപബോധമനസ്സിലെ വൈകാരികമായ സ്മരണ മണ്ഡലത്തിൽ ഉചിത സമയത്തുള്ള സമീപനത്തിലൂടെ നിങ്ങളുടെ വികാരങ്ങളെ പുറത്തേയ്ക്കു കൊണ്ടുവരുവാനുള്ള ശക്തി സംഗീതത്തിനുണ്ട്. അതുകൊണ്ടുതന്നെ ഇത് നിങ്ങൾക്ക് ഒരു നിശ്ചിത സമയത്തുള്ള പൂർണമായ അനുഭവത്തിന്റെ പ്രേരണയാകുകയും ചെയ്യുന്നു.

നിങ്ങൾക്ക് ഭൂതകാലത്തിൽ അനുഭവവേദ്യമായിട്ടുള്ള ശബ്ദവും, സാമർത്ഥ്യവും, പ്രാപ്തിയും, മികവും ഒക്കെത്തന്നെ സംഗീതത്തിന്റെ ഉത്തേജന ശക്തികൊണ്ട് അല്ലെങ്കിൽ പ്രേരക മാദ്ധ്യമം എന്ന നിലയിൽ വീണ്ടും അനുഭവിക്കുവാൻ കഴിയും.

സംഗീതം നമ്മുടെ വിശപ്പിനെ പോലും സ്വാധീനിക്കുന്നു. ധാരാളം ഭക്ഷണശാലകളിൽ ശാന്തികരമായ സംഗീതം കേൾപിക്കാറുണ്ട്. അതേസമയം ഫാസ്റ്റ്ഫുഡിനോടൊപ്പം ഉൽസാഹാത്മകമായ സംഗീതങ്ങളാണ് കേൾപിക്കാറുള്ളത്. സംഗീതം നിങ്ങളുടെ വിശപ്പിൽ വരുത്തുന്ന വ്യത്യസ്തമായ പ്രഭാവം നിങ്ങളും തീർച്ചയായും അനുഭവിച്ചിട്ടുണ്ടായിരിക്കും!

സംഗീതവും പഠനവും

ബുദ്ധി ശക്തി വർദ്ധിപ്പിക്കുന്നതാണ് മറ്റൊരു ഫലം. പത്തു മിനിട്ടോളം മൊസാർട്ടിന്റെ പിയാനോ സംഗീതം ശ്രവിച്ച ശേഷം പങ്കെടുത്ത ബുദ്ധിശക്തി പരീക്ഷയിൽ മുൻപത്തെക്കാൾ മികച്ച പ്രകടനം ആളുകൾ കാഴ്ചവച്ചതായി തെളിഞ്ഞിട്ടുണ്ട്. ഇത് അധികനേരം നീണ്ടു നിൽക്കുന്നില്ലെങ്കിലും എപ്പോൾ വേണമെങ്കിലും പുനരുജ്ജീവിപ്പിക്കാവുന്നതാണ്. നമ്മുടെ സ്വാഭാവിക അഭിരുചിക്കതീതമായി സംഗീതത്തിൽ ശബ്ദ കോലാഹലങ്ങൾ ആകുമ്പോൾ നമ്മിൽ അത് അരോചകത്വവും സമ്മർദ്ദവും സൃഷ്ടിക്കുന്നു.

സംഗീതത്തെ ഒരു കൂട്ടുകാരനായി കൂടെ കൊണ്ട് നടക്കുന്നത് കൂടുതൽ കാര്യങ്ങൾ ഗ്രഹിക്കുവാനുള്ള കഴിവ് നമ്മിൽ സൃഷ്ടിക്കുന്നു. സംഗീതം ഇത് എങ്ങനെ സാധ്യമാക്കുന്നു? കാരണം ഇത് വലതു മസ്തിഷ്കത്തെ കൂടുതൽ പ്രവർത്തന ക്ഷമമാക്കുന്നു. ഇത് കാര്യങ്ങൾ ഉൾക്കൊള്ളാനും നിഷേധിക്കുവാനുമുള്ള പ്രവണതകളെയും വൈകാരിക പ്രതികരണങ്ങളെയും വെളിച്ചത്തുകൊണ്ട് വന്ന് അവയവങ്ങളുമായി ബന്ധപ്പെട്ട മസ്തിഷ്ക ഭാഗങ്ങളെ ഉത്തേജിപ്പിക്കുന്നു. ഈ ഭാഗങ്ങൾ ദീർഘകാല ഓർമ്മയ്ക്ക് കാരണമാകുന്നു. അതുകൊണ്ട് സംഗീതത്തിന്റെ അകമ്പടിയോടെ കാര്യങ്ങൾ ഗ്രഹിക്കുമ്പോൾ മസ്തിഷ്കം അത് ദീർഘകാലം ഓർത്തുവയ്ക്കാനുള്ള സാധ്യത കൂടുതലാണ്.

റിസർച്ചുകൾ തെളിയിക്കുന്നത് മാനസികാവസ്ഥയുമായി ബന്ധപ്പെട്ട മസ്തിഷ്കഭാഗമാണ് (Limbic part) ദീർഘകാല ഓർമ്മയ്ക്ക് ഉത്തരവാദിത്തപ്പെട്ടിരിക്കുന്നത് എന്നാണ്. അതായത് വിവരങ്ങൾ സംഗീതത്തോടൊപ്പം ഉൾക്കൊള്ളുമ്പോൾ മസ്തിഷ്കം ഇതിനെ ദീഘകാല മെമ്മറിയിൽ ശേഖരിക്കുവാനുള്ള സാധ്യത വളരെക്കൂടുതലാണ്. നിങ്ങൾ നിങ്ങളുടെ അഭ്യസന കർമ്മത്തിൽ സംഗീതം ഉപയോഗിക്കുന്നില്ലെങ്കിൽ അത് ഉപയോഗിച്ചു തുടങ്ങുന്നത് നല്ലതാണ്.

വിദ്യാലയങ്ങളിലെ പാഠ്യപദ്ധതികളിൽ സംഗീതത്തിന്റെ അവതരണം അടിസ്ഥാന ഗണിതത്തിലും, ശാസ്ത്രത്തിലും, വായനയിലും ശ്രദ്ധേയമായ മികവിനു കാരണമാകുന്നു. കലയുടേയും സംഗീതത്തിന്റേയും അസാന്നിദ്ധ്യം കുട്ടികളിലെ ബുദ്ധിവികാസത്തെ മന്ദഗതിയിലാക്കുന്നു. മാതൃകാപരമായി വിദ്യാഭ്യാസ രംഗത്ത് പാഠ്യ പദ്ധതിയിലുടനീളം ശബ്ദവും സംഗീതവും ഉപയോഗപ്പെടുത്തേണ്ടതാണ്.

ധാരാളം കുട്ടികളും (മുതിർന്നവരും) കാറിനുള്ളിൽ കയറുമ്പോൾ അല്ലെങ്കിൽ വീട്ടിൽ എത്തുമ്പോൾ സംഗീത ഉപകരണം

പ്രവർത്തിപ്പിച്ചു തുടങ്ങുന്നത് എന്തുകൊണ്ടാണ്? അവരുടെ പിരിമുറുക്കം കുറയ്ക്കുന്നതിനും, ഉത്തേജിതനാകുന്നതിനും, വൈകാരികസ്ഥിതിയിൽ മാറ്റം വരുത്തുന്നതിനും, ആസ്വാദ്യകരമായ അനുഭവത്തിനും വേണ്ടിയാണ്. അപ്പോൾ പിന്നെ എന്തുകൊണ്ട് ഇത് സ്കൂളുകളിൽ നിഷിദ്ധമാകണം? അനുഗുണമായ സംഗീതത്തിന്റെ ഉപയോഗത്തോടെ അദ്ധ്യാപകർക്ക് അഭ്യസന അന്തരീക്ഷത്തെ ഉപഭോക്തൃസൗഹൃദമാക്കി മാറ്റുവാനും കുട്ടികളുമായി മാനസികൈക്യം വളർത്തിയെടുക്കുവാനും, പഠന പ്രക്രിയ അഭിവൃദ്ധിപ്പെടുത്തുവാനും സാധിക്കും.

സംഗീതവും ആരോഗ്യവും

വിമാനങ്ങളിലും, ആശുപത്രികളിലെ വിശ്രമസ്ഥലങ്ങളിലും, സ്വീകരണ മുറിയിലും ഇതുപോലുള്ള മറ്റുസ്ഥലങ്ങളിലും ശാന്തമായ സംഗീതം കേൾക്കുമ്പോൾ ആളുകൾ അവിടെ ഇരിപ്പുറപ്പിക്കുന്നത് നമ്മൾ കാണാറുണ്ട്. ഇത് ശാന്തതയെ സൂചിപ്പിക്കുന്നു, വിവരങ്ങൾ അനായാസം ഗ്രഹിക്കുവാൻ പ്രാപ്തരാക്കുന്നു, മാത്രമല്ല മനസ്സ്വസ്ഥതയ്ക്കുള്ള പ്രേരണയാകുകയും ചെയ്യുന്നു.

നമ്മുടെ ആരോഗ്യത്തിൽ സംഗീതത്തിന് അസാധാരണമായ ഒരു സ്വാധീനം ഉണ്ടെന്നുള്ളത് നിസംശയം പറയാം. എന്നാൽ നമ്മുടെ ആശുപത്രികളും രോഗികളുടെ വിശ്രമകേന്ദ്രങ്ങളും ഇത്തരത്തിലുള്ള ഒരു ചിന്താ ദാരിദ്ര്യത്തിന് ഉത്തമ ഉദാഹരണമാണ്. നിങ്ങൾ സുഖമില്ലാതെ, വേദന കടിച്ചമർത്തി, ആകാംക്ഷഭരിതരായി തിരക്കുള്ള ഒരു മുറിയിൽ ഡോക്ടറെ കാത്തിരിക്കുകയാണെന്ന് സങ്കല്പ്പിക്കുക. ഇത്തരം ഒരു സാഹചര്യത്തിൽ ശാന്തമായ ഒരു സംഗീതം ശ്രവിക്കുവാൻ സാധിച്ചാൽ, അത് എത്രമാത്രം സുഖപ്രദമായിരിക്കുമെന്ന് ഒന്ന് ചിന്തിച്ചു നോക്കൂ.

ഒരാളുടെ ഹൃദയമിടിപ്പ് അയാളുടെ ചുറ്റുപാടും പ്രസരിപ്പിക്കുന്ന സംഗീതവുമായി താളാത്മകമായി പോകുന്നു എന്ന് ചില പഠനങ്ങൾ തെളിയിച്ചിട്ടുണ്ട്. ഇതുകൂടാതെ ജലദോഷത്തിനെയും മറ്റു അണുബാധകളേയും പ്രതിരോധിക്കുന്നതിനായി നമ്മുടെ ശരീരത്തിലുള്ള ഇമ്മ്യൂണോഗ്ലോബുലിൻ A (Ig A) അളവ് വർദ്ധിപ്പിക്കുന്നു.

തീർച്ചയായും സംഗീതം പൂർണമായും അസുഖങ്ങളിൽ നിന്നും സുഖപ്പെടുത്തുന്നില്ല, എങ്കിൽ പോലും ഇതിനു നമ്മുടെ ശരീരത്തിലും മനസ്സിലും വളരെ വിശിഷ്ടമായ കാര്യങ്ങൾ ചെയ്യുവാൻ സാധിക്കും. ഹൃദയാഘാതം സംഭവിച്ചവരിലും, ശസ്ത്രക്രിയകൾക്കു ശേഷം സുഖം പ്രാപിക്കുന്നവരിലും, തീരാവ്യാധിമൂലം വേദന അനുഭവിക്കുന്നവരിലും, മറവി രോഗത്തിനുള്ള സംരക്ഷണത്തിനും, വിഷാദ രോഗത്തെ

ശമിപ്പിക്കുന്നതിനും, സംഗീതം സഹായകമാകുന്നതായി കാണപ്പെ ടാറുണ്ട്. ശസ്ത്രക്രിയയ്ക്ക് മുൻപും ശസ്ത്രക്രിയ നടക്കുന്ന സമയത്തുപോലും സംഗീതം ശ്രവിക്കുന്നത് വേദനയും ഔഷധങ്ങളുടെ ഉപയോഗവും 30% ഓളം കുറയ്ക്കുന്നു. ചിലതരം സംഗീതം മസ്തിഷ്കത്തിലേയ്ക്കുള്ള എൻഡോർഫിനുകളുടെ പ്രവാഹം വർദ്ധിപ്പിക്കുകയും വേദനയിൽ കുറവ് അനുഭവപ്പെടുകയും ചെയ്യുന്നു. സംഗീതം നിങ്ങളെ തൃപ്തികര മായി ജീവിക്കുന്ന തരത്തിൽ ആക്കിത്തീർക്കുന്നു. സംഗീതത്തിന്റെ മഹത്വം ശാരീരികവും മാനസികവുമായ ചിന്തകളെ സംബന്ധിച്ചു ള്ളതാണ്. സംഗീതം എത്രമാത്രം സങ്കീർണമായതായിരുന്നാലും ഇതിന്റെ ഭാവങ്ങളെക്കുറിച്ചുള്ള അടിസ്ഥാന അറിവുകൾ ഒന്നും തന്നെ കൂടാതെ മനസ്സ് ഇതിനെ അംഗീകരിക്കുന്നു.

16

മാനസിക പ്രതിഭാസങ്ങളും വ്യക്തിപരമായ വൈശിഷ്ട്യ പരിപാടിയും

Nature's way is simple and easy,
but men prefer what is intricate and artificial

Lao Tzu

നിങ്ങളുടെ ഉള്ളിൽ എവിടെയോ ഒളിച്ചിരിക്കുന്ന, നാളിതുവരെ നമ്മൾ മഹിമ അറിയുവാൻ കൂട്ടാക്കാത്ത 'നിങ്ങളെ' കണ്ടെത്തി പരിപോഷിപ്പിക്കുവാനുള്ള അവസരം നോക്കി ഒരു മികച്ച നിങ്ങൾ ആക്കി മാറ്റുക.

ഏതോ ഒരു വ്യക്തി ഒരിക്കൽ പറയുകയുണ്ടായി, നിങ്ങൾ 'ഒന്ന്''നെ അറിയുമ്പോൾ നിങ്ങൾ കരുതുന്നു നിങ്ങൾക്ക് 'രണ്ട്'' നെ അറിയാം എന്ന് എന്തെന്നാൽ ഒന്നും ഒന്നും ആണല്ലോ രണ്ട്. എന്നാൽ നമ്മൾ പലപ്പോഴും മറന്നു പോകുന്നു ഇവിടെ 'ഉം' എന്നുള്ളതാണ് യഥാർത്ഥത്തിൽ ഒന്നിനെ രണ്ടാക്കി മാറ്റുന്നത്.

'മാനസിക പ്രതിഭാസങ്ങളും വ്യക്തിപരമായ വൈശിഷ്ട്യ പരിപാടിയും' എന്നത് ഈ 'ഉം' നെ ക്കുറിച്ചുള്ള പഠനമാണ്. ഇതാണല്ലോ ഇവിടെ വ്യത്യസ്തത സൃഷ്ടിക്കുന്ന വ്യത്യസ്തമായത്. എങ്ങനെയാണ് ഇത് നമ്മളെ സഹായിക്കുന്നത്?

മൈൻഡ് മാസ്റ്റേർസിന്റെ ഒരു പ്രധാന പ്രോഗ്രാം ജീവിതത്തിന്റെ എല്ലാ ചുവടുകളിലും വളരെയധികം പ്രാധാന്യമർഹിക്കുന്നതാണ്. വ്യക്തിപരമായ വികസനത്തിനും, നമ്മുടെ ആന്തരിക കഴിവുകൾ കണ്ടെത്താൻ നമ്മെ പ്രാപ്തരാക്കുന്നതിനും, ക്രിയാത്മകതയുള്ളവരാക്കുവാനും, ഫലപ്രദമായ പഠനത്തിനും, മികച്ച ആശയ വിനിമയത്തിനും, സ്വയം അധികാരം ഏറ്റെടുക്കുന്നതിനും, സമ്മർദ്ദത്തെ ഫലപ്രദമായി കൈകാര്യം ചെയ്യുന്നതിനും, ഇത് ഉപയോഗപ്പെടുന്നു. ഇന്ന് ബിസിനസ്സിൽ മികച്ച കാര്യനിർവഹണത്തിനും, വാണിജ്യവും, നേട്ടവും പ്രകടന തലവും അഭിവൃദ്ധിപ്പെടുത്തുന്നതിനും ഇത് വ്യാപകമായി ഉപയോഗിക്കുന്നു. വ്യക്തികൾ തമ്മിലുള്ള ആശയവിനിമയ പാടവവും സ്വമേധയാ ഉള്ള ആശയവിനിമയ പാടവവും വർദ്ധിപ്പിക്കുന്നതിന് ഇത് സഹായിക്കുന്നു.

ഇത് വിലപേശലിലും വിപണനത്തിലും പ്രശ്നപരിഹാരത്തിലും വളരെയധികം ഫലപ്രദമാണ്. മനുഷ്യ വിഭവക്രമീകരണത്തിൽ (HR management) ചിന്താ ശൈലികളും ശീലമായുള്ള അരിപ്പകളും (മെറ്റാപ്രോഗ്രാമുകൾ) ഉപയോഗപ്പെടുത്തി അഭിമുഖ സംഭാഷണ ത്തിൽ നിന്നും അനുയോജ്യരായ ഉദ്യോഗാർത്ഥികളെ കണ്ടെത്തി ഉചിതമായ സ്ഥാനങ്ങളിൽ നിയോഗിക്കുന്നതിനും ഉചിതമായ പ്രതിഫലം വാഗ്ദാനം ചെയ്യുന്നതിനും സാധിക്കുന്നു.

വില്പനാചാതുര്യം എന്നാൽ മനോരാജ്യം വില്ക്കലാണ്. നിങ്ങൾ ഒരു വസ്തു വില്ക്കുകയല്ല, അത് അതിന്റെ ഉപഭോക്താവിനു ചെയ്തു കൊടു ക്കുവാൻ പോകുന്ന കാര്യങ്ങളുടെ ഭാവനാ സൃഷ്ടിയാണ് വില്ക്കുന്നത്. ഉപഭോക്താവിന്റെ ഇഷ്ടപ്പെട്ട ഗ്രഹണ സമ്പ്രദായം മനസ്സിലാക്കി നമുക്ക് അതിനുയോജിച്ച രീതിയിൽ ചിന്തിച്ച് അതിനെ ഉൾക്കൊള്ളു വാൻ സാധിക്കുന്നു എന്നതാണ് ഇതിന്റെ നേട്ടം. ഇതാണ് വില്പനയും ഉപഭോക്താവിനെ ആവശ്യക്കാരനാക്കുന്നതും തമ്മിലുള്ള വ്യത്യാസം. ആശയവിനിമയത്തിൽ ഇത് മാനസികൈക്യം വളർത്തുന്നു, ഒരു വ്യക്തിയെ വാക്‌സാമർത്ഥ്യമുള്ളവനും, ഉടമ്പടി ചെയ്യുന്നവനും, കൂടുതൽ സർഗാത്മകതയുള്ളവനും ആക്കിത്തീർക്കുന്നു. സ്വീകർത്താ വിനു ലഭിക്കുന്ന സൂചനകളുടെ ഉൾവിസ്താരം നിർണയിക്കുന്നതു വഴി അവരെ നമ്മോട് സംസാരിക്കുവാൻ തല്പരരാക്കിതീർക്കുന്ന തരത്തിൽ ആശയവിനിമയം നടത്തുവാൻ നമ്മെ സഹായിക്കുന്നു.

അദ്ധ്യാപനത്തിൽ അദ്ധ്യാപകർക്ക് കുട്ടികൾ കാര്യങ്ങൾ മനസ്സി ലാക്കുവാൻ ഉപയോഗിക്കുന്ന അവരുടെ അഭീഷ്ട സംവിധാനം എന്തെന്നറിയുവാനും അവരുടെ ചിന്താശൈലി എങ്ങനെയെന്നു തിരിച്ചറിയുവാനും അതിലൂടെ കുട്ടികളും അദ്ധ്യാപകരും തമ്മിലുള്ള ബന്ധം ദൃഢമാക്കുന്നതിനും ഇതിലുപരി അദ്ധ്യാപകരെ കുട്ടികളുടെ ലോകത്തെ ബഹുമാനിക്കുവാൻ പ്രാപ്തരാക്കുന്നതിനും സഹായിക്കു ന്നു. കുട്ടികളുടെ പഠനത്തിനു സഹായിക്കുന്നതിനും, വിവരങ്ങൾ ഓർത്തെടുക്കുന്നതിനും, പരീക്ഷകളോടും അഭിമുഖ സംഭാഷണങ്ങ ളോടും ഉള്ള പേടി അകറ്റുന്നതിനും അവരിൽ മികച്ച ലക്ഷ്യബോധ മുണർത്തുന്നതിനും ഇതിൽ വളരെ ഫലപ്രദമായ പ്രവർത്തനരീതി കളാണുള്ളത്.

ഗാർഹിക പരിതസ്ഥിതികളിലും ഇത് കുടുംബാംഗങ്ങളുടെ ഇടയിൽ മാനസികൈക്യം വളർത്തുന്നതിനും, പ്രശ്ന പരിഹാരത്തി നും, കുടുംബാംഗങ്ങളെ ഉടനീളം ജീവിക്കുവാൻ അനുശാസിക്കുന്നതി നും, എല്ലാവരേയും സംരക്ഷിക്കുന്നതിനും ഇത് വളരെ ഫലപ്രദമാണ്. ഉപബോധനം (Counselling) വളരെ സുഗമമാക്കുന്നതിനു ഇത് ഒരു

സുപ്രധാന ഘടകമാണ്. ഉള്ളടക്കത്തിലുള്ള വികാര തീവ്രതയിൽ നിന്നും ഈ പ്രക്രിയയിലേയ്ക്ക് ശ്രദ്ധയെ വ്യതിചലിപ്പിക്കുന്നതിലൂടെ ഈ പ്രോഗ്രാം കൗൺസലിംഗിന്റെ പ്രഭാവത്തിൽ വളരെ വലിയ പരിവർത്തനമാണ് വരുത്തുന്നത്. സമയ രേഖ ചികിൽസ (Time line therapy) രീതിയിലൂടെ ആളുകളെ പരിമിതപ്പെടുത്തുന്ന വിശ്വാസങ്ങൾ ഇല്ലാതാക്കുന്നതിനും ഭൂതകാലത്തിലെ സമ്മർദ്ദ പൂർണമായ ഓർമകളിൽ നിന്നും മുക്തി നേടുന്നതിനും സഹായകമാകുന്നു.

അസാധാരണമായ ഭീതി : ഒരു ശുഭകരമായ ഉദ്ദേശ്യത്തിൽ ശ്രദ്ധ കേന്ദ്രീകരിച്ചുകൊണ്ട് അസാധാരണ ഭീതി ഒഴിവാക്കുന്നതിന് ഇത് സഹായകമാകുന്നു. ഭീതിജനകമായ മാനസികാവസ്ഥയ്ക്ക് പകരം അഭിലഷണീയമായ അവസ്ഥയ്ക്ക് വേണ്ടിയുള്ള പരിശീലനത്തിലൂടെ ഇത് സാധ്യമാകുന്നു.

സമ്മർദ്ദനിയന്ത്രണം: സമ്മർദ്ദത്തിന്റെ നയോപായ വൈദഗ്ധ്യത്തിൽ മാറ്റം വരുത്തുക, കൂട്ടു പിരിയുക എന്നിവ ഉൾപ്പെട്ടിരിക്കുന്ന പരിശീലനങ്ങളിലൂടെ അശുഭകരമായ ഊർജ്ജത്താൽ നിറയ്ക്കപ്പെട്ട ബലഹീനമായ മാനസികാവസ്ഥയിൽ നിന്നും പാടവ വൈചക്ഷണ്യം നിറഞ്ഞ ഒരു മാനസികാവസ്ഥയിലേയ്ക്ക് പരിണമിപ്പിക്കുന്നതിനു ഇത് വളരെ ഫലപ്രദമാണ്.

മാനസികാഘാതങ്ങൾക്കു പ്രതിവിധി

നമ്മൾ വളരെയധികം സ്നേഹിക്കുന്ന ഒരു വ്യക്തിയുടെ വേർപിരിയലിൽ നിന്നും, കാൻസർ പോലുള്ള മാരക രോഗങ്ങളിൽ നിന്നും ഉണ്ടാകുന്ന മാനസികാഘാതങ്ങൾ ചെറുക്കുന്നതിന് ഇത് വ്യക്തികളെ പ്രാപ്തരാക്കുന്നു.

ആസക്തികൾ

സ്വന്തം വൈശിഷ്ട്യത്തെ പുനർവ്യാഖ്യാനം ചെയ്യുന്നതിലൂടെയും സ്വന്തം അച്ചടക്കത്തെ ദൃഢീകരിക്കുന്നതിലൂടെയും മദ്യത്തോടും, മയക്കുമരുന്നിനോടും, പുകവലിയോടും ഉള്ള ആസക്തിയെ തരണം ചെയ്യുന്നതിന് ഇത് ആളുകൾക്ക് സഹായകമാകുന്നു.

ആരോഗ്യ സംരക്ഷണത്തിനു: ആരോഗ്യ സംരക്ഷകന്റെ ലോകവും രോഗിയുടെ ലോകവും തമ്മിൽ മാനസികൈക്യം വളർത്തുന്നതിലൂടെ ആ വ്യക്തി രോഗിയിൽ കൂടുതൽ ശ്രദ്ധ ചെലുത്തുന്നതുവഴി ഇതു രോഗികളുടെ സംരക്ഷണത്തെ കേന്ദ്രീകരിച്ചിരിക്കുന്നു. ആരോഗ്യരംഗത്ത് എൻ.എൽ.പി യുടെ കാതലായ കർത്തവ്യം എന്തെന്നാൽ ഒരു അസുഖത്തിൽ നിന്നും മുകതനാകുക എന്നതിനു പകരം പൂർണ ആരോഗ്യത്തിലേയ്ക്ക് പുരോഗമിക്കുക എന്നുള്ളതാണ്.

നേതൃത്വ പാടവം വളർത്തൽ

നമുക്ക് നമ്മളെ എങ്ങനെ ആകർഷകമായും, വ്യക്തമായും, അനായാസമായും ആവിഷ്കരിക്കുവാൻ കഴിയും എന്നുള്ളത് ഇത് പ്രകടമാക്കുന്നു. ഇതിലുപരി നമ്മൾ സഹവർത്തിക്കുന്ന വ്യക്തികളുടെ താല്പര്യങ്ങൾ മനസ്സിലാക്കി അവയെ ഏകോപിപ്പിച്ച് സ്വരച്ചേർച്ചയുള്ള കൂട്ടായ്മയിലേയ്ക്ക് നയിക്കുന്നതിനുള്ള നൈപുണ്യം നേടിയെടുക്കുന്നതിനു ഇത് നമ്മെ സഹായിക്കുന്നു. ഇതിലൂടെ നമുക്ക് ആത്മനിയന്ത്രണവും, സ്വയം പര്യാപ്തതയും, ആത്മവിശ്വാസവും വർദ്ധിക്കുന്നു. മാനസിക ചലനാത്മകതയും വ്യക്തിഗത വൈശിഷ്ട്യവും എന്നതിൽ ഏറ്റവും ആകർഷകമായത് എന്തെന്നാൽ പ്രവർത്തനാധിഷ്ഠിതം എന്ന നിലയിൽ ഇത് ശ്രദ്ധ കേന്ദ്രീകരിച്ചിരിക്കുന്നത് പ്രവർത്തന സമ്പ്രദായങ്ങളിലാണ്. അതുകൊണ്ടു തന്നെ സ്വയം മെച്ചപ്പെടുത്തൽ എന്നാൽ നമ്മുടേതായ പ്രത്യേക ചുറ്റുപാടിനെ അഭിമുഖീകരിക്കുന്നതിനു വേണ്ടി നമ്മുടെ സ്വന്തം പ്രയത്നത്താൽ നമ്മുടേതായ രീതിയിൽ വികസിപ്പിച്ചെടുത്ത് മെനഞ്ഞെടുത്തവയാണ്. അതുകൊണ്ടുതന്നെ ഇത് സുസ്ഥിരവുമാണ്.

ഇതിൽ അമിതമായുള്ള സഹായഗ്രന്ഥങ്ങൾ ഒന്നും തന്നെയില്ല. നമ്മുടെ മസ്തിഷ്കമാണ് ഉചിതമായ സഹായഗ്രന്ഥം. പ്രവർത്തന ക്രമീകരണത്തിനു വേണ്ടുന്ന ഉചിതമായ മാനസിക ഉപാധികൾ മാത്രമാണ് ആവശ്യം. എൻ.എൽ.പി ഇവയാണ് പ്രദാനം ചെയ്യുന്നത്.മാനസിക പ്രതിഭാസങ്ങളും വ്യക്തിഗത വൈശിഷ്ട്യവും എന്ന പ്രോഗ്രാം സഹായകമാകുന്നത്

1. നിങ്ങൾ നിങ്ങളിൽ നിന്നും ജീവിതത്തിൽ നിന്നും യഥാർത്ഥത്തിൽ എന്താണാഗ്രഹിക്കുന്നത് എന്നു മനസ്സിലാക്കാൻ.
2. നിങ്ങളുടെ പഠനകലയെ പരിപോഷിപ്പിക്കുന്നതിനും മറ്റുള്ളവരാൽ മാത്രം സാധ്യമായവ എന്നു നിങ്ങൾ ചിന്തിച്ചിരിക്കുന്ന നിങ്ങളിൽ ഒളിഞ്ഞിരിക്കുന്ന കഴിവുകൾ കണ്ടെത്തുന്നതിനു.
3. മാനസികൈക്യം വർദ്ധിപ്പിക്കുന്നതിനും അതുവഴി ഒരു മികച്ച ആശയ വിനിമയ പാടവമുള്ളവനും, ഉടമ്പടി ചെയ്യുന്നവനും (മദ്ധ്യസ്ഥൻ) ആയിത്തീരുന്നതിന്.
4. പരാജയങ്ങളെ അവസരങ്ങളായി പരിചരിക്കുന്നതിനും അവയെ നിങ്ങൾക്കു വേണ്ടി പ്രാവർത്തികമാക്കുന്നതിനും.
5. സമ്മർദ്ദ നിയന്ത്രണത്തിനും, സ്വന്തം വികസനത്തിനും, ആശയ വിനിമയത്തിനും.
6. മനസ്സിന്റെ ഉചിതമായ ചട്ടക്കൂടിലേയ്ക്ക് കടന്നുചെല്ലുന്നതിനുള്ള സൂക്ഷ്മമായ സാങ്കേതിക വശങ്ങൾ കണ്ടെത്തുന്നതിനും എങ്ങനെ പ്രേരണയാകണം എന്നും പഠിക്കുന്നതിന്.

'നമ്മൾ ആഗ്രഹിക്കുന്നത്' എങ്ങനെ? എന്നതാണ് NLP

മറ്റുള്ളവർ പഠിച്ചതും അഭ്യസിച്ചതുമായ 'മികവിനു ഒരു ഘടനയുണ്ട്' എന്ന ആശയത്തിൽ അധിഷ്ഠിതമാണ് ഈ പരിപാടിയുടെ പ്രയോജനം.

1. ഇത് മറ്റുള്ള പ്രവർത്തന സമ്പ്രദായങ്ങൾക്കില്ലാത്ത നിങ്ങളുടേതായ സിദ്ധികളിൽ എത്തിച്ചേരുന്നു.
2. ഇത് നിങ്ങൾക്ക് സ്വന്തമായും നിങ്ങളുടെ ചുറ്റുപാടുമായും ഉള്ള ഇടപഴകലിലൂടെ നിങ്ങൾക്ക് യഥാർത്ഥത്തിൽ അർഹമായ പ്രതിഫലം നേടുന്നതിനു നിങ്ങളെ പ്രാപ്തരാക്കുന്നു.
3. മറ്റുള്ളവർക്ക് കഴിയാത്തത് സംജാതമാക്കുവാൻ ഇത് നിങ്ങളെ പ്രാപ്തരാക്കുന്നതിനു സഹായിക്കുന്നു.
4. ഇത് നിങ്ങളുടെ സമ്മർദ്ദത്തെ പുനസ്ഥാപിക്കുവാനുള്ള തന്ത്രങ്ങൾ നിങ്ങൾക്ക് കാട്ടിത്തരുന്നു മാത്രമല്ല അനിവാര്യമായ

സന്ദർഭങ്ങളിൽ ഇതിനെ എങ്ങനെ പ്രയോജനപ്രദമാക്കി മാറ്റാം എന്നുള്ളതും ഇത് കാട്ടിത്തരുന്നു.

5. ഇത് വിവരങ്ങളെ സ്വീകരിക്കുവാനും ശേഖരിക്കുവാനും നിങ്ങളെ സഹായിക്കുന്നു. തന്മൂലം അനായാസം ഓർത്തെടുക്കുവാൻ സാധിക്കുകയും പരീക്ഷകളും അഭിമുഖ സംഭാഷണങ്ങളും ആത്മവിശ്വാസത്തോടുകൂടി അഭിമുഖീകരിക്കുവാനും സാധിക്കുന്നു.

6. പരിവർത്തനത്തിനുള്ള കരുക്കൾ ഉപയോഗിച്ച് ആവശ്യമായ സന്ദർഭങ്ങളിൽ ആവശ്യ സ്ഥാനങ്ങളിൽ, ഗുണകരമല്ലാത്ത ഒരു മാനസികാവസ്ഥയെ, എങ്ങനെ ഫലസമൃദ്ധമായ മാനസികാവസ്ഥയാക്കി മാറ്റാം എന്നുള്ളത് ഇത് കാട്ടിത്തരുന്നു.

7. നിങ്ങൾക്ക് കമ്പ്യൂട്ടർ പ്രവർത്തനം മനസ്സിലാകുന്നുണ്ടെങ്കിൽ തീർച്ചയായും നിങ്ങൾക്ക് മനസ്സിലാകും NLP എങ്ങനെയാണ് പ്രവർത്തിക്കുന്നത് എന്ന്. മനുഷ്യനും യന്ത്രവും തമ്മിലുള്ള കമ്പ്യൂട്ടർ എന്നാൽ മനസ്സും ശരീരവും തമ്മിലുള്ള സമ്പർക്കത്തെക്കുറിച്ചുള്ളതാണ് NLP. നിങ്ങളുടെ വ്യക്തിപരമായ കമ്പ്യൂട്ടറിനെക്കുറിച്ച് നിങ്ങളുടെ മനസ്സ് അറിയുവാനുള്ള സമയം അതിക്രമിച്ചിരിക്കുന്നു.

8. അവസാനമായുള്ളതാണ് എന്താണ് പഠനം എന്നത്. നിങ്ങളുടെ കഴുത്തിനു മുകളിൽ ഒരു മില്ല്യൺ ജിഗാബൈറ്റ് പ്രവർത്തന ശേഷിയുള്ള ഒരു കമ്പ്യൂട്ടർ ഉണ്ട്. നിങ്ങൾക്ക് ഇപ്പോൾ ഇതിനെ നിയന്ത്രിക്കുന്നതിനുള്ള ഇരുപത്തൊന്നാം നൂറ്റാണ്ടിലെ ഒരു സോഫ്റ്റ്‌വെയറും ഉണ്ട് NLP ഉപയോഗപ്പെടുത്തുക! അല്ലെങ്കിൽ നഷ്ടമാക്കുക!

References

1. Introduction to NLP, Joseph O' Connor, John Seymour, (1995), London, Thorsons.

2. NLP The New Technology of Achievement, Steve Andreas & Charles Faulkner (1994), The NLP Comprehensive Training team, William Morrow, New York.

3. Words That Change Minds, Mastering the language of influence, Shelle Rose Charvert (1997), 2nd edition, Dubuque, Iowa: Kendall/Hunt.

4. NLP At Work, The difference that makes the difference in business, Sue Knight (1995), London, Nicholas Brealey Publishing Ltd.

5. Mind Works, Anne Linden with Kathrin Perutz (1997), Andrews Mcmeel Publishing, Kansas City.

6. Managing With The Power of NLP/Neuro Linguistic Programming for Competitive Advantage, David Molden (1996), Pitman Publishing, London.

7. Influencing With Integrity, Genie. Z. Laborde (1995), Management skills for communication and negotiation, The Anglo American Book Company Ltd, St. Clears, Carmarthen, S. Wales, U.K.

8. Quantum Learning, Bobby De Porter with Mike Hernacki (1992), Block Craft Ltd. Midsomer Norton, Avon.

9. Smart Moves, Carla Hannaford (1995), Great Ocean Publishers, Arlington, Virginia.

10. Persuasion Engineering, Richard Bandler and John La Valle (1996), Meta Publications.

11 Different Ways to Look at, Talk About, and Get to Grips With NLP, Bob Janes First published in The A-Z of Alternative Medicines (1995) 2nd edition and then in Positive Health Magazine, Issue 9, Dec/Jan 1996.

12. Executive Stress, Louise Leburn, Partners in Renewal Inc, Ontario, Canada, 1999.

13. Quantum Healing Exploring the Frontiers Of Mind/Body Medicine: Deepak Chopra, M.D., by Bantam books, trade edition 1990, New York

14. Hypnosis and its Many Uses, David P. Armentrout, PhD, Director, MBS Hypnoclinic.

15. Self Hypnosis, Valerie Austin, Consultant Hypnotherapist, Published by Thorsons 1994.

16. Introduction to Sub Modalities, Roy Kim.

17. Body Language, Rapport and Influence, Jules Collingwood, NLP trainer and director, Inspirative, NSW Australia.

18. Emotional Intelligence, Daniel Golman, Bloomsbury Publishing Company.

19. Working With Emotional Intelligence, Daniel Golman, Bloomsbury publishing company plc, 1999.

20. 7 Steps To Emotional Intelligence, Patrick E. Merlevede, Denis Bridoux & Rudy Vandamme, Crown House Publishing Ltd.

21. Users Manual for the Brain, Bob. G. Bodenhammer & L. Michael Hall, Crown House Publishing Ltd. 1999.

22. Develop Your NLP Skills, Andrew Bradbury, Kogan Page India Private Ltd-2000

23. Submodalities and Music, Ian Skinner, Master Practitioner of NLP

24. The Neuro-Linguistic Programming, Home Study Guide, David Gordon, Leslie Cameron-Bandler and Michael Lebeau, NLP Comprehensive 1987.

25. The Mozart Effect, Don Campbell G, Avon Books, New York, 1997.

26. Serious Creativity, Edward de Bono, Harper Collins Publishers London, 1992.

27. Six Thinking Hats, Edward De Bono, Penguin Group, 1985.

28. The Magic of Thinking Big, David J. Schwartz, Simon & Schuster, 1979.

29. NLP The New Art and Science of Getting What You Want, Dr. Harry Alder, Judy Piatkus (publishers) Ltd., 1995.

30. The Psychology (Influence) of Persuasion, Robert B. Cialdini, William Morrow and Company, 1984.

31. The Art of Thinking Clearly , Rolf Donelli, Hodder & Stoughton, 2013.
32. Mind with a Heart, Richard P. McHugh, Gujarat Sahitya Prakash, Gujarat, 1998.
33. The 7 Habits of Highly Effective People, Stephen R. Covey, Simon & Shuster UK Ltd., 1989.
34. NLP & Health, Ian McDermott and Joseph O'Connor, Harper Collins, 1996.
35. The Systemic Nature of Mind and Body and How it Relates to Health, Kris Johnson.
36. The Present, Dr Spencer JohnsonTransworld Publishers, London (2003).
37. Crystal Clear Communication, Kris Cole, Published by East West Books(Madras) Pvt. Ltd, Chennai (2001).
38. The Inner Game of Tennis, Tim Gallwey, Random House Inc.
39. The Inner Game of Work, Tim Gallwey, Random House Inc. (2000).
40. NLP and Sports, Joseph O' Connor, Published by Thorsons (2001).
41. Consulting with NLP, Lewis Walker Radcliffe, Medical Press Ltd, United Kingdom (2002).
42. Finetune Your Brain,Gennie Laborde, Published by Syntony Publishing, California (1988).
43. Who Moved My Cheese?, Dr. Spencer Johnson, GP Putnam's Sons, London (1999).
44. Fish, Stephen C. Lundin, Harry Paul and John Christensen, Hodder & Stoughton, London (2000).
45. Make Your Life Great, Richard Bandler, Harper Collins Publishers, London (2010)
46. NLP Modelling - Unleashing the innovator within, Jack Carroll, NLP Academy, London (2013)
47. NLP, The Essential Guide, Tom Hoobyar, Tom Dotz and Susan Sanders, Harper Publishing (2013)
48. Body Mind Mastery, Dan Millman, New World Library (1999)
49. NLP, Principles & Practice. Peter Young, Jaico Publishing House (2007)

www.ingramcontent.com/pod-product-compliance
Lightning Source LLC
La Vergne TN
LVHW101413051026
849519LV00005BC/1744
* 9 7 8 9 3 8 7 3 9 8 8 5 6 *